तिमिरपंथी

लेखक

ध्रुव भट्ट

अनुवाद

सुषमा शाळिग्राम

मेहता पब्लिशिंग हाऊस

Please contact us at **Mehta Publishing House,** Pune 411030.
✆ +91 020-24476924 / 24460313 / Mob. No. 9545000513
Email : production@mehtapublishinghouse.com
Website : www.mehtapublishinghouse.com

◆ *या पुस्तकातील लेखकाची मते, घटना, वर्णने ही त्या लेखकाची असून त्याच्याशी प्रकाशक सहमत असतीलच असे नाही.*

TIMIRPANTHI by DHRUV BHATT

Originally Published in Gujrathi

Translated into Marathi Language by Sushma Shaligram

तिमिरपंथी / अनुवादित कादंबरी

अनुवाद : सुषमा शाळिग्राम

Email : author@mehtapublishinghouse.com

मराठी अनुवादाचे व प्रकाशनाचे हक्क : मेहता पब्लिशिंग हाऊस, पुणे.

प्रकाशक : सुनील अनिल मेहता, मेहता पब्लिशिंग हाऊस,
१९४१, सदाशिव पेठ, माडीवाले कॉलनी, पुणे ४११०३०.

मुद्रक : ट्रिनिटी अॅकॅडमी फॉर कॉर्पोरेट ट्रेनिंग लिमिटेड

मुखपृष्ठ : सतीश भावसार

प्रथमावृत्ती : जुलै, २०१८

किंमत : ₹ ३२०

P Book ISBN 9789387789951
E Book ISBN 9789353170073
E Books available on : amazonkindle Apple Books Google Play Books

---

माझे पती
अशोक वसंत शाळिग्राम
यांच्या स्मृतीस

एक कहुँ तो है नहीं, दूजा कहुँ तो गार ।
है जैसा तैसा रहे, कहे कबीर विचार ।

– कबीर

थोडंसं...

मनोज बसूंचं 'निशिकुटुंब' हे पुस्तक वाचल्यावर वाटलं, माझ्या आजूबाजूच्या जगातही अशी माणसं असली तर त्यांना शोधून काढायला हवं, त्यांना भेटायला हवं!

गेल्या दोन वर्षांत ते जमलं. नगरात, वस्त्यांवर, पाड्या-तांड्यात राहणाऱ्या कित्येकांना भेटून मी त्यांच्या कहाण्या ऐकल्या. ज्या काळातल्या गोष्टी मला कळत गेल्या, त्या काळाप्रमाणेच या लिखाणातही वेगवेगळ्या काळाचा समावेश आहे. अगदी अलीकडचा उल्लेख १९९३च्या जवळपासचा – थोडा पुढेमागे – आहे. त्यानंतर कथा आजच्या घडीपर्यंत आणायचा प्रयत्न मी केला नाही.

नवलाची गोष्ट अशी की, ज्या ज्या वेळी ज्या कोणापाशी आजच्या काळाचा विषय निघाला, त्या प्रत्येकानं मला एकच विचारलं, "अब तो विद्या कडे? – आज आता विद्या आहे कुठे?"

मला कळलेल्या गोष्टी वाचकांपुढे ठेवायला मला आवडतं. म्हणूनच हे पुस्तक तुमच्या हाती देताना मला खूप आनंद होत आहे. मला कळलेल्या गोष्टींमध्ये मला उमजलेले त्यांचे अर्थ आणि माझी कल्पनाशक्ती यांची स्वाभाविकपणेच माझ्या लिखाणात भर पडलेली असते, पण त्यावर अजून तरी मला पर्याय सापडलेला नाही.

माझं काम, माझं लेखन यांमागे कोण्या प्रमाणभूत संशोधनाची कारणं नसतात. ती केवळ माझी भटकंती असते.

तुमच्याकडून सदैव मिळणाऱ्या प्रेमाचा मला आदरच वाटत आला आहे.

– ध्रुव भट्ट

स्वीकार...

मला खूप माणसं भेटली. ओळखीची, परकी. त्यांनी अत्यंत निरागसपणे आपलं मन माझ्यापाशी मोकळं केलं आहे.

कित्येक रीतिरिवाज, बोली यांसंबंधीच्या खास वैशिष्ट्यपूर्ण गोष्टी मला बुधन थिएटर्सच्या श्रीमती कल्पना गागडेकर, रॉक्सी गागडेकर, नीरुबेन गागडेकर त्याचप्रमाणे दक्षिण बजरंगे यांच्याकडून समजल्या.

भावनगरच्या आडोडिया वस्तीत राहणाऱ्या कै. भनकीबेन यांनी, वृद्धावस्थेत असूनही स्वत:ला आठवत होती तेवढी सर्व माहिती मला दिली. तेथेच, रणजित परमार यांच्याकडूनही एखादा तपशील प्राप्त झाला आहे.

रेवतुभा रायजादांनी काही माहिती पुरवली. श्वेताबेन यांनी ई-बुक स्वरूपातल्या कथा वाचून महाभारतकालाकडे माझे लक्ष वेधले. मनीषाबेन सुतरियांनी स्वानुभवातून एक प्रसंग लिहून पाठवला होता. त्याचा या कथेत उपयोग केला आहे.

मिनलबेन पटेलांपाशी बसून 'डफेर' लोकांची माहिती, त्यांच्या वेदना समजून घ्यायची संधी आली होती. भविष्यकाळात एका वेगळ्या प्रकारचं जीवन आणि त्याच्या वेदना जाणून घेण्यासाठी ती संधी राखून ठेवली आहे.

काही पोलीस अधिकाऱ्यांनी दिलेल्या माहितीचाही मला खूप उपयोग झाला आहे.

तस्करांच्या वेगवेगळ्या कामांनुसार त्यांची वेगवेगळी संस्कृत नावे मिळवण्यासाठी 'नेट'वरील विविध स्थळे सुचवल्याबद्दल निवेदिताबेन यांचा आणि त्या नावांचे अर्थ शोधून दिल्याबद्दल राजेन्द्रभाई चोटालियांचा मी आभारी आहे.

सरस्वती, सरसती, सती... हिचे खरे नाव मी सांगू शकलो असतो तर मला खूप आनंद झाला असता. या कलेची आणि क्षमतेची अनेक रहस्ये ती मला सतत सांगत आली आहे. उरल्यासुरल्या एकटदुकट तांड्यात नेऊन सगळ्यांच्या तोंडच्या गोष्टी ऐकवल्या आहेत. स्वत:ही सांगितल्या आहेत. तिचे आभार मानून झाल्यावरही मी तिचा सदैव ऋणीच राहणार आहे.

मी नेहमी म्हणत आलो आहे तसेच, हे लेखनसुद्धा सगळ्यांचे एकत्रित सर्जन आहे.

– ध्रुव भट्ट

विविध प्रकारचे हवामान, वेगवेगळे भूभाग, तेथील विशिष्ट रहिवासी इत्यादी कारणांमुळे गुजरातेतील काही स्थळांची स्वतःची अशी स्वतंत्र ओळख आहे. अशा वैशिष्ट्यपूर्ण जागांचे या पुस्तकात जागोजागी उल्लेख आहेत. ही स्थळे नेमकी कोठे आहेत याची वरील नकाशावरून कल्पना येईल. (नकाशा प्रमाणानुसार नाही.)

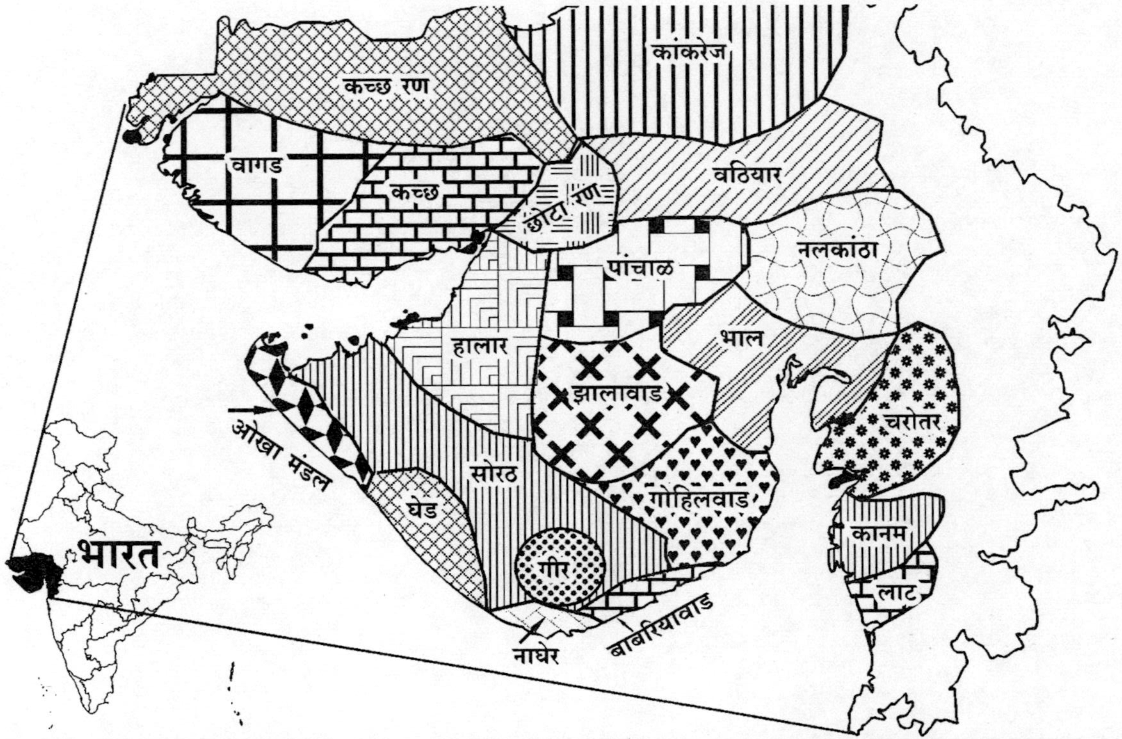

१

"अरे, कोण आहे तिकडे? अरे, कोण तू... कोण आहे? अरे कोण...?"

तोच प्रश्न पुन्हा पुन्हा घुमत राहिला. प्रश्नाला उत्तर मिळत नव्हतं. ज्याच्यासाठी प्रश्न होता तो मुळात उत्तर देऊच शकत नव्हता.

"अरे, अरे... झालं, गेला. पडला विहिरीत! देवा रे, मारून टाकलं लोकाच्या पोराला..."

सरत्या रात्री लोक झोपेच्या ऐन तंद्रीत. खोल पाण्यात धप्पकन काहीतरी पडल्याचा आवाज आणि पाठोपाठ किंकाळ्या. कित्येक जण त्यामुळेच जागे झाले, पण लगेच दारंखिडक्या उघडायची हिंमत होत नव्हती. नुसतेच एकमेकांना विचारत राहिले, "काय झालं? काय झालं?"

भर मध्यरात्री झोपेचं पार खोबरं झालेलं कोणालाच आवडलं नव्हतं. पृथ्वीवर रात्र उगाच येते का? दिवसभर कामाचा गाडा उपसून, आवडती-नावडती कामं करून दमल्याभागलेल्या देहाचा शीण घालवण्यासाठी निसर्गानं करून ठेवलेली ही आगळी सोय आहे. काळोखी, लुकलुकती, प्रहराप्रहरानं पुढे सरकणारी, अनेकविध रूपं धारण करणारी, विविध नावं लाभलेली, शांत शीतल रात्र! अशा त्या रात्रीच्या पहिल्या प्रहरात आनंद, क्लेश, चिंता, विचार, प्रेमविलास असा कोणता ना कोणता अनुभव घेतल्यानंतर गाढ निद्रेच्या दुलईत लपेटलेल्या धोपटमार्गी जीवांना डोळे उघडताच सकाळच्या उजळलेल्या दिशा बघण्याची सवय असते. बिचाऱ्यांवर अचानक जागे होऊन चहूकडे पसरलेला अनोळखी अंधार बघण्याची पाळी आली तर तो धक्का पचवायला वेळ लागतो.

आपल्या रोजच्या परिचित खोलीतल्या रोजच्या परिचित भिंतीवर बोट टेकवलं की झाला उजेड अशी जादू व्हायला किती अवकाश आहे; ते कळेपर्यंतच्या मधल्या काळात माणसाच्या मनात किती शंकाकुशंका दाटून येतात ते माहीत नसलेला कोणी असेल का? काय चाललंय ते नीट लक्षात येऊन, त्यासाठी सज्ज होईपर्यंत काही क्षण जाणारच! उठले की धावले लगेच, असं कधी होत असतं का?

तिकडे बाहेर, गल्लीमध्ये त्या कोण्या बाईचा आक्रोश अजून पुरता शमला

नव्हता. एखाददुसऱ्या घराच्या खिडकीतून रस्त्यावर उजेड सांडला त्याच वेळी, हाती लागेल ते हत्यार घेऊन धावत सुटलेले दोन-चार जण गल्लीच्या तोंडाकडून आत शिरले आणि काहीतरी लक्षात आल्यागत एकाएकी थांबले.

त्यांच्यापाठोपाठ घाईघाईनं गल्लीत शिरलेल्या म्हाताऱ्याला मात्र काय घडतंय ते फारसं उमगलं नव्हतं. भराभरा त्यांच्यापाशी पोहोचत त्यानं उतावळेपणानं विचारलं, "कुठं गेला? गावला का?" आवाजात क्रोध आणि आशा दोन्ही एकाच वेळी!

ही गल्ली ओळखीची असणाऱ्या सगळ्यांना एक गोष्ट पक्की ठाऊक आहे की, जो कोणी एकदा या गल्लीत शिरतो त्याला आल्या वाटेनं परत जाण्याखेरीज दुसरा मार्गच नाही. "आता कुठं जाशील बेट्या? सापडलास तावडीत," असं म्हणत ज्याला धरायला ते गल्लीत घुसले होते तो माणूस नक्की गल्लीतच असणार, कोणी एखाद्यानं त्याला मुद्दाम बोलावून आपल्या घरात लपवून ठेवला असेल तर गोष्ट वेगळी! पण तसं घडण्याची सुतराम शक्यता नव्हती. तर मग तो माणूस गेला कुठं? गल्लीत कुठेच कसा सापडत नाहीये? म्हाताऱ्याला अजून भरवसा वाटत नव्हता. एकदा गल्लीत शिरलेल्या माणसाला सोडून द्यायचं म्हटलं तरी ते शक्य नव्हतं, हे माहीत असूनही त्यानं पुन्हा एकदा विचारलं, "गेला कुठं? सोडू नका त्याला आजाबात!"

शस्त्रसज्ज होऊन युद्धावर निघालेल्या योद्ध्यांसारखे अनोख्या उत्साहानं त्या माणसाला शोधायला निघालेल्या त्या लोकांपाशी म्हाताऱ्याच्या प्रश्नाला उत्तर होतं, पण ते पट्कन काही सांगू शकत नव्हते; कारण गल्लीत शिरण्याआधीच धप्पकन झालेला मोठा आवाज ऐकू आला होता. कोण्या बाईच्या किंकाळ्यादेखील त्यांनी ऐकल्या होत्या.

धावत सुटलेल्या चौघांच्या पायाची गती किंकाळी ऐकताच मंदावली होती. काहीतरी अघटित घडलं आहे हे एव्हाना त्यांच्या लक्षात आलं होतं. पुढं जाऊन करणार काय? नसत्या कटकटीत गोवले जाण्यापेक्षा मुकाट्यानं परत फिरावं, 'जो कोणी होता त्याला पकडता आलं नाही बुवा,' असं थोडंफार हळहळावं आणि निमूटपणे गप्प बसावं ते बरं. असा विचार करत ते थबकले, पण पक्कं काही ठरायच्या आतच ते गल्लीत पोहोचले होते.

मागोमाग येणारा म्हातारा तेवढ्यात पुन्हा एकदा ओरडला, "आसा हाती नाही लागायचा. हे लेकाचे छपरावरून उड्या मारून निसटून जातात बघता बघता."

म्हाताऱ्याच्या शब्दांनी ढकलले गेल्यासारखे सगळे जण गल्लीच्या मध्यावर येऊन, चारी दिशांना भांबावून पाहू लागले.

दिसलं ते दृश्य फारसं उत्साहवर्धक नव्हतं. अरुंद गल्लीच्या घाणेरड्या,

टीचभर चौकात, बारक्याशा आडाच्या पाळीला ओठंगून एक बाई उभी होती. उंच दांड्याचा झाडू हातात धरलेली ती गरोदर बाई आडात डोकावून बघत होती. एकीकडे मोठमोठ्यानं किंचाळत होती, "मारलं की हो पोराला ऽऽ, लोकाच्या पोराला टाकलं मारून..."

तेवढं सोडलं तर बाकी सगळं रोजच्यासारखं होतं. सगळीकडून बंदिस्त असलेल्या त्या गल्लीच्या अगदी टोकाशी, एका कोपऱ्यात, तेवढ्या त्या अरुंद गल्लीपुरताच उजेड द्यायचा कसाबसा प्रयत्न करणारी, नगरपालिकेच्या खांबाला लटकलेली ट्यूबलाइट. दिव्याच्या जवळपास, त्या गरोदर बाईकडे असलेल्या झाडूसारखाच उंच दांड्याचा झाडू धरून येत असलेला, अर्धवट उघडा एक तरुण. त्या रडणाऱ्या बाईचा नवरा असावा.

गल्लीच्या तोंडाशी माणसांची चाहूल लागली तशी ती बाई तिकडे वळली. गल्लीत शिरणाऱ्या माणसांकडे हात दाखवत त्या तरुणाला म्हणाली, "हे सगळे असे लाठ्याकाठ्या घेऊन मागे लागले तर बिचारा दुसरं करणार काय? घाबरला न् मारली उडी धप्पकन या आडात!"

असला आरोप तोंडोतोंडी पसरत गेला तर शेवटी, 'या लोकांनी स्वत:च्या हातांनी उचलला अन् सरळ दिला फेकून विहिरीत' इथपर्यंत नक्की पोहोचणार. ते लक्षात येताच पुढे सरसावणारे तरुण जागीच थांबले.

हळूहळू परिस्थिती त्या म्हाताऱ्याच्यादेखील लक्षात येऊ लागली होती. एव्हाना आजूबाजूच्या खिडक्या उघडू लागल्या होत्या. त्या उघडल्या गेल्या नसत्या तर कोणाला काही कळायच्या आत तिथून पळ काढायला कोणी मागेपुढे पाहिलं नसतं, पण एका खिडकीतून प्रश्न आलाच. "काय झालं मोहनकाका? अरे मनहर काय आहे रे गडबड?"

आता पाऊल मागे घेणं शक्य नव्हतं. चेहऱ्यानावासकट ओळख पटल्यानंतर पळ काढण्यात फारच धोका होता. सगळे लगबगीनं आडाकडे धावले. तोवर घरांची दारंही उघडली. आडापाशी छोटासा घोळका जमला.

चार सवर्ण एकत्र आले की आपण चार पावलं दूर राहावं ही प्रथा अजून पार निकालात निघाली नव्हती. ती तरुण बाई जरा दूर सरकली. तो जो कोण होता तो आडातच पडला आहे, अशी लाठ्याकाठ्या घेऊन धावत आलेल्या माणसांची पक्की खात्री झाली होती. धाड्कन उडी टाकल्याचा केवढा मोठा आवाज त्यांनी स्वत:च्या कानांनी ऐकला होता! भरीला गल्लीत राहणाऱ्यांपैकीच एकानं म्हटलंसुद्धा, "हा असा निजलो होतो बघा निवांत अन् तेव्हाच कसला तरी आवाज ऐकू आला. काय झालंय?"

काय झालंय ते बाहेरून गल्लीत धावत शिरणाऱ्यांना चांगलं ठाऊक होतं, पण

नीट विचार केल्याविना उत्तर देऊन चाललं नसतं.

एका हातानं आपलं टपोरलेलं पोट आणि दुसऱ्या हातानं झाडूचा दांडा धरून, एका बाजूला सरकून उभ्या असलेल्या त्या पोरगेल्या बाईला सगळंच ठाऊक होतं. तिला ना विचार करायचा होता, ना काही ठरवायचं होतं. जे काही पाहिलं ते तिनं जसंच्या तसं सांगून टाकलं. चौकटीचा सदरा घातलेलं एक पोरगं धावत आलं, आडाच्या पाळीवर चढलं आणि ती किंवा तिचा नवरा त्याला धरायला जाणार तेवढ्यात, काही कळायच्या आत त्यानं आडात धाड्‌कन उडी ठोकली. पाठोपाठ ते मोहनकाका अन् मनहर का कोण, ते आरडाओरडा करणाऱ्या लोकांसोबत गल्लीत शिरले होते.

बस्स. झालं ते एवढंच. आता ज्याला जे समजायचं असेल ते त्यानं समजून घ्यायचं.

काहींनी उतावळेपणानं आडात डोकावून पाहिलं. एवढ्याशा जागेत हिंदकळून पुन्हा शांत, स्थिरावलेल्या पाण्याचा जरासा आवाज फक्त ऐकू आला. दिसलं काहीच नाही.

अशा गंभीर परिस्थितीत बारीकसारीक कामाची जबाबदारी नेहमी दुसऱ्याच कोणाची असते, ही चालत आलेली परंपरा पाळत कोणीसं म्हणालं, ''अरे बाबा, बॅटरी आणा की कोणी तरी!''

आडातल्या पाण्यावर तरंगणारं चौकटीच्या सदऱ्यासारखं काहीतरी टॉर्चच्या उजेडात दिसलं खरं, पण काय ते स्पष्टपणे कळत नव्हतं.

विजेच्या खांबापासून किंवा इथून तिथून कुठून तरी वीज खेचावी लागेल आणि पुरेसा उजेड पाडावा लागेल... एवढ्या रात्री त्या अंधाऱ्या आडात उतरायला तयार होईल असं गल्लीत आहे का कोणी?

अरे वा! त्या कामासाठी या गरोदर बाईचा तो उघड्या अंगाचा नवरा आहे की हजर! चला, बरं झालं!

सवर्णाचं कोणतंही काम पार पाडायला बांधील असलेला तो कित्येकदा अशा आडाविहिरीत, गटारात आणि कसल्याकसल्या खड्ड्यांत यापूर्वी उतरला असेलच. त्याला उजेडाचीही गरज नाही. काय सांगावं, दोरसुद्धा मागणार नाही कदाचित. 'कसला तरी आधार घेत जरा सांभाळून उतर म्हणजे झालं' असं याला सांगायला हरकत नाही.

त्याला ताबडतोब बोलावलं गेलं. पुढे यायला त्यानं पाऊल उचललं तेवढ्यात शेजारच्या घराच्या खिडकीतून एका भारदस्त बाईची त्रासिक आवाजातली आरोळी आली, ''यक्षिणीचा आड विटाळायला निघालात का रे? हलक्या लोकांना आडाच्या पाण्याला शिवू दिलंत तर ते...''

त्या दणकट आवाजाच्या मालकिणीला आड विटाळला जाण्यापेक्षा दुसऱ्याच कुठल्याशा गोष्टीची चिंता असल्याचं लक्षात येताच मनहर त्या तरुणाला म्हणाला, "असू दे. तू हो पलीकडे. या धम्याला पोहता येतं. धम्या उतरेल आडात!"

"आत कोण उतरणार ते या लोकांना सांगायची काही गरज आहे का?" त्या बाईच्या दणकट आवाजाला अधिकच धार आली.

खिडकीतून आज्ञा करणाऱ्या स्त्रीचं म्हणणं दुर्लक्षण्याजोगं नव्हतं. तिनं खूप उन्हाळे-पावसाळे पाहिले आहेत. आडात उतरण्याआधी करायच्या एकूण एक गोष्टी तिच्या स्मरणात आहेत.

गल्लीचा एक नियम आहे; गल्लीतली गोष्ट गल्लीतच राहिली पाहिजे. असं असताना, आता या ठिकाणी आडातून काय निघालं, कोणी काढलं असं सगळं बाहेरच्या, परक्याच्या कानी पडून कसं चालेल? ज्याच्या कानावरसुद्धा पडू द्यायचं नाही त्याच्या दृष्टीला पडू देऊन कसं चालेल? बोलूनचालून हे रस्ता झाडणारे. ऐकलं, पाहिलं ते बोलून मोकळे होणार असली माणसं ही!

दणकट आवाजाच्या त्या स्त्रीनं खालच्या जातीच्या त्या जोडप्याकडे बघत पुन्हा म्हटलं, "...आणि तुम्ही रे, तिथंच का खिळून राह्यलात? चला निघा, तिकडे दुसऱ्या गल्ल्या झाडा जा. निघा इथून. इकडचं मग झाडा जरा वेळानं. अरे, हाकला रे कोणी तरी यांना..."

"हो फोई," खिडकीतल्या त्या स्त्रीची ओळख पटलेल्या कोणीतरी त्या दोघांना म्हटलं, "चला, व्हा गल्लीबाहेर. हं, असे पलीकडून चाला जरा!"

कोणाला न शिवण्याची दक्षता बाळगत नवरा-बायको दोघं गल्लीच्या बाहेर निघून गेली. मागे वळून बघितलंसुद्धा नाही.

मोठ्या रस्त्याला लागताक्षणी दोघंही हातातले लांब झाडू घेऊन वेगानं दूर निघून गेली. जरा पुढे गेल्यावर बाई म्हणाली, "विठू, चौकात नाही जायचं बरं का!"

विठू, विठ्ठल. त्या पंढरपुरात बसलेल्याचं नाव असणारा. त्याच्यासारखाच सावळा आणि सोबत चालणाऱ्या स्त्रीच्या दृष्टीनं त्याच्याइतकाच मोहक!

या धंद्याचा नायक व्हायला लागणारे सगळे गुण अंगी असलेला संपूर्ण पंथकातला (विभागातला) हा एकच. मोठ्या भाग्यानं लाभावा असा. त्याला काही माहीत नसेल तर हे कसं शक्य आहे? तरी पण त्या पोरगेल्या बाईनं त्याला सावध करत पुन्हा म्हटलं, "विठू, पुढे जाऊ नकोस."

"चल." तिचा हात धरून विठू तिला घेऊन निघाला. "ठेव इथं!" असं म्हणून त्यानं आपल्या हातातला झाडू एकीकडे ठेवला. त्या बाईच्या पोटावरचं गाठोडं चाचपलं. कमरेला गुंडाळलेला सदरा सोडला. अंगात घातला. कंगव्यानं केस नीट विंचरले. फुटपाथवर येऊन हलकेच म्हणाला, "सती, इथं बसून राहा. उठू नकोस.

मी येतो. रिक्षा मिळाली पट्‌कन तर बरंय, नाहीतर मेलो आपण!''

सांगितल्याप्रमाणे सती फुटपाथवर बसून राहिली. विठ्ठल रिक्षा घेऊन आला. सतीला दोन्ही हातांनी उचलून रिक्षात ठेवली. मग स्वत: आत शिरत म्हणाला, ''सिव्हिल हॉस्पिटल!''

आता भीती जरा ओसरली होती. सरत्या रात्रीच्या अशावेळी, वेदनेनं तळमळणाऱ्या स्त्रीला घेऊन जाणारी रिक्षा पोलीस अडवतील ही शक्यता जवळपास समूळ नष्ट झाली होती, तरीदेखील सावध राहणं भाग होतं. कोणत्याही क्षणी काहीही घडू शकेल अशी कारणं दोघांनी त्या गल्लीत मागे सोडली होती.

एव्हाना गल्लीतल्या आडात उतरलेला धम्या किंवा जो कोणी असेल त्याला आडात जुन्या चादरीच्या तुकड्याखेरीज दुसरं काहीच नाहीये हे समजलं असेल हे विठ्ठल आणि सती दोघांनाही ठाऊक होतं.

सत्य काय आहे हे एकदा लक्षात आल्यावर आत्तापर्यंत क्रोध, भीती, घाई, घबराट अशा भावनांनी झाकलं गेलेलं ज्ञान, चातुर्य, समजशक्ती इत्यादी इत्यादी सगळं उसळून आलं असेल.

आपल्याला नव्यानं प्राप्त झालेलं ज्ञान जाहीर करायला माणसं जराही विलंब करत नाहीत. न जाणो, तेच ज्ञान आपल्याआधीच कोणी जाहीर करून टाकलं तर...!

एखाद्या ठिकाणी असे अनेक जाणकार हजर असतील तेव्हा कोण काय म्हणतंय ते ऐकण्यापेक्षा आपलं म्हणणं पुढे दामटणं हिताचं असतं, ही पूर्वापार चालत आलेली साधी सरळ धारणा आहे. त्यामुळे गल्लीत सगळेच जण प्रश्नामागून प्रश्न विचारू लागले असतील.

''नुसतं कापड कसं काय तरंगतंय एवढी साधी गोष्ट सुचली नाही? विहिरीत उडी मारणारा काय अंगातला कपडा काढून पाण्यावर तरंगत ठेवणार होता?''

''भर बाजारातल्या गल्ल्या न्‌ रस्ते दिवसा झाडणं अशक्य आहे ते सगळ्यांना ठाऊक आहे, पण असली कामं भल्या पहाटे चारएक वाजता मुकादमाच्या हजेरीत करतात.''

''अरे बाबा, कोणी घड्याळात पाहा! रात्री अडीच-तीन वाजता हातात लांबलचक झाडू घेऊन फिरत होते, ते कोण होते? इथं कशाला आले होते मरायला?''

''तो आडात पडल्याक्षणीच आडातली यक्षिणी विटाळली गेली रे! कोण कुठल्या जातीचा तिथं आत बुडून राह्यलाय हे कोणालाच कसं सुचलं नाही?''

''... आणि एकदा विटाळलेला आड पुन्हा कसा विटाळणार होता? जरा नीट विचार करून, त्याला आत उतरायला लावलं असतं तर?''

''...या फोई म्हणजेसुद्धा ना...''

"बेटा गेला निसटून, पण त्या बाईचीसुद्धा धन्य म्हणायची, नाही का?"

टोळक्यातल्या माणसांत असं बरंच काही एकमेकांना विचारलं जाणार.

...आणि अशा जमावात एखादा समजूतदार व्यवहारी माणूस गप्प बसतो हेही खरंच. सगळ्यात शेवटी तो म्हणतोच, "जाऊ द्या, झालं ते झालं. दोघं एवढी आपल्यासमोर होती तेव्हा आपण त्यांना पकडलं नाही, आता ते अशक्यच दिसतंय. आता फक्त पोलीसच काय ते करू शकतील!"

सूचना तशी व्यवहारी असली तरी फारशी आवडण्यासारखी नाही. मान्य करण्याआधी थोडा विचार करायला हवा.

शेवटी ठरणार काहीच नाही, पण चर्चा होणारच की बुवा अशा अभेद्य वाटणाऱ्या गल्लीतून सगळ्यांच्या डोळ्यांदेखत दोघं निघून गेली. गेली कसली, आपणच स्वत:हून जा जा म्हणून पाठवून दिलं दोघांना. आता घोड्यासारखे मागे धावलो तरी हाती लागायचे नाहीत. त्या 'पाहुण्यांना' परत घेऊन यायचं काम आता पोलिसांचं. जितक्या लवकर पोलिसांना खबर देऊ तितकं यजमानांना सोपं आणि 'पाहुण्यांना' कठीण.

म्हणून आता पोलीस ठाण्यावर जाऊन किंवा ओळखीच्या अंमलदाराला फोन करून, कसंही करून, पण खाकी कपडेवाले कोणीतरी शोधावे तर लागणारच. जेवढं काही हाती लागेल तेवढं लागेल. हां, असेल तयारी तर गेलं ते खुशाल विसरून जा न् चला...!

तिसरा काही पर्याय असला तरी या क्षणी तो सुचत नाहीये.

शेवटी मोहनकाका काय निर्णय घेतील ही चिंता रिक्षातून जाणाऱ्या विठ्ठलला भेडसावतेय. पोलीस ठाण्यावर बातमी पोहोचायच्या आत त्यानं सतीसह शहराच्या बाहेर पडायलाच हवं. नुकत्याच ओलांडलेल्या चौकातल्या पोलिसानं रिक्षा आणि त्यातले प्रवासी, दोन्हींची नोंद घेतली असणार. त्यानंतर दिसलेल्या 'राउंड'वरच्या पोलिसानं तर नक्कीच दोघांना नीट बघितलंय.

मनहरनं किंवा मोहनकाकांनी दिलेली 'एक गरोदर बाई आणि एक पुरुष' एवढी माहिती किंचितसा हुशार असलेल्या हवालदाराला पुरेशी आहे.

मग आणखी काय हवं? या प्रजारक्षकांच्या मदतीला वायरलेसची फौज आहे. थोडेसे शब्द उच्चारायचा अवकाश की दवाखान्याकडे निघालेली रिक्षा तिथे पोहोचण्याआधी ठाण्याकडे आणून सोडलीच समजा.

सिव्हिल हॉस्पिटलपर्यंत सुरक्षितपणे पोहोचलो, तर निम्मा गड जिंकला. तिथे वॉर्डबॉयच्या वेशात नाऱ्या हजर आहे. लॉबीच्या कुठल्यातरी कानाकोपऱ्यात किंवा बाथरूममध्ये जाऊन सतीच्या पोटाला गुंडाळलेल्या जिनसा नाऱ्याच्या टिफिनमध्ये कोंबायच्या. बदल्यात नाऱ्या कपड्यांची पिशवी आणि आगगाडीची दोन तिकिटं

देईल. अशी तशी नाही, मेलच्या स्लीपर कोचची. मग लवकरच राधनपूर!

बस्स, पोलिसांना कळवण्याआधी त्या मोहनकाक्यानं तासभर तरी चर्चेचं गुऱ्हाळ लावायला हवं, आपसूक पार पडतंय सगळं!

"विठू," विठ्ठलचं मन वाचत असल्यासारख्या स्वरात सती म्हणाली, "काही होत नाहीये, काळजी नको करूस."

सतीकडे ओझरती नजर टाकत रिक्षावाल्यानं म्हटलं, "कमाल आहे हं तुमची! अशा वेळी बायका रडतात काय, विव्हळतात काय... एवढा धीर धरलायत, सगळं नीटच पार पडेल बघा तुम्ही!"

तसंच होणार याची आता विठ्ठलला खात्री आहे. कारागिराच्या कामात येणाऱ्या हरेक अडचणीची सतीला आधीच कल्पना असते. ती आणि तिची हिंमत साथीला नसती तर आपल्याला आजचं काम पार पाडणं शक्यच झालं नसतं, याची त्याला जाणीव आहे.

या वेळी सतीनं झाडू घेऊन निघायचं ठरवलं तेव्हा त्यानं स्पष्ट नकार दिला होता. थोडंसं चिडून म्हटलं होतं, "नाजूक कामाला जाताना एवढाली मोठाली धुडं घेऊन जातं का कोणी?"

तेव्हा सती काही बोलली नव्हती. पुढे गेल्यावर हळू आवाजात अखंड बोलत होती, "काही झालंच तर कामाच्या जागेवरून डावीकडे पळ. दोनशे पावलांवर गल्ली आहे. त्याखेरीज बचावण्याचा दुसरा उपाय नाही... आणि... झाडू असू देत."

चाकू-सुऱ्यांना धार करून देण्याच्या किंवा जुन्या कपड्यांच्या बदल्यात भांडी देण्याच्या बहाण्यानं गल्लीत फेरी मारून आलेल्या सतीनं निवांतपणे सगळं काही पाहून ठेवलं आहे. समोरच्या भागात छोटा आड आहे. दर दोन घरांच्यामध्ये गायींना, कुत्र्यांना उष्टंखरकटं खाऊ घालण्यासाठी चौकोनी चौथरे आहेत. किती तो कनवाळूपणा...!

त्या गल्लीच्या जरा पुढे हमरस्त्यावर मोहनकाकांचं सराफी दुकान आहे. शटरच्या एका बाजूची कडी तुटली आहे, म्हणजे त्या टोकाला कुलूप नसणार. मोठ्या आडव्या लांब शटरच्या टोकाशी पहार घुसवली तर शटर सहज उंच करता येईल. फार नाही, तरी आठ-दहा इंचाचं भोकसं होईलच. विठ्ठलसारखे एकेरी बांध्याचे सडसडीत कारागीर याच्यापेक्षाही छोट्या जागेतून निसटून जातात.

एकदा का आत शिरलं की शटर ओढून घ्यायचं, म्हणजे झालं. आरामात दुकानभर फिरा. मजेत, काय करायचं ते करा. बाहेरून मोठं सैन्य जरी गेलं तरी आत दुकान लुटलं जातंय याची गंधवार्ता कोणाला लागायची नाही.

एवढी माहिती काढून आल्यावर सतीनं म्हटलं होतं, "करणार असशील तर ताबडतोब कर, नाहीतर... विसरून जा."

शटरची तुटकी कडी तशीच ठेवून मोहनकाका स्वस्थ बसून राहणं शक्य नाही.

एव्हाना त्यानं शटरवाल्याला नक्कीच निरोप धाडला असेल. तो केव्हाही येऊन उभा राहील. एकदा त्यानं नवी कडी बसवली की मग काही करता येणार नाही. त्यातून दुकान आहे मोठ्या सडकेलगत. रस्त्याच्या दोन्ही दिशांना चौक आहेत. त्या चौकांत तंबू टाकून पहारे बसवलेत.

म्हणूनच सतीनं सोबत झाडू घ्यायला लावलेत. पोलिसांना वाटेल, की बुवा पहाटेपूर्वीच रस्ते झाडून व्हायला हवेत म्हणून लांब जाण्यासाठी एखादं जोडपं जरा लवकर निघालं असेल! त्यात नवल वाटण्याजोगं काही नाही.

दोघं वेगवेगळी निघाली तेव्हा सतीनं विठ्ठलला पांढरा सदरा घालायला लावला अन् म्हणाली, ''काही घडलंच तर मोठ्या रस्त्यावरनं धावत सुटू नकोस. थेट इथंच ये.''

''काही होत नाही. तिथे वेळ लागणारच नाहीये. पंधरावीस मिनिटांत सगळं साफ!'' उत्तरादाखल सती गोडसं हसली. थट्टेच्या सुरात हलकेच म्हणाली, ''त्यापेक्षा अधिक वेळ कपाळी लिहिलेला नाहीचेय!''

खोटं नव्हतं सतीचं म्हणणं! अगदी आदिकाळापासून म्हणा, हजारो पिढ्यांपासून म्हणा, की मग या कामांत गोवले गेले तेव्हापासून म्हणा, काळोखाच्या या प्रवाशांच्या तिमिरगामी महानायकांचा इतिहास सांगतो की, तेव्हापासून आतापर्यंत वेळ मिळण्याच्या बाबतीत पूर्वीची स्थिती अजून तशीच आहे.

आज विठ्ठलचं वेळाचं गणित अवघड होतं. होईल तेवढ्या पट्कन काम उरकून निघणं आवश्यक होतं.

विठ्ठलच्या हातातून झाडू घेऊन गल्लीत वळता वळता सती म्हणाली, ''फक्त दहा वेळा शंभरपर्यंत मोज. तेवढ्याच वेळात काम आटप. त्यानंतर कितीही उरलं असलं तरी अकराव्यांदा मोजायच्या मोहात पडू नकोस. म्हाताऱ्या मोहनला तीन तरणे मुलगे आहेत. इतकी माणसं घरात असतात तेव्हा काय घडेल ते सांगता येत नाही.''

दुकानात शिरल्याक्षणीच विठ्ठलनं शंभरपर्यंत मोजायला आणि मोजता मोजता हाती लागेल ते गोळा करायला सुरुवात केली होती. बघता बघता दहा वेळा मोजून झालं. अजून थोडंफार समोर दिसतंय, पण सतीनं बजावलंय म्हणून आता पुरे.

सगळं व्यवस्थित झालं होतं. किंचितही आवाज आला नव्हता. फडक्यात बांधून बाहेर पडायचाच काय तो अवकाश होता. गाठोडं बांधायचं फडकं काळोखात कुठेतरी पडलं ते शोधण्यात थोडा वेळ गेला, तेवढ्यात सतीनं ठरवून दिलेला वेळ संपून गेला. वेळ लागला तो लोभापायी नव्हे, तर जे मिळालं ते नीट बांधून घ्यायला.

पाऊण दुकान गुंडाळलं गेलं तसा विठ्ठल शटरच्या उंच केलेल्या बाजूनं, आला तसा बाहेर पडायला निघाला.

नेमक्या त्याच वेळी घराच्या अंगणात उघडणारा दुकानाचा दरवाजा जरासा खडखडला अन् उघडला गेला. शटर उंच करून किंवा त्याच्या खालून निसटायला वेळ मिळेलसं वाटत नव्हतं.

अंगणातून येणाऱ्या अंधूक प्रकाशात विठ्ठलनं दरवाजा उघडून आत येणाऱ्या माणसाची सावली बघितली. येणारा माणूस म्हातारा होता हे कळायला त्याला वेळ लागला नाही. दिव्याच्या बटणापर्यंत त्या सावलीचा हात पोहोचतो न पोहोचतो तोच विठ्ठलनं जीव घेऊन धूम ठोकली. म्हाताऱ्याला ढकलून, जिवाच्या आकांतानं पळत अंगणात येऊन तो क्षणभर थांबला. त्यानं चहूकडे नजर फिरवली.

समोर, घराच्या ओसरीच्या टोकाला भिंतीत एक छोटी खिडकी आहे, पण ती गल्लीत नेमकी कुठे निघेल ते सांगता येत नाही. विठ्ठल दुकानाच्या पिछाडीला बांधलेल्या पाण्याच्या टाकीमागे लपला.

तोपर्यंत म्हाताऱ्यानं आरडाओरडा सुरू केला होता. घरातून दोन-तीन तरुण धावत आले. अंगणात न थांबता ते थेट दुकानातच शिरले.

"अरे गाढवांनो, इथे काय ठेवलंय आता? सगळं घेऊन तुमचा तो बाप पळाला की तिकडं अंगणात. असेल अजून तिथेच कुठेतरी. जा, धरा त्याला. जा जा!" म्हातारा संतापून म्हणाला.

मुलगे अंगणात आले तेव्हा विठ्ठल तिथे नव्हता. शिकार तोंडात धरून बिबट्या झाडावर सरसर चढतो तसा, छातीपर्यंत पोहोचणारं गठुळं दातांनी पकडून तो टाकीजवळच्या भिंतीवर चढून छपरावर पोहोचला होता.

छप्पर ओलांडलं की समोरच रस्त्यावर उजेड सांडणाऱ्या ट्यूबलाइटचा खांब आहे. फाटकाला लावलेलं कुलूप उघडून घरमालक गल्लीतून बाहेर मोठ्या रस्त्यावर पोहोचेतो सट्कन निसटायचं.

खांबावरून रस्त्यावर उतरून, सती उभी आहे तिथवर धावत जाऊन पोहोचता येईल असा विठ्ठलचा अंदाज होता, पण छपरापासून खांब पुष्कळ लांब होता. छपरावरच बसून राहणं शक्य नव्हतं. हे सगळे फाटक उघडण्यात गुंतलेत. कोणत्याही क्षणी रस्त्यावर येऊन पोहोचतील. तोवर इतर लोक जागे होतील. विठ्ठलला असहाय असल्यागत वाटू लागलं. तेवढ्यात छपरावर असलेल्या मोठ्या बांबूवर त्याची नजर पडली.

बांबू झाला तरी लोखंडी खांबासारखा त्याचा उपयोग थोडीच होणार? उन्हापावसात छपरावर पडल्यापडल्या कदाचित सडून-कुजून गेला असेल; पण इलाज नाही. आता त्या बांबूचाच काय तो आधार आहे.

विठ्ठलनं बांबू उचलला. खालचं टोक रस्त्यावर टेकवलं. वरचं टोक छपराच्या कडेला टेकवून विठ्ठल त्या बांबूवरून सरसरत खाली येऊ लागला. सुरुवात तर

ठीक झाली, पण तो अर्ध्यावर येतो न येतो तोच, बांबू काड्कन तुटला. 'मध्यरात्रीच्या युद्धा'चा तो महारथी पाच फूट उंचावरून रस्त्यावर आदळला.

अशा प्रसंगी किती लागलंय, काय दुखतंय याचा विचार करत बसणं म्हणजे जीव गमावणं हे सूत्र आत्मसात केलं असल्यानं तो ताबडतोब उठून उभा राहिला. दातात धरलेलं गाठोडं हातात घेऊन तो गल्लीच्या दिशेनं पळत सुटला.

इकडे फाटक उघडलं गेलं. हाती लागेल त्या हत्यारासह बाहेर पडून रस्त्यावर येणाऱ्यांनी पळणाऱ्या माणसाला बंद गल्लीत वळताना बघितलं. आरोळ्या ठोकत सगळे जण त्याच्यामागे धावले.

विठ्ठल गल्लीत शिरला तो थेट सतीपाशी जाऊन थडकला. हातातलं गाठोडं त्यानं सतीच्या हातांत सरकवलं, त्या वेळी ती आडाच्या पाळीपाशी उभी होती. "पट्कन सदरा काढ अन् समोरच्या दिव्याखाली झाडायला लाग." सतीनं त्याच्याकडे न बघताच म्हटलं.

"कोण आहे, कोण आहे" ओरडत सगळं टोळकं गल्लीत शिरायच्या आधीच सतीनं आडाच्या पाळीवर आणून ठेवलेला धोंडा जोरानं आडात ढकलला. पाठोपाठ चौकडी-चौकडीची चादर टाकली. आडाच्या पाळीला ओठंगून हातातलं गाठोडं पोटाशी बांधलं. वरून पदर सारखा केला. सगळं ठाकठीक झाल्यावर तिनं जोरात किंकाळी मारली.

विठ्ठलच्या मागे धावत गल्लीत घुसणाऱ्यांना सतीची अथवा विठ्ठलची शंका यायचं काही कारण नव्हतं. बाईनं चौकडीचा सदरा घातलेल्या माणसाचा उल्लेख केला होता आणि समोर उभा असलेल्यानं तर सदराच घातला नव्हता. कमरेला काय गुंडाळलंय तेदेखील चौकडीचं नाहीये. पांढरं वाटतंय.

हाच तो माणूस म्हणावं तर, जीव मुठीत घेऊन पळणारा माणूस सहज दृष्टीला पडेल असा दिव्याखाली शांतपणे नक्कीच उभा राहणार नाही. याच्या चेहऱ्यावर भीतीचा लवलेशही नाहीये. छे! आपल्यासमोरून पळून गेला तो नक्कीच आडात पडलाय. एक मरण वाचवायला गेला न् दुसऱ्या मरणानं मेला. कितीतरी जण असं करतात. पाहतोच की आपण!

शिवाय मागून धावत येणाऱ्यांना पुढे पळणारा माणूस गल्लीत वळला एवढंच दिसलं होतं. त्यानं अंगात काय घातलंय याकडे लक्ष द्यायचं ठरवलं असतं, तरी त्या वेळी ते शक्य नव्हतं. ... आणि तरीसुद्धा कोणीतरी पुटपुटलं, "हं, हं. होता वाटतं चौकडीचा सदरा..."

सिव्हिल हॉस्पिटल आलं आणि विठ्ठलची विचारशृंखला तुटली. लॉबीच्या पायऱ्यांजवळ त्यानं रिक्षा थांबवली. सतीला दोन्ही हातांनी उचलून घेतलं. पायरीवर हलकेच

बसवलं. पैसे मोजता मोजता रिक्षावाल्यानं विचारलं, "आत न्यायचंय का त्यांना?"

"मी नेईन." विठ्ठलनं शांतपणे म्हटलं. त्याच क्षणी वॉर्डबॉय चाकाची खुर्ची घेऊन आला.

दहा मिनिटांच्या आत अगदी आधुनिक पोशाखातले सती आणि विठ्ठल स्टेशनकडे जाणाऱ्या रिक्षात बसत होते. नाऱ्या नोकरी संपवून घरी निघाल्यासारखा, युनिफॉर्म आणि टिफिन सायकलला लटकावून घराकडे निघाला होता. सगळी जोखीम आता नाऱ्याच्या टिफिनमध्ये बंदिस्त होती.

उद्या सकाळी नवरा-बायको राधनपूरला उतरतील, तेव्हा आज इकडे वॉर्डबॉय बनलेला नाऱ्या उद्या आंगडिया* बनून शहरातल्या सराफी बाजारातल्या एका विशिष्ट दुकानात 'पार्सल' द्यायला जाईल. शेटजीची सही मागेल. दुकानातला मुनीम म्हणेल, शेटजी दुकानात नाहीयेत. तिकडे, मागे घरात आहेत. आता या परक्या माणसाला शेटजीच्या घरात कसं काय पाठवता येईल?

मुनीम नाऱ्याला ओळखतात. असे लोक जेव्हा 'शेटजींना भेटायचं आहे' म्हणतात त्या वेळी काय करायचं असतं ते मुनीमजींना ठाऊक आहे. 'एक छोटी केबिन आहे, तिथं बसा.'

बंद केबिनमध्ये माल पारखला जाईल. मग सौदा होईल. गाळलेल्या सोन्याचा गोळा घेऊन जायचं असेल तर भट्टीचा चार्ज आणि मजुरी द्या आणि गोळा न्या. पैसे हवे असतील तर तसं. तुम्हाला हवं ते करा, तुमची मर्जी. म्हणाल ते 'पार्सल' परवा दुपारी तयार असेल. असंच यायचं 'आंगडिया'च्या वेशात आणि घेऊन जायचं.

तिकडे विठ्ठल आणि सती राधनपूरपासून जरा दूर, विठ्ठलच्या मामाच्या घरी पोहोचतील. नाऱ्याची वाट बघत तिथेच थांबतील.

किती किती वेष, किती नाटकं, कसकसली जोखीम, किती धोके, क्षणोक्षणी बदलणारी परिस्थिती... एवढं सगळं पार पाडून झाल्यावर हातात काय पडणार ते त्या शेटजीवर आणि नाऱ्यावर अवलंबून! ते दोघं हिशेबात काही गडबड करणार नाहीत यावर विश्वास ठेवावाच लागतो.

जीवन हे असंच आहे. श्वास आणि विश्वास दोन्ही टिकवून ठेवल्याखेरीज जीवन शक्य नाही.

---

* आंगडिया – वस्तू पोहोचवणारा, courier.

२

विठ्ठलच्या मनावर विलक्षण दडपण आलं होतं. गाडी अद्याप स्टेशनवर लागली नाहीये. इथं बाकावरच बसून राहावं लागणार. त्या गल्लीतल्यांपैकी कोणी अथवा पोलीस इथवर येऊन पोहोचले तर?

विठ्ठलची मन:स्थिती ताडून सतीनं हळूच त्याच्या कानात म्हटलं, "चिंता नको करूस. कोणी येत नाही इथवर."

सतीनं मनातल्या मनात पक्के आडाखे बांधलेत. पोलिसात खबर द्यावी की त्याआधी दुसरा काही उपाय आहे का ते बघावं, हे ठरवायला मोहनकाका खूप वेळ लावणार.

...कारण, दुसरा उपाय आहे ना! तो असा की, इतर कोणत्या तरी मार्गानं चौकशी करवायची. पोलिसांच्या भानगडीत न पडताही गेलेला माल परत मिळवण्याचा एक छुपा मार्ग आहे असं जाणकारांचं मत आहे. तो फारसा कठीणही नाही. एवढंच की पक्क्या ओळखीचे, दिलेला शब्द पक्का पाळणारे आणि पक्की गुप्तता राखणारे भेटायला हवेत. हे निश्चितपणे जुळवता आलं तर गेलेल्या मालातला थोडाफार परत मिळवता येतो.

कायद्याच्या सरळ वाटेनं जाल तर मग त्याहूनही कमीच हाती लागणार. जेवढं मिळेल तेवढंदेखील पोलीस चौकीचे असंख्य हेलपाटे, कोर्टाच्या तारखा, कर्मचाऱ्यांना 'चहापाणी', वकिलांना 'दक्षिणा' असली दिव्यं पार पाडल्यानंतर!

एवढ्यानं संपतंय का? गेलेला मुद्देमाल मुळात आला कुठून? त्याच्या बिलांपासून बँकेच्या खात्यापर्यंत अनेक बाबतीत प्रश्न विचारले जाणार. त्यांची उत्तरं देता देता स्वत:च गोत्यात यायची पाळी!

'मी चोर नाहीये असं शपथेवर सांगू शकेल असा एक तरी माणूस माझ्यासमोर आणा बरं' असं सती छातीठोकपणे म्हणत असते ते उगाच नाही! सगळेच सारखे. ते जर चोर नसतील तर सतीसुद्धा चोर नाहीये.

कायद्याचा मार्ग की इतर मार्ग, दोन्हीपैकी कोणता मार्ग निवडायचा ते ठरवण्यात म्हातारा मोहनकाका जेवढा वेळ दवडेल तेवढंच सतीचं न् विठ्ठलचं फावेल!

गाडी प्लॅटफॉर्मला लागली. दोघं आत जाऊन बसली. गाडी सुटली तरी कोणी आलं नाही. कोणी मागावर असल्याचं चिन्हही दिसलं नाही.

वर्तमानपत्र विकत घेऊन सती वाचू लागली. विठ्ठल निवांतपणे आपल्या बाकावर बसल्याबसल्या समोरच्या बाकावर वर्तमानपत्र वाचणाऱ्या सतीच्या चेहऱ्यावरचे भाव टिपत राहिला. कम्पार्टमेंटमधले बाकीचे बाक अजून रिकामेच आहेत. पुढच्या स्टेशनांवर भरतील केव्हातरी!

विठ्ठलची नजर आपल्यावर खिळली आहे हे वर्तमानपत्र वाचत असतानाही सतीला जाणवल्यावाचून राहिलं नाही. वर्तमानपत्र बाजूला करत तिनं भुवया उंचावून खुणेनंच प्रश्न केला.

विठ्ठलनं नकारार्थी मान हलवली.

सतीनं वर्तमानपत्र ठेवून दिलं. विठ्ठलकडे जरासं झुकून हळूच विचारलं, "किती लागलंय?"

"काय?" आपण त्या गावचेच नाही असं भासवत विठ्ठलनं विचारलं.

सतीला खुदकन् हसू आलं. "असला बांबू घेतं का कोणी? त्यापेक्षा सरळ उडीच मारली असतीस तर अंदाज तरी लागला असता. हे म्हणजे अगदीच अदमासपंचे..."

"आता तू मला सल्ले देणारेस का? दे बाई दे. तुमचं कामच ते. 'माल्दा' ना तू? तू नाही तर दुसरं कोण करणार असलं सल्ले द्यायचं काम?" ऐन जवानीतला विठ्ठल अहंकार दुखावल्यागत एकाएकी भडकला; "महाराणी स्वतः मजेत गल्लीच्या टोकाला उभ्या निवांत आणि बघताहेत की बरा अडकला! तू एकदा अडकून बघ आणि निसटून दाखव सहीसलामत. मग मलाही कळेल की बाईसाहेब आता काय मार्ग काढताहेत यातून. आणि... इथून पुढे तू माझ्यासोबत कुठे येऊच नकोस."

"मी तुझ्यासोबत आले होते?" बोलता बोलता सती थांबली. मुळात काम सतीनं शोधून काढलं होतं म्हणजे ती स्वतः 'मालक' होती. विठ्ठल केवळ 'वटाविक' (भागीदार चोर) होता आणि तरी म्हणतोय की, तो सतीला घेऊन गेला होता. सतीच्या मनाला ते लागलं. ताड्कन पुष्कळ काही बोलावं वाटलं, पण ते व्यर्थ आहे हे सतीला माहीत होतं.

विठ्ठल दुखावला आहे. शरीराच्या घावापेक्षा जास्त आघात मनावर झाला आहे. एवढंसं साधं बोलणं या थराला जाईल याची सतीला कल्पनाच नव्हती, पण असं काही घडल्यावर काय करायचं असतं, त्याची मात्र जाण तिला वारशानंच मिळाली होती. हरलेल्या, बेदम मार खाऊन आलेल्या, तुरुंगातून सुटलेल्या किंवा आकंठ दारू प्यायल्यामुळे विचारशक्ती गमावून बसलेल्या नवऱ्याला सांभाळून घ्यायची कला 'दंग्या'तल्या प्रत्येक स्त्रीला परंपरेनंच सहजसाध्य असते.

'कोणतीच अवस्था चिरकाल टिकत नसते' हे त्या सगळ्या बाया पूर्णपणे जाणून आहेत. त्यासाठी धर्मग्रंथ वाचायची वा शास्त्रार्थ ऐकायची त्यांना गरजच भासत नाही. तुम्ही स्वत: शांत राहा. हताश झालेल्या, संतापलेल्या, नशेनं धुंद झालेल्याला जरा निजू द्या. तो उठेल तेव्हा सगळं ठीक झालेलं असेल. पळापळानं सरणारा काळ कधी एकटाच सरत नसतो, चराचराला सोबत घेऊनच वाहत असतो. काळाचा तो ओघ अत्यंत प्रबळ असतो. अनेक गोष्टी त्यात वाहून जातात.

खिडकीबाहेर टांगलेली पाण्याची कातडी पिशवी सतीनं आत ओढून घेतली. विठ्ठलच्या शेजारी जाऊन बसली. पिशवी विठ्ठलपुढे केली. उपकार केल्यागत विठ्ठलनं पिशवी तोंडाला लावली.

सती मनातल्या मनात हसली. शब्द ओठांवर आले होते, पण तूर्त आपण गप्प बसावं तेच बरं हे ती जाणून होती. थोड्या वेळानं छोट्या पेटीतली चादर काढून तिनं विठ्ठलच्या बाकावर पसरली. कसलंसं उसं बनवलं. विठ्ठलच्या हातात ते देत अगदी सहज स्वरात म्हणाली, ''पड जरा.''

विठ्ठल आडवा झाला. सतीनं त्याच्या डोक्यावरून हात फिरवला आणि दखल घ्यावीच लागेल अशा आवाजात म्हटलं, ''डुलकी काढ एक. जागरण झालंय रात्रभर.''

'रात्रीचं जागरण तुलाही झालंय' असं म्हणावंसं वाटलं त्याला, पण... एवढ्याशा कारणावरून नुकताच तिच्या गोत्राचा पार उद्धार करून झाला होता. तिथून आता लगेच तिची काळजी करण्यापर्यंत माघार घेणं त्याला अवघड जात होतं.

असंच होतं नेहमी. थोडंफार काही घडलं की पुन्हा नेहमीसारखं व्हायला आपल्याला वेळ लागतो. सतीचं तसं नाही. सती म्हणजे साक्षात गती. तिच्याइतकी

गती आपल्याकडे नाही. आपल्याला तसं साधत नाही. असं का व्हावं हा विचार विठ्ठलच्या मनात अनेकदा येतो. उत्तर मात्र एकदाही सापडलेलं नाही.

काही न बोलता विठ्ठलनं डोळे मिटून घेतले. झोप येण्याऐवजी नाना विचार येऊ लागले. सतीनंही आडवं होऊन थोडी झोप घ्यावी असं त्याला वाटत राहिलं.

पण सती तसं करणार नाही. बसल्याबसल्या पेंगेल एकवेळ, पण झोपी जाणार नाही. अजून पुष्कळ गोष्टींची जुळवाजुळव करायचीये.

गाडीतून उतरताच हा शहरी पोशाख बदलून टाकायला हवा. राधनपूरजवळच्या खेड्यापाड्यांत कठपुतळीवाल्याला गुडघ्यापर्यंत पोहोचणाऱ्या धोतरावर बिनबाह्यांची बंडी आणि त्याच्या घरवालीला जाड पांढऱ्या कापडाची, समोरचं शरीर आणि कोपरापर्यंत हात झाकणारी, पाठीवर दोऱ्यांनी बांधायची 'कमरवी'सारखी कुर्ती आणि तिच्या खाली जाड कापडाचा, बारीक पिवळ्या फुलांच्या डिझाइनचा, पावलागणीक पुढेमागे झुलणारा घेरदार घागरा याखेरीज दुसऱ्या कोणत्याही वेषात कोणी बघितलं नाहीये. सध्या घातलेल्या कपड्यांनिशी खेडेगावात जाणं शक्य नाही.

मिटल्या डोळ्यांनी विठ्ठल वेगळाच विचार करत होता. त्याचा अहम् पुन्हा एकदा उसळी मारून वर आला होता. सतीनं आपल्याला जाणूनबुजून टोमणा मारला आहे असं त्याला अजूनही वाटत होतं. तिला सोबत घेतली हे आपलं चुकलंच. कोणताही नायक, कोणतीही टोळी रात्रीच्या कामगिरीत बायकांना सामील करत नाहीत. बायकांचं कामच नव्हे ते.

हां, दिवसाढवळ्या ऐन गर्दीच्या भागात खिसाबिसा कापायचं काम असेल, कोणाचा डोळा चुकवून, फसवून काही हिसकावून पसार व्हायचं असेल, तर कधीकधी बायकांची मदत घेतली जाते ते वेगळं!

आपण सतीला फार मोकळीक दिलीये, म्हणूनच काल रात्रीची संपूर्ण कामगिरी एकट्या सतीनं ठरवल्यानुसार झाली.

कामाचं ठिकाण ठरवण्यापासून दुसऱ्या कोणालाच सोबत न घ्यायचं, नाऱ्याला कुठली किती माहिती द्यायची, त्यानं पिशवीत कोणते कपडे आणायचे, कुठल्या गाडीची तिकिटं आणून सिव्हिल हॉस्पिटलमध्ये भेटायचं... सर्व काही सतीनं ठरवल्याप्रमाणे घडलं. संपूर्ण कामगिरीची नायकच होऊन बसली सती! म्हणून तर मोठ्या ऐटीत विचारलं तिनं, "मी तुझ्यासोबत आले होते?"

मनात राग कितीही दाटून येत असला तरी 'यापुढे सतीला सांगायचंच नाही' असा निर्णय घ्यायला विठ्ठलचं मन तयार होत नव्हतं.

सतीचा प्रश्न अगदीच चुकीचा नव्हता असं त्याला वाटू लागलं. बोलायला नको होतं, पण बोलली ते चुकीचं नाहीये.

हा विचार मनात येताच विठ्ठलचा क्रोध हळूहळू मावळू लागला. त्याला

वाटलं, अशा प्रकारे इतक्या सहजतेनं सत्य बोलून टाकणं हेच तर सतीचं वैशिष्ट्य आहे. खरं असेल ते सांगून टाकायला सती मुळीच वेळ लावत नाही.

स्वत:च्या हरेक कृतीचा सहज स्वीकार, खोटं बोलेल, नाटक करेल, काम पार पाडण्यासाठी जे करावं लागेल ते करेल, पण ते कबूल करण्यात कुठलंही अवडंबर नाही, खोट्याच्या आड दडणं नाही. जे असेल ते सरळपणानं मान्य करून टाकते सती!

चाकूला धार लावणं, कपड्यांच्या बदल्यात भांडी देणं, गल्लीच्या टोकाला कठपुतळीच्या खेळासाठी पडदे बांधणं... काहीही करत असू दे, समोर बसलेला वा तिकडून येणारा-जाणारा माणूस पुष्कळदा दुसऱ्याला म्हणतोदेखील, ''दिवसा असली नाटकं करतात अन् रात्री हेच लोक चोऱ्यामाऱ्या करतात.''

कधीकधी तर असलं बोलणं उघडपणे सतीच्या तोंडावरच होतं. लपवाछपवी सरस्वतीच्या अंगातच नाही. ती खोटंही बोलणार नाही. म्हणेल, ''जन्मल्यापासून जशी तुमची कामं तुम्ही करता तशीच आमची कामं आम्ही करतो. दुसरं काही आम्हाला येत नाही ना!'' बोलेल आणि समोरच्याकडे पाहून गोडसं हसेल.

कुठल्याही स्वरूपात असो, निर्भेळ सत्य नेहमीच सुरेख असतं. म्हणून तर सतीनं असं म्हटलं की, समोर स्त्री असेल तर ईर्षेच्या आणि पुरुष असेल तर मोहाच्या लाटेत वाहून न गेला तरच नवल!

एव्हाना सतीचं सत्य आणि तिचं ते स्मित दोन्हीही तिच्या पाझरत्या गौर लावण्याला त्या लावण्याची सीमा पार करून रूपलोकात घेऊन गेलेलं असतं. रसिकाला स्पर्शल्यावाचून राहील कसं?

काही लोकांचा मात्र सत्याची आणि सौंदर्याची कदर करण्याऐवजी केवळ लक्ष्मीलाच जपायची काळजी करण्यावर भर असतो. ना रूप, ना मार्दव, कशाचाच त्यांच्यावर प्रभाव पडत नाही. असली माणसं दिपून जाण्याऐवजी रुक्षपणे बोलून टाकतात, ''बघा बरं, हे लोक असं गोड गोड बोलून पाहता पाहता काय एकेक 'अंगच्या कळा' दाखवतील त्याचा नेम नाही.''

अशांनादेखील सती हसून म्हणायची, ''माझ्या अंगी असलेल्या कलांना खरंच अंत नाही बरं! बघाल तेव्हाच कळेल.''

हे मात्र अगदी खरं! सतीच्या अंगात आहेत तेवढ्या कला संपूर्ण तांड्यात कोणाकडेही नाहीत. नजरेच्या, ऐकण्याच्या, शब्दाच्या, मौनाच्या, हाताच्या, गतीच्या, रहस्यभेदाच्या... अगणित कला. मोजू म्हटलं तरी मोजता येणार नाहीत. शिकू म्हटलं तरी शिकताही येणार नाहीत.

सतीला अवगत असलेल्या कलांच्या निम्म्या कला जरी एखाद्याला साध्य असतील तरी तो महानायक बनायला पात्र ठरू शकतो, पण सती आज जिथवर

पोहोचली आहे तिथवर पोहोचणाऱ्याला नाव द्यायला मुळी पदच नाहीये. अशांच्या नावाचा केवळ उल्लेखच पुरेसा आहे.

...पण अशाप्रकारे फक्त समर्थ होणं पुरेसं नाही. समर्थ म्हणवणाऱ्यानं, प्रत्येकाच्या विश्वासाला पात्र होण्याजोग्या पद्धतीनं स्वत:ला सादर करायची तयारी ठेवायला हवी. त्याचबरोबर अत्यंत निर्भयही असायला हवं. काळोखाशी जोडलेलं कायमचं नातं निभावणं सोपं नसतं!

विठ्ठल नुसता डोळे मिटून पडलाय, त्याला झोप लागली नाहीये हे सतीला ठाऊक होतं. तिची अवस्था काही वेगळी नव्हती. बसल्याबसल्या फक्त विचार आले. झोप आलीच नाही. मन दुसरीकडे वळवण्यासाठी सतीनं गेल्या रात्रीचे सर्व प्रसंग डोळ्यांपुढे आणले. त्यातून काय काय उद्भवू शकेल याचा ती विचार करू लागली. एकाएकी एक विचार तिच्या मनात एक प्रश्न टाकून गेला.

यायला नको होता, यापूर्वी कधीही आला नव्हता असा एक विचार, एक प्रश्न. 'आज केलेल्या कामातून मला स्वत:ला काय मिळेल?'

धारागढवाल्या कामासाठी पैसे जमवायचे नसते तर 'आपल्याला काय मिळेल' असं तिला कधीच वाटलं नसतं. असा विचार करायचाच नसतो हे ती लहानपणीच शिकली आहे. काही वर्षांपूर्वी, सरत्या दुपारी कोण्या अनोळखी गुरूनं समोर बसवून आपणहून दिलेलं ज्ञान सती विसरली नव्हती.

त्या अनोळखी परक्यानं म्हटलं होतं, "स्वत: कष्ट करून निर्माण करणाऱ्याच्या पदरी सर्वांत कमी पडतं. याला न्याय म्हणा वा अन्याय! हीच रीत आहे. केव्हा कुठून कशी आली ते माहीत नाही, पण एक दृढ नियम होऊन बसली एवढं खरं. अनेक वेळा क्रांती झाली, पुढेही होईल, पण प्रथा न् रीती बदलल्या नाहीत. बदलणारही नाहीत."

त्या दिवशी लहानग्या सतीला फारसं काही कळलं नव्हतं. जसजसा काळ सरत गेला, तसतसं आयुष्य तिला बरंच काही शिकवत गेलं. ऐकून ऐकून, पाहून पाहून सतीच्या पक्कं ध्यानात येत गेलं की, केवळ कष्ट करून जगणाऱ्याला सगळ्यात खाली राहावं लागतं. इतकं खाली की, वरच्या दिशेनं जाण्याचा धाडसी विचारही त्याच्या मनात येऊन चालत नाही. लहानपणी आपल्या शेळ्यामेंढ्या-गाढवं घेऊन मा-बापासोबत जागोजागी भटकत असताना सतीनं हे सत्य स्वत:च्या डोळ्यांनी पाहिलं आहे, अनुभवलं आहे.

आत्ता आगगाडीच्या खिडकीतून दूरवरच्या शेतात काम करणाऱ्या शेतकऱ्यांवर तिची दृष्टी पडते आहे अन् सतीला त्या कोण्या अनोळखी परक्या माणसाचे शब्द आठवताहेत. शेतकरी जमीन नांगरून तयार करतो न करतो, जरा कुठे बियाणं पेरतो न पेरतो तोवरच चिमण्या, पारवे, मोर... दाणे टिपून खायला टपलेलेच असतात.

पीक तयार होतं ना होतं तो, आज काय गावाला सोडलेली, उद्या काय देवाला सोडलेली गुरं उभ्या पिकात शिरतात. मग इतर दुसरे. सतीनं स्वत:च नाही का अनेक वेळा शेतातली कणसं तोडून आणलीत!

पोरवयात सती येताजाता, हिंडताफिरता कानावर पडेल, डोळ्यांना दिसेल त्याच्यावर गाणी रचायची. नाचतबागडत आपलीच गाणी गायची. त्या खेडुतानं सांगितलेल्या गोष्टी तिनं आपल्या गाण्यांत गुंफल्या होत्या. आपल्या खेळण्यांशी कल्पनेतली शाळा-शाळा खेळताना ती गाणी त्यांना गाऊन दाखवली होती.

पेरलेलं मोर खातो, उगवलं की ढोर खातं
शेतातली कणसं चोर खातो, खळ्यातले दाणे भिक्षुक खातो
तोलताना वजन खातं, नेताआणताना इतर खातात
उरलंसुरलं, एवढंतेवढं शेतकऱ्याच्या पोटात जातं.

लहानपणी खूप गंमत वाटायची. आज ते गाणं गुणगुणताना सतीला विषादानं व्यापून टाकलं. तिचे डोळे पाणावले.

सतीच्या डोळ्यांत पाणी पाहून विठ्ठलला नवल वाटलं.

त्यानं विचारलं, "कुठलं गं गाणं म्हणतेयस? आणि हे काय? रडतेयस?"

डबडबलेल्या डोळ्यांनीच गोडसं हसत सती म्हणाली, "कुठं काय? ते... आपलं उगीच!"

"उगीच काय? वेड लागलंय?"

"तसं समज." सतीनं उत्तर दिलं. मग विठ्ठलच्या पाठीत धपका घालत म्हटलं, "शहाणं असण्यातही फारशी मजा नाहीये!"

एवढं म्हणेतो सतीला 'मा'चे शब्द आठवले. लहानपणी 'मा' तिला नेहमी म्हणायची, "माझी शहाणी बाई ती!"

'दंगा' सोडल्याला किती वर्षं लोटलीत. आज पुन्हा ती तिकडे निघालीये... ज्या भटक्या जमातीत ती जन्मली, रानावनांत हिंडत वाढली, त्याच रेल्वेलाइनच्या, कोण्या गावकुसाबाहेरच्या, पालं ठोकून राहिलेल्या 'दंग्या'तल्या आपल्या लोकांकडे!

३

"कुठे?" जमिनीवर बसलेल्या 'मा'च्या केसातून कंगवा फिरवता फिरवता सरस्वतीनं विचारलं. लहानशा खाटेवर बसल्याबसल्या ती तापीचे केस विंचरत होती. "जी बो कीतोड दब्बोडा थीया केन; पीछी नाई पूछे. केहती ह आ बाली." (तो कुठे दडला होता तेवढं सांगून टाक ना, मग पुन्हा नाही विचारणार, असं का करतीस? सांग की गं!)

"कुठे नाही!" तापी जरासं चिडून म्हणाली. "ते काय मला ठाऊक नाही. मी सगळी गोष्ट तुला सांगितली. आता पुढे तूच विचार कर. अख्ख्या पलटणीनं अंगणाचा न् घराचा कोपरा न् कोपरा शोधला, तरीपण तो कुठे गावला नाही. परमारसारखा हपिसर होता म्हणून त्याला संशय तरी आला. एरवी असा डोळ्यांसमोर असता तरी गावला नसता. आता नीट विचार करून सांग की गडी लपला तर कुठे लपला?"

"तुझ्या डोक्यात!" उत्तर न सुचल्यामुळे पोरीनं आपल्या 'मा'वरच राग काढला.

"माहितेय मोठी शहाणी आहेस ते. खरं काय ते सांगून टाक ना पट्कन."

"तो बो परमार जुं मगज दुडा. पीछी बी नाई लाध्ध तो काल कही री बस!" (तूसुद्धा त्या परमारसारखं डोकं लढव. तरीपण नाही सापडलं उत्तर, तर उद्या सांगीन.) तापीनं म्हटलं.

काय वाट्टेल ते झालं तरी 'मा' आता आणखी काही सांगायची नाही हे सरस्वती समजून चुकली. आता आपल्यालाच विचार करणं भाग आहे. एवढा मोठा पुरुष माणूस लपून बसू शकेल अशा लपायच्या जागेची आपल्याला कल्पना करावी लागेल. छापा टाकायला आलेली पोलीस पार्टी घराचा कानाकोपरा धुंडाळणारच. तरीपण कुठली जागा त्यांच्या नजरेतून निसटू शकते ते ताडायला हवं. त्यानंतर एक एक करून सगळ्या शक्यता 'मा'पुढे मांडाव्या लागतील. उत्तर चुकीचं असेल तर 'मा' हसत हसत, काम करत नुसतं ऐकून घेईल, पण जर आपलं म्हणणं खरं ठरलं तर 'मा' लगेच आपल्याला पोटाशी धरून म्हणेल, "माझी सती, शहाणी गं माझी बाय!"

सरस्वती, सरसती म्हणा की सती. रघुवीर तवर ऊर्फ रघुनायकासारखा वीर राजस्थानी बाप आणि तापीबाईसारखी कलावान गुणी महाराष्ट्रीय आई यांची ती एकुलती एक मुलगी. भाऊ आता या जगात नाही, त्यामुळे याआधी कोणी केली नसतील अशी कामं करून आई-बापाचं नाव राखायची जबाबदारी आता सतीची आहे. तिनं पराक्रम गाजवायलाच हवा. तिचंच काम आहे ते. वेळीच, लहानपणापासून सगळं नीट शिकून नाही घेतलं, तर व्हायचं कसं?

स्वातंत्र्य मिळायच्या आधीचा तो काळ आता पुन्हा येणार नाहीये. आजकालच्या पोलिसांकडे साधनं भरपूर आणि त्यांना शिक्षणही तेवढंच मिळालेलं. म्हणजे सतीलाही बरोबरीनं सगळी विद्या शिकून घेणं भाग आहे, म्हणून तर रघू आणि तापी दोघंही नव्या नव्या पद्धती अजमावून बघत असतात. कधी म्हणींचा उपयोग करून, कधी कोडं घातल्यासारख्या अशा कहाण्या सांगून, कधी उखाणे घालून.

आज सतीची 'परीक्षा' व्हायचं कारण त्यांचा मुक्काम आज धारागढच्या वेशीपाशी होता. भान्तु बोलीमध्ये त्या मुक्कामाला 'पेडो' म्हणतात आणि इतर बोलींमध्ये तो 'दंगो' किंवा 'पालं' म्हणून ओळखला जातो.

दूरवर दिसणाऱ्या त्या गावाबद्दलच्या अनेक अफवा वेशीपाशी पडलेल्या पालांत पसरत असतात. इकडेतिकडे खेळता खेळता सतीनं ऐकलं होतं– रहीम झुंझा नावाचा कोणी एक आहे म्हणे धारागढमध्ये. त्याच्या घरी म्हणे पोलिसांनी धाड टाकली होती.

दुपारी 'मा'च्या केसातून फणी फिरवता फिरवता सरसतीनं विचारलं, "मा, हा झुंझा कोण गं?"

रहीम झुंझा. छोटंसं, एकाच जातीच्या वस्तीचं, समोर दिसतंय ते चिमुकलं गाव. झुंझा तिथे राहतो. रघूशी, तापीशी, सतीशी किंवा त्यांच्या तांड्याशी झुंझ्याच्या लोकांचा थेट संबंध काही नाही. दोन्ही जाती एकमेकांत मिसळत नाहीत. त्यांच्या जाती मुळातच अगदी वेगळ्या, पण म्हटलं तर सगळ्यांची कामं सारखीच.

पैसाअडका, गुरंढोरं, घोडा-घोडी, महागडी वाहनं असं काय म्हणाल ते सगळं झुंझ्याची माणसं चुटकीसरशी पळवून नेतात म्हणे. मनात आणतील तर माणसासारखा माणूसदेखील उचलून नेतील अन् ठेवतील दडवून. कोणी अडवू शकणार नाही त्यांना.

बघायला गेलं, तर झुंझा दीन-धरमाला पक्का! रोज नियमितपणे नमाज पढणार, पण कच्छपासून ते झालावाडपर्यंतच्या पोलीस ठाण्यांना डोळ्यांत तेल घालून जागायला लावणारा. जिल्ह्याच्या डीएसपीला कंबर बांधून कामाला जुंपणारा. कोणत्याही मोठ्या 'कामगिऱ्यां'चं नाव काढा, त्यात रहीम झुंझा असणारच.

आताच्या काळात या विद्येला मान उरला नाहीये फारसा, पण जुन्या जमान्यात,

ज्या वेळी या विद्येचा मान ठेवला जायचा त्या काळी अशा कारागिरांना 'जनपदघातक' (उभ्या राज्यात घात करू शकतील असे) म्हटलं जायचं. शास्त्रात लिहिल्या गेलेल्या अशा पदव्या वाट्टेल त्याला मिळत नसत.

अगदी वरून ठपका यावा अशी एखादी घटना घडली तर तपास करण्याआधीच पोलीस खुशाल म्हणतील, "संपूर्ण धारागढ गावच क्रिमिनल, त्यातही मुख्य रहीम-रहीम झुंझा.

सर्वसाधारण फिर्यादीला सांगितलं जायचं, "तुम्ही म्हणाल तशी फिर्याद लिहून घेऊ, पण सरतेशेवटी तुम्हाला काहीतरी तडजोड करावीच लागेल. ना कोणी पकडला जाणार, ना कोणाचा सुगावा लागणार. गेलेला माल परत मिळायची तर बातच सोडा. पोलीस ठाण्याचा अन् कोर्टाचा खर्च करावा लागेल तो वेगळा."

"बघा बुवा, तुमची वरपर्यंत ओळख असेल आणि दडपण आणून पोलिसांचा ताफा पाठवायला लावू शकत असाल तर अनुभव घेऊन पाहा. गावातल्या बायका गावच्या वेशीपाशीच सगळ्यांचं स्वागत करतील. "या मायबाप, इकडं कुणीकडं आमच्या गावची वाट चुकलात? पण आज गावात गडीमाणूस तर कोणीच नाय. गेले सगळे तिकडे देशावर– कामाकाजापायी. आता चार दिवस वाट बघत बसायचं असलं तर आमची ना नाय म्हणा. पाचव्या दिवशी बघावं लागेल काय ते. बाकी चार दिवसांच्या भाकरी काय जड नाहीत आम्हाला!"

याचा सरळ सोपा अर्थ असा की, गेलेला माल परत हवा असेल तर चार दिवसांच्या आत समेट करा. पाचव्या दिवशी मग दुभतं ढोर असू दे की लाडकी घोडी असू दे. जे असेल त्याचा निकाल लावला जाईल. सोनंनाणं असेल तर ते गाळलं जाईल अन् बनेल त्याची एक लगड. महागडी गाडी किंवा असंच दुसरं काही असेल तर ते दुसऱ्याच कोणाच्या हाती पडेल अथवा त्याचे सुटे सुटे भाग कुठल्यातरी बाजारात विकून टाकलेले असतील.

जगातली कुठलीही कोर्टकचेरी तुम्हाला तुमची चीजवस्तू परत मिळवून देईल, यात तिळमात्र तथ्य नाही. आम्हाला शिक्षा करू शकतील कदाचित, पण तसं तर होतच असतं. पोलिसांनी पकडणं आणि सोडणं 'संधी' जमातीच्या पोराला रोजचंच असतं. त्याचं त्याला काहीच सुखदुःख नसतं. तुमच्यावर दुःख करायची पाळी येऊ नये तेवढं बघा म्हणजे झालं.

अशा या गावात पोलिसांनी धाड टाकावी ती डीएसपी खत्रीच्या सांगण्यावरून. खत्रीसाहेब तसे पक्के अनुभवी ऑफिसर. त्यांना कोणी सावध केलं नव्हतं असंही नाही. नुकतेच आले होते जिल्ह्यात. त्यामुळे त्या जिल्ह्यात बरेच दिवस काढलेल्या, आपल्या आधीच्या ऑफिसरांना विचारलंदेखील, "साहेब, हे धारागढ..."

खत्रीचं बोलणं पूर्ण व्हायच्या आतच उलट प्रश्न आला, "झुंझ्याशी लढायचंय?

तसं असेल तर उगाच मामला वाढवू नका. फार मोठं खटलं नसेल तर मुकाट्यानं तडजोड करून टाकावी ते बरं!''

समजुतीनं घ्यायचा आणि तडजोड करून टाकायचा सल्ला मानावा वाटलं तरी खत्री तसं करू शकत नव्हता.

चार्ज घेतला त्या रात्री घरी डॉक्टर बोलवावा लागला होता. मोठा हुद्देदार ऑफिसर, त्यामुळे तेवढेच मोठे स्पेशालिस्ट डॉक्टर आढेवेढे न घेता लगेच हजर झाले. रोगी बरा केला. देऊ केलेली फी न घेता केवळ कॉफी प्यायले. निघतेवेळी खत्रींनं म्हटलेलं 'काही काम असेल तर अवश्य सांगा' ऐकलं आणि गेले. जातेवेळी कदाचित मनातल्या मनात हसले असतील, 'मला हो पोलिसांचं काय काम असायचंय?'

आज मात्र त्या डॉक्टरांचं हसू लोपलंय. दोन महिन्यांपूर्वीच ढीगभर पैसे खर्च करून घेतलेली मस्त कार नाहीशी झालीये. नवी कोरी. फारशी चालवलीसुद्धा नव्हती. दवाखान्यात जुन्या छोट्या गाडीतूनच जात.

त्या दिवशी कोणत्याशा लग्नाला जायचं होतं. लग्नकार्यामध्ये आपल्यालाच काय, बोलावणाऱ्यालासुद्धा वाटत असतं की, बुवा पाहुण्यांनी कसं थाटामाटात यावं, म्हणून नव्या कोऱ्या गाडीतून जावं लागलं.

कार्यालयाबाहेर मोकळ्या जागेत, युनिफॉर्म घातलेल्या रखवालदारानं स्वत: पुढे-मागे नीट पाहून हातातल्या छडीनं इशारा करत त्या ठिकाणी गाडी लावायला सांगितलं होतं. सगळं आटोपल्यावर बाहेर येऊन पाहतात तो गाडी जागेवर नव्हतीच.

साहेबांनी रखवालदाराला हाक मारून बोलावून घेतलं. त्याला काही विचारणार तोच साहेबांची मुलगी म्हणाली, ''पप्पा हा तो माणूस नाहीये. त्याचा युनिफॉर्म राखाडी रंगाचा होता.''

ही दु:खद घटना सांगणारा फोन आला तसे खत्रीसाहेब चपापले. अशा कामात लगेच काही उत्तर द्यायची सरकारी पद्धत नसली तरी वैयक्तिक संबंधाखातर खत्री अभयवचन देऊन मोकळे झाले, ''काळजी करू नका. मी आहे ना!''

खत्रींचा डेप्युटी समोरच बसला होता. त्यानं 'फोन कोणाचा होता' म्हणून साहेबांना विचारलं. खत्रींचं बोलणं ऐकताक्षणी डेप्युटीनं म्हटलं, ''गाडी गेली धारागढला. आता आपण काही करण्याआधी 'वर' बोलून घ्यावं हे बरं!''

चार्ज घेऊन महिनाभर होऊन गेला तरी आपल्याच भागातल्या घटनेसाठी 'वर' विचारावं लागत असेल तर ते आपली कीर्ती आणि भविष्यकाळातली बढती दोन्हींच्या दृष्टीनं हानिकारकच ठरेल हे खत्री नीट समजून होते. त्यामुळे 'वर' चौकशी करण्याऐवजी आपल्यासमोर खुर्चीवर बसलेल्या आपल्या सहकाऱ्यालाच विचारावं

ते बरं असं खत्रीनं ठरवलं. समोरच्यानं उत्तर दिलं, ''झुंझा सामील असण्याची दाट शक्यता आहे. 'तडजोड करून टाका' असं पार्टीला सांगता येईल का?''

''नाही. घरचाच मामला आहे म्हणा ना!''

त्यानंतर दोघा अधिकाऱ्यांनी खासगी म्हणून केलेली चर्चा सगळ्या जगाला ठाऊक आहे. पोलीस खात्यातला कोणी म्हणता कोणीही अधिकारी, फार काय खुद्द मंत्रीसुद्धा धारागढच्या बाबतीत फार मोठं पाऊल उचलत नाही. धरपकड करण्यात फारसं तथ्य नाही. ज्या कोणाच्या हाती वापर करण्यायोग्य सत्ता आहे किंवा होती, त्या प्रत्येकानं तिथे जाऊन झुंझ्याचा पाहुणचार चाखला आहे.

आशेला पालवी फुटावी अशी गोष्ट घडली. फोन ठेवता ठेवता काहीतरी आठवल्यागत तो अधिकारी म्हणाला, ''एक मिनिट. इंद्रजित परमार नावाचा एक जण आहे तिकडच्या ताफ्यात. पूर्वी जामखंभाळियाला होता. बदली झाली नसेल तर अजून तिथेच असेल. त्याला घ्या बोलावून, काम झालंच समजा.''

''झुंझ्याचं असलं तरी?'' खत्रींना नवल वाटलं.

''परमारला कशाची पर्वा नसते. मजेखातर नोकरी करतोय, बाकी स्वत: मोठा जमीनदार आहे. वातप्रकृती आहे त्याची. स्वत:चं जेवण सोबत आणतो डब्यातून. तोच एकटा काय तो हरिश्चंद्राचा अवतार जणू, बाकी सगळे... पण माणूस आहे कामाचा! एकदा त्याला बोलावून घ्या. तोच एक झुंझ्याला पकडू शकेल. कोणाच्या बापाला डरत नाही तो.''

परमार लगोलग आले. त्यांच्या ताब्यात असलेल्या गावांची साहेबांनी चौकशी केली. परमारनं सविस्तर अहवाल दिला. खत्रीसाहेबांनी डॉक्टरांची सगळी हकिकत सांगून म्हटलं, ''खबर काढायला जमेल का?''

''माझ्या ताब्यातल्या कोणत्याही पोस्टचं काम द्या,'' परमारनं शांतपणे उत्तर दिलं.

''धारागढ तुमच्या हाताखाली नाहीये ते मला माहीत आहे,'' खत्रीसाहेब म्हणाले, ''पण ज्याच्या हाताखाली आहे त्याला हे काम सांगता येण्यासारखं नाही. हे तुम्हाला माहीत आहे. मी आपलं म्हटलं तुम्ही जरा जाऊन बघा, काही 'तडजोड' वगैरे करता आली तर...''

''सर, तडजोडीची कामं मी करत नसतो. तुम्ही म्हणताय त्याप्रमाणे दुसऱ्या कोणाला डावलून मी हे काम हाती घ्यायचं असेल, तर मी सरळ कायदेशीररीत्या धरपकड करून त्याला तुमच्यापुढे हजर करेन. मग तडजोड करायची की कायद्याप्रमाणे आरोपपत्र दाखल करायचं ते तुमचं तुम्ही करा. मी त्यात दखल देणार नाही. झुंझा सोडून दुसऱ्या कोणाला मी आणणार नाही, कारण गाडी कोणीही उचलून नेली तरी झुंझ्यानं सांगितल्याखेरीज तो गाडी परत करणार नाही.''

“ठीक आहे, कधी?”

“सगळ्यात आधी डॉक्टरसाहेबांची फिर्याद. तूर्त सांगण्यापुरती लिहवून घेऊ. धारागढवर संशय आहे असं म्हणू. नंतर तुम्हाला कायद्यानुसार कारवाई करायची असेल तर तुम्ही रीतसर फिर्याद लिहवून घ्या. तडजोड करायची असेल तर ती तुमच्या मर्जीनुसार. मी कागद हातात घेऊन मगच निघेन. एकच विनंती, एकदा का झुंझ्याला पकडून तुमच्याकडे आणलं की, मी मोकळा!”

“हरकत नाही. वाहनं, माणसं, इतर काही?” खत्रीसाहेबांनी परमारला काय हवं ते देण्यासाठी विचारलं.

“माणसं आहेत माझ्यापाशी. आपल्या स्टाफपैकी कोणीच अधिकारी नको. फक्त आपला ड्रायव्हर जगदीश येऊ दे. पोलिसांची व्हॅन आम्ही शेरगढपर्यंतसुद्धा नेणार नाही. बसनं जाऊ. तिथून पुढे धारागढपर्यंत पायी चालत. थोडी गाढवं, एक-दोन उंट. पण ते आमचं आम्ही जमवू.”

धारागढ साध्या सपाट धरतीवरचं एक लहानसं गाव. आसपास ना टेकडी, ना मोठाले वृक्ष. कोणत्याही दिशेनं गावाकडे येताना क्षितिज ओलांडताच उडणारी धूळ लगेच दिसणार. येणारा जरा पुढे येतो न येतो तोच अनुभवी नजर वाहन आणि त्यावरचा स्वार दोघांनाही चट्कन ओळखणार हे नक्की.

गावाच्या दक्षिणेला उंचवट्यावर हजरत गेबुनशाचा दर्गा आहे. तिथला मुजावर रशीद मोहमद ऊर्फ बीबा. उभ्या गावाचा त्याच्यावर विश्वास आहे. वाहन असो की माणूस, ते ओळखण्यात त्यानं चूक केली असं आजतागायत कधी घडलं नाहीये.

पोलिसांची जीप लगेच ओळखू येते. बीब्याकडे दुर्बीण असण्याची शक्यता आहे. पोलीस पोहोचायच्या आत झुंझा घर सोडून पळून जात असेल, दडून बसत असेल. संपूर्ण गाव लपून बसू शकेल अशी एखादी छुपी जागा गावातच कुठेशी आहे म्हणतात. कदाचित दर्ग्याच्याच आसपास कुठेतरी असावी अथवा... दर्ग्याच्या आत!

म्हणूनच परमारनं ‘आडोडिया’च्या किंवा ‘मालधारी’च्या वेशात जायचं ठरवलं. माणसं चार-पाच. थोडी गाढवं, दोन उंट. पलीकडून हमला होण्याची शक्यता शून्य. झुंझा किंवा धारागढचा कोणीही पोलिसांवर हत्यार चालवणार नाही याची परमारला पुरेपूर खात्री. फार काय, पोलिसांशी चढ्या आवाजात बोलणारही नाही. असं असलं तरी एखाद्यापाशी पिस्तूल असलेलं बरं.

आडोडियाचा वेश घेण्याच्या कल्पनेला जगदीशनं नकार दिला. म्हणाला, “आडोडिया लोक सगळाच्या सगळा ‘दंगा’ सोबत घेऊन हिंडत असतात. एकटे-दुकटे क्वचितच जातात. असतील ती बायका-पोरं, सामानसुमान, गाढवं, शेळ्या सगळं घेऊन निघतात. एवढं कुठून आणायचं? फार मोठं नाटक उभं करावं लागेल.

शिवाय, आडोडिये कधी 'संधी'च्या गावाकडे पाऊल ठेवणार नाहीत. त्यामुळे बीब्याला संशय येईल. त्याला 'मालधारी'चा संशय येणार नाही. मालधारींपैकी कोणी ना कोणी पुष्कळदा जात येत असतात.''

परमारनं जगदीशचं ऐकलं. दुसऱ्या दिवशी रशीद बीबा आयुष्यात प्रथमच फसला. त्यानं दुरून सगळ्यांना पाहिलं. नीट पाहिलं. पाच-सहा मालधारी. पश्चिमेकडे चाललेत. जात असतील गीरच्या जंगलाकडे. त्यांची गुरंढोरं, सामानसुमान असेल मागेपुढे कुठेतरी, नाहीतर गेली असतील दुसऱ्या वाटेने.

वाहन घेऊन निघणाऱ्याला वाट शोधावी लागते, पायीपायी चालणाऱ्यांना अवघी धरित्री वाट देते.

तरीसुद्धा रशीदनं आणखी थोडा वेळ नजर रोखून पाहिलं. चालणारी टोळी आपल्या गावाजवळून जाणार हे लक्षात येताच तो सावध झाला, पण विशेष बारकाईनं पाहायची त्याला गरज भासली नाही. उलट, ओट्यावर आणखी एक माठ ठेवून आडातून पाणी काढायचा तो विचार करू लागला. काय सांगावं, वाटसरू आहेत, दुपारी थांबणार असतील इथे थोडा वेळ...

दोन तासात सगळे गावाच्या वेशीनजीक दिसू लागले. डोळ्यांवर तळहात आडवा धरून बीब्यानं पुन्हा एकदा निरखून पाहिलं. एकाएकी, मागच्या उंटावरचा स्वार ठीक वाटत नाही असं त्याला जाणवलं. काहीतरी गडबड वाटत्येय.

प्रत्येक वाहनावर बसण्याची एक पद्धत असते. ती नीट माहीत नसली तर त्या वाहनावरून पडण्याची शक्यता असते. असं पडू नये एवढ्यासाठी तो नवशिका स्वार पुढेमागे सरकत स्वतःला सावरत असतो. अनुभवी स्वाराला तसं करावं लागत नाही.

बीबा ताबडतोब दर्ग्यात जाऊन वायरलेसवरून कुणाशीतरी बोलू लागला. थोड्याच वेळात गावातली काही पोरंटोरं बॅटबॉल घेऊन वेशीकडे जाऊ लागली. मालधारींच्या टोळीजवळून पोरं पार झाली.

त्यानंतर काही क्षणातच एका मुलानं धावत जाऊन बीब्याला निरोप दिला, ''पोलीस आहेत. बोलता बोलता एक जण 'परमार साहेब' म्हणाला.''

आता झट्कन पावलं उचलायला हवीत. झुंझ्याला खबर द्यायला हवी. मग तो म्हणेल तशी तजवीज करायची.

दर्ग्याकडून बिनतारी संदेश येताच झुंझा सावध झाला. त्यानं लगेच विचारलं, ''किती जिपा आहेत? कुठवर पोहोचलेत?''

''हमीरचं शेत ओलांडलंय.'' दुसऱ्या प्रश्नाचं उत्तर आधी देण्याची बीब्याला निकड भासली. जीप नाहीये. परमार धरून सात आहेत. मालधारींसारखे. सोबत गाढवं आणि उंट. ओळखीचे वाटत नाहीयेत.''

“आज मला अडकवलं होतंस रे बाबा, पण जाऊ दे.” झुंझ्यानं शांतपणे म्हटलं आणि ‘आता तू काहीच करू नकोस’ असं म्हणून नळकांडं लपवून ठेवलं.

झुंझ्याला आश्चर्य वाटलं. गोंधळलाही. पोलीस जवळच आहेत म्हणजे घराबाहेर निघणारा त्यांच्या दृष्टीला पडल्यावाचून राहणार नाही. आता बाहेर पडणं अशक्यच आहे.

हा परमार कोण? तीन परमार आपल्याला माहीत आहेत, पण त्यांच्यापैकी कोणालाच युनिफॉर्मशिवाय यायची गरज नव्हती. हा कोण नवा परमार म्हणायचा? आता घराबाहेर जाता येणार नाहीच. घरातल्या घरातच लपावं लागेल.

दरवाजा वाजला. थोड्या वेळानं बाहेरून कोणीतरी हाक मारली. पलीकडून बाईच्या आवाजात दाराबाहेर उत्तर गेलं, “या, या, पण ते घरी नाहीयेत. बाहेर गेलेत.”

“दार उघडा. घराची झडती घ्यायचीये. पोलीस आलेत.” जगदीशनं म्हटलं.

दुसऱ्याच क्षणी बारा-तेराची दिसणाऱ्या मुलीनं दिंडी उघडली. बाहेर उभ्या असलेल्यांपैकी दोघं बाहेरच्या ओट्यावरच थांबले. बाकीचे अंगणात आले.

दिंडी-दरवाजावाल्या घराच्या मोकळ्या अंगणात प्रवेश करताना, दूर ओसरीपाशी उभं राहून लोकर कातणाऱ्या एका बाईच्या तोंडून अशा प्रसंगी कोणाही पोलीस अधिकाऱ्यानं कधीही ऐकला नसेल असा निर्भय स्वर परमारनं ऐकला. “या भाऊ!”

एका मागोमाग एक असे पाच जण आत आलेत. ते सगळे या घराची झडती घेतील. खोली न् खोली पिंजून काढतील. त्या बाईला हे सगळं ठाऊक आहे, तरीही ती जागीच उभी राहून लोकर कातत राहिली आहे. आपल्या आवडत्या माणसांचं स्वागत करावं तसं बोलावते आहे. “या, या. साजिदा, बेटा खाटा टाक बरं अन् पाणी घेऊन ये. खूप लांबून आलेत बिचारे. बरं, चहा कोण कोण घ्याल?”

बाईच्या बोलण्याकडे दुर्लक्ष करत परमारनं आपल्या साथीदारांना घरात शिरायचा हुकूम दिला. स्वत: जातीनं अंगण धुंडाळू लागला. साजिदा म्हणवणारी मुलगी पाणी आणायला घरात जाणार तेवढ्यात परमारनं तिला अडवलं. “आता कोणी घरात जायचं नाही.”

काही न बोलता साजिदा आईसमोर उभी राहून लोकरीचे धागे सोडवायला आईला मदत करू लागली.

काही गोंधळ-गडबड नाही, कशाला आडकाठी नाही, कशाची चिंता नाही. माय-लेक आपल्या कामात गुंग. त्या लोकांनी खुशाल धाड टाकावी. थोडंफार सामान फेंदारलं जाईल, एखादं भांडंकुंडं फुटेल, तुटेल. घरात असेल तर सापडेल ना! ज्याला शोधताय तो घरात सापडणारच नाहीये. बसा शोधत!

एक करा म्हणावं. स्वयंपाकघर आधी बघून घ्याल तर बरं. पाहुण्यांसाठी आत्ता

चहा-फराळ, मग दुपारसाठी ताटभर जेवण करायचं म्हटलं तर स्वयंपाकघराची गरज लागेल!

समोरच्यांकडून काही प्रतिक्रिया नाही. साधं एक वाक्यदेखील नाही. बाईनं असलं पाहिलंच नाहीये. कित्येक वेळा पोलिसांची धाड पडली, पण पोलीस कधी घरात गेले नव्हते. बाहेर अंगणातच खाटा अंथरल्या जायच्या. ज्याला हवं त्याला चहा-पाणी, दुसरं काही हवं त्याला दुसरं काही. ज्याला जे हवं ते इथल्या इथेच. साहेबलोकांसाठी अंगणात खाटेवर बसून आणि बाकीच्या हवालदारांसाठी दरवाजाबाहेरच्या ओट्यावर सगळी व्यवस्था व्हायची.

बाईनं मोठमोठ्या ऑफिसरांशी समोरासमोर बोलणं केलंय. हलक्या आवाजात किंवा गुप्त भाषेत सगळी बोलणी नेहमी या बाईशीच होतात. रक्कम ठरवली जाते. तिथे त्या खाटेवर बसल्याबसल्या कागदपत्रं तयार होतात. बाई स्वत: पंचनाम्यातला एक पंच म्हणून सही करते. आली तशी घर्रर्र करत जीप निघून जाते. ठरवलेली रक्कम ठरल्याजागी पोहोचवायची असते.

आज तसं नाहीये. वेष बदलून आलेली, खाटा टाकलेल्या असतानाही त्यावर बैठक मारण्याऐवजी थेट कामाला लागणारी, चहा-पाण्याबद्दल अवाक्षरही न काढणारी पोलीस पार्टी कुठंच बघितली नव्हती. आज पैशानं काम भागणार नाहीसं दिसतंय.

हा परमार कोण्या वेगळ्याच मातीचा घडलेला वाटतोय किंवा मग कट्टर दुश्मन तरी असेल. त्याशिवाय असं कोणी करणार नाही. खरंच जर झुंझाचा दुश्मन असेल किंवा कोण्या दुश्मनानं पाठवलेला कोणी असेल तर या अल्ला, रहम कर रे बाबा त्याच्यावर. रक्षण कर बिचाऱ्याचं. आज खुशाल जीत होऊ दे, पण जे काही होतंय त्याचे परिणाम भोगल्यावाचून त्याची सुटका नाही.

बाईचा चेहरा जितका शांत दिसतोय तितकीच तिच्या हृदयात खळबळ माजली आहे. भरीला कमालीची चिंताही भेडसावत्येय, पण मनातल्या भावनांची पुसटशी रेषादेखील चेहऱ्यावर उमटू द्यायची नाहीये. अवघं घर होऊ दे अस्ताव्यस्त, पण जराही विचलित व्हायचं नाहीये. अगदी निश्चल आणि स्थिर राहायचं. तारामतीपाशी रोहितच्या अंतिम विधीचं दाम मागताना राजा हरिश्चंद्र होते तसं. अटळ.

घर तीनमजली आहे. त्याचा एक एक कोपरा, एक एक कपाट, पलंग, तिवई, सगळं तपासता तपासता तासभर सहज झाला असेल. अजून हाती काहीच लागलं नाही. झुंझा आज खरोखरच बाहेरगावी गेलाय की काय?

आता आणखी कुठे बघायचं राहिलंय असा विचार करत शोधणारे जरा थांबले होते, तोवरच परमारनं अंगणातून हाका मारून आपल्या साथीदारांना बोलावून घेतलं आणि अचानक म्हटलं, "झालं. चला."

झाडून साऱ्यांना अतिशय आश्चर्य वाटलं. ती बाई क्षणभर चपापली अन् लगेच

पुन्हा पहिल्यासारखी काम करू लागली. साजिदानं एकदा मागे वळून परमारकडे बघितलं आणि तीही पुन्हा कामाला लागली.

गेली रात्रभर तयारी करून, सकाळपासून चालत चालत आलेल्या साथीदारांना तर काहीच उमजेना. त्यांच्या मनात अनेक विचार डोकावून गेले. परमारऐवजी दुसरा एखादा वरिष्ठ साहेब असता तर त्यांच्यापैकी एखाद्यानं तरी त्याच्याशी थोडा वाद घातला असता. आता मात्र चौघंही घरातून बाहेर येऊन परमारसमोर अदबीनं उभे राहून म्हणाले, "सर."

दरवाजातून बाहेर पडताना परमार सगळ्यात शेवटी होता. साथीदार पुढे निघून गेले तसं ओसरीकडे जाऊन त्या मायलेकींनाच ऐकू जाईल एवढ्या हळू आवाजात त्यानं म्हटलं, "घरवाला कुठे आहे ते मला ठाऊक आहे, पण परमार म्हणतात मला. लेकीबाळी, बहिणींच्या..."

वाक्य अर्धवट सोडून परमार दरवाजा ओलांडून निघून गेला. पुढच्या ओट्यावर बसलेला एक जण उठला. उंटाला हाकारू लागला. दुसऱ्यानं गाढवं गोळा केली. सगळा ताफा चालू लागणार तेवढ्यात दरवाजा पुन्हा वाजला. दिंडी उघडून साजिदा बाहेर डोकावली. हळूच म्हणाली, "साहेब, बापू येताहेत."

सगळे थबकले. परमारनं उंटवाल्याचे आणि गाढववाल्याचे पैसे चुकते करून दोघांना पाठवून दिलं. बाकीचे परमारच्या मागून पुन्हा दरवाजातून आत शिरले. बाईनं टकळी एकीकडे ठेवून दिली होती. जवळ येऊन तिनं परमारची अलाबला घेत म्हटलं, "बसा घडीभर. तुमच्यासोबतच येताहेत ते. ते अंघोळ करून घेतात तोवर मी जेवू घालते तुम्हाला. मग चला तुम्ही."

"चौघांसाठीच करा. माझा डबा आणलाय मी." परमारनं सांगितलं. स्वयंपाकघराकडे वळताना बाई हळव्या स्वरात म्हणाली, "त्यांना तू हातीपायी धड पाठवशील असं वचन दे बरं भाऊ!"

परमारनं बाईकडे पाहिलं आणि जरासं हसून म्हटलं, "मला भाऊ म्हटलंस तू, आता तुझी चिंता ती माझी चिंता. बाकी कायदेशीर ते सगळं होईलच बहुतेक!"

सरत्या दुपारी खत्रीसाहेबांकडे पोहोचल्यावर परमारनं म्हटलं, "रहीम माझ्या ताब्यात आहे. ठरल्याप्रमाणे त्याला तुमच्या हवाली केलं की मी मोकळा ना?"

"एवढं केलंत, आता कसंही करा पण तेवढं त्या डॉक्टरांच्या गाडीचंही करून टाका म्हणजे मग तुम्ही मोकळे!"

परमार गप्प राहिला. तो काही बोलणार तेवढ्यात बाहेर उभा असलेला रहीम आत आला. खत्रीसाहेबांना सलाम करून म्हणाला, "गाडीचं काही बोलूच नका साहेब. हा मी तुमच्या समोर उभा आहे. तुरुंगात टाका नाहीतर फासावर लटकवा. माझ्याजवळ नाहीच ते तुम्हाला मिळणार कुठून?"

मग परमारकडे वळून म्हणाला, ''परमारसाहेब, आता जा तुम्ही. तुमचं काम झालं. आता मी आणि साहेब बघून घेऊ.''

तासाभरानं डॉक्टरांना दवाखान्यात खत्रीचा फोन गेला, ''डॉक्टरसाहेब, गाडीची दुसरी किल्ली घेऊन संध्याकाळी हायवेवर पीपरियाच्या दिशेनं जा. चारेक किलोमीटर रखडावं लागलं तरी फिरत राहा. कुठेतरी तुमची गाडी पडलेली दिसायची शक्यता आहे. आजकालची पोरं फार शौकीन झालीत. दुसऱ्याचं वाहन घेऊन खुशाल जातात फिरायला. इंधन संपलं की, असेल तिथेच सोडून देतात गाडी. खूप वेळा होतं असं.''

इकडे परमारला झुंझाचा फोन गेला, ''सलाम आलेकूम साहेब. खत्रीनं मर्यादा ओलांडली साहेब. त्यानं तुमच्यावरही शिंतोडे उडवायला कमी केलं नाही. मग तडजोडीला जागा राहिलीच कुठे? डॉक्टरला संध्याकाळपावेतो त्याची गाडी मिळेल. तुम्ही मनावर नका घेऊ. साहेब, कुदरतच न्याय करेल. आज डॉक्टरनं दिलं नाही त्याची कधीतरी खत्री भरपाई करेल. रहीम विसरून जाईल म्हणाल, तर ते खरं नाही, पण तुम्ही आता काळजी करू नका.''

हे सगळं ठीक आहे म्हणा. सरसतीनं ही सर्व हकिकत स्वतःच्या डोळ्यानं पाहिल्यागत ऐकली आहे. पण मूळ मुद्दा असा की, तिनं 'मा'ला विचारलेल्या प्रश्नाचं उत्तर तिला स्वतःलाच शोधायचंय आणि सांगायचंय की, झुंझा जर घरात नव्हता, तर तो आला कुठून!

४

लहानगी सती सकाळी उठून पाहते तो 'मा' हजार कामांत गुंतलेली. इतक्यात पाहिलं तर कुठून तरी पाणी घेऊन आली. आता चूल पेटवेल. मग हे... ते... दुपार होईतो असंच चालेल.

कार्तिकातल्या या सकाळच्या सुंदर, गुलाबी थंडीत अवघ्या 'दंग्या'त पसरणाऱ्या धुराच्या वासानं आणि भाकरी भाजल्याच्या खमंग दरवळानं मन तृप्त होईल.

खाटेवरून उतरून सती 'मा'च्या कुशीत शिरली. खाटेखालून टिनाचा डबा ओढत 'मा'नं किंचित कंटाळवाण्या स्वरात म्हटलं, "आली लगेच चिकटायला."

सती काही बोलली नाही. जरा सरकून बसली. तेवढ्यात रघू जागा झाला. सती बापाला पाणी द्यायला उठली तोच 'मा'नं म्हटलं, "कणसं आणावीच लागतील."

"आज रातच्याला नाहीतर उद्या." रघू नायक झोपाळू आवाजात म्हणाला.

'मा' करवादत पुटपुटली ते शेजारी बसलेल्या सतीला स्पष्टपणे ऐकू गेलं. "जे पाहावं ते उद्या! इथं डबडी रिकामी झालीत सगळी. कसं रेटतेय ते माझं मलाच ठाऊक!"

तापीचे शब्द रघूच्या कानांपर्यंत पोहोचले नसले तरी तिची नाराजी त्याला कळली होती. त्या शब्दांमागची वेदना त्याला जाणवली नसती तर सकाळी सकाळी कटकट सुरू केल्याबद्दल त्यानं तापीला चांगलंच फैलावर घेतलं असतं. आत्ता मात्र त्यानं हळुवारपणे म्हटलं, "धोळे ट्यारधे नाहळी जेहर ने की न्हौ देप्पोडी. अब टोही भोगव. (दिवसाढवळ्या कुठे न जायची शपथ तूच घातलीस ना? भोग आता!)

'भान्तु'ऐवजी 'नारसी' बोलीत रघू हे बोलला. नारसी बोलीतला त्याचा हेल आणि 'ट'चे उच्चार ऐकून तापीला हसू फुटलं.

सतीला 'मा'चं हसणं फार मोहक वाटलं. ती पुन्हा 'मा'ला बिलगली. जणू तिला म्हणायचं होतं, 'मा गं, सगळ्या 'दंग्या'तच काय, जेवढी दुनिया मी पाहिलीये त्या समस्त दुनियेत कोणी तुझ्याइतकं छान हसत नाही.'

सती 'मा'कडे एकटक बघत राहिली. 'मा'च्या चेहऱ्यावरचं हास्य एकाएकी मावळलं. निर्विकार चेहऱ्यानं तिनं डब्यातून पीठ काढलं. परातीत मळायला घेतलं.

जोरजोरात मळू लागली. सगळा राग पिठावर काढल्यागत तिनं भाकरी थापली अन् धप्पकन खापरावर टाकली. धक्क्यानं खापर फुटता फुटता राहिलं.

तापीला काय झालंय ते सरस्वती आणि रघू दोघांना माहीत होतं. जेव्हा जेव्हा हा उल्लेख होतो तेव्हा तेव्हा तापीचा संयम सुटतो. तिचं मन तिच्या ताब्यात राहत नाही; मग मनात उसळलेल्या अपराधीपणाला, नि:शब्द बेचैनीला ती अशा निष्फळपणे वाट करून देते.

घडली तेव्हा ती घटना केवळ दुर्दैवी वाटली होती. त्यामागचं खरं कारण कळलं त्या वेळी तापी दोन दिवस मुकाट बसून राहिली होती. ना रडली, ना बोलली. ना तिनं काही काम केलं. आकाशाकडे बघत नुसती बसून राहिली. बारा वर्षांच्या, हाताशी आलेल्या मुलाचं विनाकारणच अशा रीतीनं निघून जाणं कोणत्या 'मा'ला सहन होईल?

चरोतर* भागातल्या गावाच्या कडेला 'पेडा' पडला होता. त्याच दिवशी संध्याकाळी गावात कुणाचंसं लग्न होतं. दुरून ऐकू येणारी वाजंत्री, सांजवेळचं आकाश उजळवणारी आतशबाजी... सगळं बघायला म्हणून पोरगा गावाकडे केव्हा गेला ते मा-बापाला कळलंच नाही.

रघू नायकाच्या पोरात एक 'हट्टचौरक' (बाजारात अथवा जत्रेत चोरी करणारा) होण्याची सगळी लक्षणं आहेत, हे जरी खरं असलं तरी आत्ता तो तसल्या कामगिरीवर गेला नाहीये. काहीतरी गंमत बघायला गेला आहे एवढंच!

लग्नाच्या जागी दरवाजावर रखवालदार असल्यामुळे जास्त जवळ जाऊन बघणं शक्य नव्हतं. पोरगा दरवाजासमोर जरा अंतरावर उभा राहिला. आत लग्नाच्या वऱ्हाडातल्या माणसांची लगबग चालली होती. नजरेत भरणारा त्यांचा भपकेबाज थाटमाट पोरगा डोळे भरून पाहून घेत होता. रखवालदार जरासा दृष्टीआड झाला तसं, आत आणखी काय चाललंय ते जवळ जाऊन बघायचा मोह पोराला अनावर झाला.

नेमक्या त्याच वेळी वऱ्हाडातल्या लोकांत कुजबुज सुरू झाली होती, 'नवरीच्या दागिन्यांची पेटी दिसत नाहीये कुठे!'

दुसरंतिसरं काही नाही अन् नेमकी नवरीचीच पेटी गायब? अरे देवा! नवरीला द्यायचे कपडेलत्ते, दागदागिने सगळंच त्या पेटीत होतं की हो!

वरातीच्या वेळी तेच तर नेसवायचं होतं नवरीला. वऱ्हाडी अगदी बावचळून गेले. लगेच आरडाओरडा सुरू झाला. नवरीच्या पेटीवर कोणीतरी डल्ला मारलाय... पळवली गंऽऽ बाई नवरीची पेटी... मुलीकडच्याच कोण्या मेल्याचं काम असणार

---

* चरोतर – गुजरातेतील खेडा जिल्ह्यातील प्रदेश.

म्हणते मी... अरे ए, तिकडे बघ नीट... अजून इथेच असेल कुठेतरी भामटा... फार तर रस्त्यापर्यंत गेला असेल... अरे हो रे हो... पळत असेल रस्त्यावर... दूर नसेल गेला अजून... जा पळा जा मागे... हा निघालोच...

एकाएकी गोंधळ माजलेला पाहून पोरगं सावध झालं. आपण दारातच सापडलो तर विनाकारण गोत्यात येऊ हे त्याच्या लक्षात आलं. अशा वेळी पकडल्या गेलेल्यांची काय दशा होते, याचा अनुभव पोराला अजून आलेला नसला तरी 'दंग्या'त त्यानं असल्या खूप कहाण्या ऐकल्या आहेत. पोलिसात दिला तर वाचला म्हणायचा, नाही तर काय होईल ते न सांगितलेलंच बरं!

पूर्वजांची आणि गुरुजनांची पक्की शिकवण हीच की, अशा वेळी जीव मुठीत घेऊन पळावं. शास्त्रातसुद्धा हेच सांगितलंय की, 'त्रप'ने (स्वत:च्या निष्काळजीपणामुळे अचानक अडचणीत सापडलेला चोर) कुठेही थांबायचं नसतं. पोरानं जीव मुठीत घेऊन आपल्या 'दंग्या'च्या दिशेनं धूम ठोकली.

'तोच तो... पळतोय बघा. अरे चालला, धरा कोणी तरी' असं ओरडत बरेचसे वऱ्हाडी आणि त्यांच्या पाठोपाठ गावातले काही शूरवीर, जो तो धावतोय पोरामागे.

पळत्या आडोडियाच्या पायाच्या गतीला मागे टाकणारा अन्य कुळातला माणूस अजून जन्माला यायचा आहे, हे त्या पोराचा पाठलाग करणाऱ्यांच्या फार लवकर ध्यानात आलं. त्याच्यामागे धावून त्याला पकडणं शक्य नाही. एकदा का दृष्टीआड झाला की, हातचा गेलाच समजा. म्हणून आता दगड-धोंडा जे हाती लागेल ते फेका त्याच्यावर आणि पाडा त्याला खाली. नाहीतर गेलाच समजा.

देव भलं करो त्या समोरून येणाऱ्या गावकऱ्याचं, त्यानं नेम धरून सण्णकन काठी फेकली म्हणून बरं, नाहीतर ते भामटं पोरगं अंधारात कुठंतरी रानावनात नाहीसं झालं असतं.

काठी सण्णकन पायावर बसली तसा पोरगा कोलांटी खात रस्त्यावर पडला. तो उठून, तोंड उघडून लोकांना काही सांगणार, समजावणार त्याआधीच ते संपूर्ण टोळकं त्याच्यावर तुटून पडलं.

त्यानंतर जे झालं त्याचं वर्णन करण्यासाठी ज्ञानी पुरुषांनी 'अमानुष' हा शब्द लिहून ठेवला आहे. खरंतर त्यांनी 'अपिशाची' हा शब्द योजायला हवा होता, कारण ज्यांनी ते घडताना बघितलं त्या सगळ्यांना जन्मजन्मांतरातही पिशाचसुद्धा असं करणार नाही हे पक्कं ठाऊक आहे. पिशाच काय, ना कोणी पशू, ना राक्षस, ना इतर योनीतले कोणी!

समग्र ब्रह्मांडात मनुच्या वंशजांखेरीज असलं आचरण कोणीच करत नसावं. मागचापुढचा विचार न करता विनाकारण, नि:शंकपणे... कोणी म्हणेल, मनुष्य म्हणवणारे स्वत: जी अनेकदा करून चुकलेत अशा कृत्यांना अमानुष कसं काय

म्हणू शकतात?

एखादं ढोरसुद्धा सहन करू शकणार नाही असला मार खात असलेला तो पोरगा किंचाळून किंचाळून काहीतरी सांगू पाहत होता. कोणीही काहीही ऐकायला तयार नव्हतं. त्या पोराचा आक्रोश आणि मारणाऱ्या जमावाच्या शिव्यांचा भडिमार या गदारोळात काही स्पष्ट ऐकू येत नव्हतं. सगळ्या गोंधळात नवरीच्या पेटीची बाब इतकी गौण ठरली होती की, पोराच्या हातात किंवा जवळपास कोठेच पेटी का दिसत नाही हेही कोणाला सुचलं नाही.

शब्द थंडावत होते. पोरग्याच्या तोंडातून फक्त स्वर आणि त्यानंतर दुसरं भलतंच काही बाहेर पडू लागलं, तेव्हा कोणाला तरी पवित्र विचार सुचला. "जाऊ द्या रे, लग्नाच्या मांडवात पोरगं मेलंबिलं तर उगाच शुभकार्याला अपशकून व्हायचा."

असं शुभशकुनाचं स्मरण काही करून दिलं नसतं तर कदाचित त्या पोराचं आयुष्य तिथल्या तिथंच संपलं असतं.

माणसं पांगू लागली तेवढ्यात त्यांच्यातल्याच एका मानकऱ्याला एक जण बोलवायला आला. "अहो, लवकर चला. तिकडे फोन आलाय तुमच्या घरून."

फोनसुद्धा दुसऱ्यांदा-तिसऱ्यांदा आला होता. सुरुवातीला फोनची घंटी कोणी ऐकलीच नव्हती.

सगळं टोळकं त्या वडीलधाऱ्या मानकऱ्यापाठोपाठ गेलं. फोन कानाशी धरतात तोच पलीकडून आवाज आला, "कमाल आहे रे बाबा तुमची. नवरीची पेटी घरीच विसरून गेलात लग्नाला? नवरीचे कपडे-दागिन्यांची पेटी पडलीये इथंच. आता असं करा, मुहूर्ताला करा काहीतरी. वरातीचं नंतर बघू. सोयीचं काय ते बघायचं आणि वेळ निभवायची, दुसरं काय?"

सगळे सुन्न झाले. एक विचित्र शांतता सगळीकडे पसरली. कोणी शरमले. काही थोडे पस्तावले. बाकीच्यांना बाहेर रस्त्यावर पडलेल्या पोरामुळे उभ्या ठाकलेल्या संकटाची जाणीव झाली. त्या बाबतीतही आता सोयीचं काय ते बघायची वेळ आली होती.

वधूपक्षानं धीर दिला. 'बघू, करू काहीतरी. तुम्ही नका काळजी करू. होईल, जमेल. गावात खूप एकजूट आहे. आपल्या गावात आलेल्या वऱ्हाडापर्यंत पोलीस पोहोचणार नाहीत हे बघायचं काम आमचं. इथे तसलं काही होणार नाही, मामला इथल्या इथंच दबला म्हणून समजा. निश्चिंत व्हा. तुमच्याकडच्यांना तुम्ही सांभाळा. आमच्यातलं कोणी अवाक्षर काढणार नाही.'

ऐन मांडवात, नाक वर करून मिरवणाऱ्या वऱ्हाड्यांना अगदी दीन झालेले बघायची संधी भाग्यवान लग्नघरालाच मिळते. अशा वेळी जे म्हणून बोलता येईल

ते बोलून टाकायलाच हवं. संधीचा लाभ घ्यायला नको? कोणीसं म्हटलंच, "काय बुवा हे? असं करतात का? विचारणं नाही, पुसणं नाही अन् अगदी हे असं? जाऊ द्या. झालं ते झालं. विसरा आता."

नवरदेवाचा बाप खाली मान घालून बसून राहिला.

बरंतर बरं, तिकडे बेशुद्ध पडलेला तो जीव या गावचा नाही. नशीबच म्हणायचं. वेशीपलीकडे दूर त्या तिकडे दुपारीच पालं पडलीत. त्यांच्यातलाच असेल कदाचित. पण तिथे जाऊन सांगावं तर पंचाईत. अशा अवस्थेत त्याला 'दंग्या'तल्या लोकांच्या हाती सोपवायला नेणं म्हणजे उभ्या गावाला यमाच्या दारी नेणं!

आडोडियांच्या गोफणी सुटल्या तर नवरदेवासकट सगळ्यांचा कपाळमोक्ष ठरलेला. त्यामुळे, पोराला दवाखान्यात नेऊन टाकावं आणि मुकाट्यानं परत यावं यातच शहाणपणा आहे. पुढचं पुढे.

इकडे 'पेड्या'तली पुरुषमाणसं रात्रभर पोराला शोधत होती. पोरगा दवाखान्यात असल्याची खबर दुसऱ्या दिवशी दुपारी मिळाली. दोन दिवस तापी छोट्या सरस्वतीला मांडीवर घेऊन रडत बसून राहिली.

नेमकं काय घडलं ते डॉक्टरांना, नर्सला कोणालाच ठाऊक नाही. रस्त्यानं जाणाऱ्या वाहनानं उडवलं असावं किंवा कुठेतरी झाडावरून पडलाबिडला असावा. बरं झालं कुणा भल्या माणसाच्या हृदयात देव जागा झाला अन् तो परोपकारी माणूस त्याला इथे घेऊन आला. एरवी रस्त्यावर पडल्या पडल्या मरून गेला असता बिचारा. पोराला शुद्ध यावी म्हणून प्रयत्न करताहेत, औषधपाणी देताहेत.

त्या कोण्या तिऱ्हाइताला तापी दुवा देत राहिली.

तापीला नशीबवान म्हणावं की पोराला ते सांगता येणार नाही, पण तिसऱ्या दिवशी माय-लेक दवाखान्याच्या जंजाळातून मोकळे झाले. गावातल्या दयाळू लोकांनी दवाखान्याचं बिल परस्पर भागवलं. खत्री हवालदार भला निघाला. त्याच्या सांगण्यावरून पोलिसांनी फारसा त्रास न देता पोर हवाली केलं.

ढळत्या सांजेला पोराला शेवटचा निरोप दिला न् सकाळी पालं उठली. शेळ्या-बकऱ्या, गाढवं-कुत्री आणि माणसं... एकमेकांच्या सोबतीनं सगळा तांडा वेस मोकळी करून दुसरीकडे मुक्काम शोधायला निघून गेला.

तेव्हा सती होती दीडेक वर्षाची. आईच्या मांडीवर बसून तिला रडतागागताना बघत राहायची. काय चाललंय ते तिला कळतच नव्हतं.

एखाद्या घटनेची गुप्तता जेवढी अधिक तेवढीच ती पाळली जाण्याची शक्यता कमी आणि पसरायची गती जास्त असं कुठल्या तरी शास्त्रात नोंदलेलंच असावं. असा नियम असला तरी त्या घटनेबद्दल गाव बराच काळ गप्प राहील. अर्थात,

तापीनं आपल्या पोराला पार विसरून जावं इतका काळ गुप्तता राहणं कठीणच. नियतीचा खेळ असं मानून बिचारी समजावायचा प्रयत्न करत होती.

अशातच कुठूनशी अफवा पसरली. गावात गुप्तपणे होणारं बोलणं दुसऱ्या गावापर्यंत पोहोचलं. कर्णोपकर्णी 'दंग्या'पर्यंत आलं. पोराला ना वाहनानं उडवलं होतं, ना तो झाडावरून पडला होता. अफवाच ती. पुरावा कुठून असणार? पण पुष्कळ चौकशी केली, खात्रीपूर्वक सगळं जाणून घेतलं, मगच तापीला सांगितलं.

हतबुद्ध झालेली तापी रडली नाही. अनोळखी लोकांच्या नावानं बोटं मोडत नव्हती की शिव्या देऊ शकत नव्हती. बोलू लागली तेव्हा एवढंच म्हणाली, "यापुढे 'दंग्यात' राहायचं नाही. सरकारनं आपल्यासाठी खास विभाग ठेवलाय. असू दे गलिच्छ घाणेरडा. नसू दे इतर ठिकाणसारखे रस्ते न् गल्ल्या. सरकारच्या सतत नजरेखाली असला तरी हरकत नाही, तरीही तिथेच राहू. पोलीस स्टेशनावर हजेरी लावावी लागेल एवढंच ना?

"नाहीतरी मला पोराला शिकवायचं होतं. दिवस-रात्र छळत असतात पोलीस. पोराला शिकवून वकील केलं असतं म्हणजे पोलिसांनाही कळलं असतं चांगलं. पोरगा नसला तर नसू दे. आता माझ्या सतीला शिकवीन. होऊन होऊन काय होईल? जातवाले शिव्या घालतील. खुशाल घालू देत. तेंद्री नाही का शिकली? मीही सतीला शिकवणार.

"हे कामदेखील सोडून द्यायचंय. शहरात गेल्यावर जे जमेल ते करू. काही नाही तर शेवटी दारू गाळू." दारू बनवण्यात आडोडियांच्या बायकांचा कोणी हात धरू शकत नाही. त्यातही तापीसारखं इतर कोणालाच जमत नाही.

रघूनं, 'दंग्या'तल्या इतरांनी, फार काय शहरातून आलेल्या पाहुण्यांनी तापीला खूप समजावलं. "आयुष्याची दोरी तुटली होती पोराची म्हणून गेला तो. या नाही तर दुसऱ्या कोणत्या कारणानं मेला असता.

"यापेक्षाही वाईट गोष्टी घडल्यात एकेक. तुझी ती मैत्रीण गोदावरी, तिच्या दोघी मावश्या नाही का अर्ध्या संसारातून गेल्या? सिंधहून कच्छमध्ये उतरत होत्या न् वाटेत पाणीच संपलं. गोदीची 'मा' वाचली कशीबशी, पण दुसऱ्या दोघी पाण्यावाचून तडफडत तडफडत सगळ्यांच्या डोळ्यांदेखत मेल्या. अख्ख्या 'पेड्या'तली एकजात सगळी माणसं झटली, पण ओंजळभर पाणी काही कोणाला सापडलं नाही. दोघींना तिथंच रणात गाडून यावं लागलं. नशिबात तसंच लिहिलं असेल तर कोण काय करणार?

"हल्ली मिलिटरीवाले कोणाला तिकडे जाऊ देत नाहीत. एरवी त्या वाटेनं जात राहिलो असतो. रण काय, रानंवनं काय, सोडून देतात का कोणी?

"जिवंत असलेल्यांना मरण पावलेल्यांबद्दल असाच विचार करावा लागतो.

असंच मानून चालावं लागतं. हजारो वर्षांपासून असंच चाललंय.''

अनेक तऱ्हेनं समजूत घालून झाली तरी तापी शहरात जायचा आपला हेका सोडत नव्हती. गेली आठ वर्षं एकच धोशा लावलाय. चार पैसे गाठीला जमू देत, मग शहरात जाऊन घर म्हणा, खोली म्हणा, मिळेल ते घेऊन तिथेच राहायचं. 'दंगा' सोडून द्यायचा. शहर बरं की 'दंगा' बरा... वादच नको.

त्या दिवसापासून रघूकडून वचन घेतलंय... दिवसाउजेडी कुठेही निघणार नाही. रात्रीच्या काळोखातच काम करेन. रात्री एखाददुसऱ्याला, समजा, अगदी पाच-सहा जणांना जरी जाग आली तरी त्यांच्याशी दोन हात करणं शक्य आहे. बोलून, सांगून वेळ मारून नेणं शक्य आहे. दिवसा मात्र बघता बघता हीऽऽ गर्दी जमते. मुलगा गमावला तसा नवरा गमावायला तापी तयार नव्हती.

भाऊ गेला ते सतीनं पाहिलं होतं. त्या वेळी तिला कळत नव्हतं, आता कळतंय. 'दंग्या'त अनेकदा उल्लेख झालाय. विनाकारण धोका पत्करणाऱ्याला अडवताना तापीच्या पोराचं उदाहरण नेहमी दिलं जातं.

म्हणून तर 'मा'नं अशा तऱ्हेनं राग काढावा ते सतीला आवडत नाही. अशा वेळी ती खेळायला निघून जाते अथवा कुठलं तरी काम घेऊन बसते. 'मा'नं भाजलेल्या भाकरीचा चतकोरभर तुकडा घेऊन सती निघून गेली.

सकाळी सकाळी खेळायला कोणी सापडलं नाही. प्रत्येक जण आपापल्या कामात गुंतला होता. कोणी अजून निजलेलेच होते. धाटं, काड्या असं काहीबाही घेऊन सती खेळणी बनवू लागली. तिनं कधी कुठे शाळा बघितली कोणास ठाऊक, पण पाहावं तेव्हा ती मास्तरीण बनून जमेल तसं आपल्या खेळण्यांना शिकवत असते.

खेळात दंग असलेल्या सतीला जसली म्हणाली, ''तुझ्या 'मा'ला म्हणावं दुपारी न्हायला जायचंय. बायामाणसांनी न्हाण्याजोगी जागा खूप दिवसांनी सापडलीये. तिकडे विहिरीपाशी एक डोणी आहे. अशी तशी नाही, नळवाली!''

सतीनं धावत जाऊन 'मा'ला खबर दिली. बाकी साऱ्याही जमल्या. निवांतपणे न्हाणीधुणी करता येतील अशा जागेचा फारा दिवसांनंतर माग लागलाय. पाणी भरायला गेली होती, तेव्हाच जसलीनं विहिरीच्या मालकाला विचारून ठेवलंय.

''मी रिठेसुद्धा भिजवलेत,'' कावी म्हणाली, ''एकमेकींचे केस धुऊ नीट अन् कपडेसुद्धा धुऊन टाकू तिथेच. पोरीबाळींच्या अंघोळी उरकून घेऊ आधी, मग आपली पाळी!''

तेवढ्यात जसली येऊन पोहोचली. म्हणाली, ''ऐका गं, कोयते-विळे सोबत घ्या सगळ्या जणी. तिकडे वावराच्या कडेनं फळझाडं दिसलीत. परतताना थोडी फळंबिळं पाडून आणू.''

जसलीची सूचना सगळ्यांना आवडली. फारा दिवसांनी फळांची दारू मिळणार होती. पेरू असले तरी हरकत नाही. पेरू तर पेरू. काही नसेल तर बोरांचीसुद्धा दारू बनवता येते. येते की नाही? वैराण प्रदेशात गूळ-नवसागराची प्यावी लागते त्यापेक्षा बरं. आज पिऊया फळाची.

दुपारी सगळ्या गेल्या. लहानग्या पोरींच्या अंघोळी उरकत गेल्या तशा त्यांच्या आयांनी त्यांना 'दंग्या'कडे जायला सांगून पाठवून दिलं.

सतीला न्हाऊ घालून झाल्यावर 'मा'नं म्हटलं, "सरळ घरी जा. लांब कुठे जाऊ नकोस, नाहीतर जाशील भटकायला."

घरी जाता जाता वाटेत सतीला शेतं-वावरं दिसली. जरा पुढे, शेतात बाजरी भराला आलीये. सतीला वाटलं, रात्री बापू तिकडे गेला तर बरं होईल. दुसरा कोणी आधीच जाऊन आला तर शेतकरी सावध होईल. मग दुसरं शेत शोधत बापूला आणखी दूर जावं लागेल. तिथे बाजरी अजून शेतात उभी असेल तर मिळायची. एखाद्याची पेरणी उशिरा झाली असेल किंवा कापणीचं जुळलं नसेल आत्तापर्यंत, अशांचीच बाजरी अजून शेतात आहे. बाकी एव्हाना कापणी मळणी होऊन धान्य कोठारात गेलंही असेल. तयार धान्य कोणी शेतात राहू देत नाहीत.

शिवाय, इथं या शेतात बाजरी अद्याप उभी आहे, कारण ती विहीरवाल्या वावरातली नाहीये. जिराईत दिसत्येय. बागायतदारांना रब्बीची पेरणी करायची असते. शरद पौर्णिमेला, फार झालं तर उशिरात उशिरा दिवाळीनंतर जमीन तयार करावीच लागते.

केस मोकळे सोडून मनसोक्त न्हालेली सती तशीच शेताजवळ पोहोचली. कापणीला आलेलं उभं पीक वाऱ्याच्या झुळकीसरशी डोलत होतं. भरलेल्या दाण्यांच्या तयार कणसांचा सुगंधी दरवळ वाऱ्यावरून वाहत येत होता. पेटत्या निखाऱ्यांवर ताजी ताजी कणसं भाजून खाण्याचा मोह तिला आवरेना झाला. सतीनं लक्षपूर्वक चहूकडे बघितलं. सर्वत्र नि:शब्द स्तब्धता व्यापून उरली आहे. पीक आपल्यापेक्षा दुप्पट उंच आहे. आत शिरून थोडीशी कणसं कापायला कितीसा उशीर? अडचण एकच आहे की, असली कामं पोरीबाळींनी करायची नसतात. बघा की, कोणीही नायक, कुठलीच टोळी कामगिरीवर जाताना बाईला सोबत नेत नाहीत. पोरीच्या जातीचं कामच नव्हे हे!

बाईच्या जातीचं काम काय तर दिवसा जाऊन जागा बघून यायची, नवऱ्याला त्या कामावर पाठवायचं अन् त्यानं जे आणलं ते लपवून ठेवायचं. यापेक्षा विशेष काम बाईमाणसांसाठी ठेवलेलंच नाही.

तशीच माना मुरगाळून कणसं तोडता येतील म्हणा, पण बापू म्हणतो, उभ्या पिकाच्या कधी माना मुरगाळायच्या नसतात. कणसं घ्यायची ती कापून घ्यायची.

चांगला धारदार कोयता असता तर मजा आली असती.

तिकडच्या वावरातल्या विहिरीपाशी कोयते ठेवलेत ते आठवताच, थोडी तरी कणसं न्यायचीच असं सतीनं ठरवून टाकलं. धावत जाऊन तिनं एक कोयता हलकेच ओढून घेतला. पुन्हा बाजरीवाल्या शेतात गेली. आजूबाजूला कोणी नसल्याची पुन्हा खातरजमा करून घेतली. हातातल्या कोयत्यानंच कुंपणात आत शिरायसाठी वाट करून घेतली आणि सती उभ्या पिकात शिरली.

दिवसाढवळ्या शेतातली कणसं कापून नेणं म्हणजे खेळायचं काम नव्हे. शेतमालक कोणत्याही क्षणी येऊ शकतो. तीन-तीन, चार-चार महिने काबाडकष्ट केल्यानंतर पिकलेल्या धान्यावर त्याची लांबूनही नजर असते. वाऱ्यावर डोलणाऱ्या आपल्या शेतातल्या एखाद्या भागात काही वेगळीच हालचाल होत्येय, हे कळायला जातीच्या शेतकऱ्याला वेळ लागत नाही.

शिवाय, आत शिरलेला 'कुसुमाल' (फुलांसारखी लोभस वस्तू चोरणारा) आपला कार्यभाग साधत असतो, तेव्हा त्याच्या शरीराचा स्पर्श घडलेल्या ताटांना त्याचा आधार मिळतो आणि असा आधार लाभलेली ताटं वाऱ्यानं वाकत, डुलत नाहीत. झुकलेल्या बाकीच्या शेतातली एवढीच कणसं नेमकी ताठ उभी दिसतात.

म्हणून तर जातिवंत 'कलाकारा'ला शेताच्या प्रत्येक हालचालीशी स्वत:ला जुळवून घ्यावं लागतं. स्वत: काम करत असताना खाली झुकावं लागतं. डुलत्या शेतासरसं स्वत: झुलत राहावं लागतं.

वरून उडणाऱ्या कोण्या पाखरांच्या नजरेला पडलं तर ती कलकलाट करून लक्ष वेधतात. टिटवी तरी कमी असते का? 'टि टीडऽ टी विटऽ् टिट्टी विटऽऽ' ओरडत राहते. त्यावर उपाय काही नाही.

या सर्व गोष्टी लक्षात घेणं जमलं तरच तुम्ही दिवसाउजेडी धाड टाकणारे बनू शकता. बाकी बहुतकरून कामगिऱ्या दाट अंधारातच होत असतात. चांदण्याचा उजेडसुद्धा उपयोगाचा नाही. शास्त्र म्हणतं, नवशिक्या कारागिरानं दिवाभीत (सूर्याला घाबरणारा) असलं पाहिजे.

सती आत उभी असल्याचं बाहेरून कळतसुद्धा नाहीये. तिथे वारंदेखील पोहोचू शकत नाही. चहूकडून ओलसर, हिरव्या, उभ्या पिकाच्या मधोमध, धूसर प्रकाशात ती स्वत: वाकतेय, झुकतेय, कणसं नमवत एकेक करत धरतेय. पाखराटिटव्यांनाही संशय येऊ नये अशा रीतीने शेतात आपलं काम उरकत्येय. वाऱ्याच्या गतीला अनुसरत कणसं हलवतेय, कापतेय. अवघ्या शेतात पसरलेल्या निसर्गाच्या लयीत आणि त्या क्षणांच्या कालावकाशात जणू ती विरघळून तदाकार झाली आहे!

जातिवंत कलाकाराला कालक्षणांमध्ये विरघळून गेल्याचा अनुभव केव्हा ना केव्हातरी येतच असतो. असा क्षण सतीनं अनुभवला असला तरी त्याची जाणीव

होण्याचं तिचं वय नाही. कोणाची नजर तिच्यापर्यंत पोहोचलीच तर त्या बघणाऱ्यानं दंग होऊन जावं, अशी विलक्षण महान सृष्टी त्या लहानशा पोरीनं भर शेतात उभी केली आहे.

मनापासून दाद द्यावी अशी कला केवळ फलकांवर, मैफिलीत, आर्ट गॅलरीत वा पुस्तकांच्या पानांवरच असते असं नाही. कला सर्वव्यापी असते. वाळवंटात, रानावनात, डोंगरदऱ्यांत, जलात वा अंतरिक्षात... ती सर्वत्र असते. कलावंताला वरदान रूपानं जे लाभलेलं असतं, तो या व्याप्त कलेचा अंशमात्र असतो.

सफाईदारपणे कोयता चालवत, परकराच्या छोट्याशा घोळात मावतील एवढी कणसं घेऊन सती हळूच बाहेर निसटली. आणखी थोडी कणसं घेता आली असती तर बरं झालं असतं, असं राहून राहून तिला वाटत होतं. 'मा'ला हवी होती तेवढी तरी झाली असती. एकवेळ तेवढी कापलीही असती, पण नेणार कशी? तेवढी सगळी नेता आली नसतीच. त्यामुळे आपल्याच्यानं नेववतील तेवढीच कापलीत.

कामगिरी आटोपून सरस्वती बाहेर आली. कुंपणाबाहेर निघून पायवाटेला लागली. हिवाळ्याच्या आगमनाची ललकारी देणाऱ्या मंद, शीतल वायुलहरी निश्चिंतपणे श्वासात भरून घेत चालू लागली, पण पाऊल पुढे पडलं नाही!

५

सरसती पार हबकून गेली. आपल्याला धरणारा आहे तरी कोण ते बघायला मागे वळणं तर सोडाच, तिनं मानसुद्धा वर केली नाही. दोन्ही हातांनी परकराचा घोळ धरून ठेवत मोठ्या कष्टानं कमावलेल्या कणसांकडे ती बघत राहिली.

"परकर नीट सावरून धर," तिचं बखोटं धरणाऱ्यानं म्हटलं.

सरसतीला थोडा धीर आला. ती हळूहळू मागे वळली. समोर उभा ठाकलेला माणूस शेताचा मालक असणार; पण त्याचा पोशाख आजवर पाहिलेल्या शेतकऱ्यांपेक्षा वेगळाच आहे. आखूड धोतराऐवजी पूर्ण लांबीचा पायजमा, त्यावर पाखे थेट गुडघ्यापर्यंत असलेला लांब बाह्यांचा अंगरखा.

सतीला काही बोलायचं होतं, पण शब्द फुटेना. एकाएकी तिच्या डोळ्यांतून आसवं वाहू लागली. पाठोपाठ गळ्यातून हुंदके.

“इतकं भ्यायला काय झालं? एवढ्या तेवढ्यानं रडून द्यायचं नसतं.” एखादा धडा शिकवत असावं तसा तो बोलला. “गप्प राहायला शीक. रडलीस तर दोन देईन थोबाडीत...”

शांत होण्याऐवजी सरस्वती अधिकच रडू लागली.

या अनोळखी माणसाला कळत कसं नाही की, त्याची ‘आता रडलीस तर’ची धमकी सतीच्या कानावाटे थेट गळ्यात जाऊन अडकली आहे! हुंदके आवरता येत नाहीत, घशात सतत दुखत राहतं. श्वास अडकतो, कोण जाणे आणखी काय काय होतं. अशा वेळी ‘आवाज बंद, आवाज बंद’ ऐकावं लागणं ही बालजगतातली मोठ्यात मोठी शिक्षा आहे हे शेंबड्या पोरालाही माहीत असतं.

तो अनोळखी माणूस अचानक तिच्या पुढ्यात उकिडवा बसला. तिच्या डोक्यावरून हात फिरवत त्यानं विचारलं, “मी तुला मारलं? काही केलं का तुला?”

सतीनं रडता रडताच मान हलवून ‘नाही’ म्हटलं.

“मग माझे आई, रडतेस कशाला?” दुसरा प्रश्न.

साक्षात सरस्वती स्वत: हंसावर बसून आली असती तरी या प्रश्नाचं उत्तर देऊ शकली नसती.

सरस्वतीनंही दिलं नाही. समोरच्यानं अभय दिलं असलं तरी पण आपण का रडतोय ते तिचं तिलाच कळत नव्हतं. भावाला बसला होता तेवढा मार आपल्याला बसणार नाहीये. आपलं काम करताना पकडले गेलो तर त्याची लाज वाटली पाहिजे. हे ती कुठे शिकली नव्हती. निष्फळतेतून येणाऱ्या निराशेचा अनुभव व्हायला अजून ती खूप लहान आहे. क्षोभ काय असतो याचं उत्तर तिला माहीत नाहीये... आणि तरीही रडू येतंय. का, ते ठाऊक नाही.

कारण एकच असू शकतं– आपण ज्यांना स्वत:च्या हातांनी खेळवत, त्यांचा सुगंध श्वासात भरून घेत, मोठ्या लाडाकोडानं परकराच्या घोळात बाहुल्यांसारखं मोठ्या प्रेमानं लपेटून घेतलंय, ती सगळी कणसं आत्ता इथंच या अनोळखी माणसाला देऊन टाकावी लागतील.

खालमानेनंच सतीनं परकराचा घोळ उघडून दाखवला. अनोळख्यानं म्हटलं, “अरे वा! किती जमवलीत?”

सतीला मोजता कुठे येतंय? ती काही बोलली नाही.

अनोळख्यानं म्हटलं, “थोडीशीच आहेत.” मग विचारलं, “पुरतील?”

या प्रश्नानं सरसती शांत झाली. तिनं लगेच म्हटलं, “नाही नं. पुष्कळ पायजेत.”

“चल.” त्यानं म्हटलं आणि तिच्या दंडाला धरून तो चालू लागला. शेताच्या

पलीकडच्या कडेला जाताना तो सांगत राहिला, "हे बघ, एक गोष्ट नीट ऐक. कधीही निराश व्हायचं नसतं. प्रत्येक वेळी आपल्या कामातून पदरात काही पडेलच असं होत नसतं. कधीकधी काहीच मिळत नाही."

निराश व्हायचं नसतं म्हणजे कसं व्हायचं नसतं, तेवढी समज सतीला नव्हती. पुढचं तिला नीट माहीत होतं. आपला बाप रघू आणि इतर सगळे कुठल्याही कामगिरीवर निघताना किती, कसं आणि कोणत्या प्रकारे काम करायचं ते ठरवतात, पण त्यातून काय मिळेल याबद्दल कोणीच काही बोलत नाही.

एखाद्यानं थोडाफार हिशेब करून अंदाज बांधला तरी प्रत्येक वेळी म्हटल्याप्रमाणे हिशेब प्रत्यक्षात खरा ठरलाय असं झालेलं नाही. सगळे 'नक्ताचरिन्' (निशाचर) चक्रव्यूह भेदायला निघालेल्या अभिमन्यूसारखे निघतात. परिणाम जो होईल तो. खबरदारी, कष्ट, साथीदारांची मदत... यातल्या कशाचाच उपयोग न होता केवळ जीव वाचवून परत आल्याबद्दल परमेश्वराची कृपा मानावी, असं होत नाही का? कितीकांनी जीव गमावल्याचे किस्से घडलेत की कित्येक!

सती गप्प राहिली. अनोळखी माणूस तिला पुढच्या बाजूला छोट्या झोपडीत घेऊन गेला. पाणी दिलं. म्हणाला, "बस. पाणी पी. मला सांग, आडोडियाची ना तू? कोणाची पोरगी?"

परक्या गावच्या, तेसुद्धा धारागढच्या सीमेवरच्या शेतकरी वाटणाऱ्या माणसाला बापाचं नाव सांगावं की नाही हे सरसतीला ठरवता येईना. ती पाणी प्यायली नाही. खालीही बसली नाही. उभ्या उभ्या फक्त एवढंच पुटपुटली. "हो!"

शेतकरी हसला. पळभर सतीकडे पाहत राहिला. मग त्यानं विचारलं, "तू कोणाची ते सांगायचं नसलं तरी हरकत नाही. नाव तर सांग."

कणसं भरलेला परकर सावरत सतीनं उत्तर दिलं, "सरसती."

अनोळखी माणसानं मायेनं म्हटलं, "खाली बसायचं नसेल तर समोर तिकडे खाटेवर बस. तुझी कणसं कोणी नाही घेणार."

सरसती पलीकडे सरकून खाटेवर बसली. आता तिची कणसं पडली नसती. कणसं मांडीवर सांभाळत तिनं आतापर्यंत घट्ट धरून ठेवलेला परकराचा घोळ खाली सोडला. पाय झाकून घेतले. मग त्या अनोळख्यावर, शेतावर, दूर दिसणाऱ्या गावावर नजर टाकत बसून राहिली.

शेतकऱ्यानं म्हटलं, "बोल, आता सांग, ही कणसं कोणाची आहेत?"

"तुझी." सतीनं उत्तर दिलं.

"चूक." शेतकऱ्यानं हसून म्हटलं, "हे काम करणाऱ्यानं असा विचार करायचा नसतो. असं तसं सामान्य काम नाहीये तुझं. खूपच मेहनत केलीयेस तू, म्हणून खरं तर हे दाणे तुझे आहेत."

सरसती उत्तर न देता बसून राहिली.

शेतकरी बोलत राहिला, "मी म्हणतो ते लक्ष देऊन ऐक. जेव्हा जेव्हा असे कष्ट घ्यायला निघशील, तेव्हा तेव्हा एक गोष्ट पक्की लक्षात ठेव की, तुझ्या दृष्टीला दिसतंय तेवढं आणि दिसत नाहीये तेही सगळं तुझं, तुझ्या हक्काचं आहे. या जगातली सगळी वावरं, शेतं, घरं, महाल, मंदिरं... सर्वदूर जे जे काही अमाप भरलेलं आहे, त्या सगळ्यात तुझाही वाटा आहे. वाटेल तेव्हा, न विचारता घ्यायला बिचकू नकोस. हक्कानं घे."

एवढं म्हणून शेतकरी झोपडीच्या आत गेला. गाठोडंभर बाजरी घेऊन बाहेर येत त्यानं सतीला म्हटलं, "तुझी कणसं आण इकडे. यात ठेव आणि उचलवलं तर घेऊन जा. नाहीतर दोन हेलपाटे कर. तोवर मी इथेच बसलोय."

सतीनं गाठोड्याकडे बघितलं. मग म्हणाली, "नको. तूच ठेव."

शेतकरी खूश झाल्यासारखा हसला. सतीच्या खांद्यावर हात ठेवून म्हणाला, "वाटलंच होतं, मला वाटलंच होतं तू घेणार नाहीस. नको घेऊस. तू मागणारही नाहीस आणि कोणी दिलेलं घेणारही नाहीस. म्हणून तर म्हणतो की, तू स्वत:च मालक आहेस, याचक नाहीस. असंच घ्यायचं असतं. असंच द्यायचं असतं. मालकासारखं. अशा तऱ्हेनं घेण्याची आणि देण्याची क्षमता तुझ्यात आहे. पाहिलीये मी!"

या सगळ्यातून सतीला काही समजलं असेल तर ते एवढंच की, समोर बसलाय तो माणूस आत्तापर्यंत तिनं पाहिलेल्या माणसांपेक्षा अगदी वेगळ्याच प्रकारचा आहे किंवा दुसऱ्याला समजणार नाही असं अगम्य काहीतरी बडबडायची त्याला सवय आहे.

सती गोंधळलीये हे त्या माणसाला कळत होतं, तरी तो तसाच पुढे बोलत राहिला, "मी शेतकरी आहे हे खरंय, पण मी धरतीला देतो त्यापेक्षा वीस पटीनं मला तिच्याकडून मिळतं. म्हणून ते सगळं एकट्यानं खाण्याचा मला अधिकार नाही. निसर्गाकडून मिळालेलं सगळ्यांना वाटायचं असतं हा निसर्गाचा नियमच आहे.

"बी पेरावं तोच दाणे टिपायला पाखरं खाली उतरतात. जरा कुठे उगवतं तोवर ढोरं शिरतात. पिकून तयार झालं की, तुमच्यासारखे येतात. तू तरी कष्ट घेतलेस म्हणा, पण मागणारे येतात, भटभिक्षुक येतात, वाणी, राजाची माणसं... सगळे येतात वाटा घ्यायला. सगळेच काही मेहनत करत नाहीत, पण तरी त्यांचा हक्काचा वाटा असतोच.

"म्हणून म्हणतो, ऐकून ठेव. शेतकरी असो, व्यापारी असो, की राजा असो, आपली सगळ्यांची जात एकच. तायु (चोर). निसर्गानं सगळ्यांचं मानून सगळ्यांसाठी

निर्माण केलं त्याला स्वत:चं म्हणून हडपायला आपण सगळेच सरसावून बसलोय. आपल्याला 'लट' (लांडीलबाडी करून लुटणारा) म्हणायचं नाही, तर काय म्हणायचं?

"बाकीच्या सगळ्यांना मी 'नाही' म्हणू शकत नाही, तर तुला का म्हणू? ते करतात तसं तू करू नकोस असं तुला सांगण्यात काही अर्थ नाही. त्यातून तू तर कष्ट केलेत. म्हणून म्हणतो, तूही घे. हक्क आहे तुझा."

शेतकरी बोलत होता. सतीचं मन अचानक भरून आलं. क्षणभर वाटलं, कणसं इथेच फेकून द्यावीत अन् आपण जावं पळून; पण तिच्याच्यानं तसं करवलं नाही. तिनं हलकेच डोळे पुसले. परकर सावरत म्हणाली, "मी जाऊ?"

"जा." तो म्हणाला. सतीला जणू निरोप द्यावा तसा उठला आणि पुन्हा एकदा म्हणाला, "जा, पण माझं बोलणं लक्षात ठेव. तुझ्यासारखं काम करणारं दुसरं कोणी मी पाहिलं नाही. तुझी हातोटी मी आत्ताच पाहिलीये. नऊ-दहा वर्षांच्या मुलीच्या ठायी इतकं कौशल्य कुठेही दिसणार नाही. भल्याभल्या पुरुषांच्या अंगी नसेल अशी कला निसर्गानं तुला बहाल केली आहे. ती कला उजळव. बाईच्या जातीत जन्माला आलीस म्हणून काय झालं, पुरुषांच्या सवाई काम कर. तुझ्या बापानं अडवलं तर मला सांग. मी त्याला समजावीन. बघ तू, एक दिवस असा उजाडेल की, ही कामं करणाऱ्या कोणालाही मिळालं नसेल असं यश तुला मिळेल."

आता सतीला राहवेना. तिनं परकराचा घोळ सोडून दिला. कणसं तिथेच पडू दिली. तिचे डोळे भरून आले.

'अगं अगं, काय झालं? असं का करतेस' म्हणत तो शेतकरी सतीच्या पुढ्यात बसला. तिच्या परकराच्या घोळात कणसं भरून दिली. घोळ सावरून घेत कमरेपाशी खोचून दिला. मग म्हणाला, "घेऊन जा माझे बायो, घेऊन जा. अशी दुबळी राहिलीस तर इतक्या कष्टानं मिळालेलं हाती काही लागणार नाही तुझ्या."

सती हळूहळू चालू लागली. तिकडे तो अनोळखी शेतकरी जे काय म्हणत होता ते तिनं ऐकलं नाही. पळता आलं असतं तर ती पळतच गेली असती. 'मा' परत येण्याआधी 'दंग्या'त पोहोचायला हवं.

माळरानातून, गाडीवाटेनं, पायवाटेनं घाईघाईनं चालणाऱ्या लहानशा मुलीच्या लहानशा पायांची लयबद्ध चाल. गुडघ्यावर आपटत राहणारा कणसांचा बोजा. मागून, घोट्यापर्यंत परकरात शिरणारा मंद वारा. पावलागणीक वर उडणारी आणि दुपारीच धुतलेल्या केसात जिरणारी धूळ. गोमट्या चेहऱ्यावर सुकलेले अश्रू आणि डोळ्यांत अगम्य, उदास बावरलेपणा!

सती दंग्यात पोहोचली तोवर औदासीन्याची जागा काहीतरी विशेष केल्याच्या

आनंदानं घेतली होती. ती ताबडतोब कामाला लागली. कणसं घरात ठेवून लगेच काटक्या गोळा करायला गेली. सगळी जमवाजमव करून तिनं शेकोटी पेटवली. घरातून दोन भरदार कणसं आणून भाजायला बसली. भाजून झाली, तशी जाळ विझवून घरातले डबेडुबे धुंडाळत साखर शोधू लागली, तेवढ्यात 'मा' आली.

सतीच्या पोटात खड्डा पडला. भाजलेल्या बाजरीवर थोडी साखर पेरून खायची हौस क्षणार्धात नाहीशी झाली. आत्तापर्यंत लक्षात न आलेली गोष्ट सतीला आता लख्खकन आठवली. 'मा'नं लांब जाऊ नकोस म्हटलं होतं. ते असो; ते माफ होण्यासारखं आहे, पण त्याहून मोठा गुन्हा आपण केलाय तो कधीच माफ होणार नाहीये. जे करायची 'मा'नं सक्त मनाई केलीये ते आपण करून बसलोय. दिवसाढवळ्या काम! तेही मुलगी असून!

सती घाबरून 'मा'च्या तोंडाकडे बघू लागली. तिला वाटलं, आता अशी बसणार थोबाडीत की, गाल भप्पकन सुजलाच पाहिजे. तापीचा संताप साधासुधा नाहीये. केसांनी उचलून जमिनीवर फेकून द्यायला कमी करणार नाही.

'दंग्या'तल्या प्रत्येक 'मा'ला आपल्या पोराचे काय न् पोरीचे काय, केस ओढण्यात काय गंमत वाटते कोण जाणे! ती कावी तर पोराला कडेवर घेतानादेखील केसांना धरूनच उचलते. उंच जागी चढवायचं असो, गाढवावर बसवायचं असो, उचलायचं ते केसांना धरूनच. तसं करू नको म्हटलं तर कावी म्हणते, "पोलीस केसांनीच टांगून ठेवणारेत. आत्तापासूनच सवय केली नाही तर त्या वेळी मरून जातील की!"

पोरांना मारायची, भरपूर लागेल इतकं झोडून काढायची जणू प्रथाच आहे. 'मा'ला की बापाला राग यायचाच अवकाश.

ज्याची भीती होती तसं काही घडलं नाही याचं नवल वाटतं न वाटतं तोवर आंघुळपांघुळ करून स्वच्छ झालेली असूनही, कसलीच पर्वा न करता, धूळभरल्या माळावर, गुडघ्यावर बसून आपल्याला जवळ घेताना सतीनं 'मा'ला बघितलं.

काय घडतंय ते सतीला क्षणभर उमजेना. ती काही विचार करणार त्याआधी तिनं 'मा'चा मायेनं ओथंबलेला आवाज ऐकला, "औक्षवंत हो पोरी. पोरगी असलीस तरी चक्रवर्ती नायक हो. बापापेक्षा अंगुळभर मोठी हो बये!"

नायक म्हणजे काय याची पुसटशी कल्पना सतीला होती. चक्रवर्ती म्हणजे काय ते मात्र तिला माहीत नव्हतं. काही न बोलता तिनं 'मा'च्या गळ्यात हात टाकले.

६

तापीनं सरस्वतीला बाजरीत साखर मिसळून दिली. माय-लेकी बाजरीचा भाजलेला हुरडा खायला बसल्या. बाजरीचा घास तोंडात घालताक्षणी सतीला त्या शेतकऱ्याची आठवण आली. तो भला म्हणून आपण कणसं आणू शकलो. त्या शेतकऱ्यानं म्हटल्याप्रमाणे, आपल्यासारखे इतरही अनेक जण त्याची बाजरी घेऊन जाणार...! विचार करण्याऐवजी सतीनं खाणं सुरू ठेवलं; परंतु एरवी घासागणीक पाझरणारा गोडवा या वेळी पाझरत नव्हता.

रघू बाहेर गेलाय. कधी येईल ते सांगता येत नाही. मध्यरात्र होईल किंवा पहाटही उगवेल. मण- दोन मण बाजरीसाठी न जाणो किती वाट तुडवेल! कित्येक धोके पत्करेल, पण दुसरं करणार तरी काय? माणसं जमिनीविना, घराविना, जागेविना असू शकतात, पण या पृथ्वीतलावर पोटाविना असलेला जीव असल्याचं ऐकिवात नाही.

हुरडा खाल्ल्यानंतर माय-लेकींना आणखी काही रांधून खायची इच्छा उरली नव्हती. पोरीचा बाप येईल तेव्हा वाटलं तर भाकरी थापू, नाहीतर तोदेखील भाजका हुरडा आनंदानं खाईल. विचारात हरवलेली तापी पुटपुटली, "असला घोर लावण्यापेक्षा..."

'मा' पुढे काही बोलणार त्याआधीच सतीनं म्हणून टाकलं, "शहरात राहायला जावं तेच बरं!"

सतीच्या बोलण्याचा ढंग पाहून 'मा'ला हसू फुटलं. म्हणाली, "नाही. त्यापेक्षा मला सोबत घेऊन जात असता तर? पुरुषमाणसानं एकट्यानंच काम करावं असं थोडंच आहे?"

"तू कामावर जाणार?" सती हसू लागली.

"मी नाही केलं तर तू कर. सांगतेच तुझ्या बापाला, बघ किती मोठा पराक्रम गाजवून आलीये तुझी पोर. सोबत नेलीस तर उपयोगी पडेल अशीच आहे."

तापीला हे असं बोलताना सतीनं आठ वर्षांनंतर प्रथमच ऐकलं. स्वत:भोवती घालून घेतलेल्या काटेरी कुंपणातून 'मा' आता आरपार बाहेर निघालीये असं सतीला वाटलं.

रघू घरी आला, तेव्हा खूप रात्र झाली होती. दोन पिशव्या भरून ज्वारी त्यानं आणली होती.

"भाकरी करू?" तापीनं विचारलं.

"नको." तो म्हणाला, पण भाजलेली कणसं आहेत हे कळल्यावर म्हणाला, "दे ती. आणखी असेल काही तर तेही दे. पाय तुटलेत चालून चालून." मग काही अचानक आठवावं तसं एकदम म्हणाला, "पण ही कणसं आली कुठून?"

"सती, माझी पोर घेऊन आली. एकटी. खेळता खेळता गेली असेल..." तापीनं उत्तर दिलं.

भाजलेल्या कणसांसोबत पेरूच्या दारूचे घोट घेत, बाहेरच्या खाटेवर अंगाचं मुटकुळं करून गाढ झोपलेल्या सरस्वतीकडे रघू एकटक बघत राहिला. 'मा' उठली. तिनं पोरीला नीट निजवलं. स्वत:साठी खाटा टाकल्या तोवर पहाट व्हायला आली होती.

सतीला जाग आली तेव्हा 'मा' घरात नव्हती. इथंच गेली असेल कोणाकडे. सतीनं इकडंतिकडं पाहिलं. आळस दिला. उठली. जरा थोडंसं फिरून आली तेव्हा 'मा' ज्वारीचे दाणे खांडत बसली होती.

सती आली तशी 'मा'नं विचारलं, "शहरात जायचंय?"

सतीनं सहज विचारलं, "कशाला?"

"माझी नानकीमावशी आजारी आहे म्हणे. कावेरीच्या नवऱ्यानं सांगितलं. तिला भेटायला जाणार आहे मी. तुला यायचं असेल तर घेऊन जाईन, नाहीतर इथंच बापापाशी राहायचं असेल तर राहा."

लहानपणी केव्हातरी 'मा'सोबत शहरात गेले असेन. सतीला नीटसं आठवत नाहीये. तिथे आपल्या नात्यातले खूप लोक आहेत. आपली संख्या लहानसहान नाही. देशभर विखुरलो आहोत. मूळचे भाट. देशभर सांसी, बंगालात कंजरी, महाराष्ट्रात भामटे, कैकाडी की काकोडी असेच कोणी... देशभरात वेगवेगळ्या नावांनी राहताहेत. देशाच्या कानाकोपऱ्यात वसलेत म्हणे. सगळ्यांनाच नाही, पण त्यातल्या काही थोड्यांना 'पेड्या'त आलेलं पाहिलं आहे.

आजारी आहे ती नानकी म्हणजे 'मा'ची मावशी, म्हणजे आपली आजी म्हणायची. एकदा 'मा'कडे आली होती, तीच असेल. गोष्टी सांगायची छान छान. सीताफळाची दारू बनवायला तिनंच तर शिकवलं. तीच असेल तर मजाच मजा.

सतीला शहर बघायचंय. तिनं लगेच म्हटलं, "मला यायचंय." पाठोपाठ विचारलं, "बापू नाही येणार?"

"सोडायला अन् न्यायला येईल." 'मा'नं काटक्या पेटवत म्हटलं, "कावीला सांगून आलेय. तुझ्या बापूला काय हवं ते ती करून देईल. गंगीला म्हटलं असतं, पण तिची लेकरं लहान लहान. तिचं तिलाच होईना; कावी आहे चांगली धडधाकट. सकाळ-संध्याकाळ भाकरी-कालवण देऊन जाईल."

सतीला काहीही सांगायचं असलं तरी 'मा' ते तपशीलवार सांगत असते. पोरीची

जात आहे. सगळं माहीत असायला हवं. असं शिकून ठेवलेलंच मोठेपणी कामी येणार.

मा-बापूसोबत शहरात जायला निघालेल्या सतीच्या आनंदाला उधाण आलं होतं. गाडी गाठण्याआधी दोन तास पायपीट केली होती, पण स्टेशनात शिरणारी गाडी बघताक्षणी तिचा थकवा कुठल्या कुठे पळून गेला.

'दंगा' बहुधा रुळांच्या जवळपासच असतो, त्यामुळे गाड्या पुष्कळदा पाहिल्यात. धडधड करत जाणाऱ्या गाडीचं दर्शन सतीला मोहवून टाकायचं. नवलही तेवढंच वाटायचं. शेळ्या-बकऱ्यांसकट रूळ ओलांडायची वेळ आली की, त्यात भयही मिसळायचं. कधी न थांबणारी गाडी आज थांबणार होती. सती तिच्यात बसणार! वा! बापूनं घेतलेली तिकिटं मागून घ्यावीत आणि आपल्या कुडत्याच्या छोट्याशा खिशात ठेवावीत असं तिला वाटलं. तेवढ्यात प्लॅटफॉर्मवर उभ्या असलेल्या सतीपुढून गाडीचं इंजीन धडधडत गेलं.

सतीच्या शरीरावर रोमांच फुलले. रस्त्यावरून जाताना ट्रकच्या अथवा मोटारींच्या ड्रायव्हरांना आपण मनातल्या मनात शिव्या देत होतो, तशाच कधीकधी इंजीन ड्रायव्हरलाही दिल्याचं आठवल्यानं या क्षणी ती शरमली.

थेट शहरात पोहोचेपर्यंत मधे काय काय लागेल ते 'मा'ला विचारून ठेवलंय. आता खिडकीबाहेर बघत राहायचं. शांत, निवांत रानं, नदी-नाले, डोंगर-दऱ्या, स्टेशनं, बंद फाटकापाशी थांबलेली वाहनं अन् माणसं... किती सगळं बघत बघत जायचंय शहर येईपर्यंत! पोहोचल्यावर ते नानकी आजीला सांगायचं.

स्टेशन असलेल्या गावापर्यंत चालत आल्याचा थकवा, गाडीची अद्‌भुत गती, बाहेरून येणारा गार वारा यातल्या कोण जाणे कोणी– की सगळ्यांनी मिळूनच– खूप खूप काही बघायची सतीची इच्छा पूर्ण होऊ दिली नाही. गाडी सिग्नलजवळचा नाला पार करते न करते तोवर 'मा'च्या खांद्यावर रेलून सती गाढ झोपी गेली होती. तिला जाग आली तेव्हा गाडी गजबजलेल्या स्टेशनात शिरत होती.

नानकी दवाखान्यातून घरी आली आहे. आजारी नाहीये. ताप आला होता, पण सिव्हिलात नवा डॉक्टर आलाय, हुशार आहे. तीनच दिवस दवाखान्यात ठेवून घेतलं आणि अशा काही बाटल्या चढवल्या, की बरी होऊनच परत आलीये. पहिल्याइतकी ठणठणीत नाहीये अजून, पण होईल. भरमसाट औषधं दिलीत की!

आजीनं सतीला जवळ बोलावलं. आपल्यापाशी खाटेवर बसवून घेतलं. मग तिच्या पाठीवर हात ठेवून तापीला म्हणाली, "हिला इथंच ठेवून जा माझ्यापाशी." सतीनं तापीकडे बघितलं. तापी म्हणाली, "आणि मी एकटी तिकडे काय करू?"

नानकी आणि तापी दोघींच्याही मनात तापीच्या पोराची आठवण जागली, लगेच शमली.

यातल्या कशाकडेच सतीचं लक्ष नाहीये. आजीचं घर आणि आजी यातच तिचं

लक्ष गुंतलंय. ज्यावर बसली आहे तशी खाटदेखील तिनं कधी बघितली नाहीये. पालातल्या सगळ्यांच्या खाटा काथ्याच्या नाहीतर मेंढ्याच्या लोकरीनं विणलेल्या. रात्री निजण्यापुरत्या. दिवसा त्यांच्यावर गोधड्या, इतर सामानसुमान ठेवायचं. उंटाच्या व गाढवाच्या पाठीवर उलटी बांधली की गोष्टीतल्या अंबारीसारखीच मजा. मध्यभागी बसायचं, की चालले फिरायला. मजाच मजा.

नानकीच्या दाराशी बायका-पोरांचा छोटासा घोळका जमा झाला. किती दिवसांनी तापी आलीये या वस्तीत. तिची पोरगी मोठी दिसत असेल. तिला भेटणं-बोलणं उद्या होईल सावकाश, आत्ता जरा नुसतं भेटून घ्यावं. सगळेच्या सगळे आत आले असते, तर नानकी आजीची खोली लहान पडली असती. सगळे बाहेर थांबले. एक-एक करत आत येऊन तापीला भेटू लागले.

अठरा-वीस वर्षांची दिसणारी एक मुलगी आत आली. सोबत सतीच्या वयाचा एक पोरगा. आत येताच तिनं तापीला मिठी मारली. मग सतीकडे बोट करून म्हणाली, "ही तुझी मुलगी? सरसती?"

तापीऐवजी नानकीनं उत्तर दिलं, "तीच तर! जन्मल्याबरोबर तूच खेळवलीस म्हणून तर तुझ्यासारखी गोरी झाली. आता तुझ्याचसारखी कामात पटाईत करायची आहे. नीट तयार कर. तिला इथंच ठेवून घेणार आहे मी."

'मा'च्या तोंडून सतीनं या मुलीचं नाव कधीपासून ऐकलंय. तेंद्रा. या तेंद्रीमुळेच सतीला कितीकदा ऐकावं लागलंय, "तेरा जलम होगण्डा तब तेंद्री तो मांड दस की होगण्डी. तो भी सारा काम माथे पे लई मेरी सुवावड भी पता गेरती – तुझ्या जन्माच्या वेळी तेंद्री जेमतेम दहा वर्षांची होती, तरी सगळा भार आपल्या शिरावर घेऊन तिनं माझं बाळंतपण पार पाडलं होतं."

त्या तेंद्रीला सतीनं आज प्रत्यक्ष पाहिलं. नीट पाहिलं. सुरेख आहे एवढंच. दुसरं विशेष काही दिसत तर नाहीये. पोरीसारखी पोरगी आहे. हिच्याइतकी हुशार दुसरी कोणी 'मा'ला आजवर कशी दिसली नाहीये काय माहीत!

शहरालगतच्या वस्तीत राहते म्हणून रीतभात सतीपेक्षा वेगळी आहे. बाकी सगळ्या बाबतींत तिच्यासारखीच तर आहे. उजळ, सडसडीत, छानसं हसणारी. हां, आपल्यासारखी पराक्रमी असेल की नाही ते सरसती आत्ता नाही सांगू शकत. 'मा' इथं सोडून गेली की कळेलच म्हणा!

सती आणखी काही विचार करणार तोच नानकीनं तेंद्रासोबत आलेल्या मुलाची तापीला ओळख करून देत म्हटलं, "हा विठ्ठल. भागूचा." मग विठ्ठलला उद्देशून म्हणाली, "सकाळी तू तेंद्रासोबत जाशील तेव्हा आमच्या पोरीला पण घेऊन जा बर का."

विठ्ठलनं उत्तर दिलं नाही. पळभर सतीकडे आणि मग तेंद्राकडे पाहत राहिला.

७

नानकी आजी गोष्टी खूप छान सांगते. परमेश्वरी अवतार, देवदेवता याबद्दल भले तिला फारसं ठाऊक नसेल, पण झरे, डोंगर, सूर्य-चंद्र, झाडं-पानं, अगदी पडीक विहिरीसुद्धा सगळ्या देवादिकांपेक्षा कमी नसतात.

दर्शन देणं, प्रसन्न होणं, अश्राव्य भाषेत बोलणं, आकाशात उडणं आणि संकटात सापडलेल्याला मदत करणं असं सगळं त्यांनाही जमतं. आपल्याला ते पटायला हवं. परमेश्वर तरी याहून अधिक काय करतो?

परमेश्वराची आणखी एक महानता म्हातारीला ठाऊक नसली तर त्यात तिचा दोष नाही. देवभूमी म्हणवणाऱ्या या देशात, स्वातंत्र्य मिळाल्याला पंचेचाळीस वर्षं व्हायला आली तरी मंदिर, मशीद, चर्च... आणखी अशीच जी असतील ती प्रार्थनास्थळं यांपैकी कोणीच म्हाताऱ्या नानकी आजीला आपली मानली नाहीये; स्वीकारली नाहीये. कथा-कीर्तनासारख्या प्रसंगी ना कधी तिला आपल्या घरी बोलावलं, ना कधी शास्त्रवचनं ऐकवली. जवळ बसवून 'तू देखील उपदेश ऐक' असं कधी म्हटलं नाही. निसर्गाची ही लेकरंदेखील आपणहून कधी त्यांच्यापाशी गेली नाहीत. बोलावलं असतं तरी गेलीच असती असं मानायचंही काही कारण नाही.

कारणं काहीही असोत, नानकी आजीच्या जगात निसर्ग आणि त्याची दृश्य रूपं यांनाच परम आराध्य देवता मानलं गेलं आहे. त्याखेरीज, पूर्वजदेखील पूजनीय. भल्याबुऱ्या प्रसंगांत पूर्वजांची आठवण करायचीच. त्यांची पूजाही करायची. तांब्याच्या थाळीत लाल अथवा पांढरं कापड अंथरायचं. त्यावर लाल रंग, कुंकू शिंपडून पूर्वजांसाठी आसन तयार करायचं. त्या आसनावर एक त्रिकोणी दगड मांडायचा आणि त्यात प्रवेश करायचं पूर्वजांना निमंत्रण द्यायचं. ते वीर पूर्वज म्हणजेच स्थापन केलेला देव. तोच कल्याण करणारा. देशभरात राहणारे सतीचे सगेसोयरे सगळ्यांचा यावर विश्वास. यालाच सत्य मानून चालतात, त्याचा मान राखतात.

नवसबिवस बोलायचा असेल तर तिकडे लांब राजस्थानातल्या रणात कोण्या अनाम वीर पूर्वजाचा खांब आहे, तिथं जायचा नवस बोलायचा. खऱ्याखोट्याची

शहानिशा करायची असेल तेव्हाही याच खांबाची शपथ घ्यायची! त्याची शपथ घेतल्यावर कोणी खोटं बोलू शकत नाही. त्याची खोटी शपथ घेताच येत नाही. शक्यच नाही.

आजीच्या गोष्टीत हीच पात्रं असतात. सतीला याच गोष्टी सांगितल्या गेल्यात. सरस्वती सगळं नीट ऐकून घेते. कोणी कधी, कसे कसे पराक्रम केले आहेत ते सगळं नानकी आजीला तोंडपाठ आहे. रोज एक गोष्ट सांगायची म्हटलं तरी जन्मभर पुरेल एवढा खजिना तिच्यापाशी आहे.

गोष्टीत एक हंस आहे. आहे हंस, पण तो डोळ्यांना दिसत नाही, कानांना ऐकू येत नाही. हंस बोलतो ते फक्त मनालाच कळतं.

सतीला वाटतं, ज्याला गोष्ट सांगायची त्याच्याखेरीज दुसऱ्या कोणाला कळू नये म्हणून हंस असं करत असावा. सतीचं हे आवडतं पात्र फक्त भान्तू बोलीतच बोलतं. क्वचित कधी गूढ वाटणाऱ्या नारसी बोलीत कविता म्हणतं. त्या ओळींचा अर्थ उमगला तर खूप शिकायला मिळतं. त्याचा एक 'चतुर-सुजाण'वाला मंत्र सतीला पाठ झालाय.

सांभाळजो सहु चतुर-सुजाण पहलो अख्खर पाडुं कान
गरासिया घर नळिये नहीं खाली हाथे पळीये नहीं
नर छोड्ये नारी नव तजे मूषक संभाळीने जजे
कणबीने घर वहेली रात गम्मे त्यारे पेसो तात
वणिक जागे अडधी रात भींत चडीने सांभळ वात
बामणना घर आपे नहीं वसवाया तुं भांगे नहीं

मग आपणच जणू काही तो हंस आहोत अशा थाटात आवाज काढून नानकी आजी गात गात अर्थ सांगत जाते.

''संपूर्ण खातरजमा केल्याविना कोणाही 'नागरका'नं (नगराचे नियम जाणणारा चोर) कोठेही शिरू नये. कामगिरीवर जाताना सगळ्यात पहिला नियम हा आहेच, पण त्याशिवाय लक्षात ठेवण्याजोग्या इतर कितीतरी गोष्टी हंस सांगत असतो.

''तुम्हाला वाटेल की, गरासिया (राजपूत जमीनदार) घरी असेल अशा वेळी तिथं जाण्यात जोखीम आहे हे सगळ्यांना माहीत आहे. असले साधे नियम

सांगायला हंस कशाला हवा? पण हंस नंतर जे सांगणार आहे ते मात्र कान देऊन ऐका :

"गरासिया अफू खातात. असल्या व्यसनी माणसाला कधी सलग झोप लागत नसते. रात्रभरात एकसारखा मधूनमधून उठत असतो. तुम्ही कौलं सरकवलीत आणि त्याच वेळी तो खाटेवर पडल्यापडल्या आढ्याकडे पाहत असेल तर आली कंबक्ती! म्हणून जाणकार कारागिरानं गरासियाच्या घरात अन्य कोणत्याही मार्गानं शिरावं, पण छतावरून उतरू नये.

"दुसरं म्हणजे अशा घरात बचावाचं साधन जवळ नसताना, रिकाम्या हाती शस्त्राविना जाऊ नये. नशेत धुंद असलेला गरासिया एकवेळ उठेल न उठेल, समोर यायला थोडासा वेळ लावेल, पण गरासणी (राजपूत स्त्री) जरासुद्धा वेळ दवडणार नाही.

"केवळ पैसाअडका पळवण्याचीच गोष्ट असती तर दयेपोटी बाई एकवेळ सोडून देईल, पण चेहरा न झाकता निवांतपणे देह पसरून निजलेल्या अवस्थेत स्वत:ला ज्या परपुरुषानं पाहिलं त्याला गरासण कधी जिवंत जाऊ देणार नाही. म्हणून हे मूषका (आवाज न करता चोरी करणारा) तू सावधपणे जा.

"कुणब्याच्या घरी रात्रीच्या कोणत्याही प्रहरी जायला हरकत नाही. नवरा-बायको दोघं दिवसभर रानात राबलेली असतात. घरी परतल्यावर पुन्हा गुराढोरांचं दाणावैरण करून पार थकून गेलेली असतात. तिकडे राममंदिराची शेजारती होते न होते तोवर दूध-भाकरी, खिचडी जे काय केलं असेल ते चार घास खाऊन घेतील. भांडीकुंडी घासूनपुसून ठेवतील की झाली त्यांची रात्र! कडीकोयंडा अडकवला की संपलं. त्यांना झोप लागायची थोडी वाट बघा, मग तांबडं फुटेपर्यंत खुशाल घर धुऊन न्या. कोणी उठायचं नाही.

"वाण्याची आपल्या वाणिणीपेक्षा आपल्या व्यापारावर माया जास्त. वाटलंच तर चार दिवे जास्त तेवत ठेवून अंधारातही दुकान सुरू ठेवेल. फार काय, दुकान बंद केल्यानंतरही गादीवर बसल्याबसल्या चोपड्या खरडत बसेल.

"साऱ्या गावातल्या सुनालेकी खाटा अंथरत असतात तेव्हा वाणीण बिचारी पाट मांडत असते. शिवाय, वाणी-वाणीण देवळारावळापलीकडे फारसे कुठे गेलेले नसतात, त्यामुळे थकलेले नसतात. जेवणखाण आटोपलं तरी दोघं थोडा वेळ झोपाळ्यावर झुलत बसतील. त्यानंतर झोपेच्या स्वाधीन होईपर्यंत अर्धी रात्र उलटून गेलेली असते.

"म्हणून वाण्याच्या घरात शिरायचं झालं तर कधीही रात्रीच्या तिसऱ्या प्रहाराच्या आधी शिरायचं नाही. शिरतानासुद्धा आधी भिंतीला कान देऊन ऐकायचं की आतली दोघं अजून जागी तर नाहीत ना!

“ब्राह्मणाच्या घरात क्वचितच काही हाती लागतं; म्हणून तिथे व्यर्थ हेलपाटा घालायचाच नाही.

“नारू-कारू बारा बलुतेदारांच्या घरात आपण जाऊ नये. ते बिचारे स्वत:ची बुद्धी, कौशल्य, विद्या आणि हातातली कला वापरून कसेबसे जगत असतात. विद्या वापरून करायच्या कामाची कमाई निश्चित नसते. कोणत्याही कामगाराला त्यातून किती फायदा होईल ते सांगता येत नाही. मुबलक की थोडंसं, जेवढं मिळेल तेवढं बिचारे स्वीकारतात. कधीकधी सगळं काम फुकटात करावं लागतं. आपलंही पुष्कळदा तसंच होतं म्हणा!

“यांचं आणि आपलं काम दिसायला वेगळं असलं तरी ते सर्व कारागीर ज्याप्रमाणे आपापल्या अंगच्या विद्येच्या बळावर टिकून राहिलेत, तसेच आपण टिकून राहिलो आहोत. विद्येचा आणि विद्याधरांचा मान राखायला हवा. म्हणून आपण त्यांच्याकडे घरफोडी करायची नसते.”

एवढं सांगून झाल्यावर नानकी आजी बोळकं पसरून हसून म्हणायची, “या झाल्या जुन्या काळच्या गोष्टी. आता कोण कुठलं काऽऽही कळत नाही. पूर्वीच्या काळी नुसतं अंगण बघून घरात कोण राहतं ते कळायचं. आता सगळेच सारखे. फुगे विकायच्या बहाण्यानं एका गल्लीत दहा फेऱ्या मारल्या तरी घरातल्याची जात कळेल तर शपथ!”

“असं का?” पेंगुळलेली असली तरी सती विचारायची.

या प्रश्नाचं उत्तर काय द्यावं ते आजीला सुचायचं नाही. म्हणायची, “ते तसंच.” मग बडबडायची, “आपापली कामं आताशा करतंय कोण? स्वत:चं काम शिकायलासुद्धा नको असतं. शिकतील तर करतील ना! आता सगळे दुसऱ्याची कामं करायला लागलेत. ज्याचं स्वत:चं असं काही उरलंच नसेल त्याला ओळखायचं कसं?”

सरसतीला झोप लागून गेली असली तरी नानकीचे विचार शमायला वेळ लागायचा. स्वत: सतीएवढी असताना मोठमोठे पराक्रम गाजवून येत असे. इकडे येऊन पडली तेव्हापासून दारू बनवण्याखेरीज दुसरं कामच उरलं नाहीये. एरवी देशभरातले नायक आजही नानकीला सलाम करत असते!

इथं आलो ते चुकलंच. फसलो आपण. इंग्रज सरकारचे शिपाई अगदी खोटारडे. ‘दंग्या-दंग्या’तून हिंडून इथं वसायला यायला समजावत किंवा सरळ हुकूम सोडत. म्हणत, ‘सगळ्यांनी मोठ्या शहरात राहायला जायचंय.’

किती खूश झाली होती नानकी! तऱ्हेतऱ्हेच्या गोष्टी ऐकून ‘पेड्या’तल्या इतरांप्रमाणे तिचंही मन आनंदानं उचंबळू लागायचं. रानावनात भटकत राहण्यापेक्षा मोठ्या शहरात, पक्की घरं असलेल्या नगरात राहायला मिळेल. नवी विद्या शिकू,

नवी नवी कामं करू.

त्यापेक्षाही महत्त्वाचं म्हणजे आजवर ज्या लोकांनी आपल्याला परकं मानलं, दूर ठेवलं त्यांच्या शेजारी आपल्याला राहता येईल. हळूहळू सगळ्यांना आपलंसं करण्याचा गुण 'पेड्या'तल्या प्रत्येकात आहे. एकदा शेजार मिळाला की जीव लागेल. प्रेम वाढेल. पुढे जाऊन आजवर मिळाला नाही तो मानदेखील मिळू लागेल.

शिवाय, मायबाप सरकारनं आता एक नवी ओळख दिली आहे. त्यांच्या त्या गॅझेट की काय म्हणतात त्या कागदात 'डीनोटिफाइड नोमॅडिक ट्राइब' असं लिहिल्यावर खासगी अशी एक नोंद केलीये. वेळोवेळी ऐकण्याबोलण्यातून आपण लक्षात ठेवलंय, 'बॉर्न क्रिमिनल्स!' वा! बोलतानासुद्धा कसं छान तोंडभर वाटतं!

रानोमाळ तुडवत इथवर येऊन पाहिलं तर ना जमीन, ना घर. शहर तर दृष्टीलाही पडत नाहीये. शहराच्या पूर्वेला– नाहीतर आग्नेयेला असेल– लांब कुठेतरी नरोडा नावाचं एक गावढं गाव आहे. इंग्रज सरकारनं तिथल्या नदीजवळच्या सर्वांत खोलगट जागी राहायला दिलं. राहा खड्ड्यात. तळाशी. पूर्वापार, माथ्यावरचं संपूर्ण खुलं आकाश निरखत जगत आलात ना, आता त्यापेक्षा अनेकपटीनं वाईटरीत्या, खड्ड्यातून दिसणारं तुकडाभर आकाश पाहत जगा.

एवढ्यानं भागलं नव्हतं. वाइटात वाईट गोष्ट कोणती असेल तर ती म्हणजे या क्षणापर्यंत असलेलं स्वातंत्र्य कुठच्या कुठे नाहीसं झालं. खड्ड्याच्या वरच्या अंगाला उंचावर एक पोलीस ठाणं होतं. अजूनही आहे. तिथून खालचा सगळा भाग स्पष्टपणे दिसतो. म्हणजे, क्षणोक्षणी पोलीस पहाऱ्यात जगायचं म्हणा ना!

सेटलमेंटच्या ठरवून दिलेल्या सीमेबाहेर जातायेताना पोलिसांच्या वहीत नोंद करायची. रात्री खाली सेटलमेंटमध्येच राहिलात, कुठे गेला नव्हतात ते सिद्ध करण्यासाठी निजायच्या आधी आणि उठल्याबरोबर लगेच टेकडीवरच्या ठाण्यावर हजेरी लावून यायचं.

हा नियम तोडणाऱ्याला शिक्षा ठरलेली, मग स्त्री असो वा पुरुष. विनाकारण झालेल्या त्या शिक्षेच्या अंमलबजावणीच्या पद्धती सांगून-लिहून समजावता येण्याजोग्या नाहीत.

सेटलमेंटबाहेर जाता येत नसल्यानं नानकीला कैदेत असल्यागत वाटे. ती बारा-तेरा वर्षांची झाल्यानंतर इंग्रज ऑफिसर इतरांसोबत तिलाही बाहेर घेऊन जात. सेटलमेंटमधले तरुण आणि किशोरवयाच्या मुलांना बाहेर नेऊन 'चीप लेबर' या गोंडस नावाखाली त्यांच्याकडून मोलमजुरी करवून घेत. नानकीच्याच वयाचा वस्याक पिठाच्या गोणी पाठीवर घेऊन मैल-दीड मैल अंतरावर न्यायचा. बाहेर नेलेल्यांना सूर्यास्ताला पुन्हा सेटलमेंटमध्ये आणून सोडत. चार चार आणे मजुरी त्यांच्या हातावर टेकवली जायची.

तेवढ्या चार आण्यांवर वस्याक आयुष्याचा गाडा रेटत होता. बाकी सगळे संधी मिळताच तारेतून निसटून एखाद्या रात्री काही ना काही मिळवून येत. वस्याक जात नसे.

इंग्रज पलटण गेली; देशी पोलीस आले. सिंधहून आलेल्या निर्वासितांचं पुनर्वसन करताना सरकारला मजुरांची गरज भासली.

त्या वेळी देशी पोलीससुद्धा सेटलमेंटमधून मजूर नेऊ लागले. फरक इतकाच की, इंग्रज देत होते तेवढे चार आणेदेखील देशी पोलीस देईनासे झाले. जे काम करायचे ते वेठबिगारी!

आवक बंद झाल्यानंतर वस्याकच्या कलेनं उसळी घेतली. पूर्वीसारखे चार आणे मिळत राहिले असते तर वस्याक पुन्हा कधी कामगिरीवर गेला नसता.

इंग्रज गेले, पण सेटलमेंट गेली नाही. थेट बावन्न साली गेली. दरम्यान, संपूर्ण सेटलमेंटवर देशी पोलिसांची अधिकच वक्रदृष्टी झाली होती. दारूबंदीचा नवीन कायदा घडला आणि नवीनच संकट उभं राहिलं. एवढंच नव्हे तर उभ्या जन्मात कधी जे गुन्हे केले नव्हते, ते त्यांच्या नावावर चढू लागले. सरकारकडून मिळालेली भेट!

दहा-बारा, पंधरा वर्षांच्या वयात अनुभवलेले आघात आणि त्यामुळे दाटून आलेली नाराजी नानकी आजी आज ऐंशी पार केल्यावरही विसरली नव्हती.

तापानं फणफणत, कुठेच न जाता घरात तळमळत पडलेल्यालासुद्धा पकडून नेऊन गुन्हा कबूल करायला लावण्याचा इतिहास शेजारी निजलेल्या नातीला गोष्टीतसुद्धा सांगण्यासारखा नाही. मोठी झाली की आपोआप समजणारच आहे सारं! त्या भानगडी आत्ताच तिच्या नजरेला न पडोत, अनुभवाला तर मुळीच न येवोत.

आज सांगितली तशी उद्याही गोष्ट सांगावी लागणार. उद्या कोणती गोष्ट सांगायची ते ठरवून मगच नानकी आजी निजायची!

८

संकटसमयीचं 'नागरका'चं शस्त्र हेच की, 'रंगे हाथ' पकडले गेलात तर समोरच्या किंवा मागे लागलेल्या माणसाला घाबरवून सोडायचं. कोणाला घाबरवू शकला नाहीत तर तुमच्या कामाचा गौरव धुळीला मिळवलात!

धर्मात असतं तसंच या धंद्यात असतं. यजमानाला न घाबरवणाऱ्या भटा-भिक्षुकाला कोणी दक्षिणा देत नाहीत. या धंद्यात यजमानाला घाबरवू न शकणाऱ्याला बेदम मार खावा लागतो अथवा तुरुंगाची हवा खावी लागते.

गोष्ट सांगायला सुरुवात करण्याआधी नानकी अशी प्रस्तावना करत असते. ऐकता ऐकता सती अर्ध्यातूनच म्हणते, "गोष्ट सांग की!"

"गोष्टच सांगत्येय, पण आधी एक लक्षात ठेव– आपली विद्या सांगते की, ज्या घरात शिरायचं त्या घरातलं कोणी जागं झालंच तर त्याला घाबरवून टाकावं लागतं.

"न घाबरणारा माणूस केव्हाही सामोरा येईल, आपल्याला धरेलसुद्धा! पकडल्या गेलेल्या कारागिराला काही अब्रू उरत नाही. असा नागरक त्याचा मित्र-साथीदारांच्या थट्टेचा विषय होऊन राहतो.

"यजमान घाबरत नाही, पण सामोरा येतही नाही, असं अघटित कधीकधी घडतं. त्या 'सिंगल'च्या बाबतीत घडलं, तसं झालं तर कारागिराच्या अब्रूला धक्का लागत नाही. आपापल्या गोटातले चार जण भेटले की, खासगीत अशी उदाहरणं कायम चेष्टेचा विषय बनतात तो भाग वेगळा."

"छोट्याकाकाची गोष्ट आहे ना?" 'सिंगल' नाव ऐकताच सतीनं विचारलं. आपल्या लाडक्या चतुर नातीवर फिदा झाल्यागत तिला जवळ ओढून नानकी म्हणाली, "हो गं बायो, त्याचीच गोष्ट. ऐक तर, खूप गंमत आहे."

एवढं म्हटल्यावर नानकी आपल्या भाषेत जे काय सांगते ते साधारणत: असं असतं–

चारचौघांत चर्चा व्हावी असं घडलं होतं. लग्न आटोपून वऱ्हाड यायला निघालं की, कुठं काय चुकलं, कुठली रीत पाळली गेली नाही, कोणाला व्यवहार कळला नाही; अशी चर्चा घडली नाही तरच नवल. त्यामुळे घरच्या वडील माणसांनी अशा

छोट्या-मोठ्या गोष्टी कानाआड करून, कार्य पार पडल्याचा आनंद मानण्यावाचून दुसरं काही करायचं नसतं.

नानकी सांगत होती, सती ऐकत होती, "पण त्या वेळी काणाडोळा करणं शक्यच नव्हतं. थोरल्या आत्याबाईसुद्धा वैतागल्या होत्या; तेही मुलीकडच्यांच्या चुकीमुळे नव्हे तर खुद्द नवरा-नवरीनं निर्माण केलेल्या घोळामुळे."

वऱ्हाड कोण्या अशातशा सामान्य घरचं नव्हतं. शंभूप्रसादांसारख्या अग्निहोत्री ब्राह्मणाचा मुलगा लग्न करून येत होता. दुमजली घर, वडिलांची प्रतिष्ठा ब्राह्मणाला साजेशी आणि संपत्ती व्यापाऱ्याला वा जहागिरदाराला शोभेशी. अशा घरात सदैव पूजाअर्चा, भक्तिभाव अशा वातावरणात वाढलेला, अठराचा झालेला तिलक. त्याचंच लग्न झालं होतं.

...तर असं वऱ्हाड परतत असताना खुद्द नवरदेवानं सगळ्यांना वाटेतच कुठेतरी थांबवून देवदर्शन करायची इच्छा व्यक्त केली; तर त्यात गैर काहीच नाही, पण दर्शन करायचं ते हनुमानाचं? लग्न झाल्यावर पहिलं दर्शन घ्यायचं ते कुलदेवतेचं हे सांगावं लागतं का? ते सगळ्यांनाच माहीत असतं... आणि हा तिलक्या पाहा! दुसरं काही नाही न् शेंदूरमाखल्या मारुतीला गेला?

पवनपुत्र हनुमानाचा भक्त असला म्हणून काय झालं? सांजारतीला राममंदिरात जायचा तिलकाचा नेम अगदी सूर्यास्ताइतका ठरलेला. मंदिराचे पुजारीबाबा त्याला पाहताच म्हणतात, 'लो, हनुमानजी आ गए ।'

मंदिराच्या सजावटीच्या कामात पुजारीबाबांना मदत करून झाल्यावर आरतीची झांज वाजवायला तिलकनं सुरुवात केली की, गावकरी गोळा होऊ लागतात. त्याच्यासारखं तालबद्ध झांज वाजवणं कोणालाच जमत नाही.

मुलीबाळींना संध्याकाळी एकटीदुकटीनं हिंडायची मनाई असायची. कोणी एखादी किशोरी मोठ्या माणसांसोबत मंदिरात आली असली तर तिचं लक्ष तिलकवर खिळायचं. प्रभू रामचंद्रांच्या पायाशी बसलेल्या हनुमानावर नजर लावून एका तालात झांज वाजवण्यात तल्लीन झालेल्या तिलकला ते जाणवलं, तरी त्याची पर्वा नसायची.

"ते सगळं खरं. कोणाची ना नाहीये. तिलक्या भक्ती करतो तर करू दे बापडा. हरकत नाही, पण नवीन लग्न झालेल्या नवरा-नवरीनं बालब्रह्मचाऱ्याच्या पाया पडायला जाणं, यात मारुतीरायाचा मान राखला असं होत नाही." आत्याबाई ऐकून घ्यायला तयार नव्हत्या.

त्यात आणि सून अहमदाबादची. पंधरा-सोळा वर्षांच्या शिकलेल्या मुलीला एवढं कळायला नको का की, बाबा मारुतीच्या दर्शनाला जाऊ नये? बाई असून आजन्म ब्रह्मचारी देवाला जायचं धारिष्ट सूनबाईनं केलं आहे, आता भोग म्हणावं!

घरात पाय ठेवताक्षणीच थोरल्या बहिणीनं असं वाक्‌ताडन सुरू केलं, तसे शंभूप्रसाद म्हणाले, "पण मोटीबेन, जरा आमची वाट तरी बघायची होती."

"होय रे बाबा, सगळा दोष माझ्या माथी. मारतीराय मला जाब विचारेल. तुला नाही. मग तर झालं?"

थोरल्या बहिणीनं रीतसर रडणं आरंभलं. तिला शांत करण्याखेरीज दुसरं काही करणं शंभूप्रसादांच्या हातात नव्हतं. होणारं होऊन चुकलं होतं.

झालं होतं असं की, आगगाडीतून उतरून वऱ्हाड स्टेशनच्या बाहेर पडलं. शंभूप्रसाद आणि त्यांची बायको दोघं तालुक्याच्या गावी उतरणाऱ्या सरकारी कचेरीच्या स्टाफला निरोप द्यायला, लग्नाची मिठाई वगैरे द्यायला मागे राहिली. गाडी सुटल्यावर बाहेर आली.

बाहेर येऊन पाहतात तो नवरा-नवरीची घोडागाडी आणि वऱ्हाडांच्या बैलगाड्या गावच्या रस्त्याला लागल्यासुद्धा! गाणी गात गात सगळे सावकाश निघालेत पुढे पुढे. शंभूप्रसाद जरासे गोंधळले, पण त्यांच्या मागे जाण्यावाचून गत्यंतर नव्हतं. घोडी तयार होती. एक बैलगाडी वाट पाहत उभी होती.

घोडागाडी जोरात धावत असल्यानं बरीच पुढे निघून गेली. मधेच अचानक थांबली, तेव्हा मागच्या गाड्यांतल्या लोकांना वाटलं, आपल्यासाठी थांबली वाटतं! तेवढ्यात पाहिलं तर नवरा-नवरी गाडीतून उतरताहेत. कोणी म्हटलंसुद्धा, 'अरे देवा, ही दोघं अशी मधेच रस्त्यात उतरलीत कशाला?'

नवरा-नवरीसोबत बसलेल्या करवलीनं आणि वहिनीनं 'असं मधेच थांबून रस्त्यात उतरू नका' म्हटलं, पण तिलक साक्षात नवरदेव! त्याला कोण रोखणार?

वर्षानुवर्षांपासून तलावाकाठी विराजमान झालेल्या त्या छोट्याशा मंदिरातल्या देवानं नवपरिणीत दाम्पत्याला आपल्या दिशेनं येताना प्रथमच पाहिलं.

...स्वत:चा काही दोष नसतानाही नव्या सुनेनं पदर पसरून आत्याबाईंची माफी मागितली. जेवायची वेळ होईतो सगळं थंडावलं. सर्व जण जेवले. संध्याकाळी कुलदेवतेच्या मंदिरात जाऊन आले. एक एक करत पाहुणे परतू लागले. काही जण नवरा-नवरीची खोली सजवू लागले.

एकांत मिळताच नववधूनं नवऱ्याला विचारलं, "आता काय होईल? तुम्हाला माहीत नव्हतं का की..."

"तसं काही नसतं. मारुतीबाप्पाची माझ्यावर सदैव कृपा आहे," तिलकनं म्हटलं खरं, पण त्याचं मन मात्र झाल्या अपराधाचं निवारण कसं करावं, या विचारात गुंतलं होतं.

"तू छोट्याची गोष्ट सांगत होतीस ना, तो कुठाय या गोष्टीत? अजून त्याचं काही आलंच नाही!"

नानकी हसली, म्हणाली, ‘‘किती गं बाई घाई तुला! या गोष्टीत छोट्या पण येणारे. पुढे ऐक आता.’’ असं म्हणून नानकी आजी गोष्ट पुढे सांगू लागे-

इकडे हे होतंय अन् तिकडे गावापासून लांब, शेतांच्या पलीकडे, रुळांलगत पसरलेल्या ‘दंग्या’त कारागिरांची टोळी मैफल जमवून बसली आहे. नाऱ्यानं खबर आणलीये. चांगलं घबाड आहे. चार जणांनी मिळून केलं तर होण्यासारखं काम आहे.

मूळ वस्तूचा मालक नाऱ्या. म्हणजे कामगिरीवर कोणी जायचं ते नाऱ्यानं किंवा नाऱ्या ज्याला मुकादम नेमेल त्यानं ठरवायचं. नाऱ्या काय करतो याकडे सगळ्यांचं लक्ष लागून राहिलं होतं, तोच छोट्या एकदमच बोलू लागला, ‘‘या खेपेला मी घरात शिरणार. दरवेळी गल्लीत फक्त पहारा देत बसायला मी काही आता नवशिक्या उरलो नाहीये.’’

नशेच्या भरात बडबडणाऱ्याचं बोलणं एरवी कोणी फारसं लक्ष देऊन ऐकत नाही, पण आज झेम्या मधे पडला. म्हणाला, ‘‘छोट्याला छपरावरून उतरवणं शक्य नाही आणि भिंतीतून घुसवायचं असेल, तर भलं मोठं खिंडार पाडावं लागेल. म्हणजे तेही शक्य नाही. त्याला आपल्यासोबत न्यायचंच असेल तर त्यानं बाहेर उभं राहून पहारा द्यावा.’’

झेम्याचं म्हणणं चुकीचं नव्हतं. हेऽऽ एवढं मोठं डोकं आणि आडदांड देह घेऊन जन्मलेल्या मुलाचं ‘छोट्या’ हे नाव ठेवायचं कोणाला सुचलं असेल असा प्रश्न पडावा, असल्या दांडग्या शरीराला छपरावर चढवण्याचा धोका पत्करण्याजोगा नाही.

छोट्या चिडला. ‘‘बघतोच कोण मला अडवतो ते!’’

नाऱ्या म्हणाला, ‘‘कोणी जायचं ते अजून ठरलं नाही अन् आधीच...’’

छोट्या कोणाचं काही ऐकून घ्यायला तयार नव्हता. धुंदीतच म्हणाला, ‘‘मला घेऊन जाणारे तुम्ही रे कोण? माझा मीच जाणार एकटा.’’

‘‘कुठे?’’ रघूनं विचारलं, ‘‘मुळात जागाच माहीत नाहीये.’’

छोट्या म्हणाला, ‘‘जागा माझी, माल पण माझाच. सोबत कोणीच नको.’’

एवढं बोलून छोट्या चालता झाला. एका साथीदारानं त्याला धरून आणून खाली बसवलं. त्याची बडबड सुरूच होती- ‘‘शंभू बामणाच्या घरात शिरेन. खरा माल तिथंच मिळेल. नाऱ्यालाच काय, तुम्हा कोणाला मिळणार नाही एवढं मी एकटा घेऊन येईन.’’

आसपासच्या एकूण एक ‘कुम्भिलां’ची नजर शंभूप्रसादांच्या घरावर अनेक वर्षांपासून आहे, पण आजतागायत एकाही ‘नागरका’नं त्यांच्या घरात शिरायचं धाडस केलेलं नाही. शंभू सदैव किती सावध, किती सज्ज असतो, त्याची वरपर्यंत ओळखपाळख आहे हे सगळ्यांना ठाऊक आहे. भलभले कारागीर आपापसातसुद्धा

शंभूचं घर फोडायचा विचार पट्कन करत नाहीत.

नशेच्या भरात बोलणाऱ्या छोट्याचं म्हणणं हसण्यावारी नेत रघूनं म्हटलं, "मरायचंच असेल तर जा तिथं. आजच त्याच्या तिलकचं लग्न झालंय. मावणार नाहीत इतकी माणसं असतील घरात."

छोट्या गंभीरपणे म्हणाला, "लग्न असेल तर उत्तम. टोळकी जमवून मजा करायला येतात बेटे. कोणी कोणी तर आपलं स्वतःचं सामानदेखील लग्नघरी विसरून जाणार बघा."

छोट्या म्हणाला ते अगदीच चुकीचं नव्हतं. लग्नकार्यात महत्त्वाच्या वस्तू सांभाळून ठेवण्याचं भान कोणालाच नसतं. सगळे मजा करण्यात दंग. ज्यांना कामं नेमून दिलेली असतात ते एकमेकांवर ढकलत असतात. कोणी म्हणतं, "अरे, त्या पेटीवर लक्ष ठेवायचंय नीट. माहीत आहे ना?"

उत्तर येतं, "आहे की! रामभाईंना सोपवलीये."

हा रामभाई कोण, त्याला दुसरी किती कामं सांगितली आहेत. तो कशाकशाकडे न् कसं काय लक्ष देणार याची चिंता सांगणाऱ्यानं करायची नसते.

पाहुणे परत गेले तरी त्यांचा चश्मा-धोतर-पंचा यापासून ते घड्याळ, साडी, गळ्यातल्या, पायातल्या दागिन्यांपर्यंत जे राहिलं असेल ते वराच्या किंवा वधूच्या आई-बापांना ज्याचं त्याला पाठवून द्यावं लागतं.

घरात जास्तीत जास्त अव्यवस्था जर कधी असेल तर ती लग्नकार्यात. गलथानपणादेखील अशाच प्रसंगी दिसायचा. कुशल 'लूण्टाक' अशाच संधीचा फायदा घेत असतात.

छोट्याच्या बोलण्यानं कोणाला हसू आलं नाही. जरा वेळानं छोट्या उठून चालू लागला. लग्नघर लुटायचा त्याचा इरादा अगदी पक्का आहे असं साऱ्यांना वाटलं.

कामगिरीवर निघणाऱ्या कारागिराला कोणी अडवत नाही. जाणाऱ्याला टोकून अपशकून करायचा नसतो आणि जिथं जाईल तिथं त्याचं काय होईल याची चिंताही मागे राहणाऱ्यांनी करायची नसते.

जाणारा जातो. यशस्वी होवो वा न होवो, पकडला जाऊन मार खावो वा पोलीस ठाण्यावर पोहोचो. तो, त्याचं कौशल्य आणि त्याचं नशीब. त्याच्या परतण्याची वाट बघण्याखेरीज बाकीच्यांनी दुसरं काही करायचं नसतं.

आज मात्र हा नियम तोडावा लागेल. छोट्याच्या मागोमाग जाऊन त्याच्यावर लक्ष ठेवावंच लागेल. छोट्या चिडलाय. काहीसा खिन्न आहे. त्यातून प्यायलाय. खूप काळजीपूर्वक ठरवावं, योजावं लागतं अशा घरी निघालाय. नीट योजना आखल्याखेरीज अशा घरी जात नसतात. नाऱ्यानं रघूला म्हटलं, "जा रे बाबा, कुठं जातोय जरा बघ तरी!"

दबक्या पावलांनी रघू छोट्यामागे निघाला. थोडंसं इकडेतिकडे भटकून छोट्या मागे फिरेल असं त्याला वाटलं होतं, पण पाहतो तो छोट्या अखंड चालतच होता. रात्र झाली तरी, लक्ष्याचा वेध घ्यायला निघालेल्या तीरासारखा छोट्या शंभूप्रसादांच्या गावाच्या दिशेनं सतत चालतच होता.

रूळ ओलांडून छोट्यानं हनुमानाच्या देवळीपाशी दम घेतला. कपडे काढून कमरेला गुंडाळले. नुसत्या लंगोटानिशी देवळीत जाऊन मूर्तीच्या तळाशी कुंडात गोळा झालेल्या तेलानं आपलं शरीर माखून घेतलं. शरीर तेलकट, चिकट असायला हवं. पकडले गेलात तर निसटायला सोपं जातं.

आता छोट्यानं वेष धारण केला. मूर्तीवरचा शेंदूर काढून स्वत:च्या अंगाला चोपडला. मारुतिरायाच्या गळ्यात होत्या नव्हत्या तेवढ्या सगळ्या रुईच्या माळा आपल्या गळ्यात अडकवल्या.

पाठीमागे दडलेल्या रघूनं पाहिलं की, छोट्या करतोय ते ठीक आहे. भरल्या घरातला एखादा कोणी उठलाच एकाएकी तर छोट्याला पाहताच त्याची बोबडी वळली पाहिजे.

गावात शिरून छोट्यानं शंभूच्या घराच्या आसपास दोन फेऱ्या मारल्या. या भागातल्या तमाम तस्करांनी हे घर अनेक वेळा बघून ठेवलंय. घराची बारीकसारीक माहिती प्रत्येकाकडे आहे. अजूनपर्यंत कोणी आत शिरलं नाही एवढंच काय ते! आज एक 'मूषक' आत जाऊ बघतोय. दुसरा त्याच्या हालचालींवर नजर ठेवून आहे.

उत्तराभिमुख दुमजली घर. वाडवडिलांच्या काळचं घर रात्रीच्या अंधारातही आपल्या सत्ता-संपत्तीचं दर्शन घडवत उभं आहे. लग्नानिमित्तानं केलेल्या रंगसफेतीमुळे घराची अवस्था थोडी झाकली गेली असली तरी घर जीर्ण झालंय हे सगळ्यांना ठाऊक आहे.

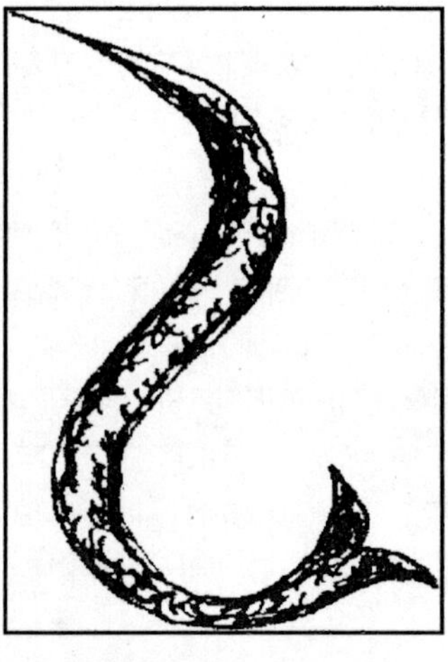

गणोशियो (घरफोडीचं हत्यार) न घेताच आपण निघालोय हे अंगणाच्या भिंतीला हात लावताक्षणीच छोट्याला आठवलं. आता कोटावरून उडी मारून जावं लागणार. बाहेर पळून जायची वाट करून ठेवण्यासाठी अंगणात शिरल्याशिरल्या बाहेरच्या देवडीची कडी आधी काढून ठेवावी लागेल.

कोणीकडून वर चढावं याची पाहणी करताना छोट्याची नजर वर गेली. माडीवरच्या

खोलीभोवती सज्जा आहे. उन्हाळ्यात निजायला उपयोगी पडेल किंवा एखादा माणूस सज्ज्यात बसून खुशाल बाहेरचं दृश्य बघू शकेल एवढा मोठा. घरातून सज्ज्यात यायला दोन कवाडांची मोठी खिडकी आहे. पावसापाण्याच्या, ऊन-वाऱ्याच्या माऱ्यानं, इतक्या वर्षांच्या वापरानं कवाडं खिळखिळी झाली असावीत, म्हणून तर आत्ता आतल्या कंदिलाचा उजेड दाराच्या फटीतून झळकतोय.

शेजारीच नवं घर बांधलं जातंय. त्यावर काठ्या बांधून केलेला झुला सोडलाय. अशी नामी संधी छोट्याला पुन्हा मिळायची नाही. गवंड्यांसाठी तयार केलेल्या त्या काठ्यांच्या झुल्यावर छोट्या चढला. झुल्याचाच एखादा बांस ओढून घेऊन त्याच्या आधारानं सज्ज्यात उतरता येईल.

बांस शोधताना काथ्याच्या दोराचा मोठा गुंता छोट्याच्या हाती लागला. छोट्यानं तो गुंता सोडवला. चार-पाच पदरी दोर करून त्याच्या एका टोकाला दोराचा फास करून सज्ज्याच्या कठड्यात अडकवला. दुसरं टोक कमरेला गुंडाळून आपल्या हातात धरलं अन् हलकेच सरकू लागला.

आता मात्र रघूला काळजी वाटू लागली. सज्जा जीर्ण झालाय. छोट्यासारख्या भरभक्कम माणसानं जरा जरी जोरात पाय टाकला तरी सज्जा तळासकट खाली! काथ्याच्या दोराला लटकून सरकायला गेला तरी सगळाच्या सगळा लाकडी कठडा लोंबू लागेल.

असलं काही घडलं, तर आपण छोट्याला कशी मदत करू शकू, याचा विचार करत रघू झुल्याखाली उभा राहिला. झालं काहीच नाही. छोट्या थेट सज्ज्यात उभा.

छोट्यानं खिडकीची कडी तपासली. थोडासा हिसका देताच पातळ कड्यांची गंजकी साखळी निखळली. खिडकी उघडली. छोट्या आत घुसला.

सतरा-अठराच्या वयाचे, प्रथमच एकांतात भेटलेले वर-वधू लगेच निजून जातील असं कुठे झालंय? साता जन्माच्या सोबतीची साद घालून झाल्यावर या जन्मातल्या, विशेषत: आजच्या कडू-गोड घटनांच्या स्मृती दोघांच्या मनात गुंजत राहणारच. जाणतेपणानं घेतलेल्या प्रेमानंदाच्या आठवणीत डुंबत दोघं पेंगुळली, तोच अजाणता घडलेला अपराध तिलकला आठवला.

इतर कोणा देवदेवतांचा अपराध केला असता तर हरकत नव्हती, पण साक्षात महाबली हनुमान? तिलकच्या डोक्यावर एक नुसता बुक्का हाणतील तर तिलक थेट भुईत. गळ्यापर्यंत!

वधू निजली की जागी आहे, हे बघायला तिलक कुशीवर वळला आणि त्याच्या आश्चर्याला पारावार उरला नाही. कंदिलाच्या उजेडात खिडकीतून बाहेर जायच्या तयारीत असलेले, शेपटीसह साक्षात स्वत: मारुतीराय! जन्मभर ज्याची आराधना केली तोच देव!

उघडाबंब तगडा देह, तेलानं थबथबलेले केस, शेंदूरमाखलं शरीर अन् गळ्यात रुईच्या माळा. असं भव्य दर्शन त्यांनी पृथ्वीतलावर अन्य कोणालाही कधीही दिलं नसेल. आज या तिलक्यावर कृपा केलीय!

आणि आपण? जोडीनं याच्या समोर जाऊन उभे ठाकलो? अरेरे! पण बघा, देव माझी काळजी दूर करायला थेट माझ्या घरी आला. थोरल्या आत्याबाई उगाच घाबरल्या होत्या. बघा म्हणावं, या तिलक्यावर देवाची अनंत कृपा आहे.

तिलकाचा आनंद, पश्चात्ताप आणि त्यासोबतच आवेशही हृदयाच्या तळापासून उचंबळून गळ्यापर्यंत आला. आपल्या अवस्थेची चिंता किंवा विचारही न करता, होता तसाच तिलक पलंगावरून उडी मारून आला. खिडकीजवळ उभ्या असलेल्या हनुमंताचे त्यानं पाय धरले. "मला पामराला दर्शन दिलंत प्रभो? माझी फार मोठी चूक झाली प्रभू, मला क्षमा करा. मी तुमचा भक्त आहे प्रभू... शारदा, अगं बघ कोण आलंय!"

वरातीच्या वेळच्या शालूशेल्यासकट सकाळी पतीसह मूर्तीचं दर्शन घेणं शारदाला शक्य झालं होतं, पण आत्ता साक्षात स्वत: प्रकट झालेल्या देवाचं दर्शन घ्यायला उठण्याच्या अवस्थेत शारदा नव्हती. तिनं रजई झट्कन डोक्यावरून ओढून घेतली.

आत सुरू झालेल्या खेळाचा महाभयंकर निकाल लागण्याची शक्यता लक्षात येताच रघूनं छोट्याच्या कमरेला गुंडाळलेली दोरी ओढली.

बाहेरून आपल्याला कोण ओढतंय, आत हे काय चाललंय यांपैकी काहीच छोट्याला उमजलं नसलं तरी आता इथं अधिक काळ थांबलो तर आपल्या जिवावर बेतणार एवढं त्याला उमगलं.

जसा आत आला होता तसाच मुकाट्यानं छोट्या बाहेर निघून गेला.

खोलीच्या, शेणामातीनं सारवलेल्या भुईवर कपाळ रगडून बडबडत बसलेल्या तिलकनं घडीभरानं वर बघितलं तोवर भगवान अंतर्धान पावले होते!

'दंग्या'कडे परतेतो छोट्या संतापला होता. सगळी नशा उतरली होती. इतका कठीण वेष धारण केला तरी तो येडपट घाबरून जायच्याऐवजी दुसरंच काही बडबडत राहिला, त्यामागचं कारण छोट्याला समजत नव्हतं. त्याला वाईट वाटू लागलं, "अरेरे" तो अकारणच म्हणाला, "बिचारी दोघं कशी निवांत निजली होती. उगीच गेलो मी तिथं. चुकलंच माझं."

"नाही. नाही... हो, हो!" याहून अधिक बोलण्यासारखं रघूपाशी काही नव्हतं.

शंभूप्रसादांच्या त्या माडीच्या सज्ज्याला दुसऱ्याच दिवशी नवीन दारं बसली. छे, छे! जुनी फेकून नाही दिली. त्यांच्यावरच्या भगवान हनुमंताच्या तळव्यांच्या शेंदरी ठशांसह देवघरात अजूनही त्यांची पूजा होते.

१

प्रत्यक्ष घडलेल्या घटनांच्या गोष्टी सतीला फार आवडतात. छोट्या हकिकतीदेखील आवडत. 'सिंगल'ची कधीकधी पुरती फटफजिती झाली असेलही, पण एकट्या हाती मोहिमेवर गेलेल्या छोट्याचे पराक्रम काही कमी नाहीत. त्या हकिकती सतीच्या आठवणीत आहेत. आपल्या वस्याक आज्याची तसलीच एक हकिकत सतीच्या सदैव स्मरणात राहणार आहे. ती गोष्ट सांगताना 'कोणाला सांगायची नाहीस ना,' असं नानकीनं विचारलं होतं.

"आजा आता नाहीये, मग सांगायला काय हरकत आहे?" सतीनं प्रतिप्रश्न केला होता.

"ना. मग नाही सांगणार मी." नानकीनं स्पष्ट नकार दिला. त्या माणसाच्या मनातला आक्रोश मी पाहिलाय. तो मरून गेला, आता त्याच्या आत्म्याला मला दुःख द्यायचं नाहीये. तू त्याची नात आहेस म्हणून तुला सांगत्येय, पण काही झालं तरी तू कोणाला म्हणून सांगायचं नाहीस. तुझ्या आईलाही नाही."

" 'मा'ला माहीतच असणार."

"नाही. एक तुझी आजी वाबी अन् दुसरा तुझा आजा वस्याक. दोघांनाच माहीत होतं. तिसरी मी. मी कुठून माहीत करून घेतलं ते नाही सांगणार."

"बरं." असं म्हणून सती मोठ्या उत्कंठेनं ऐकायला सरसावून बसली.

आपल्या नेहमीच्या सवयीप्रमाणे नानकीनं गोष्टीला प्रारंभ केला-

बचुमास्तर मोठ्या मानापानानं दीपकच्या बायकोला घरी घेऊन आले. चार-पाच महिन्यांपूर्वी थाटामाटानं पहिलटकरीण सुनेचं डोहाळेजेवण करून बाळंतपणासाठी तिची माहेरी पाठवणी केली होती. सुनेच्या माहेरची माणसं तिला घेऊन गेली त्या दिवसापासूनच बाळ-बाळंतिणीच्या सोयींसाठी सासूबाईंनी कंबर कसली होती. बाज नव्यानं विणून घेतली. दीपकच्या वेळचा पाळणा माळ्यावरून खाली उतरवून घेतला. सुताराकडून दुरुस्त करून आणला. झबली-टोपडी-बाळंती वगैरे सर्व बाळंतविडा व्यवस्थित देणार असल्याचं विहीणबाईंना आधीच सांगून ठेवलंय. आता फक्त घर ठाकठीक करायचं राहिलं.

मग सासूबाईंनी आपल्या हातांनी शेणामातीनं लिंपून-सारवून आणि सासऱ्यांनी छपराची कौलं सारखी करून खोली नीटनेटकी करून ठेवली. कौलांवर ज्वारीच्या वाळलेल्या धाटांच्या पेंढ्या एकसारख्या अंथरल्या. सूनबाई बाळाला घेऊन येईल तेव्हा उन्हाळा असेल. वरून गवत अंथरलेलं असलं की, छप्पर तापत नाही. बाळ-बाळंतीण दोघांना उकडणार नाही.

सून बिचारी फाड्‌कन बोलणारी नाहीये. तिला कोणत्या गोष्टीची गैरसोय होऊ नये. माहेर चांगलं सधन आहे तिचं, लाडाकोडात वाढलेली आहे. म्हणाल त्या सोयी हजर असतील माहेरी.

आपल्या एकुलत्या एका मुलासाठी इतक्या मोठ्या घरची मुलगी आणल्यामुळे बचुमास्तर आणि त्यांची बायको दोघं हरखली आहेत. त्यात आणखी सून अतिशय सालस निघाली, त्यामुळे आनंद दुपटीनं वाढला. भरीला पहिल्याच खेपेला मुलगा झाला!

सुनेच्या आईबापांनी मास्तरांची गरिबी, त्यांचं घर यांकडे लक्ष दिलं नाही. पाहिला तो त्यांचा मुलगा. एकुलता एक आहे. या वर्षी मोठ्या कॉलेजातून शिक्षण पूर्ण करेल. सुरुवातीला करेल छोटी-मोठी नोकरी, पण उद्या मोठा साहेब बनून पक्क्या घरात राहण्याइतकं कमावणार हे नक्की!

पोरीला नणंद नाहीये. आईबाप सगळ्यांनाच असतात, पण कुठवर? दोनेक वर्षांत रिटायर होतील एवढं बचुमास्तरांचं वय आत्ताच झालंय.

या सगळ्याचा विचार करून रूपा दीपकला दिली आहे. चारचौघांत जरा वेगळं सांगावं लागतं की, बुवा बचुमास्तर गडगंज श्रीमंत नसू देत, पण त्यांचं नाव फार चांगलं आहे. मास्तर न् त्यांची बायको दोघं उद्यमशील, मोकळ्या मनाची आहेत. शाळेतल्या नोकरीखेरीज थोडीफार जमीन आहे. दारात दोन छानशा गायी आहेत.

संस्कारसंपन्न घर, स्वच्छ नीटनेटकं अंगण. असेल विटामातीचं, देशी कौलांचं, पण स्वतःचं आहे. लेकीच्या सासूनं बरंच काही जमवून ठेवलं आहे. चार पाहुणे आले तर अंथरूण-पांघरूण मागून आणावं लागणार नाही. कोणत्या गोष्टीची टंचाई नाहीये. सर्वांत महत्त्वाचं म्हणजे जावई इतका सुसंस्कृत, शिवाय कसलंही व्यसन नाही. मुलीच्या आईबापांनी याहून अधिक काय बघायचं असतं?

अशा या रूपाला आणायला बचुमास्तर, दीपक आणि मास्तरीणबाई तिघंही गेले होते. मोठ्या हौसेनं आणलेलं सगळं बाळाच्या अंगावर घातलं. साऱ्यांनी एकत्र जेवूनखाऊन आनंदानं सर्व साजरं केलं.

विहीणबाईंनी बाळंतविडा मांडून दाखवला. आजी-आजोबांनी, मामानं आणि लेकीचं बाळ बघायला आलेल्यांनी काही ना काही हातात ठेवलं. भाचा मोठा नशीबवान म्हणायचा. एवढ्यातच आजोळहून नाही म्हटलं तरी सातेक तोळे सोनं

मिळवलंय. अजून बापाच्या गावी गेल्यावर तिथल्या आप्तेष्टांकडून मिळेल ते वेगळंच.

मास्तरांना खूप आनंद झाला. गोंधळलेही तेवढेच. आपल्या घरात जे काय दोन-चार तोळे सोनं आहे ते बायकोच्या अंगाखांद्यावरच आहे. दीपकचं त्याच्या गळ्यात-बोटात सुरक्षित आहे. या बाळाचं इतकं सोनं ठेवायचं कुठे? सध्याचे दिवस हे असे कठीण. जिल्ह्यातले इंग्रजांचे पोलीस सत्याग्रहींना पकडण्यात गुंतलेत. खेडेगावांकडे कोणाचं लक्ष नाही.

दीपक नोकरीला गेला की, घरात दोन म्हातारी माणसं. सून बिचारी अजून लहान आहे. अशा वेळी, देव न करो, पण भलतंच काही झालं तर?

गोफात ओवलेली जिवती अन् बारीकशी गळ्यातली साखळी एवढं सोडलं तर दुसरं काही आपण नातवाला घातलं नाही. आपण दिलेलं समजा गेलं तरी त्याचं दुःख नाही, पण बाकीचं सुनेच्या माहेरच्या माणसांनी दिलेलं आहे. ते चोरीला गेलं तर सुनेला कोणत्या तोंडानं सांगणार? व्याह्यांना काय तोंड दाखवणार? बचूमास्तरांचं नाव धुळीला मिळेल.

आपली अडचण व्याह्यांसमोर मांडत मास्तर म्हणाले, "असं करा सोयऱ्यांनो, तूर्त हे इथंच ठेवा. दीपकला चांगली नोकरी लागू दे. तो मोठ्या शहरात चांगल्या जागी जाऊ दे, मग नंतर द्या."

व्याह्यांना यात फारसं काही वावगं वाटत नव्हतं. विहीणबाईंनी नकार दिला. "म्हणता काय बचुभाई, लेकीचं धन मी आपल्या घरी ठेवून घेऊ? नाही गं बाई!"

"मग असं करू," सुनेच्या भावानं तोडगा काढला. "इथं बाजारातच बँक आहे. तिथे खण घेऊन त्यात ठेवा. काळजी करायचं कारणच नाही. ना तुम्हाला, ना आम्हाला."

हा उपाय सगळ्यांना पसंत पडला, पण बायकांमध्ये कुजबुज सुरू झाली. "अगोबाई, एवढं कमावलं बाळानं आणि रिकाम्या हाती घरी जाणार? उद्यापासून रूपाच्या सासरी बाळ बघायला लोक येऊ लागतील. त्यांना बाळलेणं दाखवायचं नाही?"

इथं मांडून ठेवलंय तसंच गावी गेल्यावरदेखील आणलेला बाळंतविडा, बाळलेणं सारं काही मांडून ठेवावं लागेल, हे बचुमास्तरांच्या लक्षात आलं. हौसेनं सांगता-दाखवता आलं नाही तर सुनेचं मन मोडेल.

शेवटी सर्वानुमते असं ठरलं की, दीपक घरी आहे तोवर चिंता नाही. तो नोकरीवर रुजू झाला की, त्यानंतर वाटलं तर एखादा आठवडाभर जागरणबिगरण करून कसंही करून सगळं सांभाळावं. मग इथं येऊन बँकेत ठेवलं की झालं. सर्वांचं मन राखल्यासारखं होईल. मेहुण्यासोबत बँकेत जाऊन दीपकनं खण घेऊन ठेवला.

बचुमास्तर आणि मास्तरीणबाई दोघांभोवती नातेवाइकांचा गराडा पडला होता. आणलेलं देऊन आणि इतरांनी दिलेलं पाहून झाल्यावर जो तो म्हणत होता, ''सांभाळ गं बाई रूपा, खूप आणलंयस माहेरून. सोन्याचे जिन्नस नीट ठेवून दे. दिवस फार वाईट आलेत.''

''होय ना!'' आपल्याला प्रेमाचा सल्ला देणाऱ्यांशी सहमत होत सून म्हणे, ''मास्तर तिकडेच ठेवून यायचं म्हणत होते...'' मग बाळाचं बाळलेणं सांभाळून ठेवण्यासाठी केलेली व्यवस्था प्रत्येकाला सांगे.

आठवडाभर वस्याक घराबाहेरच राहिल्यानं वाबी काळजी करत होती. घरातलं धान्य संपलं होतं. उद्यापासून खाण्यापिण्याचे हाल. वाबी स्वत: उपाशी राहिली असती, पण दोन वर्षांच्या रघूला कसं समजावणार?

'दंग्या'तल्या कोणाकडे उसनंपासनं मागायचा वाबी विचार करत होती, तेवढ्यात वस्याक आला. सोबत थोडी ज्वारी आणली होती. वाबीनं ज्वारी दळून भाकरी थापायला घेतल्या. जेवायला बसलेल्या वस्याकला म्हणाली, ''आठवडाभर फिरून आणलं किती, तर चार दिवसांपुरतं.''

वस्याक संतापला. पुढ्यातली भाकरी दूर सारत म्हणाला, ''इतकं तरी कसं आणलं माझं मला माहीत. कुठेही काहीही नाहीये. प्रत्येक गावात लोक पहारा देत जागताहेत. आगगाडीतून उतरवताना माल सांडतो त्यातून भरून घेतलं, तेव्हा इतकं तरी मिळालं.''

यात नवीन काहीच नव्हतं. घरोघरी हीच रडकथा होती. सगळे हात हलवत परत येताहेत. दूर सारलेली भाकरी तिनं पुन्हा नवऱ्यापुढे ठेवली. आपल्याला होती तेवढी माहिती त्याला पुरवत म्हटलं, ''आता भाकरीवर राग नको काढूस. आणणार असशील तर एक जागा सांगते.''

''कुठली?''

पलीकडेच खेळत असलेल्या रघूलाही ऐकू जाणार नाही इतक्या हळू आवाजात वाबीनं आधी गावाचं नाव सांगितलं अन् मग म्हटलं, ''बचुमास्तर''.

''बामण आहे तो.'' ब्राह्मणाच्या घरी काही हाती लागण्याची शक्यता फारच कमी असते हा धडा वस्याक खूप पूर्वीच शिकलाय.

''आहे बामणच, शिवाय दरिद्री.'' वस्याकचा कयास खरा ठरवत वाबीनं पुढे म्हटलं, ''पण सुनेनं आणलंय म्हणे बारा-पंधरा तोळे.''

वस्याकचा संपूर्ण देह थरारला. ब्राह्मणाच्या घरी इतकं धन कधीच नसतं. सूनदेखील आणत नाही इतकालं. राजाची लेक असेल तर गोष्ट वेगळी, पण बामण राजा असल्याचं कधी ऐकलं नाहीये. भावनगरजवळ सिहोरला एक होता म्हणा

बामण राजा, पण काठेवाडी लोकांनी त्याला पळवून लावलं असा इतिहास आहे.

नवऱ्याच्या चेहऱ्यावर नजर रोखत वाबी म्हणाली, "सुनेचा भाऊ मुंबईला वकील आहे."

"खबर पक्की?" वस्याकनं खातरजमा करून घेण्यासाठी विचारलं.

"मी डोळ्यांनी पाहिलं नाहीये, पण स्वत:च्या कानांनी ऐकलंय. बोलणाऱ्याच्या बोलण्यावरून तरी खरी असेलसं वाटतंय. पंधरा नसतील तर पाच तोळे असतील तरी काय?"

"बघू. जमवू काहीतरी." वस्याक म्हणाला.

"जमवत बसायला वेळ नाहीये. गेले पंधरा दिवस माल मास्तरांच्या घरातच आहे. आज उद्या एवढ्यातच तिकडे शहरात इंग्रजांच्या दुकानात ठेवून यायचं घाटतंय."

बाजारातल्या दुकानांच्या रांगेतच बँक आहे. तेही एक प्रकारचं दुकानच. गोरे इंग्रज, राजेरजवाडे, नवाबांचे नोकरचाकर, मोठमोठे शेटिये यांच्याखेरीज दुसरं कोणी तिथं जाताना दिसत नाही. त्यामुळे ते इंग्रजांचं दुकान असेल असं मानलं की झालं. एरवी, बँक म्हणजे काय, दुकानापेक्षा तिथं काय वेगळं असतं, यातलं वाबीला काहीच ठाऊक नाही.

शहरातल्या इतर काही दुकानातले देशी सावकार चोरीचा माल ठेवून घेतात. व्याजावर पैसे घेतात, कर्ज घेतात. गोऱ्यांच्या दुकानातले इंग्रज शेटिये असंच करत असतील. सगळेच चोर. इंग्रज म्हटला म्हणून काय झालं? नवलाईचा थोडाच असणार आहे?

"एकट्यानं कसं जाणार?" वस्याकनं आपली बाजू मांडली. "भागीदार शोधायला नको?"

"साऱ्या जगाला कळून चुकलंय एव्हाना. साथीदार शोधत बसशील तर सगळंच मुसळ केरात जाईल. तिसराच कोणी डल्ला मारून पळूनसुद्धा गेलेला असेल."

दुसऱ्याच दिवशी रात्री वस्याक निघाला. सांगितलेलं गाव दूर नव्हतं. वस्याककडे त्या गावाची आणि मास्तरांच्या घराची पुरेपूर खबर होती. आज उशीर करायचा नाहीये. मध्यरात्री दुसरा कोणी जाऊन टपकायच्या आतच वस्याकनं तिथं पोहोचायला हवं. लवकर जाण्यात जोखीम आहे हे खरं! रात्रीचा तिसरा प्रहर व्हायच्या आत कुठेही शिरायचं नसतं हे सगळ्या विद्याधरांना माहीत असतं. त्यात आणखी घरात दोन म्हातारी माणसं. या वयात मुळातच लवकर झोप येत नाही. तिसरी जी तरणी आहे तिचा नवरा कालच तिला इथं सोडून नोकरीमागे गेलाय. ती नवऱ्याच्या विचारात गुंग असेल, एवढ्यात निजली नसेल.

असं असलं तरी वस्याकनं नेहमीच्या वेळेआधीच शिरायचं ठरवलं. मध्यरात्र होईपावेतो गावातल्या तळ्याकाठी बसून वेळ काढला. आता सर्वत्र शांतता पसरलीये. उशिरापर्यंत ओट्यावर बसून जगभरातल्या प्रश्नांची उठाठेव करणारे वीर पुरुष आता निद्रेच्या अधीन होण्यासाठी रवाना झालेत. वस्याक आपल्या कामाला लागू शकतो. विजयपथावरून आगेकूच करायला आता हरकत नाही.

घरापुढे मोकळं मैदान आहे. गावात येणारे पाहुणे, वाटचे वाटसरू, आपल्या गाड्या सोडून घटकाभर बसू शकतील, गावातली पोरं खेळू-हुंदडू शकतील, संक्रांतीच्या सणाला गावातल्या गायींना ऊस अन् चारा खाऊ घालता येईल आणि फाल्गुनात होळी पेटवता येईल एवढं मोठं.

मैदानाच्या एका बाजूला चिंचेचा खूप जुना, भलामोठा वृक्ष आहे. कोण्या यक्षाचं त्या वृक्षावर राज्य आहे म्हणतात. बुंध्याशी त्याची भग्नावस्थेतली, न पूजलेली मूर्तीदेखील आहे.

मैदान ओलांडून वस्याक बचुमास्तरांच्या घराशी आला. घराभोवती त्यानं एक फेरी मारली. सगळीकडे सामसूम आहे. भिंतीवरून उडी मारून अंगणात जायला हवं. तो भिंतीजवळ पोहोचला. मागच्या बाजूला गाय बांधलेली आहे असं त्याला वाटलं. म्हणजे भिंतीवरून उडी मारून शिरणं शक्य नाही. कुत्रा असता तर भाकरीचा तुकडा खायला देऊन आपलासा करून घेता आलं असतं, पण इथे गाय आहे. परका माणूस शिरलाय म्हटल्यावर हंबरेल, फूत्कारेल. दावं तोडून, शिंग रोखून अंगावरदेखील येईल. घरातले जागे होतील. एवढा तरी दंगा गाय करेलच.

मागच्या खोलीत कंदील जळतोय. कोणीतरी तिथं निजलं असावं. ती म्हातारी दोघं किंवा ती तरणी बाई. तिथून गुपचूप जायला हरकत नाही. गाय जागी असलेल्या अंगणात शिरण्यापेक्षा निजलेल्या माणसाच्या खोलीत शिरावं ते बरं. समजा, माणसं उठलीच तरी वस्याक सगळ्या विद्यांमध्ये तरबेज आहे. अचानक जाग्या झालेल्या माणसांवर काबू मिळवायचे सर्व उपाय त्याला साध्य आहेत.

दाराजवळचा झरोका उघडा आहे. खोलीचं दार उघडण्याआधी एकदा आत डोकावलं पाहिजे. वस्याकनं पाहिलं, आत काथ्याच्या बाजेवर गोधडी अंथरून आई निजली आहे. जवळच झोळीत तान्हं बाळ. दोघं निवांत झोपलीत. उजाडेपर्यंत उठायची नाहीत बहुतेक.

वस्याकला एक भयंकर विचार सुचला. आत जाताक्षणी बाळाला ताब्यात घेतलं तर अंधारात बामणाचं घर उचकटत, फेंदारत बसायची गरज नाही. सोनं कुठं ठेवलंय ते बाळाची आई आपणहून सांगून टाकेल. फार काय, आपल्या हातानं काढून देईल.

पण तसं करण्याआधी वस्याकला आपला चेहरा नीट झाकून घ्यायला हवा.

आपलं तान्हं बाळ ज्या कोणाच्या हाती लागलं असेल त्याचा चेहरा बाळाची आई कधीही विसरणार नाही. मग कंदिलाच्या अंधूक उजेडात अगदी थोडाच वेळ पाहिलेला असू दे की काही असू दे. आयुष्यभर ती तो चेहरा विसरणार नाही.

खिडकीखाली बसून वस्याकनं चेहऱ्यावरून करकचून फडकं बांधलं. चेहरा नीट झाकून घेतला. वाढलेले केस आवरून घट्ट बांधून टाकले. खिडकीची झडप उघडून आत जायला उठला, तेवढ्यात खिडकीच्या जाळीवर त्याचं डोकं जोरात आपटलं.

म्हणतात ना आईची जात, निजली असली तरी तिची चेतना जागृत असते. माणसाची असो की, पृथ्वीवरच्या कोणत्याही जीवाची असो, नुकतीच लहानग्या बाळाची माता बनलेल्या प्रत्येकीला निसर्गानं जणू सांगूनच ठेवलंय की, तू खुशाल निवांत झोप घे. आईला दुसरं खूप काही करायचं असतं. तिला सदैव जागं राहायची गरज नाही. तुझी चेतना जागृत ठेवायचं काम निसर्ग करेल.

आवश्यकता भासली की त्याच क्षणी जाग आणण्याची व्यवस्था निसर्गानं करून ठेवली आहे. आजूबाजूला हलकासा आवाज, जराशी हालचाल झाली तरी निजलेल्या आईच्या मनाच्या कोपऱ्यात पडसाद उमटल्यावाचून राहत नाही. निसर्गच त्या आईला जागं करतो.

बाहेर आवाज होताच रूपा ताड्कन उठून बसली. इकडेतिकडे पाहते तो कोणीच नव्हतं. तरी ती उठली. खिडकीच्या गजांमधून बाहेर पाहू लागली. तिथंही कोणी नव्हतं.

खिडकीखाली भुईला चिकटून वस्याक लपला आहे. आत निजलेली स्त्री जागी झाल्याचं त्यानं ताडलं आहे. तिला पुन्हा झोप लागेपर्यंत किंवा ती बेसावध होईपर्यंत वाट बघायला हवी. तूर्त शत्रू जागा आहे. घरात वावरतोय.

बाहेर काही दिसलं नाही तरी रूपाचं समाधान होईना. हाक मारून तिनं विचारलं, "कोण आहे तिकडे?"

उत्तर आलं नाही, तशी रूपा अधिकच सावध झाली. तिनं छतावरून नजर फिरवली. छपराच्या आडव्या लाकडाला एक कोयता खोचलेला आहे. टाचा उंचावून रूपानं कोयत्याचा दांडा ओढला. कोयता जरा हलला; पण कुठंतरी अडकला त्यामुळे हातात आला नाही. पुन्हा एकदा रूपानं जोरात हिसका दिला. कोयत्याचं धारदार पातं त्या पातळशा जीर्ण लाकडाचे दोन तुकडे करत खसकन बाहेर निघालं, पण तेवढ्या हिसक्यानं खांबावरची कौलं हलली. छपराच्या लाकडाला टांगून ठेवलेल्या कंदिलाला जोराचा हेलकावा बसल्यानं कंदील भडकून नेमका रूपाच्या अंगावर पडला. रूपा जोरात किंचाळली, "बापूजीऽऽ"

भुईवर पालथा पडून राहिलेला वस्याक उठून पळू लागला. चिंचेपाशी पोहोचल्यावर,

घरात काय चाललंय ते बघण्यासाठी मागे वळला. पाहतो तर छपरावर शाकारलेल्या गवताच्या पेंढ्यांसकट सगळंच घर पेटलेलं दिसलं. "अरे बाप रे!" वस्याक डोळे फाडून बघत राहिला. संपूर्ण घर पेटलंय. किंकाळ्या ऐकून आसपासचे लोक धावून येताहेत. परत फिरावं आणि पाणी, माती जे मिळेल ते टाकून आग विझवायला धावावं असं वस्याक नायकाच्या मनात आलं.

वस्याक तसं करू धजावला नाही. घाबरून चिंचेवर चढून बसला. त्याचा अवघा देह थरथरत होता. दिङ्मूढ होऊन, शुद्ध हरपल्यागत, चिंचेच्या जाड फांदीला कवटाळून पडून राहिला.

दावं तोडून पळालेल्या दोन गायी चिंचेखालून गेलेल्या वस्याक नायकानं पाहिल्या. तासाभरानं त्याच रस्त्यावरून शहराकडे जाणाऱ्या गाड्याही त्यानं स्वतःच्या डोळ्यांनी बघितल्या. रात्रीच्या अंधकारात गाडीतल्या देहांची अवस्था पाहता आली नाही, पण जे काय झालं असेल त्याची केवळ कल्पना करून व्यथित, लज्जित, दुःखी होऊन सुस्कारे टाकण्यावाचून नायकाच्या हातून दुसरं काही होऊ शकलं नाही.

सगळं मैदान रिकामं झालं. अंधार हळूहळू उजळत जाऊन दिवस उजाडताच गाव जागं होण्यापूर्वी वस्याक खाली उतरला.

घरी पोहोचल्यावर त्यानं चकार शब्द काढला नाही. घरात होती नव्हती तेवढी सगळी दारू घशात ओतली अन् झोपून गेला. संध्याकाळी जागा झाला तेव्हा वाबीसकट कोणीच त्याला काही टोकलं, विचारलं नाही. एकतर वस्याकवर कोणी जादूटोणा केला आहे किंवा त्याला कोणी झपाटलं आहे असंच साऱ्यांना वाटलं... किंवा त्यानं भलतंच काहीतरी पाहिलं असावं!

बचुमास्तरांबद्दलची बातमी 'दंग्या'त पसरली तोवर एक दिवस उलटून गेला होता. वस्याकला काय झालंय ते वाबी समजून चुकली.

त्या दिवसानंतर नायक ना स्वतःसाठी कुठल्या कामगिरीवर गेला, ना स्वतःच्या गरजा भागवण्यासाठी बाहेर पडला. दुसऱ्याला मदत करण्यासाठी, इतरांची गरज पूर्ण करण्यासाठी जिवाच्या करारानं वस्तू घेऊन येईल, पण स्वतःसाठी म्हणून त्यानंतर तो कधीच कुठे गेला नाही.

लोक विचारून थकले, पण वस्याकनं कोणाला काहीच सांगितलं नाही.

एक नानकीच तेवढी कोण जाणे कुठून, एकूण एक हकिकत माहीत करून आलीये.

१०

नानकी आजीखेरीज सतीची आणखी एक शिक्षक आहे, ती म्हणजे तेंद्रा. नानकीपेक्षा अगदी वेगळी. ना गोष्ट सांगते, ना खेळ खेळते. फक्त आपल्या विद्यार्थ्यांना शिकवत राहते, बस्स! स्वयंपाक करण्यापासून ते मेंदी काढणं, अक्षरओळख करून देण्यापर्यंत, छान तयार होऊन बाहेर जग बघायला जाण्यापर्यंत. रस्त्यानं नीट चालावं कसं, नीट बोलावं कसं... सगळं. सतीसुद्धा हे सारं मन लावून शिकतेय. असं नवं नवं शिकायला सतीला फार आवडतं.

बिचाऱ्या विठ्ठलचा मात्र दम निघतो. तेंद्रा त्याला कधी सुतारकाम करायला लावते, कधी गाडी दुरुस्तीच्या कोण्या कारखान्यात पाठवून देते. विजेच्या तारा बांधणंही शिकावं लागतं. विठ्ठलनं घरी राहायचंच नाही. कुठलं ना कुठलं काम तेंद्रानं त्याच्यासाठी शोधून ठेवलेलं असतंच.

तेंद्राचं म्हणणं असं की, एखादे दिवशी सतीनं बुट्टी मारली तर एकवेळ चालेल, कारण नाहीतरी ती या शहरात राहणार नाहीये, 'दंग्या'त परत जाणार, पण विठ्ठलला इथंच राहायचं आहे; म्हणून त्याला सुट्टी नाही.

विठ्ठलनं काम नाही करायचं, मग काय खिसे कापायचे का दारू आणत-पोहोचवत बसायचं? चिडून तेंद्रा म्हणायची, "येडपटा, शीक काही, थोडं तरी शीक."

म्हणून तर इतर पोरं तेंद्रापाशी टिकत नसत. दोन दिवसांत पळून जात. सती आणि विठ्ठल दोघं मात्र कशी कोण जाणे, चार वर्षं झाली टिकून आहेत.

तेंद्रानं सतीला संपूर्ण शहर दाखवून आणलंय. मोठा तलाव, बालवाडी, मोठमोठाली छान छान दुकानं, गल्ल्या, रस्ते सगळं. दाखवलं तेही इतकं व्यवस्थित की, संपूर्ण शहराचा नकाशा जणू सतीच्या मनावर कोरला गेलाय.

तेंद्राच्या सहवासात सदैव खूश असणारी सती एका विशिष्ट क्षणी मात्र उदास होई. दोघी बाहेर गेल्या की, जातायेता केव्हातरी तेंद्रा सतीला दागिन्यांच्या दुकानात नेई. खरोखरच खरेदी करायला आलो आहोत अशा थाटात तेंद्रा दागिने पाही. काही अंगावर घालूनसुद्धा पाही अन् सतीला विचारे, "कसं दिसतंय मला?"

छान दिसतंय गं, इतर कोणाहीपेक्षा तुला जास्त शोभून दिसतंय... आणि ते विकत घेणं तुला परवडणार नाही हेदेखील मला माहीत आहे. तरी सती बळंच म्हणे, ''सुरेख दिसतंय.'' स्वप्नात हरवल्यागत तेंद्रा म्हणे, ''नंतर कधीतरी घेऊ.''

अशा वेळी सती गप्प राहते. आपल्याला रडू कोसळेल की काय असं तिला वाटू लागतं. तेंद्राच्या तोंडावर तिला म्हटलं नाही तरी तिचं मन तिला सांगत राहतं, ''बाई गं, तुला सांगू तरी कसं की, ही तुझी आवडती वस्तू तू कधीही घेऊ शकणार नाहीस. एकतर तू अशी साधीसुधी, त्यातून या सेटलमेंटमध्ये वाढलेली. हे दोन्ही गुन्हे साधे नाहीत. पहिला गुन्हा एकवेळ क्षम्य ठरेल, पण दुसरा कधीच क्षम्य मानला जाणार नाही. म्हणूनच ज्या शाळेत तू नोकरी करतेस तिथे तुझा पत्ता 'नदीपलीकडे' एवढाच लिहिला आहे.''

नगर म्हणवल्या जाणाऱ्या वस्तीतल्या अन्य स्त्रियांकडून सतीला हे सारं माहीत झालं आहे. तेंद्रा इथे या वस्तीत राहते असं कळलं तर पालक आपल्या मुलांना तिच्या शाळेत पाठवणार नाहीत. म्हणून तर 'मोठ्या पगारावर सही कर आणि आम्ही देऊ तेवढंच घे' असल्या अटीवर शाळावाले तेंद्राकडून काम करवून घेऊ शकतात. सतीला तेंद्राबद्दल विशेष जिव्हाळा वाटतो, तो बहुधा या कारणामुळेच असावा. रोज तेंद्राच्या घरी जाऊन, ती जे शिकवेल ते शिकायची सतीची तयारी असते ती याच कारणाने!

स्वत:साठी म्हणून सती क्वचितच कोणती गोष्ट करते, पण विठ्ठलला सोबत घ्यावं आणि तेंद्राचं घर भरून जाईल इतकं उचलून आणून तिला द्यावं, असं मात्र तिला अनेक वेळा वाटतं. फक्त ते तेंद्राला मान्य व्हायला हवं!

असं काही तेंद्राशी बोलायची बाकीच्या मुलांना भीती वाटते, पण सती भीत नाही. ती तेंद्राच्या तोंडावर तिला म्हणते, ''तू पण राधीसारखं काम कर की गं! तुला तिच्यापेक्षा किती जास्त करता येईल.''

तेंद्रा हसते. म्हणते, ती कला तुझ्यातही आहे तरी तू नाही ना करत? मला नाही जमायचं. राधीसारखी विद्या, तिच्यासारखी कला माझ्यात नाही त्याला मी काय करू?''

तेंद्राचं शेवटचं वाक्य सतीला पटतं, कारण राधीसारखी कलाकार तिनंही पाहिली नाहीये. नुसत्या बोलण्याबोलण्यातून समोरच्या माणसाला भुरळ घालायची कला हे राधीचं मुख्य शस्त्र आहे.

दुपारी साडेतीन वाजता भेटायला आलेली, लोन देणारी बँक ऑफिसर सकाळी साडेदहा वाजता 'तीन दरवाजा'पाशी कापसाच्या वाती आणि पेळू विकत होती, हे कोणाला खरं कसं वाटावं? दोन्ही वेषांत राधी सारख्याच सहजतेनं वावरे.

जाती-जमातींची व्याख्या ठरवणारा तो गोरा साहेब आधी कधी राधीला भेटला

असता तर या लोकांसाठी त्यानं 'बॉर्न क्रिमिनल'ऐवजी 'बॉर्न आर्टिझन' असं लिहून ठेवलं असतं.

तेंद्रापाशी राधीबद्दल बोलणं निघालं तत्क्षणी, राधीच्या मदतीनं आपण तेंद्राला मदत करू शकू, असा विचार सतीच्या मनात लक्कन् चमकून गेला.

नुकताच चैत्र लागला होता. तशातच, आपण सतीला न्यायला येत आहोत असा नळकाठ्याहून रघूकडून निरोप आला. परत जायची वेळ आली म्हटल्यावर तेंद्राला काहीतरी द्यायची सतीच्या मनातली इच्छा अधिकच उफाळून आली. आपण एकटीनं काम पार पाडू शकू याची तिला खात्री वाटत नव्हती. तिनं विठ्ठलची मदत मागितली. म्हणाली, ''थोडे पैसे हवे होते विठ्ठल.''

विठ्ठलनं ताबडतोब योजना आखली. रेल्वे स्टेशनावर अथवा ऐन बाजारात गर्दीच्या ठिकाणी सतीनं एखाद्या माणसाला धक्का मारायचा. तेवढ्या त्या दोन क्षणांत विठ्ठलनं त्या माणसाचा खिसा रिकामा करून टाकायचा.

एखाद्याचं पाकीट मारणं ही गोष्ट सतीला कधीच आवडलेली नाही. रस्त्यावरून चालत खरेदीला जाणारे लोक सतीला आपल्यातलेच वाटत; पण ते विठ्ठलला समजावत बसण्यात अर्थ नव्हता. तिला 'दीडशहाणी' म्हणून विठ्ठलनं उडवून लावलं असतं आणि काम बारगळलं असतं.

सतीनं बहाणे शोधले. परीक्षा सुरू आहेत सध्या त्यामुळे बाजारात, स्टेशनावर विशेष गर्दी नसेल. शिवाय, लग्नसराईदेखील नाहीये. अगदी लक्ष देऊन हेरलं तरी पाकिटात माल आहे एवढंच कळणार, किती ते कळणार नाहीतच. त्यात आपला दोघांचा वाटा. तिसरा घ्यावा लागला तर त्याचा तिसरा वाटा. शेवटी पदरात कितीसं पडणार?

एवढं म्हटल्यावर सतीच्या तोंडून निघालंच, ''कोणा बिचाऱ्याचं पाकीट...'' म्हणता म्हणता तिनं लगेच सावरून घेतलं, ''तेवढ्या पैशानं माझं नाही भागायचं.''

''तुला काय राजवाडा बांधायचाय का काय?'' विठ्ठलनं चिडून म्हटलं.

मन दुखावल्यागत सरस्वतीनं मान खाली घातली. मग हळूच म्हणाली, ''कीसीकु कहीयो मत्ती, मेरे तेंद्रा कुं चूडिया देणीया ह. उसकु तो हारा का मन हे... (कोणाला सांगू नकोस, मला तेंद्राला बांगड्या द्यायच्यायत. खरंतर तिला हार हवाय...)'' कंठ दाटून आल्यानं सती पुढे बोलू शकली नाही.

'तिला हार हवा आहे' हे उघड गुपित आहे. विठ्ठलही खूपदा तिच्यासोबत निरनिराळ्या दुकानात गेलाय, तरी आत्ता ऐकलं त्यावर विठ्ठलचा विश्वास बसेना. ''बांगड्या? सोन्याच्या?'' त्यानं विचारलं.

सतीनं मानेनंच हो म्हटलं, ''पण कोणाला सांगायचं नाही बरं का!''

एवढं मोठं काम अंगावर घ्यायला नकार देत विठ्ठलनं म्हटलं, ''ते... ते...''

आवडू लागली आहे वाटावं अशा बारा-तेराच्या मुलीला मदत करणं जमणार नाही, असं म्हणताना तेरा-चौदाच्या मुलाची काय अवस्था होईल, ते सहज समजण्यासारखं आहे. स्वत:ला कसंबसं सावरत विठ्ठल म्हणाला, ''थांब जरा. करू काहीतरी. पण राधीला आपल्यात घ्यावं लागेल. आपण तिला कारण सांगितलं नाही म्हणजे झालं!''

''बरं.'' सती विचारात पडली. जो माल मिळेल त्याचे आता तीन वाटे होणार. विठ्ठल स्वत:चा वाटा सोडणार नाही आणि त्यानं सोडला तरी सरसती तो घेणार नाही. कामाचा नियमच आहे तसा. जोखमीच्या प्रमाणात वाटा कमी-जास्त होतो ते मान्य; पण दुसऱ्याच्या वाट्यावर डोळा ठेवायचा नसतो. आपल्याला गरज आहे म्हणून विठ्ठलचा वाटा हडपायचा? छे! दान घेणं सतीच्यानं व्हायचं नाही. एक वाटेकरी जास्त झाला तर होऊ दे. त्याशिवाय दुसरा इलाजच नाहीये. राधी आली तरच सती अन् विठ्ठल एवढ्या मोठ्या कामाला हात घालू शकतील, एरवी कठीणच!

विठ्ठल आणि सती राधीला भेटायला गेले, त्या वेळी किशोरवयाची चार-पाच मुलं राधीसमोर बसली होती. राधी त्यांना सांगत होती, ''खिसा कापला असं म्हटलं जातं, पण खरं म्हणजे काही कापायचं नसतं. अनेक वर्षं काम करून उस्ताद बनला असाल तर कापू शकाल, पण एखादा नवशिक्या उतावळ्या उत्साहानं लगेच पातं घेऊन निघाला तर ते चुकीचंच. नुसता डिंक लावून पातं नखाला चिकटत नसतं आणि चिकटलं तरी सगळ्यात आधी तुम्हालाच लागेल.''

म्हणणं अगदीच चुकीचं नव्हतं. कसबी वनार्गुनं (चोरानं) ही कला साध्य केली असेल, नाही असं नाही, पण खिसेकापू म्हणवणारा प्रत्येक पटच्चर (सार्वजनिक जागी लुटणारा) खिसा कापतो हे खोटं.

''बापानंदेखील कधी खिसा कापला नाहीये. हेरलेल्या 'शिकारी'ला चकवून ते लोक त्याच्या खिशातलं अलगद काढून घेत. आजा फक्त धान्यच आणायचा. शेतातून-खळ्यातून आणायचा किंवा घर-दुकान फोडून घेऊन यायचा. कोणी खिसे कापले नाहीयेत. पाकीट मारायचं मीच शिकले.''

''राधी, तुझं झालं की मग आम्ही येतो.'' सतीनं म्हटलं.

''बस गं, आत्ता संपेल'' म्हणत राधी पुढे सांगू लागली, ''मुळात शिकाऊ खिसेकापूनं असं धारदार शस्त्र बाळगू नये. हालता-चालता स्वत:लाच लागायचं... आणि आपण भले सांभाळून चालू, पण दुसऱ्याला लागेल त्याचं काय? गर्दीत कोणी सांभाळून चालत नसतो. वाघ मागे लागल्यागत पळत असतात सगळे. त्यांच्यातल्या एकाचा एक जरी अवयव तुमच्यापर्यंत पोहोचला तरी, कापला गेलाच समजा. त्या वेळी तुमची नजर लांब कुठेतरी, कोणाच्या खिशात किती माल आहे

ते शोधण्यात गुंतलेली असणार. ज्याला लागलं तो किंचाळणार. लगेच आरडाओरडा सुरू होणार. मग तुमची शंभर वर्षं भरलीच समजा. लोक तुम्हाला पकडल्यावाचून राहणार नाहीत.''

मुलं लक्ष देऊन ऐकत होती. राधीनं म्हटलं, ''म्हणून म्हणते खिसा कापायच्या भानगडीत पडण्यापेक्षा माल अलगद काढून घ्यायला शिका. ते सोपं, कारण दिवसभरात माणूस पन्नास वेळा खिशात हात घालत काढत असतो. त्यामुळे शरीराच्या, खिशाजवळच्या तेवढ्या भागाला सवय झालेली असते.''

पळभर थांबून राधी म्हणाली, ''कारागिरानं अगदी काळजीपूर्वक खिशात बोटं सरकवली तर तेवढा तो भाग दखल घेत नाही त्यामुळे त्या माणसाचं डोकं त्या क्षणी काम करत नाही.''

असं म्हणून राधीनं मुलांना एकमेकांच्या खिशात हात घालायला आणि खिशाच्या खाली स्पर्श करून पाहायला सांगितलं. मुलांनी तसं केलं. दोन्ही ठिकाणच्या स्पर्शाचा अनुभव वेगळा होता. त्याबद्दलही तिनं सांगितलं. म्हणाली, ''काय म्हटलं ते कळलं का? तुम्ही खिसा कापला की, पाकीट खालच्या बाजूला सरकेल. खिशाच्या खालच्या भागातल्या शरीराला तशी सवय नाहीये. तिथं कशाचाही स्पर्श झाला तरी लगेच कळेल.''

आपलं सांगणं पूर्ण करत राधी म्हणाली, ''ते सगळं सांगून शिकवता येत नाही. स्वत: करून बघा. तुमच्या सगळ्यांच्या खिशात मी तुमच्या तुमच्या नावाचं कार्ड ठेवते. एकानं दुसऱ्याच्या खिशातलं कार्ड त्याच्या नकळत काढून आणायचं. पकडले गेलात तर तिथल्या तिथं एकमेकांचा मार खावा लागेल.''

''आजच्या आज झालं नाही तरी हरकत नाही. हळूहळू का होईना, पण शिका. आजपासून चौथ्या दिवशी एकाचं कार्ड दुसऱ्यापाशी सापडलं तर तुम्ही खरे! आपले आपण शिका. एखादे वेळेस पकडला गेलात तर मार खाऊन घ्या. मग नीट विचार करा की, का बरं असं झालं? मग पुन्हा प्रयत्न करा...''

राधीची पद्धत ही अशीच आहे. आपल्यातली उणीव स्वत:च शोधा. चूक नेमकी कुठे झाली याचा विचार केला नाही तर पटाईत 'पटच्चर' कधीच होता येणार नाही.

मुलं गेली. विठ्ठलनं विषय काढला. दोघांचं म्हणणं राधीनं लक्ष देऊन ऐकलं. इतक्या लहान वयात एवढं मोठं धाडस कशासाठी करताहात हे विचारलं नाही. विचारलं एवढंच, ''पक्कं?''

म्हणजे असं की, अमुक जागी अमुक माल असल्याची खबर पक्की आहे का? तसं असेल तर माल या दोघांच्या मालकीचा. खबर नसेल आणि माल कुठे तेसुद्धा राधीनंच शोधायचं असेल तर मालक राधी! मोठा वाटा तिचा. खबऱ्याला थोडंफार

द्यायचं ते तिनंच.

अशा कामांचे नियम गुंतागुंतीचे वाटले तरी त्यात कधी गोंधळ होत नाही. माल तुम्ही शोधलात, मग मालक तुम्ही! बाकीचे मदतनीस मजुरीइतक्या वाट्याचे भागीदार. माल पळवणारा, दुसऱ्या-तिसऱ्याकडून घेऊन निसटून जाणारा, या साऱ्यांवर लक्ष ठेवणारा किंवा गरज पडलीच तर पोलिसांकरवी पकडला जाणारा... मालकाखेरीज या इतर वटाविक भागीदारांची गुप्त ओळख असते. त्या ओळखीनुसार प्रत्येकाचा वाटा. त्यात दगा नाही.

विठ्ठल विचारात पडला. मग एकदम बोलला, ''खबर पक्की हं. माल तो ह ज, पन अघरा – खबर पक्की. माल आहे, पण अवघड आहे.

अवघड म्हणजे असं की, कुठेतरी एके ठिकाणी पडून राहिलेला नव्हे. सक्त पहाऱ्यात आहे किंवा सतत नजरेखाली आहे. इकडेतिकडे पाहून विठ्ठलनं पाहून उलगडा केला, ''पूनम स्पेशल.''

म्हणजेच दर पौर्णिमेला भाविकांना डाकोरला घेऊन जाणाऱ्या खास आगगाडीतून नियमितपणे जाणाऱ्या कोणाचा संबंध आहे.

मजूरकाम शिकण्यासाठी तेंद्रानं विठ्ठलला अनेक वेळा महेमदाबाद अथवा नडियादपर्यंत पाठवलं होतं, तेव्हा विठ्ठलनं नीट ऐकून, पाहून ठेवलंय. त्याची नजर कच्ची नाहीये, सराईत आहे. जे जे म्हणून दृष्टीपुढे येतं ते सगळं तो लक्षपूर्वक बघतो. जाणून घेतो. खरा 'माचल' (लक्ष्मी मिळवण्यासाठी हिंडणारा) काही विसरत नसतो.

राधीनं विठ्ठलला दुसऱ्या खोलीत नेलं. तपशील विचारून घेतले. संबंधित व्यक्तीचं वय, स्वभाव, व्यसनं, त्याचे सोबती, खाण्यापिण्याच्या आवडीनिवडी सर्व काही. शक्य असल्यास त्याची जातसुद्धा!

शास्त्रात सांगितलंय की, 'कारुचौरा'चं (कौशल्यपूर्वक योजनाबद्ध धाड टाकणारा) अगदी पहिलं काम हे आहे. ज्याचं चोरायचं आहे त्याची शक्य तेवढी सगळी माहिती काढा. जंगलातले वाघ आणि बिबटे वाऱ्याचा वेग आणि वाऱ्याची दिशा हिशेबात घेतात. आपल्या भक्ष्याचा अगदी बारीकसारीक तपशील समजून घेतल्यानंतर स्वत:ची गती आणि रीत ठरवतात. तसं न करता वाटेल तिथून झेप टाकली तर वाघासारखा वाघसुद्धा उपाशी मरेल.

हे काम तसंच समजलं जातं. ऐकलं की निघाले असं नसतं करायचं. राधी प्रथम सर्व तपशील जाणून घेईल. काय करायचं, कसं करायचं ते ठरवेल. त्यासाठी लागणाऱ्या सामानाची जुळवाजुळव करेल. एवढं झालं की, त्यानंतर आवश्यक तेवढे 'वटाविक' (साथीदार) शोधून, त्यांचे हुद्दे ठरवून, त्यांची कामं त्यांना सोपवून देईल. कोणी केव्हा काय करायचं ते प्रत्येकाला स्पष्ट सांगायला हवं. ठरल्याप्रमाणे

सगळं घडतंय हे बघायचं काम राधीचं!

विठ्ठलशी बोलून झाल्यावर राधीनं दोघा किशोरांना म्हटलं, ''संध्याकाळी भेटा.''

संध्याकाळच्या भेटीत राधीनं सरसतीला कागदाचं एक गोल पुडकं दाखवलं. बांगड्यांवर कागद गुंडाळलेलं. ते देऊन राधी म्हणाली, ''हे घे. माझी पर्स घेऊन मी डोळे बंद करून बसते. हे पुडकं आळीपाळीनं पर्सच्या सगळ्या खणांत ठेव आणि पुन्हा बाहेर काढ. ते करताना मला कळलं तर एक थोबाडीत मिळेल.''

पक्ष्याचा फक्त डोळाच बघणारे शिष्य पुराणातच असतात असं नाही. शोधले तर आजच्या युगातही सापडतील. अग्निपरीक्षा देणाऱ्या पत्नींइतक्या संख्येनं नसतील कदाचित, पण असतील खरे!

सरसतीनं राधीच्या पर्सकडे अशा रीतीनं पाहिलं, जणू स्पर्श केल्याविनाच उघडत असावी. मग अत्यंत दक्षतेनं काम करूनसुद्धा सतीला मार खावा लागला.

राधीच्या गळ्यात लटकणाऱ्या, जवळ शेजारीच खोचून ठेवलेल्या, मांडीवर घेतलेल्या पर्सची चेन उघडून पुडकं आत ठेवणं-काढणं म्हणजे सोपी गोष्ट नव्हती.

सतीनं अनेक वेळा प्रयत्न केल्यानंतर राधीचं थोडंफार समाधान झालं असावं, तसं तिनं विठ्ठलला म्हटलं, ''तू सरसतीला जागा दाखवून ठेवायची. तिच्या मागोमाग गाडीत चढायचं, कनीज आलं की उतरून जायचं आणि सतीला घेऊन परत यायचं.''

सतीला सांगितलं होतं, ''तू विठ्ठलसोबत शाळेतल्या मुलांसारखा गणवेश घालून जायचं. विठ्ठल एक बाई दाखवेल. तिच्याशेजारी बसायचं. मग माझी वाट पाहा. मी आल्यानंतर खूण केली की, बाईच्या पर्समधलं पुडकं काढून हे पुडकं त्या जागी ठेवून द्यायचं. पक्कं लक्षात ठेव, काम होवो की न होवो, तू आणि विठ्ठलनं कनीज आलं की, उतरायचं म्हणजे उतरायचंच. शाळेचा गणवेश तुम्हा दोघांकडे पोहोचता होईल.''

चुकीला वावच नाहीये. सोपवून दिलेल्या कामात एका जरी वटाविकानं लहानशी जरी चूक केली तरी संपूर्ण टोळी पकडली गेलीच समजा. म्हणूनच सगळ्या आज्ञा देऊन झाल्या की, राधी विचारते, ''कोणाला काही शंका असेल तर आत्ताच सांगा. काही समजलं नसेल तर पुन्हा विचारून घ्या. समजलं असेल तर म्हणा, शंका नाहीये.''

''शंका नाहीये.'' उत्तर आलं. आता जे होईल ते पूनम स्पेशलच्या बोगीत. इथं सगळी फौज तयार आहे. लष्करी हुकूम, कारागिराची शिस्त... साऱ्यासकट!

११

पूनम स्पेशल महिन्यातून एकदा असते. शिवाय, लोकांच्या नोकरी-धंद्याच्या वेळेला निघत नाही. त्यामुळे इतर लोकल गाड्यांच्या मानानं या गाडीत गर्दी कमी असते. आरामात, निवांतपणे भजनंबिजनं गाता यावीत अशा तऱ्हेनं सर्व भाविक मोकळेढाकळे बसून घेतात. नंतर इतर प्रवाशांनाही बसू देतात. क्वचित कोणी शिवाशिव पाळणारे असतात, पण नेहमी अपडाउन करणाऱ्यांसारखं अगदी कडक धोरण नसतं इथं.

''या बघा आल्या मनोरमाबेन.'' स्वत: त्यांची जागा राखून ठेवल्यागत कोणीतरी म्हटलं.

मनोरमाबेन नामक स्त्रीच्या पाठोपाठ डब्यात चढणाऱ्या सतीच्या आणि तिच्या मागेच असलेल्या विठ्ठलच्या कानांवर आणखी एका बाईचे शब्द पडले, ''आल्या आहेत आज, पण या गाडीतली त्यांची ही शेवटचीच सोबत. येत्या पौर्णिमेपासून त्या घरच्या मोटारीनं जातील बरं!''

आपलं स्वागत करणाऱ्या पहिल्या स्त्रीजवळ जाऊन बसत रमाबेननं उत्तर दिलं, ''मोटारीतून हिंडतील आमचे 'हे', मी आपली आगगाडीनंच येणार हो! आणि मोटारीचं तरी अजून नक्की कुठाय? जरा कुठे मुहूर्त पाहिला तेवढ्यात लोकांनी 'मोटार घेतली, मोटार घेतली' सुरू केलं. पुढचं आता ठाकोरजीच्या हाती. त्याच्या मनात असेल तेव्हा येईल.''

क्षणाचा विलंब न करता सरसती मनोरमाबेनच्या शेजारी जाऊन बसली. खिडकीबाहेर बघू लागली. रमानं सहज तिच्यावर नजर टाकली. या बाईनं आपल्याला इथून उठायला लावलं तर आपण काय करावं असा विचार सतीच्या मनात येतो न येतो तोच रमानं तिला म्हटलं, ''बस बेटा, बस आरामात.''

चला, या गोऱ्यागोमट्या, देखण्या, नीटनेटक्या विद्यार्थिनीला परीक्षा दालनात प्रवेश तर मिळाला. आता परीक्षेचा क्षण येण्याची वाट बघायची. पास झालो की नापास ते कनीज येईपर्यंत कळेल.

राधी अजून आली नाहीये. केव्हा येईल ते ठाऊक नाही. सगळे बाक भरून

गेलेत. राधी आली तरी बसेल कुठं? काय करेल? आणि... रमाबेन आपल्या हातातल्या बांगड्या काढून पर्समध्ये का म्हणून ठेवतील?

प्रश्न अनेक आहेत, पण सतीच्या चेहऱ्यावर त्यातला एकही दिसणार नाही. ती कसलाच विचार करत नाहीये. गाडी सुटली तरी सती खिडकीबाहेरची धावती दृश्यं बघत निर्विकारपणे बसून राहिलीये.

या खेळाची हीच तर खुबी आहे. दुसरा करणार ते कसं करणार याची चिंता तुम्ही करायची नाही. तुम्हाला सांगितलेलं तेवढं व्यवस्थित होतंय की नाही तेवढं फक्त तुम्ही बघायचं. तरच तुम्ही खरे 'स्तेनहृदय' (चोराचं मर्म ज्याच्यात आहे तो). तुमच्या कामाच्या नसलेल्या गोष्टीचा विचार कराल तर कधीही यशस्वी 'लुण्टाक' (लुटून नेणारा) होऊ शकणार नाही.

रमानं बांगड्या पर्समध्ये ठेवल्या तर सती त्या हस्तगत केल्यावाचून राहणार नाही. नाही ठेवल्या तर सांगितलेल्या स्टेशनावर उतरून जाऊन परत जाईल. त्याखेरीज दुसऱ्या कोणाचा विचार तिनं करायचा नाहीये, की स्वतः दुसरं काही करायचं नाहीये. ते सर्व दुसऱ्या कोणीतरी योजून ठेवलंय, ते करतील.

मणिनगरला गाडी आणखी थोडी भरली. सतीच्या डब्यात दोन बायका चढल्या. तीस-बत्तीसची, शुभ्र वस्त्रांमध्ये उठून दिसणारी एक आणि दुसरी तिच्यापेक्षा लहान. कॉलेजात शिकणाऱ्या विद्यार्थिनीसारखी. सतीनं दोघींवर नजर फिरवली.

सती जिथं बसली होती त्या कम्पार्टमेंटकडे येताना मोठीनं छोटीला हळू आवाजात सांगितलेलं सगळ्यांनाच ऐकू गेलं, "हे बघ कामी, तू जे म्हणतेयस ते मला कळतंय, पण काळजी करायचं तुझं वय नाहीये. या वयात कसं आनंदात राहायचं असतं, त्याऐवजी तू जन्म अन् मरण असलं बोलायला लागलीस. तशीच गंभीर गोष्ट असती तर म्हटलं असतं की ठीक आहे बाई, सांग मला. पण इतक्या साध्या गोष्टीत?"

कामी काही बोलली नाही. सती बसली होती, त्या जागेच्या समोरच्या सीटच्या टोकाकडे बोट दाखवून तिनं मोठीला सुचवलं, "तिथं जागा होईल बेन. तुम्ही तिथं बसा. मी उभी राहते."

"असू दे गं. मी पण उभी राहते. नडियादपर्यंत तर जायचंय!" सतीच्या समोर बसलेली स्त्री जरा सरकून घेत म्हणाली, "हरकत नाही, बसा तुम्ही."

जागा द्यायला तत्पर असल्याचं दाखवत सतीनं जरा हालचाल केली, पण बेन म्हणवणाऱ्या स्त्रीनं तिच्या गुडघ्यावर हात ठेवत म्हटलं, "बस तू निवांत. परीक्षा सुरू असेल ना तुझी?"

काही क्षण तसेच गेले. मौन. तेवढ्यात अगदी दबक्या आवाजात कामी पुन्हा बोलली, "तुम्हाला साधं वाटतं, पण माझ्या दृष्टीनं जीवन-मरणाचा प्रश्न आहे.

माझ्यामुळे लहान बहिणीचं अडून राहतंय. त्यापेक्षा मी जन्मलेच नसते तर...''

''आण हात इकडे.'' काहीशा कंटाळलेल्या स्वरात बेननं म्हटलं आणि त्या कॉलेजकन्येकडे वळल्या. ''बघून टाकते.'' कम्पार्टमेंटमधल्या एकूण एक स्त्रियांची जणू चेतना जागी झाली. इकडेतिकडे बघायचं सोडून त्या सरसावून बसल्या आणि नेहमीपेक्षा वेगळंच घडत होतं ते पाहायला-ऐकायला त्यांनी आपला मोहरा त्या दोघींकडे वळवला. नवलाईचं दृश्य बघावं तसं सती त्यांच्याकडे बघू लागली.

कामीनं दोन्ही हात पुढे केले. तिचे दोन्ही तळवे बेननं एकमेकांशेजारी जुळवले. थोडंसं हसून म्हटलं, ''कामिनी, चिंता करू नकोस. होणार!''

''योग आहे असं आजोबा आणि बापूदेखील म्हणतात.''

''नुसता योग नाही, नक्की होणारच आहे. बाही सरकव बरं जरा. तारीख पण सांगून टाकते.'' बेननं ठामपणे म्हटलं.

कुर्त्याच्या दोन्ही बाह्या कोपरापर्यंत सरकवून मुलीनं दोन्ही हात बेनपुढे धरले. कामिनीच्या मनगटापासून कोपरापर्यंत बेननं आपल्या करंगळीचं नख हलकेच फिरवलं. तिच्या पालथ्या हातांवर तसंच केलं. मग नाडी पाहावी तसं कामिनीचं मनगट धरून ठेवलं.

हात बघायची अशीही पद्धत असते हे कम्पार्टमेंटमधल्या एकूण एक जणींनी पहिल्यांदाच पाहिलं होतं. आश्चर्यानं आणि संदेहानं जणू मूढ बनल्यागत साऱ्याजणी स्तब्ध होऊन बघू लागल्या.

काही काळ ध्यान लावल्यासारखं करून बेननं कामिनीला म्हटलं, ''तुझी वही आण इकडे. लिहूनच देते म्हणजे प्रश्न मिटला.''

कामीनं वही दिली. बेननं वहीत काहीतरी लिहिलं. कामिनीला वही परत देत म्हटलं, ''तारीख लिहून ठेवली आहे. त्यात बदल होणार नाही.''

''बेन तुमच्या कोण लागतात?'' एकीनं कामिनीला विचारलं.

प्रश्न एवढ्यावरच थांबणार नाहीत हे कामिनीला माहीत होतं. तिनं सविस्तर सांगून टाकलं, ''लागत नाहीत कोणी, माझ्या मैत्रिणीची मोठी बहीण आहेत. पाचएक वर्षांपूर्वी त्यांचं सगळं कुटुंब हिमालयात गेलं होतं सहलीला. तेव्हा एके दिवशी सकाळी बेन फिरायला म्हणून निघाल्या, तेव्हा त्यांचं त्यांनाही माहीत नाही कोण भेटलं ते! पण तेव्हापासून बेन हे असं साधं जीवन जगताहेत एवढं ठाऊक आहे. दुसरं जास्त काही मला ठाऊक नाही.''

''म्हणजे बेन हात बघतात का?'' पुन्हा कोणीसं विचारलं.

''नाही.'' नुकतीच घडलेली घटना कामीनं सरळ सरळ नाकारून टाकली. ''उगाच आपलं, एखाद्याला अडचण आली असेल तर सांगतात उपाय. आमच्या घरात मात्र बेनना विचारल्याशिवाय निर्णयच घेत नाहीत.''

आपणही विचारून पाहावं असं रमाला वाटून गेलं. प्रश्न ओठाशी आला, पण ते तेवढ्यावरच राहिलं. कामीच्या ते ध्यानात आलं तशी तिनं म्हटलं, "विश्वास ठेवायचा, न ठेवायचा ती पुढची गोष्ट, पण महत्त्वाचा निर्णय घेण्याआधी विचारून घ्यावं ते बरं."

रमाच्या मनात प्रश्न आहे, पण थेट विचारता येत नाहीये. आपल्यासाठी जागा धरून ठेवणाऱ्या मैत्रिणीकडे पाहतेय. अशी एक तऱ्हा असते. स्वत:च्या तोंडानं बोलता येत नाही? मग तुमच्याऐवजी जो बोलू शकेल अशा व्यक्तीकडे पाहत राहा. मग ती व्यक्ती तुमच्यावतीनं नक्कीच बोलेल. वाटल्यास तुमची बाजू मांडेल. प्रश्न आलाच. "बेन, कोणाकोणाला वाहन लाभत नाही म्हणे. खरं का?"

बेन आणि कामिनी दोघींनी मिळून आत्तापर्यंत वठवलेलं सगळं नाटक या प्रश्नापर्यंत पोहोचण्यासाठीच तर होतं! बेननं लगेच उत्तर दिलं, "केवळ वाहनाशीच नाही, रस्त्यावरच्या धुळीशीदेखील माणसाचा ऋणानुबंध असतो. चांगला आणि वाईट दोन्ही! कसा, ते बघितल्यावरच सांगता येतं. रमाच्या समोर बसलेल्या मैत्रिणीनं आपल्या जागेवरून उठून बेनला म्हटलं, "तुम्ही अशा इकडे या!"

बेन उठल्या, शेजारणीच्या जागी जाऊन बसल्या.

सती थक्क झाली. बेन जरा जास्तच धोका पत्करताहेत असं तिला वाटू लागलं. घाबरली असती तरी सतीला स्पष्टपणे जाणवलं की, या क्षणी ही स्त्री जे काही करते आहे ते चार बांगड्यांमधल्या स्वत:ला मिळणाऱ्या लहानशा वाट्यासाठी नाहीये.

ती करतेय आपल्या आत्मगौरवाखातर. स्वत:वर असलेल्या विश्वासासाठी आणि श्रद्धेसाठी. ही स्त्री म्हणजे सध्याच्या काळातली अजोड 'लट' आहे, असं लोक मानतात. हे बिरुद तिनं स्वत:ची निष्ठा, कामाप्रति असलेला आदरभाव आणि आपल्या कामाची संपूर्ण जाण यांच्या जोरावर कमावलं आहे. ते टिकवून ठेवायचं असेल तर तिला असे धोके पत्करावेच लागतील.

आत्तापर्यंत सतीच्या मनात या बेन बनलेल्या अस्तेनमानिन (चोर म्हणता येणार नाही अशी चोर) स्त्रीप्रति एक प्रकारचा आदर होता; परंतु आज तिची अदा, तिचं बोलणं, तिचं वागणं, रमाबद्दल तिनं काढलेली सखोल माहिती, त्याद्वारे घडवलेलं नाटक... सारं बघून सती अगदी थक्क झाली.

हेच पाहा ना! ही बाई जराही न घाबरता, जिथून बाहेर निघायला मार्गच नाही अशा जागेवर जाऊन बसली. अशा रीतीनं शत्रूच्या किल्ल्यात कोणी जाऊन बसत नसतं. वस्तू पळवणारा, वस्तू हाती लागताच गाडीतून उतरून जाणार आहे. बेनला या किल्ल्यात नडियादपर्यंत बसायचंय.

ज्यानं ज्यानं असा निर्भयपणा, असं साहस, असा विश्वास बाळगून काम केलं

तो प्रत्येक जण यशस्वी झालाय, त्यानं इतिहास घडवलाय, स्वत: इतिहास बनलाय. होऊन गेलेली युगं या गोष्टीला साक्षी आहेत. केवळ पुरुषांच्याच नव्हे, तर नायिकांच्या पराक्रमांच्या कहाण्या सांगणाऱ्या ग्रंथांनी ग्रंथालयं खच्चून भरली आहेत.

सतीला बेनवरून जीव ओवाळून टाकावा वाटला. बेनची काळजीही वाटू लागली, पण तूर्त काहीच बोलता-करता येत नव्हतं. घडतंय ते पाहत राहण्याखेरीज या क्षणी करण्यासारखं काही तिच्या वाट्याला आलेलं नाहीये.

बेन रमासमोर बसताच रमानं दोन्ही हात पुढे केले. कामिनीनं असेच दोन्ही हात दाखवले होते. रमा तसंच करणार याची बेनला खात्री होती. अनुकरण करण्याची सवय जीवमात्रात निसर्गानंच निर्माण करून ठेवली आहे. तसं नसतं तर पृथ्वीतलावर विविध वंश-जाती आज आपापली स्वतंत्र ओळख टिकवून ठेवू शकल्या आहेत, ते घडलंच नसतं.

रमाचे दोन्ही हात आपल्या हाती घेऊन बेननं म्हटलं, ''तुम्हाला वाहन लाभणार नाही असं जर कोणी सांगितलं असेल, तर त्यातलं अर्धं खरं आहे.''

दुसऱ्याचं सांगणं खरं आहे म्हणणाऱ्याबद्दल रमाला आदर वाटू लागला. तिनंच आणखी माहिती पुरवली. ''आमच्या शेजारच्या सोसायटीत एकजण राहतात त्यांनी सांगितलं.''

''मोठे जाणकार दिसतात! भेटलं पाहिजे एकदा'' असं म्हणून बेन हातांकडे बघत राहिल्या. एकाएकी त्यांचा चेहरा गंभीर झाला. त्यांनी अधिक लक्षपूर्वक पाहिलं आणि म्हणाल्या, ''वाहनाचं ठीक आहे म्हणा, पण मी तुम्हाला वेगळंच सांगतेय त्याकडे लक्ष द्या.''

''काय ते? काही अशुभ आहे का?''

उत्तर देण्याऐवजी बेननं प्रतिप्रश्न केला, ''तुमचे 'हे' बाहेरदेशी असतात?''

''नाही. प्रयत्न सुरू आहेत, पण अजून तरी काही मिळालं नाहीये.''

''मिळेल, मिळेल. असं करा, तुमच्या या बांगड्या जरा काढून ठेवा बरं. मी सोन्याला स्पर्श करत नाही.''

बेननं कामिनीचे कोपरापर्यंत हात तपासले होते ते रमानं पाहिलं होतं, तरी पण बांगड्या काढायच्या म्हटल्यावर ती जरा बिचकली.

लगेच, कामिनीकडून कागद मागून घेऊन रमाबेनला देत बेननं म्हटलं, ''मला तुमचा हात बघावा लागेल, म्हणून हा कागद घ्या. तुमच्या स्वत:च्या हातानं बांगड्या गुंडाळून तुमच्या पर्समध्ये ठेवून द्या.''

रमानं कागद घेतला नाही, पण बांगड्या काढायला सुरुवात केली.

''तुम्ही मलासुद्धा विचार करायला लावलंत बरं का. मी तुम्हाला 'तसली' वाटले का?'' बेननं हसत विचारलं.

नाही गं बाई, नाही वाटत. रमालाच काय कम्पार्टमेंटमधल्या कोणालाच तू 'तसली' वाटत नाहीस. तू तर शुभ्र वस्त्रं लेऊन बसलेली साक्षात ज्ञानदेवीच भासते आहेस. तुला पाहून मन शांत होतं. मनात आदर आणि दया जागृत करणारा प्रश्न उत्पन्न होतो की, इतक्या तरुण वयात या स्त्रीनं इतकं कठोर व्रत कोणत्या दुःखापोटी घेतलं असेल? तुला 'पणी' (पुरोहित वाटावा असा चोर) म्हणणाऱ्याला डाकोरचा ठाकोरजी दर्शन देणार नाही गं बाई!

बांगड्या काढून झाल्यावर रमानं त्या कागदाऐवजी आपल्या रुमालात गुंडाळून पर्समध्ये ठेवल्या. सतीचे डोळे चमकले. पापणी लवेतो तिनं आजूबाजूला बसलेल्या आणि खाली वाकून रमाच्या तळव्यांकडे बघणाऱ्या बायकांच्या कमरा तपासून घेतल्या. चार बायकांनी कमरेला रुमाल खोचले होते. सती काही करणार त्या आधीच तिला खांद्यावर विठ्ठलचा स्पर्श जाणवला.

कामिनीला केलं तसंच बेननं करंगळीचं नख रमाच्या मनगटापासून कोपरापर्यंत फिरवलं. मग विचारलं, "लिहून देऊ की तोंडी सांगू?"

"सांगा की! सगळ्या आमच्या भजनी मंडळातल्या आहेत. घरच्याच!" रमाबेननं म्हटलं.

"ठीक आहे." बेन म्हणाल्या, "सांगतेय ते ऐका. वाहन लाभेल तुम्हाला, पण तूर्त घेऊ नका आणि सोन्याचे काय अन् दुसरे कसले काय, धातूचे सगळे दागिने दूरच ठेवलेत तर बरं. मंगळसूत्राला हरकत नाही. काळे मणी असतात त्यात म्हणून ते चालेल. कानातलं देखील बदलून, पोतीचं घालता आलं तर बघा. त्याचं काय आहे, की सध्या एखादं वर्ष तुम्हाला धातूच लाभत नाहीये. पुढच्या वर्षी काय हवं ते घाला."

"का?" दागिने न घालायची गोष्ट मान्य करणं बाईला अवघडच जातं.

"गेल्या चार महिन्यांपासून योगच असे आहेत की, तुम्हाला धातू लाभणारच नाही. तुम्ही म्हणा, घरातलं दुसरं कोणी म्हणा, आजारीबिजारी पडेल. काय सांगावं, एखादा अपघातसुद्धा घडायची शक्यता आहे. म्हणून तर सध्या वाहन घेऊ नका म्हणत्येय. तुमच्या त्या शेजाऱ्यानं एवढ्यापायीच 'नको' म्हटलं असेल." बेन म्हणाल्या, "मी तर म्हणेन, काचेच्या प्लेटमधूनच जेवा-खा आणि पाणीही काचेच्याच पेल्यातून प्या. भांडी, सांडशी, चिमटा जे काय धराल तेव्हा हातात नॅपकीन धरा. अगदी नाइलाज झाला तरच धातूला स्पर्श करा."

वास्तविक, अशा समजांबद्दल हवा तेवढा वाद घालता येईल, पण या गोष्टी मान्य करून टाकण्यानं जेवढं बरं वाटतं तेवढं त्यांना विरोध करून वाद घालण्यानं वाटत नाही.

बेननं पुन्हा एकदा नख फिरवून म्हटलं, "जास्त नाही, फारतर एखादं वर्ष.

येत्या पंचमीपर्यंत तुमची कागदपत्रं येतील. काळजीच नको. प्रयोग करून तर बघा! या शनिवार-रविवारी धातूंपासून दूर राहा अन् मंगळवारी तुमचे कागद आले नाहीत तर मला सांगा! हेच महिन्याभरापूर्वी केलं असतं तर आज भाईसाहेब विमानात बसलेले दिसले असते.''

''मागच्या पौर्णिमेला तुमची भेट झाली नाही ना! तेव्हा भेटला असतात तर महिना-पंधरा दिवस हात ठेवले असते मोकळे!'' रमाऐवजी तिच्या शेजारच्या बाईनंच परस्पर उत्तर देऊन टाकलं.

''आणखी काही?'' आपल्याकडून काही राहून जायला नको म्हणून रमानं विचारलं.

''आणखी हरिनाम!'' बेन म्हणाल्या, ''पण हे वर्ष सर्वांत महत्त्वाचं आहे तेवढं लक्षात ठेवा.''

याला शुभसंदेश म्हणावं की अरिष्टाची सूचना हे रमाबेनला ठरवता येईना. तेवढ्यात कनीज आलं. देखणी विद्यार्थिनी उठली. तिच्यासोबत गाडीत चढलेला विद्यार्थीही उतरला.

सगळं पूर्ण झालं होतं. त्या रमाबेननं बांगड्या कागदाऐवजी रुमालात गुंडाळल्या, तेव्हा सती क्षणभर बावरली होती, पण त्याच क्षणी विठ्ठलनं शेजारच्या बाईचा रुमाल तिच्या हातात गुपचूप सरकवला होता.

सतीनं आपल्या स्कर्टच्या खिशातलं कागदाचं पुडकं विठ्ठलनं लांबवलेल्या रुमालात बदलून टाकलं. क्षणार्धात, एकाच हातानं. चार लहानशी बोटं आणि अंगठा मदतीला एवढेच.

रमानं स्वत:च्या शेजारी ठेवलेल्या पर्सची चेन उघडणं, त्यातून एक पुडकं काढून त्या जागी दुसरं ठेवणं हे सारं घडलं. चालत्या गाडीतल्या गच्च भरलेल्या बोगीत, शेकडो डोळ्यांसमोर.

अशा कलेला विद्या म्हणत नाहीत. ती तत्त्वरूप मूलभूत गोष्ट आहे. सांगून-बोलून, करून-दाखवून शिकवता येते ती विद्या. तिचंही मोल कमी नव्हे, पण अशी क्षमता मात्र एखाद्याच्याच हाती लागते, त्याला जणू सापडतेच! अमूल्य असते ती. असं अमूल्य देणं ज्याला लाभलं तो विख्यात नव्हे तर राजराजेश्वर बनला आहे, बनणार आहे.

गाडीतून उतरून दोघांनी इकडेतिकडे पाहिलं. समोरच्या प्लॅटफॉर्मवर थोडे प्रवासी उभे आहेत. सती आणि विठ्ठल रूळ ओलांडून डाउन लाइनवर येणारी गाडी पकडण्यासाठी तिकडे गेले. अहमदाबादला परत गेल्यावर कुठं जायचं ते विठ्ठलला आधीच सांगून ठेवलंय.

इतका माल खिशात ठेवून तेरा-चौदा वर्षांच्या अजाण मुलांना थेट शहराबाहेरच्या

सेटलमेंटपर्यंत पाठवणं ठीक नाही. 'तीन दरवाजा'च्या पुढच्या चौकातल्या गल्लीत एका माणसाकडे पोहोचायला राधीनं विठ्ठलला सांगितलं आहे.

वस्तू एकदा जागच्या जागी पोहोचली की मग काळजी नाही. सतीनं आणि विठ्ठलनं भद्रकालीच्या मंदिराशी राधीची वाट पाहायची आहे. राधीची परतीची गाडी एक्सप्रेस आहे. तास-दीड तासात येऊन पोहोचेल ती.

राधीला काही झालं तर ती निरोप पाठवेल. निरोप द्यायचं काम कोणाला सोपवलंय ते सतीला ठाऊक नाहीये. जो असेल तो आत्ता राधीसोबत आहे एवढं नक्की. आल्यावर तो जे सांगेल त्याप्रमाणे करायचं. तूर्त वाट पाहा.

राधी आली. येताच म्हणाली, "आत्ताच आटोपून टाकू."

म्हणजे वस्तू आत्ताच विकून टाकायची. जोखमीची वस्तू योग्य जागी पोहोचली असेल तर तिचा निकाल लावून टाकलेला बरा.

तिघंजण त्या गल्लीत गेले. कोणा माणसासोबत शेठ आत बसलेत. थोडा वेळ दुकानात फिरू, बघू काय काय आहे, तोवर शेठ मोकळे होतील.

सती इथं पहिल्यांदाच आली आहे. काचेच्या खोलीसारख्या छानशा जागेत शेठ बसलेत. आत समोरच देवाची तसबीर आहे. तीपुढे दिवा आणि उदबत्ती. दिवा विझलाय, उदबत्ती जळून गेलीये.

शेठनं राधीकडे पाहिलं आणि म्हटलं, "आणून आणल्या त्या फक्त चार बांगड्या? हार, साखळी असं दुसरं नव्हतं का काही? तुझाच फायदा झाला असता."

बोलणारा स्वतःच्या फायद्यासाठी बोलतोय हे राधी जाणून होती. राधीला फायदा व्हावा अशी कोणाचीच इच्छा नसते. कारागिराला चिथावलं तरच तुमची कमाई होणार. अशा तऱ्हेनं चिथावणं, भडकावणं हा व्यापारी धर्मच आहे.

उत्तर द्यायचं टाळून राधीनं थेट विषय काढला, "आजचा भाव सांग म्हणजे पुढे बोलता येईल."

शेठनं वर्तमानपत्र टेबलावर ठेवत म्हटलं, "हे बघ. स्वतःच बघ."

समोर बसलेल्या तिघांपैकी कोणालाच वाचता येत नसेल असं धरून चालून शेठनं वर्तमानपत्र समोर ठेवलं, पण सती तेंद्राची शिष्या! तिनं वर्तमानपत्र घेतलं, तारीख वाचली, चैत्री पौर्णिमा, ६ एप्रिल, १९९३.

सोन्याचा आजचा भाव बघायच्या आधीच शेठनं विचारलं, "पण भाव बघून तुला करायचंय काय?"

तरी सतीनं भाव वाचलाच, "पस्तीसशे."

न ऐकल्यासारखं करून शेठनं पुढे म्हटलं, "बघा. एक एक तोळ्याच्या चार आहेत म्हणजे चार तोळे सोनं झालं. त्यात दोन आणे घट गेली. चला, असू द्या,

तुमच्यातून नाही कापत! परवाच्या दिवशी संध्याकाळी सगळं मिळून पाच हजार घेऊन जा.''

''इतक्या चोख मालाचे पाचच?'' राधीनं विचारलं.

शेठ म्हणाले, ''तुझा माल चोख आहे त्याची ना नाही; पण आपल्यामागे तू किती खिंडारं सोडून आली असशील कोण जाणे! उद्या उठून मालकानं फिर्याद नोंदवली आणि पोलिसांनी तुम्हाला धरलं तर तुम्ही ती सगळी फौज घेऊन इथंच येणार. जप्ती आली तर तुमचं हरामाचं सगळं जाणार, पण मी ते पैसे देऊन घेतलंय. म्हणजे काही होवो, तोटा माझाच.''

''आमचं हरामाचं?'' सतीचं रक्त उसळलं. ''शेठ, तुला काय माहीत हे...''

''मूरख. बड्डा सामे इद्दा बोलते क्या?... येडपट, मोठ्या माणसाशी असं बोलतात का?'' सती आणखी काही बोलून टाकणार त्याआधीच राधीनं तिच्या डोक्यात टपली मारून रागारागानं म्हटलं.

सतीचे डोळे भरून आले. अपमान, क्रोध, निराशा... यांपैकी कशामुळे नव्हे, तर आपण आत्ता काय करणार होतो ते उमजल्यामुळे!

सतीनं कृतज्ञ नजरेनं राधीकडे पाहिलं. राधी फक्त जरासं हसली. गुरूचा पाठ शिष्यापर्यंत पोहोचला आहे.

समोरचा माणूस तोंडाला येईल ते बोलेल. तुम्ही भडकलात तर त्याला हवंच आहे. कसंही करून तुमच्या कामाचा संपूर्ण वृत्तान्त त्याला माहीत करून घ्यायचाय. म्हणून हे विद्यावंत कारागिरा, समोरच्याचे शब्द फक्त ऐकून घे. तू दुसरं काही करायचं नाहीस. जिभेद्वारे तर दूरच राहिलं, ज्याच्या डोळ्यांतून अथवा हावभावातून जरी प्रतिसंवाद दिसून आला, तरी तो सच्चा कारागीर नव्हेच. अशासोबत कोणी काम करणार नाही.

राधी शेठला म्हणाली, ''याची फिर्याद नोंदवली जाणार नाही. तू खरीदलेलं कुठं नाही जाणार. आता नीट भाव सांग, नाहीतर हरामाचं म्हणतोयस ना, चल दे परत. मला विकायचंच नाहीये.''

हे भयंकर आहे. राधीनं माल परत नेणं याचा अनुच्चारित अर्थ असा होतो की, 'आता आपला संबंध संपला.' असं होणं उभयपक्षी धोक्याचं आहे. राधीला भीती अशी की, संबंध संपला म्हणजे संकोचही संपला. शेठला वाटलं तर तो या मालाबद्दल पोलिसांना खबर देऊ शकतो.

शेठला भीती या गोष्टीची की, राधी हातची गेली! दुसरीकडे जास्त चांगला भाव मिळाला तर यापुढे ती तिकडे संधान बांधेल. एकदा का दुसरीकडे गेली तर पुन्हा म्हणून आपली पायरी चढणार नाही.

राधीला काय किंवा शेठला काय, धोका दोघांना सारखाच आहे. काही ना काही

तोड काढायलाच हवी. शेठनं मध्यम मार्ग काढला. 'चल, पाचावर आणखी दोन वाढवतो. सात. तेदेखील परवा नाही, आज आत्ताच्या आत्ता. खूश?''

भाव हा कधी वस्तूचा नसतो, हे साऱ्या जगाला माहीत आहे. भाव असतो परिस्थितीचा आणि गरजेचा. स्वतःच्याच घरचा, जुन्या काळातला, शंभर नंबरी जिन्नस देऊन टाकायला आलेल्यालासुद्धा वर्तमानपत्रात छापलेला भाव आजवर कोणी दिला नाहीये. रडवेलं होऊन, जड मनानं देणाऱ्याला कोणी वाजवी ते दिलं नाहीये, तर लुण्टाकला कोण देईल?

शेवटी बेकायदेशीर माल तो. शेठ जेवढं द्यायला तयार होईल तेवढंच घ्यावं लागतं! संपलं. शेठनं सात हजार रुपये दिले. राधीनं पैसे मोजले. चार तोळ्यांची आजच्या भावाप्रमाणे अर्धी किंमत.

सती उदास दिसली तसं राधीनं तिला टोकलं, ''लगेच असं रडकं तोंड नको करूस. मिळालं तेवढं मिळालं.''

या कामाचा नियमच आहे हा. ढीगभर घेऊन या, की हात हलवत परत फिरा; मनावर परिणाम होऊ द्यायचा नाही. पुढचं काम आणि पुढचं आयुष्य समोर उभं ठाकलेलं असतं. नवं शोधायचं, नवं हाती घ्यायचं.

जीवन म्हणजे वाहती नदी असं म्हणतात ते उगीच नाही. जीवनाला एके जागी साचलेलं ठेवता येत नाही.

दुकानाबाहेर आल्यावर राधी म्हणाली, ''इथं एकानंच यायचं असतं. विठ्ठलला अन् तुला बाजार काय असतो ते कळावं म्हणून आजच्या दिवस माझ्यासोबत आणलं. आता संध्याकाळी घरी या.

''आता वेगळं व्हायचं. येथपर्यंत सोबत होतात, सोबतच काम पार पाडलंत ते सगळं खरं, पण आता तुम्ही एकेमकांना ओळखत नाही. कोणी काय केलं, कसं केलं, किती बरोबर केलं, किती चुका केल्या, कशाची म्हणून चर्चा करायची नाही. शास्त्रात सक्त मनाई आहे.''

या विद्येच्या शिकवणीची हीच पद्धत आहे. गुरूकडून शिकायचं होतं ते गुरूंसोबत राहून, नजरेनं टिपून शिष्यानं शिकून घेतलंय... आणि नसेल शिकला तरी गुरू आपल्या तोंडानं सांगून, पुन्हा बोलून शिकवणार नाही म्हणजे नाही!

तसंच, शिष्यानं जे काही केलंय ते गुरूनं प्रत्यक्ष आपल्या डोळ्यानं पाहिलं आहे. तेच त्याचं मूल्यमापन, तीच त्याची बिनाप्रश्नोत्तराची परीक्षा.

तुम्ही कसे होणार, कुठवर पोहोचणार, ते ठरवूनच निसर्गानं तुम्हाला गुरूकडे पाठवलंय. तुम्हाला उपदेश करायचं, शिक्षण द्यायचं, घडवायचं अथवा शिकवण द्यायचं काम गुरूचं नाही. शिकायचं तुमचं काम आहे. गुरू फक्त जगून दाखवेल, दर्शन घडवेल. ज्याला ते दर्शन घडेल तो गुरूच्या सवाई होईल.

१२

आषाढ उलटला. श्रावण संपायला आला तरी घन बरसले नाहीत. थोडासा आसरा अन् जराशी सोय असल्याचं ऐकलं, त्या दिशेला आपली ढोरं घेऊन मालधारी रवाना झाले. कच्छच्या सीमेलगत आडोडियांचा एक 'पेडा' अजून थांबला होता. गोकुळाष्टमीपावेतो कच्छच्या रानामाळांनी या भूमिहीन भटक्यांच्या गाढवा-शेळ्यांना जगवलं होतं. अष्टमी उलटली अन् माणसाला प्यायलादेखील पाणी उरलं नाही.

डॅमसारख्या डॅममध्ये पाणी मिळायची मुश्कील, तर माणसांकडे धान्यधुन्य कुठलं असायला?

लोक म्हणतात, तिकडे नवागामजवळ नर्मदेच्या माथ्याशी मोठा डॅम बांधताहेत. तो पूर्ण झाला की कच्छमध्ये पाण्याची सोय होईल. देव जाणे तो केव्हा बांधून होणार!

आत्ता या घडीला तरी साऱ्यांनी एकत्र राहावं अशी परिस्थिती नाहीये. जास्त माणसांना जास्त हवं. गावातच काही नाही, चोरायचं तरी काय? आता वेगवेगळं राहून कसंबसं जिवंत राहाण्यात शहाणपण आहे.

सगळे पांगले. आपापल्या परीनं कुठंकुठं जायला निघून गेले. कोणी जवळच शहरात गेलं, कोणी महाराष्ट्रात पोहोचलं, कोणी मध्य प्रदेशाकडे वळलं.

रघू आणि तापी पावसाच्या आशेनं शरद पौर्णिमेपर्यंत थांबून राहिले होते. त्यानंतर मात्र ते एके जागी टिकले नाहीत. पांचाळहून ते थेट गीरच्या सीमेपर्यंत फिरत राहून त्यांनी आपल्या शेळ्या-बकऱ्यांसह स्वत:ला जगवलं. हिवाळा काढला, आता पुन्हा उन्हाळा येऊ घातलाय.

सगळीकडे हिंडून झालंय. आता नळकाठा तेवढा बाकी आहे. चला तिकडे. ती भूमी नको म्हणणार नाही. एवढा प्रचंड हिमालय ओलांडून उडत येणाऱ्या पक्ष्यांना मायेनं आसरा देतो तो तलाव, याच भूमीच्या लेकरांना दूर कसा लोटेल?

नळसरोवराचं सुकलेलं शेवाळ, वाळके काटेकुटे, एकटंदुकटं झाडझुडूप, पाला, जरा दूर भोगावाच्या पात्रातला सुकलेला सफेद खार... काही ना काही चावून

चघळून शेळ्या-बकऱ्या, गाढवं कशीबशी तग धरतील. रघू भाल भागाच्या जवळपास एखाद्याच्या शेतात घुसेल. गहू उभा असेल तर घेऊन येईल त्यातला. भालबद्दल ऐकलेलं खोटं नाही ठरायचं.

भल घोडा भल मानवी भल गुजरातने भाल
काठी तोये धरा भली खारो तोये भाल

(गुजरातचा हा भाल (प्रदेश) खूप चांगला आहे. इथले घोडे चांगले, माणसं भली; कठीण खारी असली तरी ही अवघी भाल भूमी चांगली आहे.)

असू दे अवघड, पण शेवटी भाल तो भालच!

क्यां भादर अनगळ भर्यां क्या भोगावाना भू
क्यां शीतळ सोरठ भलो क्यां लीमडीवाळी लू
न छास न छमको न छायडो केताक अवगुण कहुं
पण भूंडामां भल अेटलुं के भाले नीपजे घऊं

(भरपूर पाण्यानं वाहणारी ती भादर नदी कुठे आणि कुठे ही खाऱ्या पाण्याची भोगावो, कुठे ती सोरठची शीतल हवा आणि कुठे या लिमडीची (गावाची) भाजून काढणारी उष्ण हवा. इथे ना भाजी-आमटी (मिळायची शक्यता) ना ताक... किती अवगुण सांगावेत, पण अनेक वाइटात एक गोष्ट मात्र नक्कीच चांगली आहे ती म्हणजे या भाल प्रदेशात उत्तम प्रतीचा गहू पिकतो.)

दुसरं काही मिळो वा न मिळो गहू मिळेलच मिळेल.

गुजरातभर यंदा हिवाळी पेरणी फारशी झाली नाहीये, पण पाणी द्यावं न लागता, जमिनीच्या ओलाव्यावर पिकणारा कोराट गहू भालमध्ये अधेमधे कुठल्या तरी शेतात असेलच. एखादी खेप टाकून दोन थैल्या भरून गहू आणू शकलो तर तेवढ्यावर महिना-दोन महिने निघतील या आशेनं रघू पूर्ण तयारीनिशी नळकाठ्याहून आडवाटेनं चालत भालमध्ये उतरला.

कोणाही आडोडियानं सरळ रस्त्यानं जायचं नसतं. जन्माला आल्यापासून बघितलंय की 'पेडा-दंग्या'त राहणाऱ्यांना वेड्यावाकड्या आडवाटाच धुंडाळाव्या लागतात. हमरस्त्यावर खूप माणसं भेटतात. हजार डोळ्यांनी आपल्याला बघतात.

तशातच पोलिसांची गाठ पडली तर सुटायची बातच नको, मग भले तुम्ही गुन्हा केला नसेल. मंदिरातल्या पुजाऱ्याला देवाच्या मूर्तीची गरज असते, देवाची नाही. ठीक तशीच, पोलिसांना गुन्हेगार नव्हे तर कुठून तरी धरून आणून कोर्टाबाहेर हजर करायला एक मूर्ती हवी असते. ही मूर्ती चालतीबोलती जिवंत असावी एवढी एकच अट.

बापरे, एकदा का पोलीस भेटला की तो तोंडाला येईल तेवढे पैसे मागणार आणि तेवढे दिल्याविना सुटकेचा मार्गच नाही. म्हणून आडवाट धरा. आयुष्यभर

असं आडवंतिडवं चालत आले म्हणून तर त्यांना आडोडिया म्हणतात!

भल्या पहाटे पाणशीणा ओलांडून रघू हडाळ्याच्या वेशीलगत चालत गेला. दुपार होईतो फेदरा पार केलं. चालून चालून पाय भरून आले होते. आता थोडी विश्रांती घ्यावी, चार घास पोटात ढकलावे वाटलं म्हणून त्यानं बाभळीच्या विरळ सावलीतली जमीन थोडी साफसूफ करून घेतली. पिठाचं गाठोडं सोडलं. झारीतलं थोडं पाणी ओतून कापडावरच पीठ मळून घेतलं. हातावर भाकरी थापली. काटक्यांच्या जाळावर भाजली. खाऊन झाल्यावर जरा दूर बाभळीच्या झुडपामागे त्यानं ताणून दिली.

संपूर्ण वाटभर रघू बघत आलाय, एकाही शेतात धान्य नाहीये. कुठंच नाही. एरवी पाण्याविनाचे कोराट गहू चैत्री अष्टमीपर्यंत खळ्यात असतात, पण आत्ता पाहावं तर काही दिवसांपूर्वी इथं पीक असल्याचं नावनिशाण नाहीये. ना माणूस ना ढोर, ना शेतीचं अवजार. दृष्टी पोहोचेल तिथवर वैराण जमीन पसरलीये. भोरड्यांचे अन् धूळ चिमण्यांचे थवे जमिनीवर विखरून पडलेले दाणे शोधत ऐन दुपारी फडफडताहेत. सांज पडेतो जमिनीत दाणे धुंडाळत राहतील, मग पाण्याच्या शोधात उडून जातील.

पावसाच्या एखाद्या सरीचं पाणी आठ आठ दिवस जमिनीवर तकाकत ठेवणारी भालची काठेवाडी धरित्री या वर्षी जणू एका फटक्यात कोरडी झाली आहे.

भालच्या शेतकऱ्यांनी जमिनीतल्या घटत्या ओलाव्याचा अंदाज घेऊन दिवाळीच्या आधीच कोराट गव्हाची पेरणी केली असल्याचं रघूनं ऐकलं होतं... आणि तरीसुद्धा, कुठेच धान्याचा कण दृष्टीला पडणार नाही याची त्यानं कल्पनाही केली नव्हती.

भालिया जातीचे गहू उशिराचेच म्हणायचे. इतर सगळ्या जातींच्या गव्हाची कापणी मळणी होऊन गहू साफसूफ होऊन बाजारात पोहोचतात, तेव्हा कुठे भालिये गहू जेमतेम कापणीला आलेले असतात. आतासारखं, फाल्गुन सरेतो सगळ्या भालामधलं पीक शेत सोडून व्यापाऱ्यांच्या गोदामापर्यंत आणि घरातल्या कोठीपर्यंत पोहोचलं, असं सांगितलं तरी खरं वाटणार नाही. प्रत्यक्षच पाहायला हवं.

सांज ढळायला आली तसा रघू जागा झाला. तिथंच बसून राहिला. झारीतलं पाणी प्यायला. अजून एक-दोनदा प्यायला मिळेल, मग झारीत काही उरणार नाही. हरकत नाही. इतक्या माणसांना मिळतंय तसंच काहीतरी करून पाणी मिळेल, पण धान्य? ते कुठे मिळेल?

रघू आजवर कधीच रिकाम्या हाती परत आला नाही. या वेळीसुद्धा एखादी थैलीभर तरी धान्य घेऊन जायचंच. न खातापिता, उपाशीपोटी कामं करणं एकवेळ परवडलं, पण रिकाम्या हाती तापीपुढे जाऊन उभं राहणं परवडण्यासारखं नाही. आपल्यासारखीच तापीदेखील उपाशी बसली असेल. चार वर्षांपासून सरसतीला

शहरात ठेवलीये तेवढं तरी बरंय. एरवी, पोटच्या पोरीला भुकेनं तडफडताना रघूला न् तापीला बघवलंच नसतं.

सूर्य मावळताच रघू उठला. आणखी थोडा अंधार पडायची त्यानं वाट पाहिली; मग मोकळ्या रानातून चालू लागला. मैल दीड मैल गेला असेल तो दूरवर उजेडाचा ठिपका दिसला.

खळ्यातल्या धान्याची राखण होतेय. उन्हाळ्याचे दिवस आहेत, म्हणजे ती शेकोटी नसणार. कदाचित एकाऐवजी दोन कंदील ठेवले असतील. तिथं किती जण आहेत, जागे आहेत का निजलेत... जवळ जाऊन बघावं लागेल. इथून फक्त जरासा उजेड दिसतोय. बाकी काही नाही.

रघूचा मेंदू कामाला लागला. भालमधल्या वृक्षहीन सपाट भूमीवर कोणी 'अमोषिन' (धान्यचोर) लपून बसू शकेल असा आडोसा नाही. अशी परिस्थिती म्हणजे रघूसारख्या महानायकाला मोठं आव्हान वाटतं. परीक्षेची घडी. आता मन, बुद्धी आणि देह सर्व काही अत्यंत सावध ठेवलं नाही तर हार ठरलेली.

हत्ती (पळवून नेणारा) सरळ उभा राहून चालू लागला तर... समोर बसलेले काही मूर्ख नाहीत. दररोज त्यांनी रात्रीचं क्षितिज पाहिलंय. प्रकाशाचं, चांदण्यांनी भरलेलं. झगमगणाऱ्या आकाशापुढे ठेवलेल्या थाळासारख्या धरित्रीच्या चित्राचा ठसा त्यांच्या मनाबुद्धीवर पक्का उमटलेला आहे.

त्यात झालेला किंचितसा बदलसुद्धा त्यांच्या मनात शंका उत्पन्न करायला पुरेसा आहे. त्यातही, माणसाच्या सावलीची हालचाल न दिसणं अशक्यच. म्हणूनच रघूला कोल्ह्याच्या चालीनं जवळ जावं लागेल.

रघू गुडघ्यावर चालू लागला. जवळ पोहोचेतो कोल्ह्याइतकीच उंची, कोल्ह्याची चाल, कोल्ह्याची गती सांभाळत, दबकत जात राहिला. बांधानजीक पोहोचताच भुईसारखा चिकटून राहिला.

आणखी पुढे जायचं असेल तर, राखणीला आलेल्यांना डुलकी लागेपर्यंत वाट पाहायला हवी. मग सापासारखं धुळीत सरपटत पुढे जायचं.

थेट धान्याच्या लहानशा ढिगामागे लपून अगदी सावधपणे मुठीमुठीनं थैली भरून घ्यायची आणि आलो तसंच सरकत सरकत परत जायचं. राखणदार हजर असताना खळ्यातलं धान्य घेऊन यायचं म्हणजे सोपी गोष्ट नाही. जिवावर उदार होऊन काम करावं लागतं. दोन थैल्या धान्यासाठी मृत्यूच्या दारापर्यंत जावं लागतं.

रघूला भय होतं भालच्या जमिनीतल्या लाल इंगळीचं. रात्रीच्या गारव्यात जमिनीतून बाहेर आलेल्या या जीवानं डंख मारला तर त्यावर औषधच नाही. वाटेल तेवढा सहनशील 'भूमिस्पृश' (जमिनीसरसा सरकणारा चोर) असू दे, किंचाळत उठलाच पाहिजे.

पडल्यापडल्याच रघूनं अंदाज घेतला. तीन जण आहेत. त्यातले दोघं शेतकरी. बोलण्यावरनं 'गरासिया' (रजपूत जमीनदार) वाटताहेत. तिसऱ्याकडे एकतारा आहे म्हणजे तो 'तूरी-बारोट' जातीचा असणार.

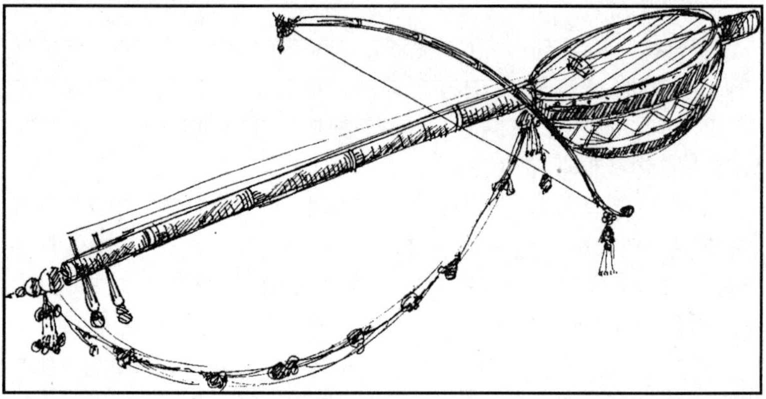

'दरबारां'ना (जमीनदाराला) वाटलं असेल, शेतात नुसतं बसून राहून रात्र कशी काढायची? थोडीफार करमणूक असली तर बरं. तेवढ्यासाठी तूरी-बारोटला सोबत घेतलंय. थोडं गाणंबजावणं करेल, आसमंत जागता ठेवेल. ते दोघं होऽऽऽ करत साथ देतील. "रंग तारा वाजिंतरने अने रंग तारी कळाने, रंग छे तने..."

एकच कंदील आहे. दुसरा उजेड आहे तो, पलीकडे तीन धोंडे मांडून केलेल्या चुलीतल्या ज्वाळांचा. चहाची तयारी दिसत्येय. चहा झाला की, चूल विझेल. तो उजेड जाईल, पण चहा पिऊन झाला रे झाला की तूरी-बारोट 'रावणहथ्था' (एक वाद्य) हातात घेईलच. मनापासून गायला तर त्या भजनाच्या मोहिनीनं खालचं शेत अन् वरचं आकाश, पहाट होईपर्यंत कोणीच निजणार नाही.

आता इथं अधिक थांबण्यात अर्थ नाही असं रघूला वाटलं. इथून काहीही नेता येणार नाही. तो मागे सरकला. तेवढ्यात तिघांतला एक म्हणाला, "राजभा, त्या विनूला न् गोरभांना पण बोलावूया. आवडेल तोवर थांबतील, नंतर जा म्हणावं खुशाल!"

राजभा म्हणवणाऱ्या माणसानं दिलेलं उत्तर रघूला ऐकू आलं, "अरे, तसं तर गीरीला सांगावा धाडायलाही हरकत नाही. त्यालाही भजनाची आवड आहे. गोरलासुद्धा येऊ दे! विन्या गावात नाहीच. त्याचं सगळं घर गेलंय वडोदऱ्याला. त्याचं दुकान गेले दोन दिवस त्याचा चुलतभाऊच बघतोय."

रघूच्या दृष्टीनं या सगळ्या बातम्या आहेत, पण अर्धवट. या उघड्या माळाच्या

चारी अंगांना गावं दिसताहेत. अरणेज, जवारज, बोरुं....

हे शेत नेमकं कोणत्या गावाच्या सीमेवरचं आहे, ज्यांना बोलावून आणायचं घाटतंय ते सारे नेमक्या कोणत्या गावात राहतात ते माहीत नाही. चारही गावांत जाणं रघूला शक्य नाही. तोवर सकाळ होईल. रात्रीची कामं दिवसाढवळ्या करत नसतात. रघू मोठा धाडसी कारागीर समजला जातो. मनात आणेल तर करू शकेल. मनात आणणार नाही, ते वेगळं!

आता वाट बघायला हवी. पक्के मित्र असतील तर गावात निरोप धाडतील. जाणारा कोणत्या गावाच्या दिशेनं जातोय ते बघण्यासाठी इथंच पडून राहायचं. तो थोडा दूर गेला की, हळूच त्याच्या मागे मागे जायचं. मग मुख्य जागी पोहोचता येईल.

"बापू, चहा होतोय तोवर जाऊन येतो." तूरी-बारोटनं म्हटलेलं ऐकू आलं. जेवढे श्रोते जास्त तेवढी भजनं म्हणणाऱ्याला जास्त मजा.

आता तो गावात जाणार हे नक्की. थेट एकेकाच्या घरी जाऊन श्रोते जमवून आणणार.

तूरी-बारोटच्या मागे जाणारा रघू गावाच्या वेशीपाशी जाऊन थांबला. आता कोणाची गरज नाही. जरावेळ वाट बघायची आणि रात्र चढली की, घर शोधून काढायचं. एवढ्या लहानशा गावात घर अन् दुकान वेगळं नसतं. अंगणालगतच्या खोलीत, गल्लीकडच्या भिंतीत खिडकी पाडून दुकान केलेलं असतं. घर लवकरच सापडेल.

खरंतर या खेपेला तापीनं कोणाच्या घरात शिरायला नाही म्हटलंय. दुष्काळी वर्ष आहे. लीमडी, सायलासारख्या मोठ्या गावांत पोलीस घोड्यावरून राउंड मारताहेत, पहारा देताहेत. खेडेगावची तरणीताठी पोरं पाळ्या ठरवून पहारा करत असतील. म्हणूनच तापीनं नको म्हटलंय. रघूनं गावात जायचं नाही. बांधावर, शेतात-खळ्यात जे काय असेल त्यातलं घेऊन निघून जायचं. गावात शिरायचा प्रयत्नही करायचा नाही. पसाभर धान्यासाठी जिवाला धोका मुळीच पत्करायचा नाही.

रघूनं लक्षपूर्वक पाहिलं. कान देऊन ऐकलं. गावात अजिबात हालचाल नाहीये. काठीचे ठोके सोडाच, पावलांची चाहूलदेखील नाहीये. कोणाचाही पहारा नाही. तापी म्हणते तसला धोका नाहीये. रिकाम्या हातानं परतण्यापेक्षा गावातल्या घरात शिरणं बरं. नीरव शांततेत रघूनं गावच्या व्यापाऱ्याच्या घरात शिरायची तयारी आरंभली. शेताकाठी काही मिळालं नाही, मग करणार काय?

कपडे उतरवले. गुडघ्यापावेतो घट्ट धोतर तेवढं राहू दिलं. काढलेले कपडे आणि गोफण कमरेशी गुंडाळलं. त्यावर फडकं लपेटलं. धान्य मिळालं तर त्याचं गाठोडं बांधायला फडकं हवंच. मग कमरेला लटकावलेल्या छोट्या बाटलीतून

तळहातावर थोडं तेल ओतलं. त्यात काजळी मिसळून ते अंगावर माखलं. थोडंसं हातापायाला लावलं... अन् पूर्वजांचं स्मरण करून तो निघाला.

ठिकाण सापडलं. अंधारातच दार हुंगून त्यानं किराण्याचा, मसाल्यांचा वास ओळखला. पुन्हा खात्री करून घेतली. हेच घर. देवडीच्या दरवाज्यावर कुलूप लटकत असणार. त्या कुलपावर पाय रोवून अंगणाच्या भिंतीवर उडी टाकायची. एकदा अंगणात शिरलं की झालं. घर बंदच आहे. खोल्यांना कुलपं असतील तर 'नराश'नं (घडफोडीचं हत्यार) पिळून तोडून टाकायची. आत शिरल्यावर रघू मालक! कोठारात, दुकानात जे मिळेल ते बांधून घ्यायचं आणि आल्या वाटेनं निघून जायचं.

रघू देवडीच्या दरवाजापाशी आला. अंदाज घेण्यासाठी खाली वाकून पायरीला शिवला. त्याच क्षणी त्याच्या हाताला कशाची तरी ओळख पटली. चपापून तो मागे सरला– ज्वारीचे दाणे! पायरीपासून घराच्या कोपऱ्यापर्यंत जमीन चाचपली. तिथंही हेच सापडलं. आता घराच्या पिछाडीला जाऊन पाहिलं तरी मागच्या गल्लीतदेखील हेच दाणे सापडतील!

रघू पुटपुटला, "हुं... यो बेर कोई चालाक निकळी. कीदा? बो तो खबर नाई, जो कोई नाई जाण, बो यो बेर जाण ल्याई – नक्कीच या घरची घरधनीण चतुर असावी. कुठून ते माहीत नाही, पण क्वचितच कोणाला माहीत असते ती गोष्ट या घरच्या बाईनं माहीत करून घेतलीय."

झालं. संपलं सारं. इथून माघारी फिरण्याखेरीज रघूकडे दुसरा मार्गच नाही. आला तसा परत जाणार. हातातोंडाशी आलेलं सोडून!

१३

'असं का करायचं' हे जर कोणी विचारलं तर त्यामागचं कारण रघूला माहीत नाहीये. त्याला एवढंच माहीत आहे की, ज्वारीच्या आड असलेल्या घरात घरफोडी करायची नाही. तिथून मागेच फिरायचं.

रिकाम्या हातानं घरी गेल्यावर रघूनं तापीला सांगितलं की, मी ज्वारीच्या दाण्यांना शिवून परत आलोय, तर तापीदेखील ते सहज मान्य करेल. पुढे काही विचारणार नाही, कारण यापूर्वीही कोणी विचारलं नाहीये. पूर्वापार असंच चालत आलंय. पूर्वज असंच करत. कोणीही आडोडिया कुम्भिल (दरोडा टाकणारा) ज्वारीची राखण ओलांडून घरात शिरत नाही.

हे गुपित माहीत असलेली घरधनीण रघूसारख्या महारथीची स्वारी रोखू शकली आहे. ज्वारी गृहिणीनंच पसरून ठेवली हे नक्की. हे काम बाईचं, पुरुषाचं नाहीच; कारण लहानपणापासून बाई ऐकत आलीये की, घराचं धनधान्य, मानपान सारंच सांभाळायची जबाबदारी तिची!

सासरी निघालेल्या लेकीला निरोप देताना रडत रडत सांगितलेल्या उपदेशाच्या चार शब्दांतून, गाण्यांतून पुन्हा पुन्हा तीच आठवण करून दिली गेलीये की, पुरुषानं भल्याबुऱ्या कोणत्याही मार्गानं घरात जे काय आणलं असेल ते सांभाळून ठेवायचे उपाय गृहिणीनंच योजायचे असतात.

जिथं असं प्रत्यक्ष काही सांगितलं जात नाही तिथंही जगातील प्रत्येक बाई ठामपणे हेच मानत आली आहे की, पतीला कमावून आणण्याची कला जितकी साध्य असते, त्याच्या पावपटीनंही कमावलेलं सांभाळण्याची नसते. त्यांना कमावता येतं, पण राखता येत नाही.

कोण्या चतुर स्त्रीला खासगीत विचारलं तर अनुभवसिद्ध तपशीलही ऐकायला मिळतील, "मला सांगा, जो माणूस आजवर मलासुद्धा नीट सांभाळू शकला नाही, तो लक्ष्मीला काय पकडून ठेवणार हो?"

'सर्व भूतमात्रांत अधिकतम चंचल कोण' अशा प्रश्नाचं कुठलीच बाई सरळ उत्तर देणार नाही. एकतर हसून उत्तर द्यायचं टाळेल किंवा नुसतं काहीतरी सूचक

बोलेल. लाखो पहारे ठेवून, अगदी थेट आतल्या खोलीत डांबूनसुद्धा स्त्रीला पकडून ठेवणं जमलं नाही हा इतिहास आहे.

म्हणूनच बाईनं कधी लक्ष्मीवर विश्वास ठेवला नाहीये. एकतर ती परम सौंदर्यवती, भुवनमोहिनी. दुसरं म्हणजे रात्रीधरांची प्रिय आणि पुन्हा आपल्यासारखीच एक स्त्री. संधी मिळताच निघून जाईल. जराही विलंब करायची नाही. एकाच जागी कोंडून राहणं कोणाला आवडलंय?

म्हणून बाई सदैव सावध असते. पुरुषांनी कितीही बंदोबस्त केला तरी तो अपूर्णच असणार हे बाई जाणून असते. समजा, पुरुषानं गुप्त कळ असलेली अगदी मजबूत तिजोरी बनवून आणली तरी ठेवेल कुठं? अवघं जग डोळे बंद करून पाहू शकेल अशी समोर, भिंतीच्या जवळ. फारतर भिंतीच्या आत.

आता तुम्हीच सांगा, वाटेल तेवढी बुद्धी वापरून पूर्ण विचार करून बनवलेली गुप्तात गुप्त कळ कधीच उघडली जाणार नाही असं कसं मानता येईल? आमची खात्री आहे, एखाद्या सराईत 'क्वाटघ्ना'च्या (कपाटाचा नाश करणारा) हस्तकौशल्यापुढे विदेशी कळीचंसुद्धा काही चालत नाही.

तिजोरी आणणं शक्य नसेल तर पुरुष काय करतो? माठात नाही तर डब्यात भरून घरातल्या अंगणात पुरून ठेवेल. तो उपायही अर्धवट म्हणायचा. मध्यरात्री अंगणात शिरलेला आखनिक (खोदून नेणारा) चलाख असेल तर पुरून ठेवलेलं काही शिल्लक राहणार नाही. त्या जागी पाय ठेवताच त्याला कळेल की, बाकीच्या अंगणापेक्षा ही जागा वेगळी वाटते. वर्षभरापूर्वी खोदलेली जागासुद्धा ओळखू आल्याविना राहत नाही. आयुष्यभर भटकत राहिलेला 'परिपन्थिक' (भटका चोर) पायाखालच्या जमिनीचा घट्टपणा ओळखण्यात चूक करणार नाही.

मग काय? आपण कोण्या उद्धारकाची प्रतीक्षा करत किती काळापासून कोणत्या जागी पुरलेल्या अवस्थेत पडून आहोत, ते स्वयं लक्ष्मीच कुम्भिलला सांगून टाकणार, हे धरून चाला!

काळोखातल्या अनाहूत पाहुण्यांच्या मनात भय उत्पन्न करून त्यांना आपल्या घरापासून दूर ठेवण्यासाठी पुरुष आणखी एक उपाय करून पाहतात. पैसाअडका बाळगून असलेल्या घरी राखणदार ठेवतात. त्यांच्यापाशी बंदूक देतात. कोणी आपल्या विशाल अंगणामळ्यात शिकवून तयार केलेले श्वान मोकळे सोडतात. हे सर्व निरर्थक आहे. अपुरं आहे. हर्त्याच्या दृष्टीनं या उपायांचा अर्थ एवढाच की, भ्यायचं काही कारण नाही, पण थोडी दक्षता बाळगा.

अशाप्रकारे पुरुषांनी योजलेले उपाय अर्थहीन असतात. म्हणूनच प्रत्येक स्त्री तस्कराला आपल्या घरात शिरताना भय वाटावं म्हणून सतत नवनवीन उपाय आणि आधार शोधत असते.

समस्त जगाला असलेला एक आधार म्हणजे ईश्वराचा, पण परमेश्वराला कोणी भीत नाही. पहिली गोष्ट म्हणजे तो एकच आहे, एकटा. शिवाय त्याच्या दृष्टीनं तुझं-माझं, कमावलेलं-लुटलेलं, सापडलेलं-हरवलेलं, मिळालेलं-हिसकावलेलं सगळं समान. वेगळं नाहीच.

बाईला वाटतं, ईश्वराचं काही सांगता येत नाही. आज माझ्यावर कृपा केलीये. माझ्या नवऱ्याला कमावू दिलंय. उद्या आणखी कोणावर कृपा करून तिच्या नवऱ्याला नेऊ देईल. थोडक्यात काय, परमेश्वराची बात सोडा. तो कायम अंधार राहू देत नाही आणि वेळेवर सूर्योदय घडवून आणतो, तेवढं पुरे!

परमेश्वराच्या खालोखाल आहेत तिचे स्वत:चे देवी-देवता. ते मदत करतात, पण उपाय म्हणून फारसे उपयोगी नाहीत. देव फार तर रक्षण करायचे आशीर्वाद देतील, पण शत्रूच्या मनात भय उत्पन्न करायला निरुपयोगी.

तर मग आणखी खाली चला. आळीपाळीनं सुरगण, यक्ष, गंधर्व, ब्रह्मराक्षस वगैरे. आणखी खाली अगदी तळाशी गेलात तर वड-पिंपळ इत्यादी झाडांवर वस्ती करणाऱ्या योनींची पाळी. त्यांच्यापैकी कोणाची साधना करणं जमलं तर ते आपल्या साधकाचं हित आणि त्याच्या समोरच्याचं अहित करायला तत्पर असतात, पण हा उपाय शत्रूला भयकारी असला तरी तो तितकासा गुप्त नसतो.

घराच्या दारावर पंजांचे ठसे, झाडावर टांगलेला नारळ, पायरीवर ठोकलेले खिळे, अशीच कुठे ठेवलेली कुंकू-सुपारी... या सर्व गुप्त साधनेच्या खुणा आहेत. बारकाईनं निरीक्षण केलं तर कोणतं भूत, कुठला ब्रह्मराक्षस मंत्रून ठेवलाय ते ओळखू येतं.

'रात्रीचे नायक' हेच काय, यापेक्षाही अधिक जाणून असतात. म्हणूनच तर शास्त्राने त्यांना 'अवावन' (वाईट पद्धतीनं हानी करणारे) म्हटलं आहे. तुमच्या तमाम मंत्र-तंत्राचं निराकरण कसं करायचं ते त्यांना ठाऊक असतं. अवावन प्रत्येक तंत्राची मारण विद्या शिकलेला असतो. एखादा मंत्र उच्चारेल आणि तुम्ही पाळलेलं, पकडलेलं जे कोण असेल ते स्वत:च अशा कुम्भिलाचा गुलाम बनेल. त्याला घरात आणून सगळ्या जागा आपणहून दाखवून टाकेल.

एकंदरीनं काय, असे अर्धेमुर्धे इलाज चालणार नाहीत. काहीतरी नवं जाणून घ्यायचा, वापरून बघायचा प्रयत्न करत राहणं हाच उपाय.

मग या घरच्या घरधनिणीनं तरी अपवाद का करावा? कुठून तरी तिच्या कानावर आलं आहे की, घराच्या आसपास ज्वारीचे दाणे सांडून ठेवावेत. मंतरलेले नव्हे, साधे! बस, घराभोवती ज्वारीचे दाणे पसरा आणि निवांत निजा. प्रखर महारथीदेखील तुमचे दाणे ओलांडून घरात शिरणार नाही.

ज्वारी. ज्वार. हल्ली कोणी खात असतील की नाही कोण जाणे! आता केवळ पुण्यकर्म म्हणून चबुतऱ्यावर पारव्याकबुतरांसाठी टाकण्यापुरती वापरत असतील.

त्याहून अधिक महत्त्व देत नसतील. त्यात भीतीचा भाग नाहीये. विद्या, मंत्र, तंत्र याचाही संबंध नाहीये. ज्वारीमुळे रक्षण करता येतं हे क्वचितच कोणाला माहीत असतं.

रघूला वा तापीला यामागचं कारण माहीत नाहीये, पण रिवाज आहे एवढं खरं. का? कोण जाणे! या 'का'चं उत्तर आजच्या काळातल्या एकाही वटाविकाला ठाऊक नाही. नाही म्हणायला, एकट्या सतीला ठाऊक आहे.

सतीला नानकी आजीसारखी गुरू लाभली आहे. जुन्या गोष्टींची माहीतगार, वृद्ध, पूर्वतस्कर (पूर्वीच्या काळचा चोर). शिवाय, गोष्ट सांगावी इतक्या रसाळपणे शिकवणारी. त्या वयोवृद्ध चौरिकेनं अशा तऱ्हेचे अनेक प्रसंग कारणासहित सतीला सांगितलेत.

म्हणूनच तर सतीला ते कारण माहीत आहे आणि समजलंही आहे. तिला ठाऊक आहे की, वाडवडिलांच्या मते ज्वारी म्हणजे शौक म्हणून खायचा जिन्नस किंवा पारव्यांना खाऊ घालायचा पदार्थ नव्हता. त्यांच्यामते ज्वारी होती माता. सर्वार्थानं माताच की! जिनं जन्म दिला, जिनं पालनपोषण केलं ती, किंवा तुम्ही जिला अवघ्या जगताचं पालन करणारी समजता ती अन्नपूर्णा. तिनं पिढ्यान्‌पिढ्या आमच्यासारख्यांना जगवलं आहे.

दळली-कांडली गेली, जाळावर-आचेवर भाजली गेली, कच्चीच पोटात ढकलली गेली... सगळं सहन करत याच ज्वारीनं सतीच्या 'परिपंथिक' (भटके चोर) वाडवडिलांची भूक भागवली आहे.

म्हणून, ज्वारीचा अनादर आमच्याकडून होणं असंभव. त्यात भय-भीतीचा भाग नाही की, कोण्या गूढ अमोघ मंत्राचा संबंध नाही. संबंध आहे, 'तू आहेस म्हणून मी आहे' या जाणिवेतून प्रकटलेल्या स्वाभाविक समजाचा. ज्वारीनं जगवलंय या ज्ञानजन्य ऋणाचा!

हे ऋण विसरायचं नसतं. त्या ऋणाचा अनादर केला तर माणूस म्हणवून घेता येणार नाही. बाकी जगाशी खोटं वागणं-बोलणं एकवेळ सोपं आहे, पण ज्याचं ऋण शिरावर आहे त्याच्याशी कधी खोटेपणा करता येत नाही. ऋण हे परम सत्य आहे, ते स्वीकारून त्याचा मान ठेवावाच लागतो.

आमच्या आधीच्या पिढ्यांनी ज्वारीच्या आधारावर आयुष्य कंठलं आहे, म्हणूनच ज्वारीच्या आधारानं जगणारे ते आमचे भाऊबंद ठरतात. ज्वार ओलांडून घर फोडायचं नसतं.

ते जाऊ द्या. मूळ मुद्दा असा की, त्या घरच्या बाईला ही गोष्ट समजली कुठून? मुळात, हल्ली ज्वारीबद्दल कोणाला काय कळतंय? हिला कळलंय हे विशेषच!

त्या अनोळखी, परक्या स्त्रीची कदर केली पाहिजे. खरंच केली पाहिजे. बत्तीस प्रकारच्या भोजनांची नावं जाणणाऱ्या आणि देवाला छप्पन प्रकारचे नैवेद्य दाखवायची हौस असणाऱ्यांना ज्वारी अन् माणूस यांच्यातल्या संबंधांची जाणीवच काय, कल्पनाही नसली तर त्यात नवल नाही.

१४

"चार-पाच वर्षांपूर्वी आपल्या गावाच्या वेशीपाशी पालं पडली होती. त्यात एक दहा-अकरा वर्षांची मुलगी होती. सरसती नावाची. तिच्या बापाला शोधून आणायचं आहे."

"मोटाभाई, अहो नुसतं पाच वर्षांपूर्वीच्या दहा-अकरा वर्षांच्या पोरीचं नाव सांगून, तेवढ्यावरून तिच्या बापाला शोधून आणायला सांगताय, ते कसं होणार?"

"दुसऱ्या कोणाच्यानं नाहीच होणार, पण काळू नक्की करू शकेल एवढं माहीत आहे म्हणून तर तुला सांगायला आलो. एरवी, आमच्याकडे माग काढणारे इतर कमी आहेत का?"

"पण तिचं काय काम निघालं? आपल्या मुलखात संधी-डफेरांना तोटा आहे का, तर थेट आडोडियाला शोधत फिरायची पाळी आली? आडोडियांचं काम रात्रीच्या काळोखात शेतात शिरून धाड घालणं. त्यापेक्षा संधीभाईंचं काम सोपं. म्हणाल तर दिवसाढवळ्या जाऊन मालकालाच उचलून आणू. दोन थोबाडीत ठेवून दिल्या की, म्हणाल ते द्यायला कबूल होतील." काळूनं सल्ला दिला.

मोटाभाई म्हटलेल्या माणसानं जरा कठोर आवाजात म्हटलं, "त्यांचं काय काम निघालं त्याची उठाठेव तुला नको. मुलीचं नाव सरसती आहे. पाच वर्षांपूर्वी दहाची वाटत होती. आता पंधराची दिसत असेल. मुलीच्या बापाचं नाव आणि त्याचा 'दंगा' सध्या मुक्कामाला कुठे आहे एवढ्या दोन गोष्टींची खबर काढून आणायची. तेवढं केलंस की, तू मोकळा. तुझ्याच्यानं होणार असेल तर हो म्हण,

नाही तर दुसरा शोधतो.''

काळूशी बोलायला आलेल्या माणसाला नकार देणं काळूला शक्य नाही. दुसरीकडे, एका अनोळखी पोरीच्या फक्त नावावरून आजच्या घडीला तिचा मुक्काम शोधून काढायचं कठीण आणि निरर्थक वाटणारं काम. त्याही पलीकडे काळूला जास्त खुपतंय ते म्हणजे, मुख्य गुप्त काम जे असेल ते असू दे, पण ते गुप्त काम आडोडियांच्या हाती सोपवायचंय, आम्हा संधींना द्यायचं नाहीये!

काळूनं निराश स्वरात म्हटलं, ''आता तुम्ही सांगताय म्हटल्यावर ना म्हणायचा प्रश्नच कुठे येतो? पण वीस-पंचवीस दिवस लागतील. देव जाणे कुठे कुठे भटकत असतात ते लोक! अगदी थेट राजस्थानकडेसुद्धा जावं लागेल... आणि पाकिस्तानात उतरले असतील तर सापडायचं नावच नको.''

''पाकिस्तानात उतरायचं म्हणजे खेळ आहे का?'' मोटाभाई म्हणाले, ''मरायचं असेल तोच जाईल सरहद्दीपाशी. आता उगाच बहाणे नको सांगत बसूस. कामाला लाग. तू पंचवीस दिवस म्हणतोस, माझे आणखी पाच घाल, चल. पुढच्या महिन्यात याच दिवशी पक्की खबर मिळायला हवी.''

हे बोलणं झालं त्याच्या खूप आधीपासून अवघ्या धारागढचे डोळे खत्रीसाहेबाकडे लागून राहिलेत. कचेरीतल्या, कचेरीबाहेरच्या आणि घरच्या... खत्रीच्या एकूण एक कामांची क्षणाक्षणाची खबर धारागढला पोहोचत असते.

साहेबांच्या मेहुण्यानं राजकोटमध्ये पोलीस ठाण्यासमोर कापडाचं दुकान उघडलं आहे, हे कळल्यावर त्या दुकानाची बित्तंबातमी काढली गेली आहे. ते दुकान मेहुण्याचं नाही याची खबर इतरांना भले नसेल, धारागढला आहे. साहेबानं कसे, कुठून गोळा केलेले, किती रुपये दुकानात गुंतवले आहेत त्याचा रुपये-आणे-पैसकटचा हिशेब धारागढमध्ये मिळू शकतो.

ऑफिसर जामनगरचा असो की जुनागढचा, पैसे गुंतवायचे म्हटले तर राजकोटकडेच वळणार. कोणी जमीन घेईल, कोणी नातेवाइकाच्या नावानं धंदा सुरू करेल. दोन नंबरचा पैसा नुसताच कपाटात कोंबून ठेवणार नाहीत. धाड पडली तर सगळ्यात आधी कपाटंच उघडली जायची!

दुकान खत्रीचं आहे म्हणजे त्याचं काम कसं करायचं याचा नीट विचार करायला हवा. दुकान चालवणाऱ्याला उचलायचं आणि त्याच्याशीच बोलणी करायची हा सर्वांत पहिला, लगेच सुचणारा मार्ग आहे, पण नको. त्याची ताबडतोब चौकशी होईल. कोणी केलं ते लगेच कळेल.

पोलीससुद्धा मोठे जाणकार झालेत. काम पाहूनच हे कोणी केलं ते ताडतील. साधी एवढीशी घरफोडी झाली तरी तपासासाठी आलेला हवालदार काय काय पाहतो अन् किती किती चौकश्या करतो. काय घडलंय ते बारकाईनं पाहिलं की, त्या

कामामागचं काम करणाऱ्याचं प्रतिबिंब दिसून येतं. हे पोलिसांना कळलं आहे.

हवालदार चलाख असेल तर कामाची पद्धत तपासेल आणि ऑफिसरला सांगेल, एका झटक्यात दार उतरवून ठेवलंय म्हणजे 'डफेर'चं काम दिसतंय. दुसऱ्या कशाला धक्का न लावता, आवाज होणार नाही अशा रीतीनं पिळून कुलूप तोडलंय म्हणजे आडोडिया असणार. पहार घालून कोयंडा उचकटलाय म्हणजे आपला तो हा...

काम करायची ज्याची त्याची आपापली ठरावीक पद्धत असते. ती एकदा समजून घेतली की, काम कोणी केलं आहे त्याचा अंदाज बांधायला वेळ लागत नाही. कसब दाखवून गेलेल्याला पकडायचं की नाही, ती गोष्ट वेगळी. गुन्हेगाराचा माग लागेल, त्यानंतर कामाचा निकाल काय लावायचा ते पोलीस ठरवतील.

धारागढमध्ये राहणाऱ्यांनी नाना परीनं विचार करकरून शेवटी खत्रीच्या दुकानाचं काम तीन जणांच्या देखरेखीखाली पार पाडायचं ठरवलं आहे. काम करायची पद्धत त्या तिघांनी ठरवायची. तारीख-वारासकट वेळ ठरवतील. साथीदार जमवतील. साधनं गोळा करतील. काम उरकल्यावर माल कुठं न्यायचा, कुठं लपवून ठेवायचा, सर्व काही निश्चित करतील.

काम लहानसहान नाही. लाखोंचा माल भरलेलं संपूर्ण दुकान रिकामं करायचं आहे. चिंधीसुद्धा आत राहू द्यायची नाहीये. मुख्य म्हणजे, काम असं काही पार पडायला हवं की, कोणाचं नाव तर सोडाच, नावाची शंकादेखील येता उपयोगी नाही. व्यापारी कितीही फिर्यादी करो, माग काढता येईल असा काहीही दुवा मागे सोडायचा नाही.

पावलांच्या खुणांवरून पोलिसांनी 'कुजम्भल'ला पकडलं तर संपलंच म्हणायचं. खत्रीचा हिशेब अजून चुकता करायचा आहे. बदली होऊन जामनगर सोडून जाण्याआधी त्याचं ऋण आणि त्याची मिजास दोन्ही उतरवायचं आहे.

वेळ अशी साधायची की तो इंद्रजित परमार नोकरीवर हजर नसला पाहिजे. यात तो कुठेच गोवला जाता कामा नये.

शेठनं तीन जणांना काम सोपवलं आहे. सगळे मिळून ठरवायला बसले तेव्हा लक्षात आलं की, या कामात केवळ आपलेच जातभाई असून चालणार नाही. एखाददुसऱ्या आडोडियाशिवाय दुसरा कोणी चालणारच नाही. इतर 'वटाविकां'पैकी (साथीदार) कोणीही वेष बदलला तरी चेहऱ्यावरचे भाव आणि शरीराची हालचाल एवढ्या वर्णनावरून पोलीस पक्कं चित्र तयार करतात.

म्हणून आडोडिया हवाच. हे आडोडिये म्हणजे जातिवंत बहुरूपी. वाणिया, लवाणा, खवास, राजपूत... म्हणाल त्याचं असं काही हुबेहूब रूप घेतील की, मुळात ते त्या जातीचे नाहीत, असं छातीठोकपणे सांगणं अशक्य!

काम अवघड आहे. विशिष्ट प्रकारचे जे आवाज काढावे लागतील तेवढे सोडून दुसरा कोणताही आवाज होता कामा नये. असं कौशल्य आडोडियांखेरीज इतर कोणात सापडणार नाही.

घरात शिरलेला साप घरभर हिंडून गेला तरी जसं कोणाला काही कळत नाही, तसंच कामात गुंतलेला नायक तेवढ्याच शांतपणे काम उरकून निसटून जाऊ शकतो. हे महानायक ऐन मध्यरात्री, घरात निजलेल्या कोणालाही जाग येणार नाही अशा अतीव शांतपणे काम करतात.

त्याखेरीज आणखीही कारणं आहेत. रानावनात भटकणाऱ्या लांडग्याबिबट्यांसोबत वाढणाऱ्या या जमातीनं पाहून ठेवलं आहे, या प्राण्यांची नजर भक्ष्यावर रोखलेली असली तरी आजूबाजूच्या वास्तवाचं भान ते कधीही सुटू देत नाहीत. हातातलं काम आणि आसपासचं वातावरण आपल्या काबूमध्ये ठेवायची कला या कलाकारांना बालपणापासूनच अवगत असते आणि ती अधिक विकसित होत आली आहे.

या भटक्या जमातीनं हेसुद्धा टिपून ठेवलं आहे की, घारी-गरुड, शिकार हाती लागली की, तत्क्षणी कुठल्या कुठे उंच उडून जातात. आडोडिये जे बघतात ते लगेच शिकून घेतात, आत्मसात करतात; म्हणून तर वस्तू हस्तगत केल्यावर ते अप्रतिम वेगानं अंधारात विलीन होऊन जातात.

आडोडियांना हे सर्व अगदी स्वाभाविक असतं. निसर्गाच्या अंगाखांद्यावर खेळता खेळता, हरतऱ्हेच्या पशू-प्राण्यांसोबत हिंडता-हिंडता पाचही इंद्रियांद्वारे शिकता आलं तेवढं शिकून घेतलेलं केवळ डोक्यातच टिकून राहत नसतं, तर ते थेट रक्तातच उतरतं.

...आणि तरीही या कामगिरीसाठी एकटा आडोडिया पुरेसा नाही. एखादा 'संधी' हवा, शिवाय इतर दुसरे लागतील. नुसतंच लुटून आणायचं आणि अंधारात नाहीसं व्हायचं, एवढंच असतं तर एकच जात पुरेशी होती. इथं पोलिसांची अब्रू घ्यायची आहे. प्राण गेला तरी ना मुद्देमाल मिळाला पाहिजे ना कोणती खूण मागे उरली पाहिजे. हे सर्वांत अवघड आहे. चोरीचा माल समर्थपणे दडवून ठेवायचं काम 'संधी'चं.

दुकान हमरस्त्यावर आहे. राजकोटसारख्या शहरात 'पडली रात्र की झालं सारं शांत' असं होत नसतं. अर्ध्या रात्रीसुद्धा रस्त्यावर माणसांची ये-जा चालू असते. दुकानाच्या समोरच पोलीस चौकी आहे. संधी साथीला नसला तर तिथं जायची हिंमत कोणीच करणार नाही. आडोडिया तर नाहीच नाही. तो शांत नीरव रात्रीचा राजा! दिवसासारखं वातावरण आणि समोरच पोलीस, दोन्ही गोष्टी आडोडियाला नकोशा असतात.

कामासाठी वाहनाची गरज भासणार हे नक्की. संधीसारखा वाहन चालवणारा

दुसरा सापडणार नाही. वाइटातला वाईट रस्ता असो, भरधाव वेग असो, संधी ड्रायव्हरचा वाहनावरचा ताबा कधीच सुटणार नाही.

'डफेर'देखील हवा. न जाणो, बंदुकीचा धाक दाखवावा लागायचा! आडोडियाच्या गोफणीचा घाव पोट चिरून, मणका तोडून पार जातो हे जरी खरं असलं तरी बंदुकीची जेवढी दहशत वाटते तेवढी गोफणीची नाहीच नाही.

त्या शेठ नामक मालकानं हे सारं विचारात घेतलं आहे. कामाचा संपूर्ण आराखडा तयार आहे. आता अत्यंत कुशल माणसं शोधणं तेवढं बाकी आहे.

तीनही नायक शेठशी चर्चा करून तेवढं करतील. सगळ्यांना एके जागी गोळा करून आणणंच कठीण आहे, ते जमलं तर काम फत्ते!

दीडेक वर्षापूर्वी एकानं सतीला काम करताना पाहिलं आहे. ही मुलगीच इतकी गुणी असेल तर तिचा बाप किती पोहोचलेला असेल! त्याला बोलवा, सोबत मुलीला पण बोलवा. गरज लागेल कदाचित. पण ते सापडायचे कुठे? काहीच ठावठिकाणा नाही. भटकी जमात. कुठं जाऊन पडले असतील कोण जाणे! काय सांगावं, तुरुंगातसुद्धा असायचे!

वीस एप्रिलपासून परमारला एक महिन्याच्या ट्रेनिंग कॅम्पसाठी डेहराडूनला जायचं आहे. ही बातमी धारागढला पोहोचताच सतीचा आणि रघूचा शोध घेणं लगोलग सुरू झालं. अक्षयतृतीयेनंतर लगेच खत्रीच्या मुलीचं लग्न आहे. आपण तोच मुहूर्त साधायचा. तृतीयेला अजून दीड महिना आहे, तोवर सगळं जुळलं पाहिजे.

विसाऐवजी पंधरा दिवसांतच काळूनं रघूची बातमी आणली. घरबसल्या, फोनवरून रोजच्या रोज चौकशा केल्यावर शेवटी थेट महाराष्ट्राच्या हद्दीवर रघूच्या तांड्यातला एक माणूस भेटला. त्यानं अहमदाबादच्या एका नंबरावर विचारायला सांगितलं.

पसरत पसरत बातमी नानकी आजीच्या शेजारच्या घरापावेतो पोहोचली. तूर्त तिथून 'दंगा' पांगला असला तरी सरसतीचे आई-बाप सध्या नळकाठ्याला मुक्कामाला असल्याची पक्की खबर तिथंच मिळाली. तिथून निघाले नसतील तर मूळ बावळापाशी कुठेतरी सापडतील. निघाले असतील तर कोणीकडे जाताहेत ते कळेल. सरसती म्हणतात ती मुलगी त्यांच्यासोबत नाहीये. ती इथे सेटलमेंटमध्ये कुठल्याशा घरी राहते.

शेठच्या तीन मुख्य मुकादमांपैकी, ज्याला मोटाभाई म्हणतात तो लीमडीमार्गे नळकाठ्यापाशी मूळ बावळ्याला जाईल. मुलीच्या बापाला भेटेल. त्याला काम समजावेल. आपल्यात सामील व्हायला सांगेल.

अडचण एकच आहे. आडोडिया 'संधी'सोबत काम करायला कधीच राजी

होणार नाही. म्हणून साम-दाम-दंड-भेद सर्व उपाय योजून ठेवले आहेत. मुलीचा बाप, आई, साथीदार... सर्वांची इत्थंभूत माहिती मुकादमानं गोळा करून ठेवली आहे.

भालहून निघालेला रघू भल्या पहाटे, रिकाम्या हातीच झोपडीशी पोहोचला. आज रात्री त्याला घोळक्याच्या अथवा वटामणच्या जैनांमध्ये फिरावं लागेल. तिथं काही मिळेल असं वाटलं तर धाड टाकेल. त्यात धोका आहेच. सावकारांच्या गावात एकट्यानं शिरायचं म्हणजे मोठंच धाडस. कमीत कमी तिघं तरी हवेत.

काय करावं याचा विचार करत, खाटेवर पडल्यापडल्या रघू चिलीम फुंकत होता. तेवढ्यात त्यानं एक मोटरसायकल आपल्या झोपडीच्या दिशेनं येताना पाहिली. तापीचंही तिकडे लक्ष गेलं. लांबूनच वेष ओळखू आला. नवरा-बायको दोघं सावध झाली. झोपडीतून गोफण आणून तापी एका कडेला उभी. खाटेवरून उठून रघूनं नजर रोखली.

येणाऱ्यानं हात उंचावून 'रामराम' केला म्हणून रघूनं हात उंचावला. दुसरी खाट मांडली आणि तापीकडे पाहिलं. तापी पाणी आणण्यासाठी आत जाऊ लागली तसा पाहुणा बोलला, ''आहे, पाणी आहे. बस तू.''

काही क्षण तसेच गेले. मौन. मग येणारा म्हणाला, ''तुझ्याच मुलीचं नाव सरसती?''

उत्तर द्यावं की नाही हे ठरवायच्या आतच तापीच्या तोंडून निघून गेलं, ''हो. का बरं? काय झालं?''

''काही नाही झालं.'' पाहुण्यानं म्हटलं, ''तुझ्या नवऱ्याशी काम आहे. एक मोठी कामगिरी आहे. त्यात सोबतीला न्यायचंय.'' आपल्या बोलण्याच्या परिणामाचा अंदाज घेण्यासाठी पाहुणा बोलायचा जरा थांबला. तापीनं रघूला 'नको' म्हणून खूण केली, ती पाहुण्याच्या नजरेनं टिपली.

रघूनं काहीच उत्तर दिलं नाही. तापीच पट्‌कन बोलली, ''इतर जातींसोबत आम्ही काम करत नाही.'' संधी असा थेट उल्लेख करायचं तापीनं टाळलं.

''आम्हीपण नाही करत.'' पाहुण्यानं लगेच म्हटलं, ''तरी आलोय ना? मी थेट कुठवरून आलोय ते तुझ्या लक्षात आलंच असेल. अमजद माझं नाव. मोटाभाई म्हणतात तोच मी. मला मालकानं पाठवलंय.''

मालक म्हणजे कामातला पुढारी. त्या कामावर मुख्य अधिकार त्याचा. त्याचं नावगाव विचारायचं नसतं. त्याच्या नावाचा उल्लेखही होत नाही. थोडा वेळ कोणी काहीच बोललं नाही.

या वेळी तापीची मनाई आहे असं वाटलं नाही म्हणून रघूनं विचारलं, "काम?"

"राजकोटला. कापडाचं दुकान."

"कधी?" रघूनं पुढे विचारलं.

"तुझ्या पोरीला घेऊन तू अक्षयतृतीयेच्या दुसऱ्या दिवशी द्वारकेला पोहोचायचंस. पुढचं तिकडे."

"ते शक्य नाही. पोरीला घेऊन नाही येणार." शंकित नजरेनं पाहुण्याकडे बघत रघू म्हणाला. आतल्या आत सावध झाला.

आता बातच बदलून टाकत अमजदनं विचारलं, "तुला एक मुलगा होता ना रे?"

क्षणभरच नवरा-बायकोची नजरानजर झाली. "हो. होता. मग? त्याचं काय?"

अमजद थंड स्वरात म्हणाला, "चरोतरमध्ये मेला तो. खरं ना?"

ते ऐकताच रघू आणि तापी दोघं चपापली. "त्याचं काय आत्ता?" तापीनं वैतागून म्हटलं. दोघं पुढे काही म्हणणार त्याआधीच अमजदनं प्रश्न केला, "त्या वेळी पोलिसात कोण होतं आठवतंय?"

"होता कोणी खत्रीसाहेब." रघूनं आठवून सांगितलं.

"पोलिसानं तुमचा पोरगा ताबडतोब तुमच्या हवाली केला तो उगाच नाही. मामला दडपून टाकण्यासाठी खत्रीनं वऱ्हाड्यांकडून पाच आणि नवरीच्या बापाकडून पाच असे दहा हजार रुपये उकळले होते."

खत्रीनं कुठून कुठून संपत्ती जमवली आहे त्याचे सर्व तपशील अमजदजवळ आहेत. आपल्या खुज्यातून अमजद पाणी प्यायला अन् म्हणाला, "तो खत्री सध्या जामनगरला आहे. त्याच्या दुकानाबद्दल बोलतोय."

"सूड उगवल्यानं पोरगा थोडाच परत येणार?"

"सूड उगवण्याचा प्रश्न नाहीये. मुलगा परत मिळाला नाही तरी, त्यानं चुकीच्या मार्गानं घेतलेलं आपण परत घेऊन टाकायला हवं. एवढ्या लांब येऊन तुलाच सोबत घेऊन जायची हौस नाहीये मला. मुलीला काही होणार नाही, खात्री बाळग. वाटलंच तर द्वारकेला येऊन मालकाच्या तोंडावर नाही म्हणून सांग."

द्वारकेपर्यंत जाऊन येण्यात रघूला फारसा धोका दिसला नाही. "ते ठीक, पण बंधन काही नाही. शेठशी बोलून झाल्यावर नाही म्हणायची मोकळीक."

"आत्ता तेच म्हटलं ना मी? दुसरं काही म्हटलं का? ठीक आहे. शेठला येऊन भेट एकदा. मग तुला वाटेल ते कर!" एवढं बोलून अमजद उठला. मोटरसायकलच्या मागचं बाजरीचं गाठोडं उतरवून खाटेवर ठेवलं. थोडे पैसे काढले आणि म्हटलं, "विसार समजू नकोस. द्वारकेपर्यंतचं भाडं देतोय. आणि हो, जामनगरकडनं यायचं

नाही. त्या दिशेला अजिबात जायचं नाही. पोरबंदरवरून या. द्वारकेला उगवतीकडच्या दरवाजापाशी दल्या नावाचा मूर्ती विकणारा बसतो. तिथं हमीरचं नाव सांगून पत्ता विचारून घे.''

तापीजवळ पैसे देऊन अमजद आल्या वाटेनं रवाना झाला.

रघू विचार करू लागला.

''सरसतीला बोलावून घ्यायचं का?'' तापीनं विचारलं.

''तिला इकडे बोलवायची गरज नाहीये. अक्षयतृतीयेला जाईन तेव्हा तिला शहरातूनच थेट घेऊन जाईन.''

रात्री रघू साणंदला गेला. वैशाखी प्रतिपदेला आपण सतीला घ्यायला येतोय, असा नानकीला निरोप पाठवण्यासाठी त्यानं तिथून फोन केला.

निरोप ऐकताच नानकीनं कान टवकारले, सोबत तिचं चित्तही सावध झालं. ती काही बोलली नाही. रघूनं असं न सांगतासवरता अचानकच सतीला का घेऊन जावं, असा प्रश्न तिच्या मनात उद्भवला. तापी आजारीबिजारी असेल, पण रघू तसं बोलला नाही. जाऊ दे, जे असेल ते असेल. कळेल आपोआप. कळल्यावाचून राहणार आहे का?

...आणि नाहीच कळलं तर जाणून कसं घ्यायचं ते नानकी आजीला ठाऊक आहे.

१५

'बांगड्यावाल्या कामातल्या राधी, सती, विठ्ठल, कामिनी बनलेली मुलगी आणि गाडीत सोबत आलेला तो निरोप्या या पाच जणांना तस्कर म्हणतात' असं कोणी म्हटलं तर ते चुकीचं ठरेल.

सतीला वाद घालायचा असेल तर ती म्हणेल, "मला सांगा, आम्ही चोर असू तर मोठा सावकार म्हणवणारा तो सोनार... त्याला का चोर नाही म्हणायचं? आणि ती रमा? तिच्याकडचं सोनं अगदी भल्या मार्गानंच कमावलेलं होतं असं छातीठोकपणे कोण सांगू शकेल? म्हणजे, जी गोष्ट एखाद्यापाशी नाही, ती इतर ज्या कोणापाशी असेल ते सगळेच चोर. तसं नसेल तर कोणीच चोर नाही. जो तो आपापली गुजराण आपापल्या परीनं करत असतो. एखाद्यालाच विशिष्ट नाव द्यावं असं काही नसतं."

सतीचं म्हणणं कबूल करायचं नाही असं म्हटलं तरी ती जे बोलली त्यानं मनात खळबळ माजल्याविना राहणार नाही.

थोडासा विचार केला तरी लक्षात येईल, कोणताही जीव आपल्यापाशी असलेलं सहजासहजी दुसऱ्याला देऊन टाकेल हे संभवत नाही. दुसऱ्यानं मोठ्या कौशल्यानं ते पहिल्याकडून काढून घ्यायचं असतं. आयुष्य कंठायच्या या कलेला चोरी म्हणायचं ठरलं, तर सरतेशेवटी अवघं जगच लुण्टाकांनी भरलेलं आहे असं ठरेल. दुसऱ्याकडून जमेल तेवढं सगळेच उकळत असतात. अगदी सगळेच.

स्वत:ला सज्जन मानणाऱ्यांच्या बुद्धीला ही इतकी साधी गोष्ट पटणार नाही, ते कबूलही करणार नाहीत. त्यासाठी आपल्या हृदयावर हात ठेवून, लक्षपूर्वक आतला आवाज ऐकावा लागतो. इतक्या तयारीनिशी जो ऐकायला सिद्ध होईल त्याला लगेच उत्तर मिळेल. नक्कीच मिळेल. बाकीचे चोर असतील तर तुम्हीसुद्धा चोर आहात. तुम्ही नसाल तर इतरही कोणी नाही.

माणसं घडवताना ब्रह्मदेवाला माती कमी पडली असावी आणि त्यानं हळूच हात लांब करून, क्षीरसागरातून, आत निजलेल्या प्रभूच्या नकळत ती थोडी काढून घेतली असावी... नक्कीच! एरवी, या पृथ्वीतलावरील एकजात सर्व मानव 'अवहार' (बळकावणारे) निपजते ना!

पाचांपैकी कोणालाही सावकार महाराजांनी केलेल्या अपहाराचं दुःख नाही. द्वापारयुगात अवतरलेल्या पाच महारथींप्रमाणे हे पाच जणसुद्धा सुईच्या अग्राएवढं घ्यायला तयार आहेत. आपल्या वाट्याला काय आलं, किती आलं याची चिंता सोडून, मिळालं तेवढं घेतील; पाच जणांत वाटून घेऊन उपभोगतील. कुठेही मजेत राहतील.

एक खरं की, 'सगळे सारखं वाटून घ्या' आज्ञेचं अनिष्ट यात नाही. वाटा कधी 'सारखा' नसतो तर जबाबदारी, जोखीम आणि पराक्रम यानुसार तो ठरतो.

वाटे करण्यापूर्वी वस्तीतल्या पोरांना मिठाई किंवा चॉकलेट खाऊ घालणं आवश्यक आहे. सोनारमहाराजांनी अर्धी रक्कम लाटली, पण आता ते विसरा. मिळालं तेवढ्याचे हिस्से करा.

सती आणि विठ्ठल दोघांनी माल शोधला म्हणजे ती दोघं शेठ– मालक. त्यांचा हिस्सा मोठा.

राधीनं संपूर्ण योजना आखली, धोका पत्करला, बहुरूप्यासारखी हुबेहूब भूमिका वठवून माल पळवणं सुलभ करून दिलं, म्हणून तिचा हिस्साही भरपूर.

हे लक्षात घेता, सती आणि विठ्ठल दोघांना दोन दोन हजार मिळायला हवेत. राधी पंधराशे ठेवून घेईल; कामिनीचे हजार आणि निरोप्याला चारशे.

एकूण सात हजार मिळाले. त्यातले पन्नास रुपये पोरांच्या खाऊसाठी. सहा हजार नऊशे त्या रात्रीच भागीदारांमध्ये वाटले गेले. उरलेल्या पन्नासांत कपड्यांचं भाडं, गाडी-बसची तिकिटं असा खर्च. हिशेब पूर्ण.

पद्धतच अशी. माल हाती आला की वाटे झालेच. आजचीच नव्हे, फार पूर्वीपासूनची प्रथा आहे ही. हे सर्व जण एकेकाळी हिमालयापलीकडून फिरत फिरत या भूमीवर उतरले तेव्हापासूनची.

कोणी थोडं वेगळं सांगतात. आजच्या या 'मलिम्लुं'चे पूर्वज प्राचीन काळी कोण्या राजाचे बिनपगारी नोकर होते. तेव्हापासूनच अशी व्यवस्था करून ठेवली आहे.

जे असेल ते! खरं काय ते ठरवायला बसलं तर चर्चेचं गुऱ्हाळ सुरूच राहील; पण दोन्ही कथा आहेत मोठ्या गमतीदार. ऐकत राहाव्यात अशा. नानकी आजीनं खूप वेळा सांगितल्या आहेत. सती लहान होती तेव्हा बाकीची मुलं आणि ती घोळका करून बसत. मग आजीबाई गोष्ट सुरू करत.

आजीबाई म्हणे, "ऐका जरा. दोन गोष्टी आहेत. दोघं भाऊ होते. एक मालदा आणि दुसरा बीढुं. जंगलात राहायचे, मिळेल ते खायचे आणि मजा करायचे."

मुलांना गोष्ट आवडायला लागली की, ते 'हं हं' करत. आजी पुढे सांगू लागे, "त्या दोघांचा वंश हळूहळू वाढत गेला. त्यामुळे मिळेल तेवढ्यावर भागेना झालं.

मग ते शेळ्या-मेंढ्या पाळू लागले. नव्या जागेच्या शोधात निघाले.''

सती स्वत: खूप ठिकाणी हिंडली आहे, त्यामुळे गोष्टीचा हा भाग तिला पट्कन कळायचा. या नगरीत, सेटलमेंटमध्ये जन्मून तिथंच वाढलेल्या मुलांना भटकंतीची ही गोष्ट वेगळ्याच विश्वात घेऊन जायची.

आजी सांगे- तेच आपले पूर्वज. आपले वाडवडील. हजारो वर्षांपूर्वी कोण जाणे कुठून, पण खूप लांबून, शेळ्या-मेंढ्यांसह, भटकत भटकत हिमालय उतरले आणि पंजाब-राजस्थानकडे वळले. आपण देशभर हिंडत असतो. कशासाठी? तर म्हणे पोट भरण्यासाठी. वेगळी कामं फारशी जमत नव्हती, आवडत नव्हती म्हणून.

एकेकाळी पंजाब नावाच्या प्रांतात रणजित सांसी नावाचा राजा होऊन गेला. सोन्यानं मढवलेलं मंदिर बांधलं त्यानं, एवढा मोठा राजा. त्या राजाला अफगाणांशी, मोगलांशी लढायला सैनिकांची सतत गरज असायची. एकदा आपले पूर्वज त्याच्या दृष्टीला पडले. राजानं त्यांना बोलावून विचारलं, ''लढता येतं?''

बीढुंच्या अन् मालदाच्या वंशजांनी म्हटलं, ''न यायला काय झालं? म्हणाल तर वाघाशी लढू. गोफणीतून गरागरा फिरून सुटलेला गोटा वाघाचं पोट फाडून बाहेर येतो की नाही पाहा.''

खूश होऊन राजा म्हणाला, ''तर मग माझ्यापाशी राहा. पोटाला अन्न मिळेल. पैसे नाही मिळणार. कबूल?''

गोष्ट सांगता सांगता नानकी आजीला हसू यायचं. ''पैसे कशाशी खातात माहीत होतं कोणाला? वाडवडिलांचं जाऊ द्या, मला स्वत:ला देखील पैसे म्हणून काही असतं हे चार पोरांना जन्म देईतो माहीत नव्हतं.

''एकदा नवरा कसलेसे कागद घेऊन आला तर किती चिडले मी! घरात एक दाणा शिल्लक नाही, कणसं-धान्य असलं काहीतरी आणलंस तर दळून-कांडून पोरांना चार घास खाऊ घालीन ना? हे कागद दिले तर दुकानदार धान्य देईल असं नवऱ्यानं किती समजावलं तरी मला ते खरं वाटत नव्हतं.''

पैसा म्हणजे काय ते आजच्या घडीलासुद्धा नानकीला नीटसं कळलं नसेल तर हजारहून अधिक वर्षांपूर्वी बापजाद्यांना कुठून माहीत असणार? ते सांसी राजाकडे पाहून म्हणाले, ''कबूल. पण धान्य सगळ्यांना द्यायचं. आमच्या 'पेड्या'तल्या सगळ्यांना. प्रत्येकाला त्याच्या कामाप्रमाणे.''

म्हणणं चुकीचं नव्हतं. पुरुष निघून जाणार तुमच्यासोबत लढाईवर, मागे राहिलेल्या बायका-पोरांना कोण देणार धान्यधुन्य?

राजानं घडीभर विचार केला आणि विचारलं, ''घरच्या लोकांना काही येतं का?''

''येतं की! दारू बनवता येते... म्हणाल तर फळांपासूनदेखील दारू बनवतील.

फार कशाला, म्हणाल तर तुमच्या वैद्यांजवळच्या मुळ्यांपासूनसुद्धा दारू बनवून दाखवतील.''

''अशा रीतीनं आपले पूर्वज सांसी राजाचे सैनिक बनले. बायका दारू बनवू लागल्या. तर ही झाली आपली एक गोष्ट!''

आजीची दुसरी गोष्ट काहीशी अशीच होती- ''राजस्थानात एक राजा होता. तिकडे त्याला राणा म्हणतात. राणा मोठा स्वाभिमानी, करारी, बहादूर; पण स्वत:चं राज्य गमावून बसला. पांडवांसारखा, नळराजासारखा जुगारात नव्हे, तर मोगलांशी लढाईत हरला.

''राणा दडून बसला अरवली पर्वतात. तिथं राहून गनिमीकाव्यानं लढू लागला. एकदा जंगलात त्याला आपले पूर्वज भेटले. त्याच्यापाशी राहून त्याच्यासोबत लढायला तयार झाले, पण राणाकडे स्वत:कडेच काही नव्हतं; सैनिकांना देणार कुठून?

''राणाचा पूर्वीचा एक प्रजानन व्यापारी, राणाला धान्य, कपडे वगैरे पुरवतोय त्यातलंच गरजेनुसार थोडंसं वाटून घेऊ. त्यानं पाठवलेल्या भाले-तलवारींनी राणा आणि त्याचे सैनिक लढू देत. आम्ही गोफणीनं लढू. दुसऱ्या कोणत्या शस्त्रानं लढणं आम्हाला नाही जमायचं.

''कालांतरानं राणा स्वर्गवासी झाला. राणाच्या सैन्यातल्या लोकांकडे स्वत:चं म्हणायला गाव, घर, शेत काही ना काही होतं. ते आपापल्या घरी गेले अथवा दुसऱ्या राजाच्या सैन्यात दाखल झाले. आपण जंगलात राहणारे आणि धान्याच्या बदल्यात लढणारे. कोणाजवळ जमीन-जहागीर काही नव्हतं.

''राणा गेला तसं धान्य मिळणं बंद झालं. पोटाला रोजच हवं. करायचं काय? कोणापाशी मागायला जायचं नाही. राणा होता तेव्हा जंगलात राहून लपूनछपून हल्ले करत होतो. तेच चालू ठेवायचं, आणखी काय?

''राणासोबत असताना जसे दिवसभर जंगलात लपून राहत होतात तसेच राहा. रात्री बाहेर पडून शेतातलं उभं पीक कापून आणा. काळोख साधून खळ्यात शिरा. शेतकऱ्याला तसाच निजू द्या, खळ्यातलं उचलून आणा. वाट्टेल ते करा, धान्य आणा म्हणजे झालं.

''आणलेलं धान्य दुर्गम डोंगर-दऱ्या पार करून अज्ञात स्थळी नेऊन ठेवायचं आहे. रोज रोज खांद्यावरून वाहून नेता येणार नाही, म्हणून गाढवं पाळली. ती आता कायमची सोबती झालीत. सगळे जण वेगवेगळे तांडे करून जंगलात राहू लागले.

''राणासोबत लढत असताना असेच रानावनात दुसऱ्यांच्या नजरा चुकवून राहायचे. गावातल्या-नगरातल्या कोणी आपल्याला पाहता कामा नये. चुकून-माकून कोणाच्या नजरेला पडलोच तरी ओळखू येता उपयोगी नाही. हे प्रत्येकानं लक्षात ठेवायचं. म्हणूनच दिवसभर जंगलात राहत. बाहेर राहणं जमायचंच नाही.''

असं म्हणून नानकी हसायची अन् म्हणायची, "म्हणून तर गोहिलवाडच्या राजाला आपण जनावरं वाटलो होतो."

सतीला हसू यायचं. ती म्हणायची, "नानकी किती थापा ठोकतेस गं तू? दोन पायांवर चालणाऱ्या माणसाला कोणी जनावर समजेल?"

"ज्यानं माणसं पाहिली असतील तो नाही समजणार." नानकी म्हणायची, "राजानं बघितलीच नव्हती. राजानं आपल्या स्वत:च्या तोंडानं सांगितलेलं माझ्या आज्यानं ऐकलंय, त्याचं काय?"

"काय ऐकलं? राजानं जनावर म्हटलं आणि तुझ्या आज्यानं ऐकून घेतलं?"

"चिडू नकोस गं माझे बये! पूर्ण गोष्ट ऐक तर!" असं म्हणून नानकी पुढे सांगू लागे, "राजस्थानातला राणा गेला तरी छापे अन् धाडी सुरूच! कोण धाड टाकताहेत याचा शोध सुरू झाला. हळूहळू शेतकऱ्यांच्या लक्षात येऊ लागलं की, धान्य लुटून नेणारे अरवलीच्या जंगलातून येतात. मग काय? राजस्थानभर पहाडात पहारे बसले. तपास सुरू झाला आणि सारे पकडले जाऊ लागले.

"आता एके जागी कायमचं राहाणं शक्य नाही. वेगवेगळ्या वाटांनी निघून जा. झालं, निघाले. निघाले ते हिमालयापासून समुद्रापर्यंत चहूदिशांना पांगले. त्यापैकी आपण इकडे आलो."

सांगता सांगता आजीबाई ओळी मागून ओळी म्हणू लागे-

मच्छु कांठो ने मोरबी, वचमां वांकानेर
चंगा माडु निपजे पाणी हुंदो फेर

(मच्छु नदीचा काठ आणि मोरबी शहर या दोहोंमध्ये वाकानेर गाव. तिथं माणसं भलीच असतात, फरक काय तो फक्त पाण्याचाच असतो.)

तसे मग हालारमध्ये गेलो...

आधा पाणी वीरडे धरती लापडियाळ
सर भर्या सारस लवे पड भाळ्युं पांचाळ

(जिथल्या विहिरींमध्ये पाणी कमी आहे, जमीन खडबडीत, उंचसखल आहे तिथे तलावांवर सारस पक्षी उडताना दिसतात तसा पांचाळ प्रदेश मी पाहिला आहे.)

अशा त्या पांचाळात उतरून पाहिलं...

आंक अरीठा आंबली ओखा मेळे अेह
बेठो न होत शामळो तो दीठा जेवो देह

(ओखामंडळमध्ये केवळ रिठे, चिंच, अर्क (एक प्रकारची विषारी वनस्पती) असलीच काय ती झाडं आहेत. तिकडे (द्वारकेत) तो सावळा (कृष्ण) राहत नसता तर इकडे कोणी फिरकलंसुद्धा नसतं.)

अशा ओखामंडळमध्येही जाऊन पाहिलं.

कच्छ आणि उत्तर गुजरातेत रानोमाळ भटकले. मग ठरवलंच की, एके जागी टिकून राहणं आपल्या स्वभावात नाही. हिंडत राहा, भटकत राहा. थांबावं वाटलं, थांबा. दिवसा कुठल्या ना कुठल्या बहाण्यानं जवळपासच्या गावात, शेतात-बांधाजवळ एक फेरी टाकून यायचं. कुठे काय आहे ते बघून ठेवायचं. रात्री जाऊन उचलून आणायचं. धान्य, कपडे किंवा भांडी एवढंच हं! पैसेबैसे नाही. ते पाहिलेच होते कुठे?

सती पुढे काही बोलणार नाही. तिलाही पैशांपेक्षा वस्तू आणि धान्य याचंच जास्त महत्त्व. ती ऐकत राहते.

नानकी गोष्ट सांगतच असते- त्यानंतर मग नळकांठा आणि भाल ओलांडून गुजरातेत सगळीकडे पसरले. सौराष्ट्रात राजेरजवाडे असंख्य. मोठी म्हणावी अशी जेमतेम चार राज्यं. बाकीची सगळी एवढी एवढीशी, तळहाताएवढी. नावापुरती राज्यं.

मोठ्या राज्यांपैकी एक गोहिलवाड. त्याचा राजा भला आणि दिवाणसुद्धा भला. शेतकऱ्याचं नुकसान झालं तर त्याची दाद थेट राजाच्या कानांवर जायची. गोहिलवाडच्या राज्यात शेतकऱ्यांची प्रत्येक गोष्ट ऐकून घेतली जायची, चौकशी व्हायची आणि अडचणींचं निवारण व्हायचं.

बोलता बोलता काहीतरी आठवण्यासाठी आजी मध्येच थांबायची. थोड्या वेळानं गोष्ट पुढे सुरू-

तशातच एकदा राजाकडे एक गाऱ्हाणं आलं. 'महाराज हे आडोडिये फार पिडताहेत. फार नुकसान होतंय. शेतातल्या उभ्या पिकात घुसतात, भरल्या खळ्यातलं धान्य लुटतात. आजवर आम्ही बिनघोर होतो, पण हे हल्ली राजस्थानातल्या डोंगरदऱ्यांकडून नव्यानंच आलेत म्हणे. तेव्हापासून फार त्रास होतोय. शेतात गायीगुरं शिरतात, नीलगायी घुसतात, डुकरं-रानडुकरं घुसतात,' अशा तक्रारी आजवर ऐकल्या होत्या. तसेच हे 'आडोडिये' नामक नवे कोणी शेतात शिरत असतील असं राजाला वाटलं. शेतात घुसून चरत असतील, पिकाची नासाडी करत असतील. इतर नावं घेतली त्या सर्वांना डोळ्यांनी प्रत्यक्ष पाहिलं आहे. राजस्थानातल्या जंगलातून खाली उतरलेत म्हणतात ते आडोडियेच तेवढे कसे असतात ते पाहिले नाहीत.

राजानं दिवाणाला आणि फौजदाराला म्हटलं, "आम्हाला आडोडिये बघायचेत." कशासाठी बघायचेत, असा प्रश्न राजाला विचारायचा नसतो. हुकूम फक्त अमलात आणायचा असतो. फौजदारानं वेळावदरच्या बाजूला एक 'दंगा' शोधून काढला. त्यांच्या 'मुखी'ला (नायकाला) भेटायला बोलावलं, "राजाला सलाम करायला या."

मेलो! पोलीस आणि राजा दोघांना घाबरावं लागतं. लपून बसावं लागतं. चुकून जरी त्यांच्या दृष्टीस पडलो आणि ओळखले गेलो तर वाटेल तेव्हा, वाटेल त्या

गुन्ह्यात अडकवून टाकतील. म्हणून, पोलीस आणि राजा यांच्यापासून चार हात दूर राहावं हा नियम!

आता अडचण अशी की, साक्षात फौजदारच हा असा पुढ्यात येऊन उभा. जाणार कुठं? पुरते अडकलो. मनातून कितीही नकोसं असलं तरी तोंडानं ना म्हणता येत नाही. "राजा रानाबिनात शिकारीला येईल तेव्हा सांगा. तिथं सलाम करायला येऊ. शहरात काही आम्ही येणार नाही," त्यांच्यातल्या एका म्हाताऱ्यानं म्हटलं.

"तसं नसतं. राजा म्हणेल तिथं जावं लागतं," फौजदारानं गुरकावून म्हटलं.

"आम्ही आमचा 'दंगा' उठवून पळून जाऊ तुमच्या राज्याबाहेर." ठाम उत्तर आलं, "इतर राज्यांची रानं दूर नाहीत."

शेवटी ठरलं. थोड्या अंतरावर कुलदेवतेचं मंदिर आहे, मागच्या अंगाला टेकड्याच टेकड्या. राजेसाहेब नियमितपणे मंदिरात दर्शनाला येतात. तिथं यायचं.

मुखीनं म्हटलं, "तीन दिवसांनी येऊ."

"उद्या का नाही?" फौजदारानं ताठ्यानं विचारलं.

"आमच्याजवळ घोडे आहेत का? पायी पायी चालत यायचंय," वृद्ध नायकानं उत्तर दिलं.

मनात आणलं तर आडोडिया एका रात्रीत भालपासून थेट अहमदाबादपर्यंत उतरून परत येऊ शकतो; पण मुखी चतुर आहे. आडोडियांच्या वेगाबद्दल फौजदारानं एक अफवा म्हणून ऐकलं असलं तरी त्यात निश्चितच तथ्य आहे, हे कदाचित त्याला पटलं असेल. आपण एका दिवसात तिथं चालत गेलो तर फौजदाराचा आणि सगळ्या नागरिकांचा जो केवळ समज आहे, त्याचं खात्रीत रूपांतर होईल. एवढा पुरावा देण्याइतकं मुखीनं मूर्ख असून चालत नाही!

'पायी चालत येऊन उद्यापर्यंत मंदिरात पोहोचू, असं कबूल केलं, तर पार तिकडे तळाजा-महुण्यात घडलेल्या गुन्ह्यातसुद्धा आपलंच नाव गोवलं जाईल' असं वाटून त्यानं म्हटलं, "इतणा चालणा तीण दिण तो होव आपा– इतकं चालायला तीन दिवस लागणारच बाबा!"

मंदिरामागच्या टेकड्यांवरच्या जंगलातून निघालेल्या झऱ्याचं पुढे जाता एका तळ्यात रूपांतर झालं आहे. तिथंच देवीचं मंदिर आहे. राजाच्या कुलदेवतेचं मंदिर. राजा तिथं येईल. आडोडियांच्या बायका आणि तरणे पुरुष जंगलातच दडून बसतील. प्रवाहापाशी मोकळ्या जागेत म्हातारे पाच जण पंच म्हणून जातील. गरज भासलीच तर ते वृद्ध पंच खरखट्ट्यासारखा* आवाज काढतील. मागे जंगलात लपलेले सारे जण गोफणी सरसावून बसलेत.

---

* खरखट्टा – एक पक्षी.

गोफणधारी अगदी वाकबगार आहेत. आपल्या सोबतचा 'चिल्लाभ' (खायची वस्तू चोरणारा) आणि त्याच्या मागे लागलेले शेतकरी वा गावकरी सगळे एकाच दिशेला असतात हे त्यांनी नेहमी पाहिलं आहे. दूर लपून बसलेल्या गोफणधाऱ्यानं आपल्या साथीदारामागे लागलेल्या जमावाला रोखताना थोडी जरी चूक केली तर दगड आपल्या माणसावरच जाऊन आदळायचा!

म्हणून, गोफणधाऱ्यानं गफलत होऊच द्यायची नाही. नेम सदैव बरोबरच साधला पाहिजे. ऐन काळोखात केवळ धावती सावली हेरून असो की, नुसत्या पावलांची चाहूल ऐकून असो, ज्याचा नेम अचूक बसत नसेल त्याच्या हाती गोफण द्यायची नाही. गोफण चालवताना चूक करणारा 'प्रतिरोधिन' (पकडायला येणाऱ्यासाठी अडथळे निर्माण करणारा) क्वचितच सापडेल.

म्हातारे पंच त्या तळ्याकाठी जाऊन बसले. फौजदार आले. पांढरीशुभ्र लांब दाढी, धोतर, त्यावर लांब कोट अशा वेषातले दिवाण आले. त्यानंतर महाराजांचं आगमन झालं. राजानं विचारलं, "आडोडिये कुठं आहेत?"

फौजदारानं समोर बसलेल्या पंचाकडे हात करत म्हटलं, "महाराजसाहेब, हे काय, आडोडिये समोर बसलेत..."

"ही तर माणसं आहेत." चकित होऊन राजानं म्हटलं.

काहीतरी घोटाळा असल्याचं पंचांनी ताडलं. त्यांच्यातल्या एकानं घाईघाईनं म्हटलं, "आहोत माणसंच बाप्पा, पण राहतो जनावरांसारखेच, जनावरांसोबत. आमच्या सामानाची गाठोडी झटकलीत तर त्यातूनदेखील एखादा विंचू, एखादी गोम खाली पडेल. अशा रानात राहतो आम्ही. तुमच्या शेतकऱ्यांच्या शेतातली खळी लुटून पोट भरतो, कबूल आहे; पण तोच आमचा व्यवसाय आहे. म्हटलं तर धर्मही तोच आहे."

'आपण खळ्यातलं धान्य लुटतो' अशी सरळ साधी थेट कबुली राजानं, दिवाणानं, फौजदारानं कोणाकडून कधीच ऐकली नव्हती. राजानं दिवाणाकडे पाहिलं. दिवाणांनी पंचांना विचारलं, "राज्यात तुम्हाला एके जागी वस्ती करून राहायला दिलं तर तुम्ही राज्याची काय सेवा कराल?"

"आमचं सगळं बळ राज्याला वाहू. दुसरं काही आम्हाला येत नाही. पण आम्ही शहरात येणार नाही. आमचे पूर्वज कधी शहरात गेले नाहीत, आम्हीही जाणार नाही. राजाला आमची गरज असेल तर रानावनात लपून राहूनदेखील राज्यासाठी लढून मरायला तयार आहोत– गोफणीनं. बंदुकीची मात्र खूप भीती वाटते!"

राजानं हसून म्हटलं, "तुम्ही शूरवीर आहात हे आम्ही मानावं कसं?"

"तुम्ही म्हणाल ते काम करून दाखवू तेव्हा कळेल."

राजानं इकडेतिकडे पाहिलं. थोड्या अंतरावर एक वडाचं झाड होतं, त्याच्यालगत

एक निंबाचं झाडं होतं. दोन्ही जणू सोबतच उगवली असावीत अशी खेटून उभी होती. एकीला एक लगटून असलेली डहाळी दाखवून राजानं म्हटलं, "गोफण चालवून त्या डहाळीत दगड खोचून दाखवा तर खरे!"

"कुठली डहाळी? पुढची की मागे चिकटलीये ती?"

राजा, दिवाण आणि फौजदार तिघांनाही वाटलं की, विचारणारा एकतर मूर्ख असावा किंवा अट्टल बढाईखोर! दिवाण म्हणाले, "ते तुम्ही ठरवा. चार वेळा गोफण चालवायची संधी मिळेल. तेवढ्यात दगड डहाळीत घुसला नाही तर तुम्ही हरलात."

"हरकत नाही!" असं म्हणून एकानं हाळी दिली तसे लपलेले बाहेर आले. दोघांनी गोफण चालवली. फांदीची साल निघाली. लहानशा छिद्रासारखी खूण उमटली, पण दगड फांदीत घुसला नाही.

म्हातारे बावरले. अब्रू जायची पाळी आलीये. आता स्वस्थ बसून चालणार नाही. एक म्हातारा संतापून आपल्या भाषेत शिव्या पुटपुटत उठला. त्यानं गोफण हातात घेतली. चांगला टोकदार दगड शोधला. अवघं रान गाजेल अशी गोफण घुमवली. गोफणीतून निघालेला दगड सूंऽऽऽ आवाज करत पुढची फांदी भेदून मागच्या फांदीत खच्कन घुसला. दिवाण, राजा आणि फौजदार तिघंही थक्क होऊन बघत राहिले.

म्हाताऱ्याला धाप लागली. पायातलं बळ गेल्यागत त्यानं जमिनीवर बसकण मारली. जराशानं उठून राजासमोर जाऊन, धाप लागलेल्या आवाजातच विचारलं, "असेल तुमच्यात कसब तर फांदी न कापता दगड फांदीतून काढून घ्या."

तिघांनी म्हाताऱ्याला शाबासकी दिली. म्हाताऱ्याला वाटलं, आपण म्हटलेलं यांनी ऐकलं नसावं किंवा थट्टा समजून सोडून दिलं असावं.

त्यानं पुन्हा एकवार राजाला म्हटलं, "हा दगड तुझ्या खांद्यात घुसला असता तर किती वेदना झाल्या असत्या? ताबडतोब वैद्याला बोलावणं धाडलं असतंस किंवा स्वतः खटपट केली असतीस. मग हे राजा, तू स्वतः उठून त्या झाडाची पीडा दूर करणार नाहीस का रे?"

राजाच्या उत्तराची वाट न बघता त्यानं एका बाईकडे गोफण देत म्हटलं, "घे बयो, दगड घे काढून!"

बाई फांदीनजीक गेली. वर चढून, दगड गुंतला होता त्याच्या ठीक मागे पान घासून खूण करून घेतली. खाली उतरली. जरा लांब जाऊन उभी राहिली.

हवेत कंप निर्माण करत गोफण फिरली... आणि सुटली.

खुणेवर आपटलेला दगड फांदीत घुसलेल्या दगडाला ढकलत टोकाशी घेऊन आला. तशाच आणखी एका दगडाच्या घावासारखे तीनही दगड तिथून खाली पडले.

दिवाण आणि राजा दोघांनी पाठ थोपटून शाबासकी दिली. झाडाचं दुःख निवारणाऱ्या त्या बाईला चांदीचं नाणं दिलं.

बाई म्हणाली, "याचं काय करू? धान्य दे अथवा घालायला कपडे दे."

राजा दिवाणाशी बोलला. दिवाणानं पंचांना विचारलं, "तुम्हाला राहायला घरदार दिलं तर याखेरीज आणखी काही काम कराल का?"

"आम्ही पुरुष माणसं राजासोबत शिकारीला जाऊ. आमच्या बायका दारू बनवतील. म्हणाल त्या फळांची दारू. म्हणाल त्या स्वादाची. म्हणाल तेवढी चांगली," एकानं उत्तर दिलं.

"राज्यातल्या शेतकऱ्यांना त्रास देणार नाही असं वचन द्यावं लागेल. शहरातल्या लोकांची तुमच्याविरुद्ध एकही तक्रार येणार नाही याची खबरदारी तुम्ही घ्यायची," दिवाण म्हणाले.

"कबूल. तू आम्हाला दारूचा धंदा करू द्यायचा. दुसरं काही नको." मुखीनं म्हटलं.

"शहरापासून दूर, तिकडे बंदराकडे जायच्या रस्त्यावर एक ओसाड टेकडी आहे. तिथं जाऊन राहा. राजाच्या भाऊबंदांचा एक जुना पडीक बंगला उतरवायचा आहे. त्याचा लिलाव व्हायचा होता, आता नाही करणार. लाकडं, मोठमोठाले दगड, असं ते सामान तुम्ही घेऊन जा. त्यातून तुमच्यासाठी छोटी छोटी घरं बनवा."

"नेऊ. पण बाप्पा रात्री नेऊ. दिवसा गावात नाही येणार. रात्री नेऊ दे. तेवढी सोय असू दे."

"तीन रात्रीत नेता येईल तेवढं रात्री, बाकीचं दिवसा न्यावं लागेल. रोज रोज आमची माणसं रात्रपाळी नाही करणार." फौजदार म्हणाले.

"ठीक. आजपासून परवा रात्रीपर्यंत घेऊन जाऊ. रात्री शहर शांत झाल्यावर कामाला लागू."

पुरुष-बायका, मुलं, गाढवं आणि तीन रात्री. चौथ्या दिवशी सकाळी बाजारातली दुकानं उघडेतो महालाच्या जागी सपाट जमीन तेवढी होती. स्वच्छ लखलखीत चौक!

महालाच्या मिळालेल्या सामग्रीची पंचांनी वाटणी केली. सगळ्यांनी घरं उभी केली. गल्ली नसलेल्या वस्तीत, दोन घरांमधून फक्त एक जण चालू शकेल एवढी अरुंद जागा ठेवा. दोन पोलीस सोबत चालू शकणार नाहीत अशी. एकट्याच्या हाती सापडणं अशक्यच.

शिवाय, रचना अशी की, एकाच्या अंगणातूनच दुसऱ्याच्या घरात जाता येईल. पकडायला आलेल्याला पुढे पळणारा कुठल्या घरात शिरला ते ओळखू येऊ नये.

अशी वस्तू वाटून घ्यायची प्रथा जुनीच आहे. काही मिळालं की, लगेच वाटे करायचे. सगळं एकाच्याच ताब्यात ठेवायचा धोका पत्करायचा नाही. ही आजकालची पद्धत नाहीये. फार जुनी आहे.

आपला वाटा मिळताच सती विठ्ठलसोबत तेंद्रासाठी जिन्नस घ्यायला गेली. गळ्यातलं घेता येणार नाहीये. कानात नाहीतर बोटात घालायचा दागिना घेता येईल. गळ्यातलं घेता यावं म्हणून विठ्ठलनं आपला वाटा देऊ केला. सतीनं तो नाकारला.

"मलाही काही द्यावंसं वाटत असेल तर?" विठ्ठलनं विचारलं.

"तर दे."

"येडपट, दोघांनी द्यायचं असलं तर एकत्र दिलं की चांगली वस्तू देता येते एवढं समजत नाही?"

शेवटी दोघांनी मिळून तेंद्राच्या गळ्यात शोभेल अशी बारीक साखळी घेतली. रात्री तिला द्यायला गेले. तिनं साफ नकार दिला. रागावली ते वेगळंच.

सतीला रडू फुटलं. विठ्ठल न बोलता बसून राहिला. मग बोलू लागला, "आधीच नुकसान सोसलंय, आता हा दागिना परत द्यायला गेलं की आणखी पैसे कापले जाणार."

विठ्ठल हट्टाला पेटला. "तुला वाटतंय आम्ही हे चांगल्या मार्गानं मिळवलं नाहीये. ऐक तर. आम्हाला वाटलं ते आम्ही आणलंय. तू काही बोलायचं नाहीस... आणि असं पुन्हा पुन्हा सोनाराची भर करणं नाही जमायचं."

तेंद्राला ते घ्यावंच लागणार!

दागिना एकीकडे ठेवत तेंद्रानं म्हटलं, "हे बघ विठ्ठल, काम चांगलं की वाईट हा मुद्दाच नाहीये. माझ्या आई-बापांनी मला शिकवलं ते असली कामं करूनच! म्हणून अशी कामं वाईट असतात हा विचार माझ्या मनात येत नाही. मी घेत नव्हते त्यामागचं कारण वेगळंच आहे. अरे, तुम्ही माझ्यापेक्षा लहान आहात म्हणून तुमच्याकडून घ्यावंसं वाटत नव्हतं. तुझं म्हणणंही बरोबर आहे, तर आता घेते. चल. सध्या मी वापरीन, पण नंतर याच्याच दोन अंगठ्या करवून घेईन. एक सतीच्या लग्नात तिला अन् दुसरी तुझ्या लग्नात तुला देईन."

१६

आपला बाप आपल्याला कुठे घेऊन चाललाय ते सतीला माहीत नाहीये. वैशाख लागता लागता तो न्यायला आला अन् आपण निघालो. आता नळकांठ्याला अणियाळीच्या राज्यात 'मा'कडे जायचं असेल. साणंदपर्यंत आगगाडीनं, पुढे नळकांठ्यापर्यंत बाप-लेक चालत जाऊ.

घरी पोहोचल्यावर 'मा'ला काय काय सांगायचं ते ठरवून ठेवलंय. जे पाहिलं, माहीत करून घेतलं, शिकून घेतलं ते सगळं. राधी आणि तेंद्रा दोघींबद्दल तर नक्कीच. पौर्णिमेच्या गाडीची गोष्ट सांगितली तर 'मा' लक्ष देऊन ऐकेल. असं काही वर्णन करेन की 'मा' थक्क होऊन बघत राहिली पाहिजे.

तेंद्राबद्दल 'मा' काय म्हणेल ते सतीला माहीत आहे. 'मा' म्हणेल, "तिच्यासारखी गुणी दुसरी शोधून सापडायची नाही बाई. तुझा जन्म झाला तेव्हा..." ते तेंद्रापुराण सुरू! शेवटी म्हणेल, "कामधंदा सोडून शिकायला लागली तेव्हापासून तिला आपल्यातलं काऽऽही येत नाहीये. चाकरी करतीये कुठंतरी, अन् अजून 'तशीच' बसलीये. आपल्यात शिकलेला कोण मिळणारे?"

शेवटचं वाक्य म्हणजे छुपा इशारा आहे. सतीनं तेंद्राच्या नादी लागायचं नाहीये. नाहीतर तिची पण गत तेंद्रासारखीच व्हायची. जन्मभर कुंवार राहावं लागेल.

सतीला मनातल्या मनात हसू आलं. तिला वाटलं, समजा 'मा'नं असं स्पष्ट म्हटलं तर आपण सरळच विचारू, 'किरणचं काय वाईट झालंय? मला तसंही आवडेल बाई!'

विचार करेतो साणंद आलं, पण बाप उठला नाही तसं सतीनं विचारलं, "उतरायचं?"

"बस तिथेच," रघूनं म्हटलं.

आपण घरी चाललो नाही हे सतीनं ओळखलं. आता 'मा'ला भेटता येणार नाही. बाप तिला कोणत्याशा कामावर घेऊन जातोय. कुठे ते ठाऊक नाही. सती विचारणार नाही. कामावर निघालं की, कुठे चाललो आहोत त्याची चारचौघांत चर्चा करायची नसते. बहुधा ते आधीच सांगितलेलं असतं. आणखी काही विचारायचं

असलं तरी एकांत मिळेपर्यंत वाट बघायची. लोकांच्या देखत काही विचारायचं नसतं.

प्रत्येक 'तायु'नं (चोर) ही शिस्त पाळायची असते. कामात अचानक सामील झाला असाल तर नायक नेईल तिथं जायचं. एकांतात बोलण्याजोगती जागा सापडली तर नायकाला कामाच्या ठिकाणाबद्दल विचारायचं, नाहीतर ठिकाणावर पोहोचल्यावर नायक आपणहून सांगेल. काम काय आहे तेही सांगेल.

आज सती रघूची मुलगी नाहीये. आज ती नायकासोबत कामावर निघालेली त्रपु (चोर) आहे. कामातला साथीदार आहे. नायक आणि ती, दोघंच उरतील तोपर्यंत गप्प राहायचं.

विरमगाम गेलं. त्याच्या पुढची स्टेशनं गेली. थेट पोरबंदरकडच्या कुठल्याशा छोट्या स्टेशनाबाहेर सिग्नल मिळायची वाट बघत गाडी थांबली, तसं रघूनं सतीला म्हटलं, "चल, इथंच उतरू."

रघू उतरला. खाली उतरलेल्या नायकाच्या हातात गाठोडं देऊन सतीनं उडी मारली. पोरबंदर अजून खूप लांब आहे.

इथून बरडा डोंगर ओलांडून दोघं जण खांभोदरची आणि मोढवाड्याची हद्द उतरून जातील किंवा मग त्या डोंगराच्या पायथ्यालगत भाणवड, भडथर, भातिया आणि गोपीनाथ तलावाच्या काठाकाठानं थेट समुद्रकिनारी उतरतील.

गेल्या वर्षापासून पाऊसच नसल्यानं गोपीनाथ तलाव आत्ता कोरडा पडला असेल. एरवी वरतु आणि मीणसर नद्यांच्या खोऱ्यात पाण्याची टंचाई नसते. नानकीनं सांगितलेली कथा आणि तिनंच शिकवलेली एक कविता सतीला आठवली.

कोणे एके काळी मीणसर नदीनं जामकंडोरणाचा पूल उद्ध्वस्त करून पुलाचे अवशेष आणि दगडगोटे दोन दोन कोस दूरपर्यंत भिरकावून दिले होते. त्यावरूनच ते गाणं रचलं गेलं असावं; वरतु नदीला आपल्यापेक्षा कमी लेखून मीणसर मोठ्या घमेंडीनं स्वत:चा पराक्रम ऐकवते,

वरतु म थाव वेवला साव लागो छो घेलां
में कंडोरणे पुल तोडियो बब्बे गाऊए बेलां

(अगं वरतु (नदी), वेडपटासारखी उगाच फार चांगुलपणा दाखवायला जाऊ नकोस. मी बघ, कंडोरणा गावचा पूल तोडला, त्याचे अवशेष पार दोन दोन कोस दूर फेकले गेले.)

बिचारी वरतु काय बोलणार? ती मीणसरला समजवायचा प्रयत्न करत म्हणते की, अगं आपण नद्या आहोत ना? आपण तर लोकमाता. आपण असलं काही करायचं नसतं. असा अभिमान, अशी घमेंड आपण बाळगायची नसते. शक्ती म्हणशील तर माझ्यातही अमाप आहे. मनात आणलं तर मी काय करू शकेन ते ऐक.

मत-हीण मीणसार तें केवुक कीधुं काम
कंडोरणो पुल तोडियो एमां छकी आम
गाडां, पाडां ने बळदिया, देश डूबाडुं सोय
समदर लागे यथरवा वरतु सामी जोई
गोपीनाथथी हालु त्रवेण संगम सोय
सोनमती, वेराडी संगे काम करू हुं जोई

(हे निर्बुद्ध मीणसार, अगं काय करून ठेवलंस हे? कंडोरणा गावचा पूल तोडून तुला फारच घमेंड चढली आहे. मनात आणलं तर मीदेखील गुरे-माणसांसकट सगळ्याच्या सगळा प्रदेश बुडवून टाकू शकते. समोरून खळाळत येणाऱ्या मला (वरतु नदीला) पाहून साक्षात समुद्रही थरथर कापू लागतो.

असं असलं तरी मी गोपीनाथहून निघून थेट त्रिवेणी संगमापर्यंत सोनमती आणि विरडी या दोन्ही नद्यांच्या सोबतीनं शांतपणे वाहत राहते.)

कविता म्हणून झाल्यावर आजीनं म्हटलं होतं, "शास्तर तो नदीया कु भी देख काम करन कहता जी. हम तो माणस ह. देखडा तो पड न. – नद्यांनीदेखील आपलं काम नीट बघून-सवरून विचारपूर्वक करावं असं शास्त्र सांगतं. आपण तर माणसं आहोत. आपण नीट पाहून, समजूनउमजून काम करायला हवं ना?"

पाहून, निरखून-पारखून जी विद्या प्राप्त होते ते गुरूचं देणं असतं; जन्मत:च जी उपजत शक्ती देहात अवतरते ती म्हणजे निसर्गाचं दान असतं. जे मुळात आपलं नसतंच त्याचा वृथा गर्व करून दुसऱ्याला हिणवायचं, तुच्छ लेखायचं नसतं. म्हणूनच आपल्या विद्येचं प्रदर्शन करू नये, तसंच आपल्या शक्तीचा उपयोग करण्याआधी अवघ्या चराचराचाही विचार केला पाहिजे.

वरतु नदीच्या उजाड कोरड्या पात्राकडे बघत, बापाच्या मागे चालता चालता सती आजीच्या बोलण्यावर विचार करत राहिली.

सती कुठल्याशा गंभीर विचारात बुडाली आहे असं रघूला वाटलं. त्यानं म्हटलं, "एखाद दिवसात आपण द्वारकाधीशाच्या मंदिरात पोहोचू. उगवतीच्या प्रवेशद्वाराशी थांबायचं आहे. कामाचा मालक किंवा त्याचा एखादा माणूस तिथं आपल्याला भेटेल."

तंद्री भंग झाल्यागत दचकून सतीनं विचारलं, "पण काम काय आहे?"

आत्ता वाटेनं दोघं एकटीच चाललीत. आता सागरीताला (साथीदाराला) सगळी माहिती दिली तर हरकत नाही.

रघू म्हणाला, "राजकोटमधलं एक दुकान फोडायला आपण 'संधी'च्या सोबत जायचंय. अजून स्पष्ट होकार दिला नाहीये. पेहला काम समजण पडगंडा. काम तो बडा होगण्डा. नाई तो 'संधी' दूसरे का साथ ल नाही. – आधी काम काय ते मुळात

समजून घ्यावं लागेल. काम नक्कीच भलं मोठं असावं; एरवी 'संधी' इतरांना सोबत घेणारच नाहीत.''

तसं तर, 'आडोडिये'सुद्धा दुसऱ्या कोणासोबत जातील हे संभवत नाही. अशी कामं करणारे, रीतसर बोलावणं आल्याखेरीज एकमेकांपासून दूरच राहतात. चुकून एकमेकांच्या वाटेत आलेच, तर समजुतीनं सोडून द्यायचं, पण एकमेकांच्या तोलाचे असणाऱ्यांनी एकमेकांसमोर यायचं नाही, हा नियम.

तीन वर्षांपूर्वी संधींचा सामना करायचं नव्हतं का टाळलं? माळियाची पालं रातोरात उठवली होती. चार-पाच बकऱ्यांवरही पाणी सोडलं होतं.

त्या दिवशी बकऱ्या चरायला नेताना मुलं आपसात खेळण्यात रमली. इकडे पाच बकऱ्या कुठंतरी निघून गेल्या. बकऱ्या गेल्या ते खेळाच्या नादात मुलांच्या लक्षात आलं नाही. सगळीकडून शोधून झालं. लांबवर पाहून धुंडून आले, पण छे! बकऱ्या काही सापडल्या नाहीत. गेल्या त्या गेल्याच.

'दंग्या'तल्या बाप्यांनी सगळ्यात आधी तर पोरांना झोडपून काढलं. वयस्कर माणसं आता काय करायचं ते ठरवायला बसली. ''गावात शोधा. 'मियाणा' अथवा 'संधी' यांपैकीच कोणाचं काम दिसतंय. वाट चुकलेल्या शेळ्या पाहून नेल्या असतील उचलून!''

'संधी' आणि 'डफेर' यांचा उद्योगच हा. मालकाविनाचा बैल, एकटदुकट म्हैस. धन्याशिवाय एकटाच चरणारा उंट, बेपर्वाईनं घटकाभरासाठी कुठंतरी लांब, एका अंगाला बांधलेली घोडी एवढंच काय, जरा कुठे इकडे-तिकडे सोडलेली मोटरसायकल वा मोटारगाडीसुद्धा सहज पळवून नेतील. नेतील ते नेतील आणि असं काही अदृश्य करतील की पाताळात शोधलं तरी सापडायचं नाव नको.

आता 'संधीं'च्या घरी किंवा 'डफेरां'च्या तांड्यात जाऊन त्यांच्या 'मुखी'ला भेटायला हवं. मग ते म्हणतील, ''बघू. शोधू. तुम्हाला मदत करणं हा आमचा धर्मच आहे, पण... थोडा फार खर्च येणार. तो तेवढा तुम्हाला द्यावा लागेल.''

मागितल्या रकमेत घासाघीस करून शेवटी ठरलेली रक्कम त्यांना द्या आणि मागे फिरा. एक-दोन दिवसांत निरोप येईल, मग ठरल्या ठिकाणी ठरल्यावेळी जा. हरवलेली चीज तिथं हमखास मिळणार.

...पण तसल्या भानगडी कुणब्यावाण्यांनी, लुवाणांनी कराव्यात. आडोडिये तसं करणार नाहीत. ते गोफणीच्या माऱ्यानंच सुरुवात करणार. डफेर किंवा संधी पलीकडून बंदुकीनं उत्तर देणार. म्हणून जे करायचं ते नीट विचार करून करायला हवं.

तेव्हा, असं समजून चाला की, नेणाऱ्यानं बकऱ्या नेल्या त्या कोणत्या मेंढपाळाच्या असतील असं मानून नेल्या. एरवी, इतर तस्कर आडोडियांच्या वस्तूकडे पाहणार नाहीत. गती न् मती समान असणाऱ्यांनी एकमेकांना त्रास द्यायचा

नसतो. एक कावळा दुसऱ्या कावळ्याला टोचा मारतो का कधी? धनगर-मेंढपाळाच्या समजूनच नेल्या असतील. गेल्या तर गेल्या. पाणी सोडा त्यांच्यावर.

...आणि समजा, बकऱ्या आपल्या म्हणजे आडोडियांच्या आहेत हे माहीत असून नेल्या असल्या तरी त्या दीडशे शेळ्या तशाच सोडून पाच शेळ्या आणायला जाणं परवडणार नाहीये. संधी-डफेरांना आपलेच भाऊबंद मानून पाच शेळ्या त्यांना भेट देऊन टाकल्या असं समजा. बिचारे केवळ ससेबिसे खाऊन राहतात, आजच्या दिवस बकऱ्याची मेजवानी मिळू दे!

अशाप्रकारे समजूत घालून रघूनंच संघर्ष टाळला होता. 'पेडा' उठवून दुसरीकडे निघून जायचंही त्यानंच सुचवलं होतं.

तोच रघू आज कोण्या संधीला भेटायला निघाला आहे. त्यांच्यासोबत काम करावं वाटलं तर करेलसुद्धा. आपल्या वाट्याला येणाऱ्या पैशांच्या वा वस्तूच्या मोहानं नव्हे; मन:शांती मिळवण्यासाठी! बारा वर्षांमागे ज्याला देव मानला त्या पोलीस इन्स्पेक्टरनं आपल्या मुलाला मारणाऱ्याला पाठीशी घातलं होतं हे कळल्यावर तर रघू कमालीचा बेचैन झाला होता. अमजदकडून सत्य काय ते कळलं नसतं, तर रघू या कामाच्या वाटेला गेला नसता.

सतीला अजून खरी गोष्ट माहीत नाहीये. समुद्रावरून येणाऱ्या सोसाट्याच्या वाऱ्यापासून आपल्या कोपरापर्यंतच्या बाह्यांच्या, पांढऱ्या कापडावर भरलेल्या फुलाफुलांच्या, कशिद्याच्या, मोकळ्या पाठीच्या 'कमख्या'सारख्या कुडत्याचा पुढचा पाखा सांभाळत आणि वाऱ्यामुळे पायांना लगटणारा, लाल-निळ्या वेलबुट्टीवाल्या पिवळ्या कापडाचा घेरदार घागरा पायांनी दूर लोटत चालण्यात ती गुंगली आहे.

विलक्षणच म्हणायचा हा बेधडक वारा! सर्व सामर्थ्यानिशी वाहतोय. यातून हा तर अक्षयतृतीयेनंतरचा, थेट दक्षिण समुद्राकडून येणारा वारा. रोखू म्हटलं तरी रोखणं शक्य नाही. निसर्गाच्या कुशीत, मोकळ्यावर राहणाऱ्या सतीसारख्यांची वस्त्रं हा वारा कधी धड राहू देणार नाही, मग तो समुद्रकाठी असो की, रानावनात असो.

गाडीतून या बाजूला उतरल्यामुळे समुद्रकिनाऱ्यानं चालावं लागतंय. एरवी, गाडी तर थेट द्वारकेपर्यंत जाते, पण वाटेत जामनगर लागतं. रघूनं जामनगरच्या दिशेला फिरकायचंसुद्धा नाही असं अमजदनं बजावलंय.

संध्याकाळी द्वारकेला पोहोचले. हमीर भेटला. दर्याकाठी एका वाडीवर दोघांना सोडून आला. वाडीच्या आतल्या अंगाला वृक्षांनी वेढलेलं एक सुरेखसं घर. अमजद आला तेव्हा रात्रीचं जेवण आटोपून बाप-लेक दोघं ओट्यावर बसली होती. अमजदसोबत हमीर, इतर चार-पाच माणसं आणि दोन बाया. सगळे एकेजागी बसले.

अमजदनं एका बाईला खूण केली तशी पिशवीतून लाल रंगाची एक साडी आणि थोडे कपडे सरस्वतीच्या हाती देत तिनं म्हटलं, ''बघून घे नीट. नेसून पाहा.''

साधी गोष्ट आहे. जाडेजांसारख्या वतनदारांच्या घरच्या मुली नेसतात तसे हे नवेकोरे सुंदर कपडे कोणतीही मुलगी मोठ्या हौसेनं घालून पाहील. खोलीचं दार जरासं लोटून आपले आधीचे कपडे बदलून नवे घालून घेणं यात अवघड असं काहीच नाही. कठीण आहे तो ते कपडे घालण्यामागचा अर्थ.

सतीला हे कपडे उगाच गमतीखातर दिले नाहीयेत. कामगिरीचा एक भाग म्हणून दिले गेलेत. म्हणूनच, नुसते कपडे बदलून बाहेर यायचं एवढ्यानं भागणार नाहीये. केवळ शरीरावर कपडे परिधान करून नव्हे तर एकेकाळी कच्छपासून थेट जामनगर-राजकोटपर्यंत आपल्या वाडवडिलांच्या वतनं-जहागिऱ्या होत्या याचं भान चेहऱ्यावर धारण करून सतीनं खोलीबाहेर यायचंय.

कुशल कलाकारानं आपली भूमिका कशीबशी अर्धवट पार पाडणं म्हणजे नाट्यशास्त्र लिहिणाऱ्या भरतमुनींचा अनादर करणं. नाटक करण्यावर अवलंबून असणाऱ्यानं तसं करायचं नसतं.

आयुष्यभर क्षणोक्षणी नाटक करायला ना नाही, पण नाटकात नाटक करून मुळीच चालत नाही. तिथं तुम्ही जी भूमिका घेतलीये तेच तुम्ही आहात. ते पात्र साकार करताना तुम्ही क्षणभर जरी त्या भूमिकेपेक्षा वेगळे झालात, तरी त्यामुळे तुमच्या पदरी अपयश येणार.

स्वत:ला सोपवलेलं काम सतीनं एखाद्या कार्य अंगीकारलेल्या कारागिराप्रमाणे, पूर्ण क्षमतेनं पार पाडायचं आहे. काम नक्की काय आहे ते ठाऊक नसलं तरी नेसल्या वस्त्रांचा मान राखणं जमलं तरच त्या कामात भाग घेता येईल.

शेजारच्या खोलीत जाऊन सती कपडे बदलून आली. बाहेर येताक्षणी समोर बसलेल्यांपुढे विशिष्ट प्रकारे जरासं झुकून, हात न जोडता उभी राहिली.

आडोडियण असलेली सती घडीभरापूर्वी त्या घोळक्यात निवांतपणे बसली होती; परंतु आता ही गरासियाची (वतनदाराची) मुलगी आपल्या पित्याच्या आणि त्याच्याच वयाच्या अन्य पुरुषांसमोर खाली जमिनीवर बसेल हे संभवतच नव्हतं.

ही जादू वेषांतराची आहे. स्वत:मध्ये परकायाप्रवेश कसा होतो ते सांगता येत नाही.

ज्यांनी ते पाहिलं ते सगळे थक्क होऊन सतीकडे बघतच राहिले. आपला मालक याच मुलीला अन् तिच्या बापाला कामगिरीत सहभागी करून घ्यायचा आग्रह का धरतोय, ते अमजदच्या ताबडतोब लक्षात आलं. खरीखुरी जाडेजा-कन्या आणि सती दोघींना शेजारी-शेजारी उभं केलं, तर त्यातली कोणती जाडेजाची पोर नाही हे सांगणं कोणालाही जमलं नसतं.

१७

आता अमजदनं बोलायला सुरुवात केली. खत्रीचं दुकान राजकोटच्या मुख्य म्हणवल्या जाणाऱ्या चौकात आहे. दुकानाच्या अगदी समोर म्हणता येईल अशा जागी पोलीस चौकी आहे. खेडेगाव जसं रात्र होताच चिडीचूप होतं, तसं इथं होणार नाही. रात्री उशिरा हिंडायला निघणाऱ्यांचं हे शहर आहे. बर्फगोळे, फाफडे-भजी विकणाऱ्या हातगाड्या मध्यरात्रीपर्यंत रस्त्यावरनं फिरताना दिसू शकतात.

शिवाय, दुकानातून जे उचलून आणायचं आहे ते म्हणजे सोन्या-चांदीसारखं नाही की, बांधलं फडक्यात आणि गठुळं घेऊन निघाले! शालू-शेल्यांचं, साड्या-लुगड्यांचं संपूर्ण दुकानच्या दुकान रिकामं करायचं आहे. तेही कसं, मध्यरात्री सुरुवात करून मध्यरात्र संपायच्या आत.

आता मुद्द्याची गोष्ट! ती अशी की, तुम्ही तिथून निसटल्यानंतर, दुकान फोडलं गेलंय याचा कोणाला मागमूसही लागता कामा नये. जो दुकान उघडून आत जाऊन बघेल त्यालाच कळेल.

ज्यानं हे काम हाती घेतलंय त्याची इच्छा अशी की, दुकान सफाचट करून, पार झाडूनपुसून, मध्यरात्री तुपाचा दिवा तेवत ठेवून यावं. कारागीर कसे मिळतात त्यावर ते अवलंबून आहे. हिंमत असेल तर 'हो' म्हणावं. जमणार नाहीसं वाटत असेल तर चालू लागावं.

वेडं धाडस आहे हे! भलतंच अवघड काम. पण आता इथवर येऊन नाही म्हणण्यात अर्थ नाही. होकार द्यायचाय, पण लगेच हो म्हणून टाकायचं नाही. आधी सारं काही सविस्तरपणे जाणून घ्यायला हवं. कामाच्या मालकाचे हात कुठवर पोहोचू शकतात, साथीदारांच्या पाठीशी उभं राहायची त्याची ताकद किती, ते कळलं पाहिजे. अनोळखी परक्या माणसांत अडकलो असं भलतंच व्हायला नको. रघूनं विचारलं, "स्वत: शेठ आहे का यात?"

अमजदनं उत्तर दिलं, "नाही. शेठ नाही, अमजदपण नाही. हे तुम्ही इथं आहात तेवढेच आणि हमीर. तुम्हाला आणखी कोणी हवं असेल तर सांगा, बोलावून

घेऊ... पण तो तुमचा माणूस अगदी सच्चा असायला हवा.''

"छोट्याला बोलवायचं का?'' सतीनं खुणेनं बापाला विचारलं. छोट्या म्हणजे छोट्या सिंगल. प्रत्येकाच्या नावामागे त्याच्या कामानुसार त्याची ओळख असते. रघूचा बाप वस्याक नायक म्हणून ओळखला जायचा. रघू स्वत:देखील नायक नावानं ओळखला जातो. नाऱ्या त्याच्यावर सोपवलेलं काम नक्कीच पार पाडणार म्हणून नाऱ्याला 'नक्की' नावानंच ओळखतात. एकट्या छोट्यालाच इंग्रजी शब्दानं ओळखतात– सिंगल. छोट्याचं शरीर प्रचंड आणि डोकं हेऽऽ भलंमोठं. होता होईतो आपल्यासोबत कोणाला नेत नाही. अतिशय झक्कू. त्याचं दुसऱ्याशी आणि दुसऱ्या कोणाचं त्याच्याशी पटणं कठीण!

एकदा एका मोठ्या कामात पकडला गेला त्या वेळी पोलीस त्याच्या साथीदाराचा शोध घेऊ लागले. छोट्याला मारूनमारून विचारलं, पण आपल्यासोबत कोणीच नव्हतं हेच तो सांगत राहिला.

साथीदारांशिवाय कोणी एकटाच एवढं मोठं काम अंगावर घेतो, ही पोलिसांच्या दृष्टीनं नवलाईची गोष्ट होती. ठाणेदारानं वरिष्ठांना म्हटलं, "Wonderful Sir, he singly has done it. Just a single person. नवलच म्हणायचं. एकटाच होता तो.''

हे घडलं तेव्हा बाटुगे वकील तिथं हजर होता. परममित्र असलेल्या आपल्या भावाच्या पराक्रमानं बाटुगे वकील खूश झाला. छोट्याच्या पराक्रमाला जणू काही पोलीसपदक मिळालं असावं असं त्यानं तिखटमीठ लावून सगळ्यांना जाहीरपणे सांगितलं. त्या दिवसापासून छोट्या 'सिंगल' या नव्या नावानं ओळखला जाऊ लागला.

सतीनं छोट्याला बोलवायचं म्हटल्यावर रघू अधिकच विचारात पडला. अशा अवघड कामात छोट्या जोडीला असला तर खूप मदत होईल. त्याला बुद्धी खूप आहे. रघूच्याही डोक्यात येणार नाही असं एकेक त्याला सुचतं. अवघड कामाला एकट्यानं हात घालणारा छोट्या सोबत असला तर यश पदरात पडणार हे खरं.

छोट्या कितीही कसबी कलाकार असू दे, पण त्याला सोबत घेण्यात जोखीमही तेवढीच आहे. एकतर त्याचा धिप्पाड देह कोणाच्याही सहज लक्षात राहाण्याजोगा आहे. दुसरं म्हणजे तो फार लवकर चिडतो. तिसरं म्हणजे एकदा का प्यायला की, स्वत:ला सम्राटच समजतो. कुठं भलतंच काही बोलून बसायचा आणि सगळीच्या सगळी टोळी पकडली जायची! चौथं आणि सर्वांत महत्त्वाचं कारण म्हणजे छोट्याचं नशीब जरा तिरकं आहे म्हणा किंवा तो थोडा विक्षिप्त आहे म्हणा, पण त्याचं काम फत्ते होत असलं तरी त्यात फजिती होण्याची शक्यताही तेवढीच असते.

त्या दिवशीचंच पाहा ना. कोण्या साहेबाची बॅग छोट्यानं लंपास केली. हातात

धरून मिरवावी अशी, एखाद्या मिलमालकाची किंवा मॅनेजरची असते तशी बॅग. चांगली जड.

कशी कोण जाणे पण छोट्यानं एकट्यानंच ती पळवली. कोणाचा हिस्सा द्यायचा नव्हता. हा, वस्तीच्या पोरांचा तेवढा हक्क असतो. पोरांना पैसे मिळतात. जा रे पोरांनो, बोलवा सगळ्यांना. छोट्या सिंगल पैसे वाटतोय.

मुळात नाटक्या. त्यातून चढलेली. कुठंतरी गुपचूप कोपऱ्यात जाऊन बॅग उघडायची सोडून छोट्यानं वस्तीच्या मधोमध, पिंपळाच्या पारावरच ठाण मांडलं. मुलांना काय, आली धावत. आणखी कोण कोण बघे जमले. सगळे प्रतीक्षेत... आता नोटांचा पाऊस पडणार!

बॅगेची कळ पट्कन उघडली. बघ्यांची उत्सुकता ताणलेली... आणि छोट्या स्तब्ध!

हा सिंगल बॅगेतून पैसे का काढत नाहीये? कोणी तरी जवळ जाऊन बघायचं धाडस केलं. पाहतो तो काय, बॅगेत फक्त इंग्रजीत लिहिलेले कागदच कागद. सिंगलनं सगळे कागद काळजीपूर्वक बाहेर काढले, पण पैसे म्हणता येईल असा एकही कागद बॅगेतून निघाला नाही.

बघ्यांचं टोळकं हसू लागलं. खीऽऽखी करत, पोरं पांगू लागली. सिंगल हातातल्या कागदांकडे बघतच राहिला. तेवढ्यात कोणीसं म्हटलं, ''काडी लाव, टाक जाळून. तुझ्या काही कामाचे नाहीत ते!''

छोट्यानं रागानं दातओठ खात बोलणाऱ्याकडे पाहिलं. कागद बॅगेत कोंबले. बॅग उचलली आणि निघाला, तो थेट बाटुगेच्या घरी. बाटुगे कोर्टात जायला निघाला होता. बॅग त्याच्या पुढ्यात फेकून एकीकडे बसत छोट्यानं म्हटलं, ''दोस्त बघ बरं. काय लिहिलंय?'' वकिलानं कागद पाहिले. म्हणाला, ''विशेष काही नाहीये. कोणाचा तरी मृत्यूचा दाखला, मिळकतीचे दस्तावेज, मृत्युपत्र असलं काय काय आहे. वकिलाबिकिलाची बॅग मारलीस का काय?''

''पत्ता आहे?'' बाटुगेच्या प्रश्नाकडे दुर्लक्ष करत सिंगलनं उलट विचारलं.

''आहे.''

''मग एक काम कर गड्या. हे कागद ज्याचे त्याला देऊन टाक. हा घे टपालखर्च. आजच्या आज पाठवून दे. मेल्यानंतर एखाद्याचं काम अडून बसावं हे छोट्याला नाही चालायचं.''

तर असा हा छोट्या. या प्रकारच्या गुप्ततेच्या कामासाठी त्याला बोलवायला रघूचं मन होईना. त्यानं खुणेनंच सतीला 'नाही' म्हटलं.

''या कामापुरता नायक हमीर. जी हवी असतील ती सर्व साधनं हमीर पुरवेल. काम केव्हा करायचं, कसं करायचं ते हमीरनं आणि मालकानं मिळून ठरवलं आहे.

हमीर ते आत्ता समजावून सांगेल. तुम्हालाही आणखी काही सुचलं तर सांगा,'' अमजदनं बोलणं संपवलं.

आता हमीरनं सुरुवात केली. कुठली हत्यारं, अवजारं वापरली जातील, त्यांपैकी कुठलं साधन कोण वापरेल, दुकानात कोण शिरेल, माल कोण उचलेल, काम उरकलं की माल घेऊन कुठं पोहोचायचं... सगळं ठरलं.

छोट्या-मोठ्या अडचणीसुद्धा खूप आहेत. सर्व अडचणी, त्या निवारण्याचे उपाय असं सगळं सांगून झाल्यावर हमीरनं म्हटलं, ''या उपर जे होईल ते होईल!''

सगळे आपापसात चर्चा करू लागले. काम करायची आपापली पद्धत, नावं-वैशिष्ट्यांसह एकमेकांचा परिचय, काम पार पाडल्यावर मिळणाऱ्या घबाडाची शक्यता... सगळंच बोलून झालं.

हजर असलेले सारे कामात सामील व्हायला तयार आहेत. अक्षयतृतीया उलटून दोन दिवस झालेत. रविवारी पंचवीस एप्रिलला तृतीया होती. आज झाला बुधवार. येत्या शनिवारी-रविवारी खत्रीच्या घरी लग्नकार्य आहे.

त्या शनिवारी हमीर ट्रक घेऊन सगळ्यांना बोलवायला येईल. त्यापूर्वी पुन्हा एकदा सर्व गोष्टींची उजळणी करून घ्या. स्वत:ला हवं असलेलं सामान मागवून घ्या. एकदा निघाले की, नंतर काही होण्यासारखं नाही.

स्वत: हमीर ट्रक चालवेल. जुशा लंब्या क्लीनर बनेल. ट्रकच्या मागच्या भागात सती, झुबेदा आणि आयेषा, तिघी बायकाच असतील. रघू, सुलेमान डेंड्या आणि अबू पतंगिया ड्रायव्हरच्या केबिनमध्ये.

ईसा जादूगार खरंच जादूगार आहे. तो कोणतीही भलीभली कुलपं उघडून देईल. उघडली नाहीत तर कटरनं अर्ध्या मिनिटात कापून टाकेल. मुख्य म्हणजे होती तशी बंद करून ठेवेल. कुलपांच्या कारखान्यातच होता कामाला. तर हा ईसा आधीपासूनच चौकात उभा असेल. तिथून तुम्हाला येऊन मिळेल.

सुमार धुळिया गाडीचा कारागीर आहे. कशीही बिघडलेली गाडी असो, त्याला ती दुरुस्त करता येते. ट्रक बिघडणारच आहे. त्या वेळी धुळिया चौकात हजर राहील. मेकॅनिकला त्याच्या घरून बोलावून आणल्यासारखं दाखवून कामाला लावायचं आहे.

दुकानात शिरण्याआधीच सतीच्या वाट्याला एक काम आहे. काम महत्त्वाचं आहे. ट्रक थांबलेला पाहून पोलीस तिथं येतील, ट्रकच्या आत डोकावतील यात शंका नाही. ते होणारच. धरूनच चालायचं. त्या वेळी सतीचं काम लागेल.

जवळ येऊन, ट्रक तपासून पोलीस गेले की, पुन्हा म्हणून ट्रककडे फिरकणार नाहीत इतका प्रभाव पाडल्यानंतरच सतीनं दुकानात शिरायचं.

दुकानात शिरल्यावर अत्यंत त्वरेनं आणि अजिबात आवाज न करता मुख्य

काम करायचं ते रघू आणि सती दोघांनी मिळून. त्या दोघांच्या गतीशी जुळवून घ्यायला बाहेर चार जण हवेत.

सुलेमान डेंड्या आणि अबू पतंगिया दोघं दुकान आणि ट्रक यांच्या दरम्यान उभे राहतील. दुकानातून अखंडपणे बाहेर सरकत राहणारा माल ट्रकमध्ये असलेल्या दोघी बायकांच्या हवाली करण्याचं काम या दोघांचं.

झुबेदा आणि आयेषा दोघी ट्रकमध्येच राहतील. ट्रकमध्ये आलेला माल त्या दोघी रचत जातील. नीट रचला नाही तर गाडीत मावणार नाही आणि मावला नाही तर अवघं दुकान धुऊन नेणं शक्य नाही.

एकच तास! इतक्या कमी वेळात एवढं सगळं उरकायचं आहे. फारच झालं तर दीड तास. त्याहून अधिक काळ तिथे थांबायचं नाही.

साक्षात पोलीस स्टेशनासमोर, वाहत्या रस्त्यावरचं काम. त्यात रघू आणि सती दोघंच आडोडिये. बाकी सारे संधी. असं काम रघूनं का स्वीकारलं ते सतीनं विचारलं नाही. तिला रघूची आणि स्वतःचीदेखील काळजी वाटते. इथून निघण्याआधी कळायला हवंच.

रात्री बापलेक दोघं एकटीच उरली तेव्हा सतीनं विचारून टाकलं. रघूनं चरोतरच्या खेड्यात गमावलेल्या आपल्या पोराची आणि खत्रीची कहाणी तिला तपशीलवार सांगितली.

भाऊ गेला तेव्हा सती अगदीच लहान होती. भावाचं नावही उच्चारता येत नव्हतं. लक्षात होतं ते एवढंच की, 'मा' सतत रडत होती आणि लोक तिला समजावत होते. त्या वेळी स्वतःला काही वाटलं असलं तरी सतीला आता ते आठवत नव्हतं.

...पण, बापानं सांगितलेली कहाणी, कामाची योजना, त्यातले धोके... सर्व ऐकून सतीनं मनोमन निर्णय घेऊन टाकला, 'काय वाट्टेल ते होवो, आपण खत्रीचं संपूर्ण दुकान रिकामं करायचं म्हणजे करायचंच.'

छे! छे! भावाचा सूड घेण्यासाठी नव्हे! भावाला मारला वऱ्हाडातल्या आणि गावातल्या लोकांनी. खत्रीनं त्यांना सोडवलं एवढंच. त्याला वाटलं ते त्यानं केलं. करू दे, जाऊ दे. विसरा आता.

हे काम करायला सतीचं मन कबूल झालं त्यामागचं एकमात्र कारण असं की आता ही गोष्ट खत्रीपुरतीच उरली नाही. आता ती सतीची झाली आहे. तिला मिळालेल्या आव्हानाची, त्याहीपुढे जाऊन म्हणायचं तर, ती आडोडियणीच्या पोटी जन्माला आली आहे याची!!

१८

"गाडी नीटच तपासली होती हो साहेब. तीन बायकांखेरीज आत कोणीही नव्हतं." स्वतःच्या बचावाच्या प्रयत्नात नरसी हवालदार दीनवाण्या स्वरात जबानी देत होता, "चेकिंग करून गाडीचा नंबरसुद्धा मी ठाण्यावर नोंदवला आहे."

"पण चुकीचा!" समोर बसून जबानी नोंदवून घेणारा त्रिवेदी म्हणाला. तसं त्यानं लिहूनही टाकलं.

ट्रकवरचाच नंबर खोटा असेल तर ठाण्याच्या नोंदवहीत खरा नंबर लिहिला जाणं शक्य नाही. तरीही, केवळ त्रिवेदीच नव्हे तर त्याचे वरिष्ठ अधिकारी आणि पोलीस खात्याचे लोक, एकूण एकांना माहीत आहे की, आपल्या हाताखालच्या माणसाची जबानी लिहून घेताना, 'तू चुकीचा नंबर लिहिलास' असंच लिहायचं असतं. 'ट्रकवर जो चुकीचा नंबर होता तो वहीत नोंदवला' असं लिहायचं नसतं.

त्याला कारण आहे. दुकान आपल्या वरिष्ठाचं आहे. गुन्हेगार सापडला नाही तर प्रकरण चिघळणार. खात्याच्या चौकशीची वेळ आली तर ठाण्याच्या ऑफिसरला वाचवण्यासाठी असं लिहिण्याची गरज आहे.

नरसीला वाटलं, अशी वेळ येणार असल्याची पुसटशी जरी शंका असती तरी त्या शनिवारी रात्री रजाच घेतली असती. कामावर हजर झालो तेव्हा अजिबात विश्वास बसू नये अशी एखादी घटना घडणार असल्याची त्याला मुळीच कल्पना नव्हती, पण जबानीत तसं लिहिता येत नाही.

नरसीनं लिहवलं ते असं, 'त्या वेळी आम्ही चौघं कामावर होतो. अकरा वाजता फौजदारसाहेब राउंडवर गेले. उरलो आम्ही तिघं. मी, जसुभाई रायटर आणि हवालदार मणिलाल. आम्ही ठाण्यावर जागत बसलो होतो.'

अर्धसत्य. रात्रीच्या वेळी चौकातल्या ठाण्यावरचे पोलीस फारसे जागे नसतात. सुमारे चाळीस वर्षांपूर्वी, स्वातंत्र्य चळवळीच्या काळात संपूर्ण चौकी जागी असायची. मशाली घेऊन मिरवणुका निघत. कोणत्याही वेळी धरपकड करून माणसं चौकीवर आणली जात. आता संपूर्ण स्वराज्य आहे. वरिष्ठ अधिकारी अकराच्या सुमारास

राउंड घ्यायला निघून जातात. त्यांनाही वाटतं 'ठाण्यात असलेल्यांना थोडी झोप काढायची संधी मिळू द्यायला हवी.'

शनिवारी चौकीच्या लॉकअपमध्ये कोणी असतं तरी हवालदारांनी त्याच्याशी बातचीत केली असती, पण लॉकअप रिकामं होतं; त्यामुळे आसपास फेरी मारून यायची आणि आळीपाळीनं थोडं आडवं पडून घ्यायचं, असा कार्यक्रम लगेच सुरू करता आला.

हे सर्व लिहवण्याची नरसीला गरज वाटली नाही. साहेब कुठे होते आणि ऑफिसर गेल्यावर बाकीचे काय करतात हे सगळ्यांना माहीत असतं.

शहर तसं सुसंस्कृत. गुन्ह्याचं प्रमाण कमी. 'दरबार' (वतनदार) मंडळी अथवा अशाच इतर जमाती क्वचित धिंगाणा घालतात, पण ते तेवढंच. होतं कधीकधी. बाकी घोळक्या-घोळक्यानं रात्री उशिरापर्यंत मौजमजा करत हिंडणारेच जास्त. फार तर रात्रीचा सिनेमा सुटल्यावर घरी जाणारे. त्याखेरीज फारसं कोणी नसतं; म्हणून तर रात्री चौकीत हजर असणाऱ्या साऱ्यांनीच जागत राहण्यात अर्थ नसतो.

नाही म्हणायला, वाहनांची जा-ये असते. चारी दिशेनं वाहनं चौकात येत असतात. कधी एखादं वाहन दुसऱ्याला धडक देतं. मग आपापली वाहनं समोरसमोर उभी ठेवून ड्रायव्हर भांडू लागले, तर जागं असावं लागतं. तेवढं सोडलं तर पोलिसांना त्रास होईल असं खूप दिवसात काही घडलंच नाहीये.

ताडपत्रीनं झाकलेल्या, व्यवस्थित बंद केलेल्या त्या ट्रकच्या ड्रायव्हरचं आपण मनातल्या मनात कौतुक केलं होतं, असं नरसी नोंदवू शकत नसला तरी ड्रायव्हर अगदी पटाईत होता हे त्याला मान्य होतं.

म्हणून तर गचके खात बंद पडलेल्या गाडीवर तो एवढं नियंत्रण ठेवू शकला! घरंगळत जाणारा ट्रक किती सफाईनं थांबवला ते सारं नरसीनं स्वत: प्रत्यक्ष पाहिलं होतं.

ड्रायव्हर तरबेज नसता तर त्यानं एवढं मोठं वाहन रस्त्यातच मधोमध सोडलं असतं; मग पोलिसांना तिथवर धावत जावंच लागलं असतं. प्रसंगी, गाडीला एका बाजूला नेण्यासाठी धक्के मारायला मदतही करावी लागली असती.

ट्रक थांबला. नेमका त्या मोठ्या 'सलुनी' दुकानाजवळच थांबला. चौकीतून रोज स्पष्ट दिसणारं दुकान, त्याचा 'सलुनी' नावाचा बोर्ड सगळं ट्रकच्या मागे पार झाकलं गेलं. काहीच दिसत नव्हतं.

नरसीनं ड्रायव्हर, क्लीनर दोघांना ट्रकमधून उतरताना पाहिलं. त्याला वाटलं, आता बॉनेट उघडतील, खाटखूट करून, दुरुस्ती करून आपल्या वाटेनं निघून जातील. बंद पडून एका कडेला थांबलेला ट्रक तपासायला जायची नरसीला विशेष आवश्यकता वाटली नाही.

तेवढ्यात क्लीनर ट्रकच्या खाली शिरलेला दिसला. पाठोपाठ, जाड लोखंडी पाइप आदळावा तसा मोठा आवाज झाला. ड्रायव्हर वाकून गाडीखाली बघू लागला, तसं नरसीला ट्रककडे जावं लागलं.

कनिष्ठ पदावर असलो तरी आपण पोलीस आहोत याची व्यवस्थित जाणीव असलेल्या नरसीनं वाकून ट्रकखाली बघण्याऐवजी काखेत दाबलेली छडी काढून ट्रकच्या भिंतीवर ठकठक केलं.

"कोण आहे?" हवालदाराला ऑफिसरच्या घरची कामं करायला जावं लागतं. कधी तिथं अशाच पद्धतीनं दार वाजवायची चूक हातून घडते. त्या वेळी घरातून ज्या प्रकारचा आवाज येतो तसला आवाज ताडपत्रीआडून येईल, अशी हवालदाराला मुळीच आशा नव्हती. नरसी थबकून किंचित मागे सरला.

तो काही बोलणार तेवढ्यात ट्रकचा मागचा पडदा सरकला. लालचुटुक साडीनं कपाळापर्यंत झाकलेला गोरापान, देखणा चेहरा आणि टपोरे डोळे यांसकट अवघ्या व्यक्तिमत्त्वानं जणू एकाच वेळी विचारलं, "कोण आहे? काय झालं भाई?"

त्यानंतर आजूबाजूला बघत, कोणालासं विचारल्यागत, किंचित नाराजी दर्शवत त्या मुग्धेनं प्रश्न केला, "दानभा कुठायत?"

"हा मी इकडे आहे बाईसाहेब," म्हणत ड्रायव्हर बाहेर आला.

"पाणी प्यायलासुद्धा रस्त्यात थांबायचं नाही म्हटलं होतं तरी आपण का थांबलोय? आणि हे कोण आहेत?" समोरचा माणूस पोलिसाच्या गणवेशात आहे हे दिसत असून मुलीनं विचारलं.

"काही नाही बाईसाहेब," ड्रायव्हरऐवजी खुद्द नरसीनंच उत्तर देत म्हटलं, "आपलं ते हे... गाडीचा आवाज झाला जरासा म्हणून बघायला आलो. चौकीत आमची ड्यूटी असते ना आत्ता...!"

तेवढ्यात एका प्रौढ राजपूतानं ट्रकच्या केबिनमधून उतरत म्हटलं, "हंसाबा, तुम्ही आत बसून घ्या. मी बघतो."

असं म्हणून नरसीकडे वळून तो म्हणाला, "या साहेब. हवं तर गाडी तपासून बघा. दानभा, गाडीचे कागद दाखवा बरं हवालदारसाहेबांना!"

"असू द्या, असू द्या. काही गरज नाही. आपलं ते हे..." हवालदारानं आटोपतं घेतलं. स्वतःच पुढे विचारलं, "काही काम असलं तर सांगा बरं का. चहा-पाणी काही पाठवू?"

प्रौढ राजपूतानं म्हटलं, "नको नको. सोमनाथाचं दर्शन घेतल्याविना काहीच न घ्यायचा नेम केलाय बाईसाहेबांनी. आता आमचाही तोच नेम. हे असलं मिळालं ते वाहन गाठून निघावं लागलं ते त्यापायीच! त्यातच ही नवीन भानगड उपटलीये ती

निस्तरायला हवी.''

दानभा ड्रायव्हरनं लगेच सांगितलं, ''डेफरेस्यल गेर (गिअर) अडकलाय. दांडाच तुटून पडलाय बघा. कारागीर शोधावा लागेल. आणखी दोन माणसं मिळतात का बघतो.''

पोलीस अजून तिथंच होता. आतल्या मुलीनं ट्रकचा मागचा पडदा आणखी उंच धरत त्याच्याकडे बघितलं, मग म्हटलं, ''एकदा आत नजर टाकून घ्या म्हणजे तुमचं तरी काम संपेल.''

हवालदाराला असं म्हणायची हिंमत करणारी मुलगी नक्कीच कोण्या शाही घराण्यातली असणार. या समोरच्याचा पोशाखसुद्धा राजवंशी राजपूतासारखा दिसतोय. खानदानी. सोमनाथाच्या दर्शनाला जायची इतकी घाई नसती, तर ट्रकच्या वाट्यालादेखील गेले नसते. न जाणो, कोणा पोलीस अधिकाऱ्याची मुलगी तर नसेल?

नरसीचा समज दृढ व्हावा तसंच वाक्य पाठोपाठ आलं. ''बापू म्हणत होतेच. सुभेदाराला घेऊन जा, पण ऐकलं नाही कोणी! सुभेदार असता तर... त्याला सगळं येत असतं.''

सुभेदार? सुभेदार सैन्यात असतात. आता या लोकांची जास्त चौकशी न केलेलीच बरी. उद्या उठून आणखी तक्रारबिक्रार गेली तर मोठीच पंचाईत. गाडीच्या आतलं इथून पाहिलं आहे. ही एक मुलगी, तिकडे टोकाशी एक बाई निजलीये ती आणि एक बसलेली... एवढ्या तीन बायकांखेरीज कोणीच नाहीये. आता निघावं ते बरं!

परत फिरलेल्या नरसीच्या कानावर शब्द पडले, ''काकासाहेब, आता फारच उकडतंय. बा निजल्यात म्हणून पडदा उघडा ठेवता येत नाहीये. तुमची हरकत नसेल तर ओट्यावर बसू का?''

''हंसाबा, बेटा हा हमरस्ता आहे. तुम्हाला चालेल का तसं?'' प्रौढाच्या स्वरात नाराजी होती. मोठ्या घरची माणसं! बोलणं ऐकून, दहा पावलं पुढे गेलेल्या नरसीनं म्हटलं, ''बसू द्या त्यांना. वाटलं तर गाडीमागेच दुकानाच्या ओट्यावर बसू दे. गार वाटेल. कोणी नाही बघणार. पोलीस चौकी समोरच आहे. इथं काही त्रास नाही.''

झालं. त्यानंतर मग रोजच्यासारखीच बस, ट्रक, एकटदुकट माणूस, सायकली रिक्षा, मोटारसायकली... अशी रस्त्यावरची रहदारी सुरू राहिली. ट्रककडे सामसूम होती. एक-दोनदा थोडा आवाज झाला, पण इंजीन डिफरेन्शल गिअरशी जोडायचं म्हटल्यावर तेवढा आवाज क्षम्यच म्हणायचा. तासाभरात तर ट्रक निघून गेलासुद्धा.

यातलं जेवढं लिहिण्याजोगं होतं तेवढं हवालदारानं सांगून टाकलं. अजून एक-दोन मुद्दे उरलेत, पण त्याच्यावर थोडा विचार करावा लागेल... आणि सांगावेच लागले तर सांगायचे, नाहीतर मुळीच सांगायचे नाहीत.

नरसीसोबत असलेल्या हवालदाराकडे सांगायला काही नव्हतंच. त्यामुळे त्या रात्रीची खरी खोटी जी काय ती, मिळू शकण्याजोगी माहिती तेवढीच होती. त्यानंतर घडलं ते सारं गूढच होतं. त्याबद्दल कोणाला काही माहीत नाही. त्यानंतर थेट मंगळवार सकाळची गोष्ट!

शनिवार-रविवार-सोमवार. तीन दिवस मेहुण्याच्या घरी लग्नसमारंभ मजेत साजरा करून मंगळवारी नवीनशेठ दुकानाकडे आले. किल्ली फिरवली, पण कुलूप उघडेना. तेवढ्यावरून सुरुवात झाली. आसपासचे दुकानदार गोळा झाले.

'इकडे द्या पाहू' असं म्हणत आपापल्या परीनं प्रयत्न करून पाहणाऱ्यांनी अखेरीस 'चुकून भलतीच किल्ली आणली असाल' अशी शक्यता बोलून दाखवली. शेवटी कुलूप-किल्लीचे नंबर जुळवून पाहिले. 'घ्या! ही किल्ली या कुलपाची नाहीच मुळी' हे सिद्ध झालं.

एकजण 'आपल्या ओळखीचा किल्ली बनवून देणारा घेऊन येतो' म्हणाला. नवीनशेठनं लगेच होकार दिला नाही. एवढ्या मोठ्या दुकानाची अशी चुटकीसरशी नवीन किल्ली बनवायची नसते. हजार गोष्टी विचारात घ्याव्या लागतात.

नवीनशेठनं शेजारच्या दुकानातून घरी फोन केला. "पोरं खेळत होती का किल्ल्यांशी? आठवून पाहा. आपल्या किल्ल्यांसारखाच जुडगा असलेलं कोणी घरी येऊन गेलं का? दुकानाची किल्ली बदलली गेलीये."

एका कठोर सत्याचं ज्ञान नवीनपासून दोनच फूट दूर आहे. एकदा दुकान उघडलं की, तत्क्षणी प्रकट होईल. ते असं की किल्लीच नव्हे तर कुलूपही बदललं जाऊ शकतं. एकाच कंपनीची अनेक कुलपं बाजारात असतात.

सगळे उपाय हरल्यावर एका कुलूपकिल्लीवाल्याला पकडून आणलं. दहा मिनिटं खटपट करून त्यानं एकदाचं कुलूप उघडलं. शटर उंच होताच संपूर्ण जमावानं आ वासला. कोणाच्या तोंडून शब्द फुटेना.

सदैव गच्च भरलेलं दुकान बघायची सवय असलेल्या आपल्या डोळ्यांवर नवीनचा विश्वास बसेना. संपूर्ण रिकामं दुकान, गादीवर उघडा पडलेला गल्ल्याचा खण, दुकानाच्या मधोमध विझलेली पणती.

याहून अधिक नवीनशेठकडून कळणार नाही. ज्यांच्याकडून जास्त कळण्यासारखं आहे, ते सर्व जण कुठल्या कुठे निघून गेलेत. आता पोलिसांना वेगवेगळ्या शक्यता गृहीत धरूनच तपास करावा लागेल.

खत्री जामनगरचा ऑफिसर असला तरी राजकोटच्या अधिकाऱ्यांशी त्याला बोलून घ्यावं लागेल. किती झालं तरी जवळपास दहा लाखांचा माल आहे. खत्री स्वतःच्या तोंडानं तसं म्हणू शकत नाही, पण नवीन अडाणीच म्हणायचा. डी.एस.पी.चा मेहुणा झाला म्हणून काय झालं? दुकानाचा विमा उतरवायला नको वेळेवारी? आता

खत्रीला सारं गमवावं लागणार.

खत्रीनं तपास सुरू केला. पहिली गोष्ट म्हणजे ट्रक दुरुस्त करायला बोलावलेली तिघं लोकल माणसं होती. ते ट्रकमधून गेले नसणार. गाडीतूनच गेले असते तर नरसीला संशय आल्यावाचून राहिला नसता. म्हणून आजूबाजूला चौकशी करा. त्या रात्री ट्रकचं डिफरेन्शल कोणी दुरुस्त करून दिलं?

हवालदारांनी शहरातील समस्त गॅरेजं पालथी घातली. एकजात सगळ्या मेकॅनिकांकडे चौकशी केली, पण व्यर्थ. कोणीच कबूल होत नाहीये. त्याचा अर्थ– ती माणसं त्या टोळीपैकीच होती. ट्रक मुळात बिघडलाच नसावा. दुरुस्तीचं नाटक करून तिघं पसार झाले. पुढे जाऊन त्याच ट्रकमध्ये चढले एवढी गोष्ट पक्की!

हरवलेल्या मालाची रक्कम पाहता, या कामात धारागढचा हात तर नसेल? समजा असला, तर मात्र तपासात सावधगिरी बाळगायला हवी.

तसं पाहता, इतक्या बारकाव्यांच्या कामात धारागढ सामील असेल, असं वाटत नाही. त्यांना पैसे हवे असते तर थेट दरोडा घालून नेले असते. इतकी बुद्धी वापरून, विचारपूर्वक कारस्थान रचणं ही त्यांच्या आवाक्यापलीकडची गोष्ट आहे.

तरीही, खत्रीनं खासगीत स्वत: चौकशी केली. पुष्कळ दिवसांत धारागढला नव्यानं कोणी आल्याचं किंवा बाहेरची माणसं धारागढमध्ये जमा झाल्याची नोंद नाही. ट्रकदेखील भावनगरकडून येणाऱ्या रस्त्यानं चौकात आला असावा असं वाटत होतं.

नरसीनं सतरा-अठराची म्हणून नोंद केलेली ती बाई हंसाबा गरासणी (वतनदाराघरची) वाटत होती, हे नवीनच दिसतंय! 'दरबार'ची मुलगी?

नरसी पुन्हा पुन्हा म्हणतोय, साहेब ती जन्मजात गरासणीच होती. चेहरामोहरा, बोलणं-चालणं कुठे म्हणून शंकेला जागा नाही. उघड्यावर येऊन बसायच्या आधी तिनं आपल्या काकांची परवानगी घेतली होती!

बाहेर ओट्यावर बसायची परवानगी मागणारीच दुकानात दिवा लावून गेली हे पुढे कोर्टात सिद्ध झालं, तरी त्यावर नरसीचा विश्वास बसणार नाही. म्हणेल, "जगात खऱ्या गुन्हेगारालाच नेहमी शिक्षा मिळते असं नाही. इथंही असंच झालेलं दिसतंय. सत्य बाहेर येईल तेव्हा बघाच तुम्ही!"

खत्री नरसीच्या बोलण्यावर विसंबून राहणाऱ्यांपैकी नाही. तो खोलात जाऊन तपास करेलच. गेल्या दोन दिवसांत अशी दोन कुलपं कोणी विकत घेतली हे गुजरातभरच्या कुलूप विकणाऱ्यांना विचारेल, पण तेवढ्यावरून गुन्हेगार सापडणार नाहीत, कारण कुलपं थेट जयपूरला विकत घेतली गेली आहेत, खूप दिवसांपूर्वी!

आज खत्रीनं शटर बनवणाऱ्यांना आणि त्याच्या तंत्रज्ञाला बोलावलं आहे. दोघांचं म्हणणं आहे की, शटर तोडणं हे एरवीसुद्धा खूप कठीण असतं, त्यातून

आमची शटर्स तुटणं अशक्यच. बघा ना, या केसमध्ये पण शटर जसंच्या तसं आहे. एक ओरखडादेखील नाहीये.

"तुटलं नसेल, पण उघडलं गेलंय हे तरी खरंय ना? मला एक सांगा, आवाज न करता शटर उघडता येईल?" खत्रीसाहेबांनी विचारलं.

"नाही. शटर उघडताना आवाज होणारच. वरच्या भागातल्या स्प्रिंगला आणि बाजूच्या चॅनलना व्यवस्थित तेल दिलं असेल तर जरा कमी आवाज होईल. तरीही, बारा फूट रुंद शटर उचलताना थेट चौकात ऐकू जाण्याइतका आवाज होतो. नक्की ऐकू गेलं असतं."

...पण शटर उघडण्याचा आवाज कोणीही ऐकला नाहीये. ते कसं? कळत नाहीये... बरं, ती माणसं ट्रकखाली ठोकाठोक करत होती मान्य, पण शटरचा आवाज अगदीच वेगळा असतो. खत्री आपला हेका सोडत नाही.

ते दोघं म्हणताहेत की, आवाज केल्याविना माणसांच्या हातून शटर उघडलं जाणं अशक्यप्राय आहे. याहून अधिक साहेबांना सांगायचं नाही. जास्त सांगत बसलो तर साक्षीदार बनून कोर्टात जायची पाळी यायची! नकोच ती कटकट.

कुठलाच कारखानदार असं करणार नाही, कारण हे लवकर आटोपण्यातलं नाही. आपलं म्हणणं कोर्टात सिद्ध करावं लागेल, तेव्हा सगळी गुपितं उघड व्हायची. व्यापारी माणसाला अशा भानगडीत पडणं परवडण्यासारखं नसतं.

त्यानं म्हटलं, "आवाज झालाच असणार. ते लोक पत्रा खेचून ट्रकमध्ये चढवत आहेत असं ऐकणाऱ्याला वाटलं असेल. बाकी, शटर आवाज करणारच. ऐकू गेलं नसेल, पण आवाज झाला असणारच.

दोघांनी काही म्हटलं असलं तरी आवाज न करता शटर उघडणारा कोणीतरी टोळीमध्ये होता हे दोघंही समजून होते.

व्यापाऱ्यांची शंका चुकीची नव्हती. अबू पतंगिया आणि सुलेमान डेंड्या दोघांनी दोन्ही टोकांना एकएक जॅक अडकवला होता. दोन्ही जॅक एकाच वेळी चढवत शटर जवळजवळ सव्वा फूट वर चढवलं होतं.

सतीला आणि रघूला तेवढी फट पुरेशी होती. दोघं 'कुजम्भल' (आत शिरून चोरी करणारे) आत शिरताच अप्रतिम वेगानं कामाला लागले.

घटकाभरातच साड्यांच्या थप्प्याच्या थप्प्या सरकत बाहेर येऊ लागल्या. तेवढ्याच वेगानं ट्रकमध्ये चढवून रचल्या गेल्या.

दुकानात गिऱ्हाइकांना बसण्यासाठी अंथरलेल्या गाद्यांवरच्या चादरीदेखील सतीनं गुंडाळून बाहेर पाठवून दिल्या. शेवटच्या गठ्ठ्यात तर हिशेबाच्या वह्यासुद्धा!

हमीरनं दबक्या, रागीट आवाजात म्हटलं, "हे काय? वह्यांचं काय करायचंय? झालं असेल तर निघा आता!"

सतीनं तेवढ्याच हळू आवाजात उत्तर दिलं, "तुला समजत नसेल, तर शेठकडे पोहोचव. त्याला समजेल... आणि एवढा दिवा लावला की निघालेच."

रघू हलकेच बाहेर आला. जरा वेळानं सती आली. एक छोटं गाठोडं हमीरच्या

हातात ठेवत म्हणाली, "गल्ल्याचा खणदेखील साफ! घे. शेठला दे."

एवढं बोलून गाडीत चढली.

"अगं पण..." हमीर पुढे काही बोलला नाही. सतीला जे म्हणायचं आहे ते समजल्यागत तिच्याकडे बघत राहिला.

अशा कामांचे नियम हमीरला पूर्णतया ठाऊक आहेत. कोणताही कारागीर अशा प्रकारे घेतलेली रोकड शेठला देत नाही. अशा हाती लागलेल्या जास्तीच्या धनावर शेठचा अधिकार नसतो.

जनपदघातक जिथं शिरतील तिथं मालकानं उचलायला सांगितलं असेल तेवढं उचललं की, समजायचं त्याचं काम पूर्ण झालं. त्यानंतर बाहेर पडता पडता असं काही कुजम्भलच्या हाती लागलं तर ते त्याचं स्वत:चं. त्यानं आपल्यासोबत न्यायचं. तसं करणं म्हणजे बेइमानी करणं किंवा दगा देणं नव्हे.

असं करताना कारागीर पकडला गेला म्हणजे मालकाचं नुकसान. स्वत: जाणूनबुजून लोभापायी केलेल्या नुकसानाची भरपाई कारागिरानं स्वत: करून द्यायची.

सतीला हे माहीत नसणं शक्यच नाही, तरीसुद्धा तिनं अगदी शेवटी बाहेर

पडता पडता 'गल्ला' म्हणतात त्या खणातली रोकड पळवली आहे, ती रोकड शेठला पाठवण्यासाठी मुकादमाकडे दिली आहे ते उगाच नाही. आपण विजयी झाल्याचा तो पुरावा आहे. शेठनं दिलेल्या आव्हानाचं ते उत्तर आहे.

हमीर गप्प राहिला. बाहेरून बोलावलेल्या कारागिरांचे पैसे चुकते करत असल्याचं नाटक केलं आणि पतंगिया अन् डेंड्या दोघांना, मिळेल त्या वाहनानं शहर सोडून जायची आठवण करून दिली. तोवर शटर बंद झालं होतं. नवी कुलपं लागली होती.

नरसीनं घरंदाज गरासणीला ट्रकमध्ये चढताना पाहिलं होतं. कोणाच्या मदतीविना, आधारही न घेता, मागच्या फळीलगत, फक्त स्वत: आत शिरू शकेल एवढाच पडदा उचलला जाईल याची खबरदारी घेत ती आत सरकली होती.

ट्रकवाल्यांना आणि त्या मुलीला निरोप द्यायला आपण ट्रकपर्यंत जावं असं नरसीच्या मनात आलं, पण त्याची हिंमत झाली नाही. त्या मुग्धेनं पोलीस ठाण्याच्या दिशेनं हात उंचावून निरोप घ्यावा, अशी इच्छा नरसीला झाली असली तर नवल नाही. तो केवळ जाणाऱ्या गाडीकडे एकटक बघत राहिला.

ट्रक निघाल्यानंतर मदतीला आलेले ते दोघं येताना दोन वेगळ्या दिशांनी आले असले तरी जाताना एकाच गल्लीत वळले. आणखी एक गोष्ट त्याला जाणवली होती ती म्हणजे, ट्रक आला तेव्हा रिकामा, खडखडत होता. त्या मानानं जातेवेळी दबलेला होता. ओव्हरलोड झाला असावा तसा कलून रस्त्यावर आला होता. पूर्ण गती घेईपर्यंत ट्रकचं इंजीन खूप मोठं वजन ओढत असावं तसा जोर लावत होतं.

आपल्या या शंका नरसीनं जबानीत नोंदवल्या नाहीत. आपल्याच हातानं आपल्या पायावर कुऱ्हाड मारायला कोण धजावेल?

इकडे ट्रकमध्ये असणाऱ्यांना हुश्श झालं होतं. उद्या रविवार. बाजारातली ओळीनं सगळी दुकानं रविवारी बंद. म्हणजे उद्या संध्याकाळपर्यंत दुकानाला काही झालं असल्याची शंका येण्याचं कारण नाही. शिवाय, या दुकानाचा मालक बहिणीकडे लग्नघरी मामा म्हणून मजेत मिरवतोय.

लग्नघरून नवीन लवकर परतेल असं धरून चाला, तरी सोमवारी सकाळी नऊ वाजेपर्यंत काही लक्षात येणार नाहीये. म्हणजेच सोमवारी दुपारच्या आत तपास सुरू होणार नाही, ही गोष्ट टोळीतले सर्व जण चांगलंच जाणून आहेत.

सोमवारी पोलिसांची धावपळ सुरू होईल. मंगळवारी वर्तमानपत्रात छापून येईल. एवढं होईतो खत्रीच्या दुकानातला माल ऐन समुद्रातल्या जहाजात असेल.

आफ्रिकेत राहणाऱ्या भारतीय सुना-लेकींना अशा उच्च दर्जाच्या, अशा सुंदर रंगांच्या, इतक्या सुरेख साड्या खूप दिवसांत मिळाल्या नसतील. त्या देशातले व्यापारी म्हणू त्या किमतीला विकत घेतील.

या टोळीतल्या कोणी तोंड उघडलं नाही, कोणी पकडलं गेलं नाही तर कोणालाही कसलाही मागमूस लागायचा नाही. तरी सगळ्यांनी सावध राहायची गरज आहे. त्यांना पकडण्यासाठी खत्री आकाशपाताळ एक करणार याची सगळ्यांना स्पष्ट कल्पना आहे.

म्हणून सर्व जण मुकाट्यानं आपापल्या जागी जाऊन पोहोचा. सर्वांना भरपूर मिळणार आहे, पण वाटे व्हायला पाच-सहा महिने लागतील. म्हणजेच येत्या देवदिवाळीनंतरच्या महिन्यात प्रत्येक भागीदाराला एकेक दिवस ठरवून दिला आहे. ठरल्या दिवशी आपापल्या पाळीनुसार ओडदर गावच्या देवीच्या मंदिरात येणाऱ्याला त्याचा वाटा मिळेल.

दुकान केवळ पैशासाठी लुटलं गेलं नाही, ही उघड गोष्ट जामनगरमध्ये बसल्याबसल्याच खत्रीच्या लक्षात आली आहे. या एकूण कामात आणखी काहीतरी खोल दडलंय. काय ते तेवढं कळत नाहीये.

खत्रीला आहे तसाच संशय संपूर्ण पोलीस खात्याला आहे. कुठल्या तरी अपरिचित शत्रूनं खत्रीला जबरदस्त मात दिली आहे. कोणी तरी त्याच्या हिशेबाच्या वह्या लंपास करून, घेणी वसूल करण्याचा त्याचा मार्गही बंद करून टाकला आहे. दुकान लुटणारे असलं काही करत नाहीत.

आपला काय हेतू होता हे दुकानाच्या मालकाला स्पष्ट कळावं एवढ्यासाठीच लुटारू रिकाम्या दुकानात दिवा लावून गेलेत. त्यावरूनच हे सिद्ध होतंय की, करणाऱ्यानं केवळ पैशासाठी हे कर्म केलेलं नाही. ही चोरी नाहीच. ही खत्रीच्या गालावर मारलेली सणसणीत थप्पड आहे.

या केसला मोठ्या नवलाईची केस म्हणताना पोलीस एकमेकांत चेष्टेनं म्हणतात, "लुटणाऱ्यांनी गाद्यांवरच्या चादरीसुद्धा लांबवल्या. असा गुन्हा याआधी कधी नोंदवला गेला नाहीये!"

खत्रीची अब्रू धुळीला मिळाली आहे. पहिल्यासारखा मानसन्मान आणि हव्या त्या जागी बदली वा प्रमोशन मिळायला त्याला त्रास होणार, हे निश्चित!

कोणीही व्यक्ती, कुठल्याही वेळी या चोरीची आठवण काढून खत्रीची चेष्टा करायची संधी सोडणार नाही.

अगदी, ध्वजवंदनासाठी आलेला आमदारसुद्धा विचारणार, "काय खत्रीसाहेब, तुमच्या मेहुण्याचं दुकान लुटलं म्हणे! कुठवर आलाय तपास?"

दुखरी नस दाबली जाणं हे प्राणिमात्राला असह्यच असतं.

१९

चव्हाट्यावर बसून चकाट्या पिटणाऱ्यांपैकी एकानं म्हटलं, "टोळीत गुप्त मंत्र जाणणारा कोणीतरी असला पाहिजे, नक्कीच. माझा आजा सांगायचा की, पूर्वीच्या काळी असे गुप्त मंत्र जाणणारे चोर होते. त्यांना 'ब्रह्मस्तेन' म्हणजे सर्वविज्ञात म्हणत. स्वत: हवं ते रूप घेऊ शकत होते आणि दुसऱ्याला नुसता स्पर्श करून त्याचं रूप पालटून टाकता यायचं त्यांना. खत्रीसाहेबांचं दुकान लुटून नक्कीच ते सगळे पक्ष्याचं रूप घेऊन उडून गेलेत. सांगतो तुम्हाला..."

शहरापासून जरा दूरच्या एका शेतात मुक्कामाला राहिलेल्या एकानं त्या रात्री दोन तोंडं असलेल्या 'भारंड' पक्ष्यासारखी आकृती चंद्राजवळून जाताना पाहिल्याचं कुठल्याशा वर्तमानपत्रात छापून आलंय. हां, चोरलेला माल आकाशात दिसला की नाही याबद्दल आणि त्या ट्रकला कशाचं रूप दिलं याबद्दल मात्र काही छापलं नव्हतं म्हणतात!

वर्तमानपत्रात छापलेलं सगळं खरं असतं यावर सगळ्यांचा विश्वास असतोच

असं नाही, हे वर्तमानपत्रवाल्यांना माहीत असतं, पण त्यांच्या डोळ्यांना, मनाला काही काळ सुखावण्याचं पुण्य कमी नाही. शिवाय, जे जे छापलं जातं ते ते खरं असतं असं मानणारे कोणी ना कोणी असतीलच!

या मनोहर पृथ्वीला 'क्षमा' म्हणतात ते उगाच नाही. ईश्वरी साक्षात्कार घडल्याचं सांगणारे याच धरित्रीवर निवांतपणे हिंडत-खात-पीत असतात. अध्यात्माच्या लंब्याचौड्या बाता करून माणसांना बावचळून टाकणारे ज्ञानीजन ठायी ठायी आढळतात आणि पृथ्वी त्यांचं काही वाकडं करत नाही.

भुताखेतांना वश करायला समर्थ असल्याचा दावा करणारेदेखील खूप असतात.

आणि... आधी म्हटलं ते सर्व म्हणजे निव्वळ 'माया' आहे, त्याहून वेगळं काही नाही असं म्हणणाऱ्यांची फौजच्या फौज तयार आहे.

ही क्षमाशील धरित्री या साऱ्या ज्ञानी-अज्ञानींचा भार वाहतेच आहे ना? मग तिसऱ्या मजल्याच्या खिडकीपर्यंत आकाशमार्गे उडणाऱ्या, जमिनीखालच्या नाल्यावाटे निसटून जाणाऱ्या तस्करांना प्रत्यक्ष डोळ्यांनी बघितल्याचा दावा करणाऱ्या माणसांचा भार वाहायला ती संकोच का करेल?

डीएसपी खत्रीसाहेबांच्या मेहुण्यांचं– सरळ म्हणून टाका ना, की खत्रीनं लाच घेऊन घेऊन गोळा केलेला पैसा गुंतवण्यासाठी सुरू केलेलं– ते राजकोटमधलं दुकान लुटलं जातं आणि राजकोट, जामनगरसारख्या दोन दोन जिल्ह्यांच्या पोलिसांना चोरांचा सुगावा लागत नाही, मग अशा अफवा पसरल्या तर ते स्वाभाविकच म्हणायचं?

कर्णोपकर्णी चालत आलेली अफवा नरसी हवालदारानं सुरुवातीला हसण्यावारी नेली. कसा काय न कळे, पण घरंदाज गरासणीचा वेष घेणाऱ्या त्या हंसाबा नामक मुलीनं हळूहळू त्याच्या मनाचा ताबा घ्यायला प्रारंभ केला. "हंसाबा बनलेली ती कामरूप देशाची राजकन्या तर नसेल? की मा कामाख्येची पुजारीण खत्रीसाहेबांच्या कोण्या कुकर्माचा बदला घेऊन गेली?

नरसी रडकुंडीला आला. "मा, खत्री हजार-बाराशेच्या खाली कधी उतरला नाही न् मी वीस-पंचविसापेक्षा जास्त कधी घेतलं नाहीये. काहीतरी जादू कर मा, माझी नोकरी जाणार नाही एवढं तरी कर!" बिचाऱ्या नरसीनं आकाशाकडे पाहून त्या अनोळखी मुलीची करुणा भाकली होती. इतकी मनापासून की, केलेल्या प्रार्थना त्या त्या व्यक्तीपर्यंत पोहोचत असत्या तर सतीपर्यंत ती प्रार्थना निश्चितच पोहोचली असती.

वर्तमानपत्रात छापलं गेलं त्याहून थोडंफार जास्त मुद्दामच लोकांच्या कानावर घातलं गेलं. पोलिसांनी बातमीदारांना सावध केलं. छापून आलेलं वाचल्यावर एखादा समजा, 'नाही नाही, असं नव्हतं' असं चुकून बोलून गेला तरी त्यातून काही

दुवा हाती लागायची शक्यता होती. कोण्या गुत्त्यावर 'त्या महान पराक्रमात मीही होतो' असं दारूच्या नशेत कोणी बरळण्याची शक्यता होती.

...पण छे! टोळीपैकी कोणीच काही बोललं नाही. सती शहरात परतली. 'दंग्या'कडे गेली असती तर 'मा'नं विचारून भंडावून सोडलं असतं. रानात तर झाडंपानंदेखील बोललेलं ऐकतात.

शहरात राधीनं म्हटलं होतं, "काही म्हण, तू फार मोठी कामगिरी पार पाडून आलेली दिसतीयेस. म्हटलं नव्हतं, एक दिवस मोठ्ठं नाव कमावणार तू!"

सतीच्या पोटात खड्डा पडला. तिनं विचारलं, "का बरं? छे! मी तर रणकांठ्याला आमच्या तांड्यात गेले होते. 'मा'ला भेटले अन् थोड्या दिवसांनी परत आले."

राधी हसली. "घाबरू नकोस. मला काही माहीत करून घ्यायचं नाहीये. नानकी मावशीनं 'विचार' म्हटलं म्हणून मी विचारलं."

"हॅ! नानकी आजी उगाच बडबडत असते."

"उगाच कोणी काही बोलत नसतं. तुझा चेहरा वाचला तिनं. फार चतुर आहे म्हातारी. काही ना काही जाणवलं असेलच तिला."

दोघीच होत्या तेव्हा सतीनं नानकीशी भांडण काढलं, "बुड्ढी, तो कबी बी, कडी बी क्या बोला करती? कोई क्या समझे! ते राधिया कुं क्या पूछा? – कुठंही काहीही काय बडबडतेस गं म्हातारे? एखाद्याला काय वाटेल? राधीला काय विचारलंस तू?"

नानकीनं ताबडतोब उत्तर दिलं, "तू परक्याची असतीस तर काही नसतं विचारलं, पण तू तापीची लेक आहेस ना, म्हणून करावं लागतं. अशी बैस माझ्यापाशी. एक गोष्ट सांगते ती ऐक."

नानकीची 'एक गोष्ट' म्हणजे साधीसुधी कथा नव्हे, हे सती ओळखून आहे. आत्ता ती जे सांगेल ते असेल, कोणत्याही शास्त्रात न लिहिलेलं अनुभवसिद्ध निखळ सत्य!

सती खाटेवर नानकीशेजारी बसली. आजीनं तिच्या पाठीवर हात ठेवत हळव्या स्वरात विचारलं, "राधी म्हणत होती, एक दिवस तू मोठं नाव कमावशील असं तिनं तुला म्हटलं होतं. खरं आहे का?"

"ते उगाच!" सतीनं स्पष्ट 'नाही' म्हटलं नाही.

नानकी आजीनं सतीचा चेहरा आपल्याकडे वळवून नीट निरखून बघितलं. मग एक एक शब्द हृदयाच्या तळापासून बोलत असल्यागत म्हणाली, "आपल्या क्षमतेबद्दल लोक समजतात ते सगळं आपणही खरं मानायला लागलो, तर विद्या आपल्याला सोडून जाणार."

असे शहाणपणाचे बोल सतीच्या एकटीच्या नशिबात आहेत. इतर कोणाला

म्हाताऱ्या आजीच्या अशा बोलण्याकडे लक्ष द्यायला फुरसत नाहीये. आलीच वेळ तरी एका कानानं ऐकून दुसऱ्या कानानं सोडून देतील. कानावर पडलेला शहाणपणाचा शब्द न् शब्द सती जसा हृदयात जपून ठेवते तसं दुसरं कोणी करत नाही.

म्हणूनच आजी म्हणते, "मेरी बात नई सुणगडी न तो यो कळा, हुन्नर कडी गुम्मी जोगडा – माझं ऐकून ठेवलं नाही तर ही विद्या, ही कला काळाच्या ओघात वाहून नष्ट होणार. पीछी तो खाली लेणे की बात रह. अन यो रस्ता म्हारी कळा क हुन्नर का नोई. नाश का होई हुं — नंतर फक्त बळकावण्याची वृत्ती तेवढी उरेल. तो मार्ग विद्येचा नव्हे. अविद्येचा, विनाशाचा मार्ग आहे तो!"

पुढे आणखी बोलत राहते, "कोई कोई बी बोल्लो, पण यो कळा म्हारे एकले की कड ह. यो म्हारे पुरखे बी कांई दई गेवडे ह — लोक काय वाट्टेल ते म्हणू देत, पण विद्या आपली एकट्याची नसते. पूर्वजसुद्धा पुष्कळ देऊन गेलेत आपल्याला."

नानकी आजीचं म्हणणं चुकीचं नाही. कला आणि विद्या नाश पावत नसतात. ब्रह्मांडात त्यांचं अस्तित्व असतं म्हणून तर कोणाकोणा नशीबवानांत आधीच्या महानायकांच्या कलेचा अंश उतरल्याची उदाहरणं सापडतात.

सती भले कबूल न करू दे, पण ती मोठी कामगिरी पार पाडून आली आहे असं नानकीला वाटतंय. ते जर तिनं यशस्वीरीत्या केलं तर तिला कोण्या नक्तचारिन (निशाचर) पूर्वजाची विद्या अचानक लाभली म्हणायची.

देवचिमणी म्हणतात त्या पक्ष्याचे पंख पाहिलेत? इतक्या वेगानं, इतक्या कौशल्यानं माणसाचे हात चालणं शक्य नाही. निश्चितच कोण्या पूर्वतस्कराची विद्या अंतरिक्षातून उतरून सतीच्या मदतीला येत असावी, त्याखेरीज पंधरा-सोळाची इतकी लहान मुलगी इतकी चतुर आणि स्थिरबुद्धीची 'ब्रह्मस्तेन' (पवित्र राहून चोरी करणारी) होणार नाही. झालीच तर तिला जादू, मंत्रतंत्र वा प्राप्त केलेली सिद्धी म्हणायला हवं.

परंतु आजकालच्या काळात जादू, मंत्रतंत्र, सिद्धी असलं काही नसतं, हे सतीला माहीत आहे. त्याबद्दल आजही बोललं जातं ते वेगळं, पण खरोखरीचा जादूटोणा, मंत्रतंत्र ना पूर्वी कोणाला अवगत होता, ना नानकीला, ना सतीला.

शास्त्रांमध्ये मंत्र आहेत आणि साधनादेखील लिहून ठेवली आहे असं म्हणतात

खरं! त्या काळी असेल कदाचित. सध्याच्या काळात मात्र तेव्हाच्या साऱ्या गुप्तविद्या आणि मंत्रतंत्र म्हणजे थापाच वाटतात. सध्या विद्या जाणणारेच मिळणं मुश्कील तर शास्त्रात म्हटलेत तसे 'स्तेनहृदय' कुठले मिळायला?

इतर कामांत असतात तसे मंत्र आणि पूजाविधी यातही करायला लावू देत, पण परिणामांसाठी पूजा-मंत्र असल्या गोष्टींवर विसंबून चालत नाही.

पूर्वीच्या काळचे महागुरू म्हणायचे, 'मंत्र खुशाल शिका. गुप्तविद्या, सिद्धी, नजरबंदी सगळं शिका, पण शास्त्राची सक्त ताकीद आहे की, कोणाही 'नक्तचारिन' अथवा 'हट्टचोरा'नं (बाजार, जत्रा अशा सार्वजनिक जागी चोरी करणारा) आपला गुण, मनाची स्थिरता, हातापायाचं कसब, गती, उपजत कला आणि आपला आत्मविश्वास याखेरीज दुसऱ्या कशावरही अवलंबून राहणं म्हणजे मृत्यूला आमंत्रण देण्यासारखंच आहे. म्हणून विश्वास ठेवायचा तो फक्त स्वत:वरच.

हे प्रत्येकालाच सांगितलं जातं, पण सगळे ऐकतातच असं नाही. थक्क व्हावं असं काम केलेलं पाहिलं, ऐकलं की तत्क्षणी ठरवून टाकायचं 'करणारा कुठून तरी सिद्धी मिळवून आलाय.'

असं मानण्यात गंमत असते म्हणून किंवा आपल्याला त्याच्यासारखं साधलं नाही त्याचं सबळ कारण मिळावं म्हणून, जे असेल ते, पण गुप्तविद्येबद्दलच्या कहाण्या खूप प्रचलित आहेत एवढं मात्र खरं. पुष्कळांच्या नावानं अशा अफवा पसरल्यात. फार कशाला खुद्द सतीच्या 'मा' तापीबद्दलसुद्धा असं नव्हतं का म्हटलं जातं?

तापीनं बोलणं उडवून लावलं तरी तिच्या मैत्रिणी तिला एकटी गाठून विचारतच, "तुला अशी विद्या येत नाही म्हणतेस, मग त्या रात्री 'जर्दा' दारोगाकडे जाऊनदेखील तशीच 'कोरी' आलीस ती कशी काय?"

"आले. माझी मीच आले." यापेक्षा वेगळं उत्तर दुसऱ्या कोणाला माहीत नाही. 'दंग्या'मधल्याही कोणालाच काही माहीत नाही. बाहेरच्या जगातल्या एकाला माहीत आहे. स्वत: जर्दा दारोगा! पण तो कधीच कोणापाशी तोंड उघडणार नाही, आठवणदेखील नसेल त्याला.

खूप जुनी गोष्ट आहे. तापी लग्न होऊन रघूच्या घरात आली तेव्हाची. पंधरा-सोळाची असेल. लग्नाच्या वेळी बापानं दिलेल्या दागिन्यांनी आणि जन्मत: आईकडून मिळालेल्या रूपानं झळाळणारी.

'दंग्या'मध्ये कामात गुंतलेली असो वा तलावाविहिरीकडे पाणी आणायला गेलेली असो, आकाशापासून पृथ्वीपर्यंत अवघा अवकाश स्तब्ध होऊन घडीभर तिच्याकडे पाहत राही.

अशी सून एखाद्या वाण्याब्राह्मणाची असती तर तिच्या सासूनं तिला

खिडकीबाहेरदेखील डोकावू दिलं नसतं. डोईवर पदर ओढून घेतल्यावाचून खोलीबाहेर निघू दिलं नसतं. 'दंग्या'त रानावनात, मोकळ्यावर, निसर्गाच्या कुशीत राहणाऱ्यांना स्वत:लाच जपणं कठीण जातं, तिथं आणखी काय काय जपणार? कुणाकुणापासून चेहरा लपवणार? शिवाय, घरधन्याचा धाक आणि प्रतिष्ठा दोन्ही सांभाळायचं. 'दंग्यात' असेतो मर्यादा राखता यायची, पण रस्त्यानं येणारे-जाणारे, मोठमोठे शेठ-सावकार म्हणवणारे सगळेच चांगले असतात असं नाही. हे लोक 'दंग्या'जवळून जात असतील त्या वेळी बायकांनी सावध राहून वेळीच चेहरा झाकून घ्यायचा. पोलिसांना अगदी घाबरूनच राहायचं. पोलीस आपल्या बाजूला फिरकू नयेत यासाठी संपूर्ण 'दंगा' मनोमन प्रार्थना करत असतो. पोलिसांच्या नजरेला न पडण्याची खबरदारी पुरुषांनाही घ्यावी लागते.

पोलिसांसमोर चेहरा झाकून घेण्यानं काही साधणार नाही हे बायकांना माहीत आहे. त्यांना चेहऱ्याशी घेणं-देणं असतंच कुठे? त्यांना जे हवं ते आमच्यापाशी आहे, मग तोंडं बघण्याची गरज काय?

तात्पर्य, गणवेशातली जमात भयावह आहे. पृथ्वीवरच्या इतर कोणत्याही प्राणिमात्रापेक्षा जास्त भयानक. हिंस्र प्राणी, विषारी जीवजंतूंनी सदैव वेढलेल्या या नीडर, परिपंथिक, भटक्या जमातीच्या स्त्रियांना पोलिसाचं नाव काढलं तरी नको जीव असं होतं.

पोलीस मंडळी वेळीअवेळी केव्हाही दंग्यात येऊन थडकतात. कशासाठी आलेत, काय शोधताहेत, कोणाला शोधताहेत काहीच न सांगता, कसाबसा जमवलेला संसार उधळून लावतात. बायकांनी भर उन्हात मैलोगणती चालून आणलेलं घडाभर पाणी म्हणजे काय याची जाणदेखील पोलिसांना नसते. क्षणार्धात, विनाकारणच सांडून फोडून पार होतात. ना रोखता येतं, ना विरोध करता येतो.

पुरुषांच्या नडग्या, पाठी, डोकी, कोपरं अशा जागी ठोकून काढल्यानं त्यांना त्रास होतो याची तमाम वर्दीधारींना पक्की खात्री असते. स्त्रियांच्या बाबतीत याहूनही अधिक जागा आहेत जिथं नुसता स्पर्श करून, दाबून त्यांना पिडता येतं. गरजच भासली तर अशी कृत्यं दंड्यानंही करता येतात.

मर्यादा नावाचा शब्दच त्यांना माहीत नसतो. आपण सजीव प्राणी आहोत याचं भान तरी त्यांना असतं की नाही कोण जाणे, कारण इतर कोणा सजीव प्राण्यांनी असं केलेलं पाहण्यात नाही.

...म्हणून स्वत:चं रक्षण करता येईल असे धडे प्रत्येक बाईनं गिरवून ठेवायला हवेत.

तापीचा सासरा वस्याक 'दंग्याचा' नायक होता. स्वत: भगत. परोपकाराखेरीज इतर कोणत्याही कारणानं धाड टाकली नाही, कधी लुटालूट केली नाही, ना कधी

दारूचा धंदा केला. अशा भगतानंसुद्धा पत्नीला– वाबीला– सांगून ठेवलं होतं, 'रघूच्या बायकोला जे येत नसेल ते समोर उभी करून सगळं शिकवून टाक.'

तोंडानं बोलून द्यायच्या त्या सगळ्या सूचना वाबी कधीच देऊन मोकळी झाली होती... "सूनबाई, तुमच्या मामाजींनी म्हटलंय..."

तमाम आडोडिये वा छारा एकतर बीढुं किंवा माल्दा दोनच वंशांची अपत्यं. स्वगोत्रात मुलगी द्यायची नाही, घ्यायची नाही. म्हणजे मुलगी दुसऱ्या गोत्रातच गेलेली. म्हणजे नवऱ्याचा बाप तिच्या आईचा जवळचा म्हणा, दूरचा म्हणा, भाऊच लागत असतो. त्यामुळे घरातली सून सासऱ्याला मामा आणि सासूला मामी म्हणते.

डोळ्यांची भाषा ओळखण्यापासून ते पळून जायच्या पद्धती, लपून बसायच्या जागांपर्यंत कितीतरी सांगून-बोलून ठेवलंय. सगळ्या बाबी नीट कळेपर्यंत नव्या नवरीनं 'पेड्या-दंग्या'त 'परका माणूस वा पोलीस येऊन थडकेल' अशी दहशत बाळगली पाहिजे. एकटीनं कुठं जायचं नावच काढायचं नाही.

पोलीस एकवेळ प्रत्यक्ष येणार नाहीत, पण ठाण्यावर हजर होण्याचं फर्मान कोणत्याही क्षणी येऊ शकतं. अशा वेळी पुरुष, फारतर प्रौढ स्त्रिया हजेरी लावून येतात. उधारउसनवारी करून, कसंतरी करून प्रकरण मिटवून टाकतात. डोक्यावर कर्ज झालं तरी हरकत नाही, पण तरण्याताठ्या लेकीसुनांना ठाण्यावर पाठवणं परवडण्याजोगं नसतं.

नव्या नवरीनं भल्या पहाटे वा रात्रीच्या काळोखातसुद्धा रानात 'बसायला' एकटीनं जायचं नाही. दंग्यातल्या एखाद्या बाईला सोबत न्यायचं. सोबत आलेली बाई वडीलधारी प्रौढा असेल तर सावध राहण्याचे धडे देत देत उपदेश करत, कधी साजेशी माहिती देत, भलत्यासलत्या गोष्टी सांगून घाबरवतदेखील. लहानशा नव्या नवरीनं सगळं शिकून घ्यायचं, लक्षात ठेवायचं. परंपराच आहे तशी.

एकदा तापी आणि तिची सासू वाबी दूर निर्जन स्थळी फिरत होत्या. खडकाळ टेकडी उतरता उतरता, वाबीनं एक लहानसा दगड उचकटला अन् सुनेला म्हटलं, "हे बघ. धर याला."

दगडाखालून निघून चालू लागलेल्या त्या जिवाकडे तापी बघतच राहिली. मग विचारलं, "याला?"

"नाही तर काय मला? जा, धर जा." वाबीच्या स्वरात आज्ञा उमटली.

तापी उभ्या जागी थिजून गेली. आपल्या कोणत्या अपराधाची शिक्षा दिली जातेय ते क्षणभर तिला कळेना. लहानसहान किडा नव्हे हा की, धरला अन् फेकून दिला. साधी मधमाशी किंवा गोम चावली तरी रात्रभर अंगाची आग होते. मग हा? काहीच न करता तापी उभ्या उभ्या वाबीच्या तोंडाकडे बघत राहिली.

"हत् तुझी! माल्दांचं नाव बुडवायला निघालीस का बये?" संतापून वाबीनं

तापीच्या वंशाचा उद्धार केला.

आता मात्र जे होईल ते होवो. तापी वाकली. दूर जाणाऱ्या त्या जिवाला एका फटक्यात तिनं असा भिरकावला की, थेट वाबीच्या साडीवर जाऊन पडला. तापीनं घाबरून सासूकडे पाहिलं.

तापीला वाटलं आता सासू किंचाळून रागावणार किंवा मग हात उचलणार; पण तसं काहीच झालं नाही. वाबीनं चपळाईनं त्याचं शेपूट आपल्या दोन बोटांत दाबून धरून त्याला तळहातावर घेतलं.

मग सुनेला दाखवत म्हटलं, ''नानकीच्या भाचीला एवढंही येत नाही? नीट बघ. हे असं धरायचं असतं. आता रात्र होईतो हातात पकडून ठेवला तरी निसटू शकायचा नाही. शिकून ठेव असं सगळं.'' पुढे आणखी शेराही मारला, '' ...'मा'नं काऽऽही शिकवलं नाहीये!''

आणखी जास्त काही म्हटलं नव्हतं तरी, आधी गोत्राचा, मग नानकीचा आणि शेवटी 'मा'चा उद्धार झाला तो कमी नव्हताच. सासूनं ओळखलं होतं की घाव वर्मी बसलाय. सून आता करूनच दाखवेल.

तसंच झालं. त्या दिवसापासून तापी घराबाहेर पडली रे पडली की दगड-गोटे उचलून गवतापाल्याचे ढीग उपसून भलभलत्या जागी हात खुपसून, तऱ्हतऱ्हेचे जीवजंतू पकडायचा प्रयत्न करू लागली.

साध्या मुंगळ्यापासून ते पाली, सरडे, साप असले जीवजंतू स्वत:ला चावू शकणार नाहीत अशा रीतीनं हातात घेऊन, आपल्या शरीरावर लपवून ठेवता येईपर्यंत ती अजिबात स्वस्थ बसली नाही. वर्षभरातच तापीला जमिनीवर हिंडणाऱ्या तमाम जीवांची वैशिष्ट्यं, त्यांच्या सवयी, त्यांचं वागणं सर्व काही कळून चुकलं.

पाच वाराचा घागरा स्वत: शिवायची. त्याला चोरखिसे असायचे. खिसे कितपत भक्कम आहेत ते पारखायला शेजारच्या मुलांना त्या खिशात ठेवून तास-दोन तास फिरून यायची. पोरं तिच्या खिशात बसायला धडपडायची.

तो घागरा नेसून मैत्रिणींसोबत बाजारात फिरून आली तरी या मुलीचा घागरा पाच वार कापडाचा असेल अशी कोणाला शंका येत नसे. बाजारातून परतताना तापीनं आपल्या चोरखिशात कापडाचा तागाच्या तागा लपवून आणलेला असायचा. कप्प्यातून तागा काढला की, वस्तीतल्या लोकांना पुरेल एवढं कापड घ्यायचं. पोरांचा वाटा सगळ्यात आधी.

त्या काळातली गोष्ट. वस्याकचा तांडा समी, हारिजवरून राजस्थानातल्या पूर्वजांच्या ठिकाणाकडे जात असता कोण्या गावाच्या वेशीपाशी थांबला.

कुठंही थांबण्याआधी, त्या गावाच्या जवळपास पोलीस ठाणं नसल्याची खातरजमा करायची. वस्याकनं संपूर्ण चौकशी करून घेतली. या भागातली चौकी सात-आठ मैल लांब तिकडे तालुक्याच्या गावी आहे. फौजदार की, दारोगा जे म्हणाल तो उत्तरेकडचा आहे. ठाण्यात चार हवालदार ठेवतो. स्वत:च्या बायकोखेरीज दुसऱ्या कोणालाही भीत नाही म्हणतात. नाव बरंचसं काहीतरी अवघड आहे. त्याच्या खात्याच्या माणसांना म्हणता येत असेल, बाकीची प्रजा 'जर्दा दारोगा' नावानंच ओळखते. ओठाखाली सतत तंबाखू दाबून ठेवायच्या सवयीमुळेच!

एवढी माहिती पुरेशी होती. 'पेडो' म्हणतात तो दंग्याचा मुक्काम इथं टाकायला हरकत नाही. आपण काही उपद्रव होऊ दिला नाही, तर साताठ मैलांचं अंतर कापत इथवर येण्याचं पोलिसांना काही कारण नाही.

पडीक जमिनीवर, रेल्वेच्या रुळांलगत, रेल्वे खात्याच्या जागेत पालं पडली. शेळ्या-गाढवं चरायला मोकळी सोडली. खाटा टाकल्या. डबेडुबे उघडून बायकांनी पीठ मळायला घेतलं. मुलं काटक्या वेचायला गेली. माध्यान्हीला सगळ्यांच्या तोंडात दोन घास पडायला हवेत.

वस्याकचं अंग ठणकत होतं. ताप आल्यागत वाटत होतं म्हणून तो दोन घोट घशाखाली ढकलून लगेच झोपेच्या स्वाधीन झाला.

चारी दिशेला पसरलेल्या या सपाट धरतीमुळे, आत्ता वर चढणारा सूर्य सांजवेळी पलीकडल्या क्षितिजावर अगदी बुडेपर्यंत स्पष्टपणे दिसत राहील. उगवता चंद्रही क्षितिजावरच नजरेस पडेल.

'समुद्रवसने देवी' म्हणत पृथ्वीचं स्तोत्र रचणाऱ्यानं असे प्रदेश पाहिले नसावेत. पाहिले असतील तर धरेच्या या शांत, सपाट, अमर्याद मोकळ्या पाठीचं वर्णन त्यांना सुचलं नसावं.

अशा ठिकाणी धुरळा उडवत येणारी जीप दुरूनच दिसू नये असं होणार नाही. संपूर्ण दंग्यानं, येणारी जीप पाहिली. जीप पोलिसांचीच आहे, पण इथे येतेय असं वाटत नाही. गावाकडे चाललीये वाटतं. तूर्त घाबरण्यासारखं काही नाही, तरी सावध राहिलेलं बरं.

बाप्येगड्यांनो, पटापटा भाकरी खाऊन घ्या अन् पळा. नजरेला पडणार नाही इतकं लांब जाऊन, खळगा-खड्डा शोधून त्यात संध्याकाळ होईतो पालथे पडून राहा. डोकंसुद्धा वर करायचं नाही.

इकडे दंग्यात फक्त बायकापोरं. त्यांना फार फारतर मारतील. थोडीफार छेडछाड, चेष्टामस्करी करतील, पण पकडून ठाण्यात डांबून ठेवणार नाहीत.

वस्याकचा ताप खूप चढला म्हणून तो दंग्यातच थांबला. बाकीचे पुरुष वेगवेगळ्या दिशांना चालते झाले. गावात गेलेली जीप परत जाईतो कुठेतरी खोलगट जागी निमूटपणे पडून राहायचंय.

गावात काय घडलंय, पोलीस तिथं का गेलेत काही कल्पना नाही, पण जर्दा दारोगा दोनएक तासांनंतर एका शिपायासह दंग्यात आला. आल्याक्षणीच, वस्याक निजला होता ती खाट त्यानं लाथेनं उलटवली. दंडाला धरून वस्याकला उठवलं अन् म्हणाला, "......!"

पोलीस खात्यामध्ये खात्याच्या नोंदवहीत नोंद असलेल्या लोकांना पकडताना, भाषेच्या विविध रूपांचा उपयोग विशिष्ट प्रकारे आणि किती वाईट तऱ्हेनं करतात ते स्वतःच्या कानांनी ऐकल्याशिवाय खरं वाटणार नाही. आपण कोण? आपण पोलीस. तोंडाला येईल ते बोलत सुटा, हाती लागेल त्याला मारा, झोडा आणि जीपकडे फरफटत न्या.

दंग्यात बायकांची रडारड, आरडाओरडा. "साहेब, सोडा त्याला. या माणसानं आजच काय, याआधी वाईट कामं केली नाहीयेत. कधीकाळी केली असतील, ती दुसऱ्यांना मदत करण्यासाठी. कोणाच्या पोरीच्या सोयरिकीला, कोणाच्या मयतीला. बाप्पा हो, हा भगत आहे भगत. वस्याक चोरीमारीत नसतो. अहमदाबादचे मोठे साहेबसुद्धा याची साक्ष देतील."

"मोठ्या साहेबांची भीती घालता काय? आता त्यांनाच म्हणावं सोडवा याला."

दारोगानं वस्याकला ओढत फरफटत नेलं. सोबतच्या शिपायानं दंडुका हाणला.

आपल्या डोळ्यांदेखत पतीला ठोकून काढलेलं वाबीला सहन होईना. जमिनीवर लोळण घेत, दारोगाचे पाय धरत, काकुळतीला येऊन ती म्हणाली, "अरे बापरे, कांई कुं? कांई कुं तो मारे रे? यो तो धगधगी रा. इन्ने काई कड करोडो ह — का हो बाप्पा, का हो? माझा नवरा फणफणलाय तापानं. त्यानं काही म्हणता काही केलं नाहीये." ओरडून ओरडून वाबीचा आवाज चिरकला. "इतका जुलूम करू नका बाप्पा. तुमच्या दावणीच्या गायी समजा आम्हाला."

अशा रीतीनं जमिनीवर लोळण घेऊन विनवण्या करणाऱ्यावर दयेखेरीज काही करायचं असतं, हे मनुष्य सोडून इतर प्राण्यांना माहीतच नसतं. उपजत स्वभावधर्मानुसार

वागण्याशिवाय प्राण्यांनी दुसरं काही केल्याचं दिसून येत नाही. एक मनुष्यप्राणीच काय तो असा की, अशा वेळीही त्याला दयेचा पाझर फुटत नाही! ठेवू नये अशा जागी वाबीच्या देहावर बूट ठेवून दारोग्यानं जोरात पाय दाबला.

उभ्या करून ठेवलेल्या खाटेआडून अजिबात बाहेर यायचं नाही अशी नव्या नवरीला स्पष्ट आज्ञा असतानाही, सासूवर होणारा अत्याचार तापीला सहन होईना. तीही येऊन जर्दाच्या पाया पडू लागली.

दारोगानं पळभर तापीकडे पाहिलं आणि पाय मागे घेतला. वस्याकला शिपायाकडे ढकलून दिलं. म्हणाला, ''तूर्त याला मुक्कामाच्या जागी न्या. उद्या ठाण्यावर दाखल करू.''

पोलिसानं वस्याकला धक्के मारत जीपमध्ये चढवलं आणि तो साहेबांच्या प्रतीक्षेत बसून राहिला.

जर्दा दारोगा दंग्यात फेऱ्या घालत बोलत होता, ''आमच्या मागेमागे येऊन गावात तमाशा करू नका. मोहनवाण्याचा माल तुमच्या दंग्यात आहे ते माहितीये मला. उद्या सकाळपर्यंत आणून पोहोचवा, नाहीतर आज याला घेऊन जातोच आहे, उद्या सकाळी सगळ्यांनाच पकडून ठाण्यावर घेऊन जाईन, याद राखा.''

''बाप्पा, आम्ही इथे आलोच मुळी आज सकाळी. गावात पाऊलदेखील ठेवलं नाहीये कोणी. आमच्याकडे कोणाचा मालबिल काही नाही. हवं तर बघून घ्या. सगळा दंगा तुमच्यासमोरच आहे.'' बायका काकुळतीला आल्या.

''बघायचं ते सगळं बघूच.'' दारोगा म्हणाला. मग जवळच उभ्या असलेल्या तापीलाच ऐकू जाईल असं म्हटलं, ''मुक्कामावर. गावाबाहेरच्या शाळेत.''

आधी तापी हबकलीच, पण दुसऱ्या क्षणी तिच्या मनानं निर्णय घेऊन टाकला. किंचितसं हसून म्हणाली, ''पण तुम्ही घेऊन जाताय तो सासरा आहे माझा.''

''त्याला काय कळतंय? अर्धमेला झालाय तो. पण... बरं चल, तू येणार असशील तर त्याच जीपनं त्याला परत पाठवून देतो.''

''येईन.'' तापीनं त्रोटक उत्तर दिलं.

जर्दा साहेबानं रुबाब दाखवत मोठ्या ऐटीत म्हटलं, ''याला नेतोय. उद्या संध्याकाळपर्यंत माल बाहेर काढला नाहीत तर सगळ्यांना धरून नेईन. चोरीची फिर्याद आहे. तपास करावाच लागेल.''

जीप गेली. आता तापीचा नवरा रघू शहरात जाऊन वकील आणेल. तोवर वस्याकचं जे व्हायचं ते थांबवता येणार नाही. बाकीचे धड बचावलेत हीच देवाची कृपा.

पोलीस जाताच लपलेले सारे परतले. झालेलं कळताक्षणीच रघू गडबडून गेला. जीपच्या मागोमाग गावात जायला निघाला. त्याला एका बाजूला नेऊन तापीनं

म्हटलं, "कुठंही जायचं नाही. मामा सुटतील."

"कसं काय?" रघूनं साशंक होऊन विचारलं.

"मंत्र टाकलाय मी!" असं म्हणून तापी गूढसं हसली. म्हणाली, "नाही सुटले तरी तू सोडवून आणू शकणार नाहीस. आत्ता दारोगाकडे जाण्यापेक्षा शहरातून वकील आणावा ते बरं."

रघू शहरात जाण्याआधीच ढळत्या सांजेला जीप आली. वस्याकला पेड्यातल्या माणसांत सोडून पोलिसानं म्हटलं, "ताप वाढलाय म्हणून तूर्त साहेबांनी सोडलंय. डॉक्टरकडे घेऊन जा. बरं होऊन उद्या पुन्हा साहेबांपुढे हजर व्हायचं आहे. उद्या संध्याकाळी साहेब ठाण्याला रवाना झाले तर तिकडे बोलावतील."

इतका भला ऑफिसर शोधून सापडायचा नाही, यावर तापी सोडून सगळ्यांचं एकमत झालं. मारलं झोडलं असेल पुष्कळ, पण सोडून दिलं ना? एरवी आजारी असला तरी, तावडीत सापडलेला कैदी कोणी सोडतं का?

वाबी म्हणाली, "डॉक्टरकडे कशाला? आमच्याकडे असतात मुळ्याबिळ्या. आणि नसल्या तरी रानातून शोधून आणू. उद्या सकाळपर्यंत बरा करून टाकू. सकाळी येऊन घेऊन जा."

"तुझ्या बापाचे नोकर आहोत का? घेऊन जा म्हणे. चालता येत नसेल तर गाढवावर बसवून दे पाठवून." शिपाई खेकसला. "आम्ही निघालो ठाण्यावर. आता ही जीप उद्या साहेबांना न्यायला येईल."

रघूला हुश्श झालं. उद्या सकाळी वकिलाला घेऊन येऊ. दारोगाला स्वत: भेटून त्याची समजूत घालायचा प्रयत्न करू. सिंध प्रांतातला जर्दा आणून द्यायचं कबूल करू. पोलिसांनी पैसे मागितलेच तर अंगावरचा एखादा दागिना उतरवून तिथल्या तिथे देऊन टाकू.

वाबी वस्याकला काढा पाजायच्या तयारीला लागली. लोटा येऊन तापी दूर एका बाजूला 'बसायला' निघून गेली.

लांब गेल्यावर तापी लक्षपूर्वक, जमीन उकरू लागली. काटेकुटे, दगडगोटे फेंदारू लागली. रुळांमधल्या एका गिट्टीखाली लपायला चाललेला जीव तुरूतुरू धावताना तिला दिसला. झडप घालून तापीनं त्याला धरलं. छोटासा असाहाय्य जीव तापीच्या बोटांना काही करण्याच्या आत पत्र्याच्या लहानशा डबीत बंदिस्त झाला. काचोळीसारख्या कुडतीच्या पुढच्या पाख्यातल्या खिशात डबी ठेवून ती वस्तीत परत येऊन कामाला लागली.

रात्र झाली. ज्यांना कामगिरीवर जायचं होतं ते गेले. शहराकडे जाणारी गाडी पकडायला रघू स्टेशनवाल्या गावाकडे निघून गेला. थकले-भागलेले बाकीचे दारू ढोसून जागा मिळेल तिथे आडवे होऊन झोपेच्या स्वाधीन झाले.

अंधार थोडा गडद झाला तशी तापी उठली. दूर 'बसायला' जाताना न्यायचं डबडं तिनं हातात धरलं. भनकी आणि चंद्रा, दोघी मैत्रिणींना जागं केलं. आपल्यासोबत घेतलं आणि संपूर्ण वस्ती निद्राधीन असताना तिघी मैत्रिणी गावाच्या दिशेनं चालू लागल्या.

दिवसभर तापलेली धरती थंडावते आहे. वायव्येला उंचावर प्रगटणारं हंसमंडळ, त्यामध्ये क्षितिजावर डोकावणारा खगाश्व, आग्नेयेला झुकू पाहणारं मघा, ईशान्येला बुडू लागलेले पुरुष आणि प्रकृती आणि आकाशभर झगमगणारी तारामंडळं, धरती उजळवून टाकण्याइतका प्रकाश सांडू शकत नसली तरी निशाचरांच्या गरजेपुरता उजेड देतातच!

रान कधी झोपत नसतं हे तिघींना ठाऊक आहे. झाडाझुडपात दडून गूढ आवाजात बोलणारा रात्रपक्षी, घोरपडी, सरडे, रानमांजरं, तरस... आकाश वेधणारी वटवाघळं, रात्र आणखी गडद झाली की रातकिडे, सगळे जागे असतात. आपापली हरतऱ्हेची भूक भागवणाऱ्या साधनांच्या शोधात फिरत असतात.

शाळेच्या इमारतीत जर्दा दारोगादेखील जागत असेल. तापी मनातल्या मनात हसली. दूरवर, शाळेच्या इमारतीतल्या पेटत्या दिव्यांच्या दिशेनं चालू लागली. कुंपणाशी येऊन चाहूल घेतली. कुठं काही हालचाल नाहीये. कोणी येत-जात नाहीये. जो आत बसलाय तो निवांतपणे आपली वाट बघत जर्दा चघळतोय.

कोणी बघत नसल्याची खात्री करून घेतल्यानंतर तापीनं भनकी आणि चंद्री दोघींना मागच्या भिंतीपाशी बसायला सांगितलं. कुंपणाच्या भिंतीवरून उडी मारून आत शिरली. मैदान ओलांडून शाळेच्या इमारतीच्या दरवाज्याशी पोहोचताच तापीनं खिशातून डबी काढली. त्यातल्या प्राण्याला आपल्या तळहातावर बागडत ठेवलं आणि पायऱ्या चढून गेली. बंद दारावर तिचा हात पडतो न पडतो तोच दार उघडलं गेलं.

"आलीस म्हणायची!" दारोगानं उत्साहानं म्हटलं, "कोणी पाहिलं नाही ना?"

"माझ्यासोबत दोघीजणी होत्या, पण त्या लांब, तिकडे थांबल्यात. त्या कोणाला काही सांगणार नाहीत."

"मूर्ख! माझी अब्रू, माझी नोकरी..."

"म्हटलं ना, कोणाला नाही सांगणार. मीही गेले असेन अशीच त्यांच्यासोबत तर?" हे भलतंच!

दारोगा गोंधळला. अरेच्चा! काय बाई आहे! हिला हाकलून द्यावी की...? तो काही ठरवणार त्याआधीच आपली दोन्ही मनगटं त्याच्या खांद्यावर टेकवत त्याला मागच्या मागे पलंगाकडे लोटताना, तापी हळूच असं काही हसली की, क्षणार्धात त्याला इतर सगळ्याचा विसर पडावा!

दारोगा पलंगावर टेकायच्या आतच तापीनं त्याच्या खांद्यामागे लोंबणाऱ्या आपल्या तळव्याची बोटं उघडली. कित्येक तास कोंडला गेलेला प्राणी अंथरुणावर पडताच मुक्ती, सुख की क्रोध... न जाणे कोणत्या भावनांसह सज्ज झाला.

आता उशीर नको. स्वत:चं तोंड साहेबाच्या तोंडाजवळ आणत तापीनं साहेबाच्या खांद्यावर भार देत त्याला पलंगावर रेटून बसवलं.

"अगं आई गं..." दारोग्याची वेदनेनं कळवळलेली किंकाळी साऱ्या गावावर पसरली. त्यानं तापीला ढकलून दिलं. पलंगातून उसळी मारून, उडी मारून दाराबाहेर धावत गेला. अंगणात जाईतो त्याची गठडी वळली.

'काय झालं, काय झालं' म्हणत तापी त्याच्या मागे गेली.

"पलंगावर..." असह्य वेदनांमुळे जर्दा धड बोलूही शकत नव्हता. पलंगावर काय आहे ते बघायला जाण्याचा बहाणा करून तापी खोलीकडे जाणार तोच दारोगा ओरडला, "... आता आणि तिथं कुठं चाललीस? नीघ इथून."

"पण..." म्हणत तापी दारोगाकडे वळली. कण्हणारा दारोगा खास पोलिसी भाषेतले शेलके शब्द उच्चारत पुन्हा एकदा खेकसला, "चालती हो. जा मर तिकडे एकदाची!"

मागची भिंत ओलांडून तापी अंधारात विरघळून गेली. हातात कंदील घेतलेली चार माणसं गावातून शाळेकडे धावत येत होती.

मैत्रिणींपाशी पोहोचताच तापीनं घाईघाईनं म्हटलं, "न्हसो, अब तो सूराजूबी चाली न्हसो – पळा, पळा लवकर. अगदी डुकरातरसासारखं जोरात पळा."

"त्याला बंदुकीनं मारलंस?" भनकीनं भेदरून विचारलं. तापीनं जर त्याला मारलं असेल तर अख्ख्या पेड्याचे दिवस भरले. आता काही खरं नाही.

"माव की सो. मे कड मार्यो – आईशप्पथ! काही मारलं नाही मी. फक्त एक मंत्र मारला." तापीनं कोड्यात टाकणारं उत्तर दिलं.

तापीनं शपथ घेतली तेवढ्यानं चंद्रा आणि भनकी दोघींना हायसं वाटलं. तिनं काही केलं नसल्याची खात्री पटली. त्याच वेळी तापीला नक्कीच कोणती तरी विद्या अवगत असल्याची शंका दोघींच्याही मनात एकदमच निर्माण झाली. दारोग्याला तापी कात्यायनीच्या रूपात दिसली असेल किंवा हिनं राक्षशिणीचं, चेटकिणीचं रूप घेतलं असेल, नाहीतर तिकडे तो अजून बोंबा का ठोकतोय?

गावाकडून येणारी माणसं शाळेत पोहोचायच्या बेतात होती. तिघी जणी कमरेतून वाकून धावू लागल्या. चुकूनमाकून कोणाचं तिकडे लक्ष गेलंच तर त्यांना माणसं धावताहेत असं वाटायला नको.

...पण तिकडे बघायची कोणाला फुरसत नव्हती. दोन दिवसांपूर्वी ज्यानं आपल्या घरी चोरी झाल्याची फिर्याद नोंदवली होती तो मोहन वाणी इतका घाबरला

होता की, शाळेच्या उघड्या खोलीतल्या मिणमिणत्या कंदिलाच्या उजेडात, अंगणात तळमळणाऱ्या जर्दा साहेबाच्या अंधूक आकृतीशिवाय त्याला काही दिसणं शक्य नव्हतं. थोरल्या पोराला गावच्या 'मुखी'ला बोलावून आणायला पाठवून मोहन वाणी एक-दोघा शेजाऱ्यांसह नुसत्या धोतरानिशीच तडक निघाला होता.

साहेब म्हणतात, बिछान्यावर काहीतरी चावलं. कंदिलाच्या उजेडात पाहिलं तर अंथरुणात काळा विंचू अजून फिरतोय.

सगळ्यात आधी विंचवाला ठेचा. जिवंत राहील तोवर विष जास्तच चढेल. सुचेल तो उपाय आणि औषधं जो तो सुचवू लागला, उपदेश देऊ लागला.

सरकारी माणसांना – त्यातूनही पोलिसांना – आपल्या घरी मुक्कामाला कोणी ठेवून घेत नाही. गावात दुसरं चांगलं पक्कं घर नाही हे माहीत होतं तरी प्रश्न आलाच, ''साहेबांना असं शाळेत उतरायला देतात का? वावर नसतो कोणाचा, खांबातुळईतून, कौलातूनसुद्धा असे कीटक-प्राणी टपकत असतात अशा जागी.''

'मुखी'ची जीप आली. म्हणायला गावात डॉक्टर आहे, पण त्याच्याकडे पुरेशी औषधं नसणार. असली तरी ही केस त्याच्याकडे नेऊन रात्रभर गावानं त्याच्यापायी जागत बसायचं, त्यापेक्षा साहेबांना शहराकडे रवाना करून द्यावं हे बरं. जागू देत त्याच्या घरच्यांना अन् पोलिसांना!

तरी गावातल्या डॉक्टरला बोलावून गोळ्याबिळ्या दिल्या. शहरातल्या डॉक्टरनं 'पेनकिलर' इंजेक्शन दिलं की, दुखायचं कमी होईल. विंचू चोवीस तासानंतरच उतरतो. सूजही चोवीस तास झाल्यावरच उतरेल.

जीपच्या दिव्यांचा झोत शहराच्या दिशेनं पडलेला तिघीजणींनी पाहिला. भनकीनं तापीला विचारलं, ''खरं काय झालं ते आम्हाला तरी सांग की गं!''

''मला नाही ठाऊक. मला तर हाकलून दिलं होतं. त्याला जे झालं ते तो जाणे!''

असं उत्तर मिळालं की, विचारणाऱ्यानं समजून जायचं की, बोलणं यापेक्षा अधिक वाढणार नाहीये. कित्येक कोडी कधीच उलगडली जात नाहीत. तुम्हाला हवी ती कारणं शोधा, हवे ते अर्थ खुशाल काढा. हरकत नाही. कोणी वाद घालणार नाही.

कुठलाही कारागीर आपण कुठे गेलो, कसे शिरलो, कसे जिंकलो किंवा हरलो ते पूर्णपणे कधीच कोणाला सांगत नाही. त्यामुळेच, सराईत कारागिरांच्या पराक्रमाच्या बहुतांश कहाण्या दंतकथांप्रमाणे पसरत असतात.

पुरुष कारागीर कदाचित मित्रमंडळीत कधीकाळी बोलून टाकतील; परंतु कारागीर जर स्त्री असेल तर मात्र अगदी खास मैत्रिणींनाही किंचितसंही काढून घेता येत नाही.

भनकी आणि चंद्रा तापीसोबत गेल्या होत्या खऱ्या, पण दोघींनाही काहीच

सांगता आलं नसतं. मुळात, पूर्ण माहितीच नाही, दुसरं म्हणजे त्या दंग्यातल्या बायका आहेत. या बायका गुपितांबद्दल नेहमीच मौन बाळगतात.

पेड्यात राहणाऱ्या बायका एकमेकींची गुपितं जाणून असतात, पण म्हणून शहरात त्याबद्दल चर्चा करायची नसते. भांडणं झाली की, मात्र 'तुला पायाच्या नखापासून डोक्याच्या केसापर्यंत जाणून आहे' असं म्हणतील ते वेगळं! तरीही, स्थळकाळाचा उल्लेख करून बोललं जात नाही एवढं खरं.

म्हणूनच, कर्णोपकर्णी बातमी पसरली की, तापी बहुरूपी आहे. रूपं पालटायची विद्या तिला ठाऊक आहे. भनकीनं अन् चंद्रानं तिला वेगळंच काही बनताना पाहिलं आहे.

कुठे, केव्हा ते माहीत नाही. विचारलं तरी कळणार नाही पण तापीनं कसलंसं रूप धारण केलं होतं ही गोष्ट सोळा आणे खरी!

...तर अशा या त्या काळी जन्मलेल्या मिथ्या सत्यावर आजही तेवढीच श्रद्धा आहे.

तापीबद्दल म्हटलं जातं तसंच काहीसं आता तिचीच मुलगी असलेल्या सतीबद्दल बोललं जाईल. सतीनं नाकारायची किंवा 'खोटं आहे' एवढंही म्हणायची गरज नाही, कारण तिनं तसं म्हटलं तरी त्यावर कोणी विश्वास ठेवणार नाही.

म्हणून, आता सतीनं काय करावं, तर नानकीचा सल्ला पक्का ध्यानात ठेवावा. 'आपल्याबद्दल लोकांना जे वाटतं तेच आपल्यालाही वाटू लागलं तर आपली विद्या आपल्याला सोडून जाईल.'

महागुरूंनी सांगूनच ठेवलंय– 'हे कलाधरांनो, तुमच्याबद्दल जे म्हटलं जात असेल ते असो, पण तुम्ही स्वत:ची क्षमता, मनाची स्थिरता, हातापायाचं कसब, स्वत:ची गती, स्वत:चा श्वास आणि आत्मविश्वास यांखेरीज अन्य कशावरही अवलंबून राहू नका.'

२०

नानकीनं सतीला बोलावणं धाडलं, तेव्हा ती तेंद्रापाशी बसून इंग्रजी वाचायचा प्रयत्न करत होती. वाचनात अडथळा आलेला सतीला अजिबात आवडला नाही. निरोप घेऊन आलेल्या मुलाला तिनं म्हटलं, ‘‘सती अभ्यास करतेय म्हणावं. तासाभरानं येईल.’’

मुलगा जागचा हलला नाही. सतीनं त्याच्याकडे रागारागानं पाहिलं तरी मख्खासारखा तिथंच थांबला. शेवटी सती कातावून म्हणाली, ‘‘माझं तोंड पाहत उभा काय राह्यलाहेस? जा जाऊन सांग, येतेय आत्ता!’’

जाण्याऐवजी मुलगा म्हणाला, ‘‘नानकीकडे कोणीतरी आलंय.’’

‘‘कोण?’’ तोंडून प्रश्न निघून गेलाच! मग पुस्तक ठेवून देत म्हणाली, ‘‘कर्म माझं! हजार जण भेटायला येतात तिला. त्याचं मला काय?’’

सती चिडलेली पाहून बोलवायला आलेल्या मुलाला हसू फुटलं.

तेंद्राही हसली. सतीला म्हणाली, ‘‘तुला धरायला नाही आलं कोणी!’’ मग मुलाकडे वळून म्हणाली, ‘‘तुला दात काढायला काय झालं? जा. सरस्वती येतीये म्हणावं.’’

सतीनं तेंद्राकडे पाहिलं, ‘‘पण...’’

‘‘पण नाही अन् बिण नाही. जा मुकाट्यानं, नाही तर तू माझ्याकडे बसलीस म्हणून सगळ्या वस्तीभर चर्चा होत राहील. जा बघू.’’

आपण तेंद्राकडे बसलो यात चर्चा करण्यासारखं काय आहे, ते सतीला कळेना. ती मुकाट्यानं उठली.

सतीला वाटलं होतं नानकीकडे दोन-चार पाहुणे आले असतील, जाऊन त्यांच्या चहा-पाण्याचं बघितलं की झालं. घरी जाऊन पाहतो तो एकच बाई नानकी आजीच्या खाटेशी बसून गप्पा मारतेय. चार वर्षांत हिला कधी, कुठेच पाहिली नाहीये.

सती घरात शिरताच नानकीनं विचारलं, ‘‘एवढ्या दुपारी कुठं कडमडली होतीस?’’

‘‘कुठे नाही. तेंद्राकडे अभ्यास करत होते.’’

“अगोबाई माझी!” सतीचं बोलून पूर्ण व्हायच्या आतच, बाहेरची आलेली ती बाई मधेच बोलली, “माझा विठू पण तिथंच जायचा. जरा कुठं दोन-चार वर्षं मी कलकत्त्याला गेले तर थोरल्या सुनेला वाटलं, आता कोण पाहतंय? दिराला बिघडवून टाकलं की, सगळं आपलं! पण आता मी आलेय परत म्हणावं! मी विठ्ठलला ताकीद दिलीये, त्या तेंद्रीच्या नादाला लागायचं नाही.”

“का?” सतीच्या आश्चर्याला पारावार राहिला नाही. तेंद्राबद्दल असं मत देणारी ती बाई सतीला आवडली नाही. तिनं ‘माझा विठू’ म्हटलं होतं. सतीचे डोळे विस्फारले गेले.

“का ते तुला माहीत नाही का? भटकभवानी दिवसभर घराबाहेर भटकत असते. एवढं करून घरी काही घेऊन येत असती तर ठीक! काय तर म्हणे कुठं शाळेत का काय, शिकवते. पोरं अन् पोरी सगळे एकत्र. तिथं पुरुषमाणसंदेखील असतात, मास्तर. विचार तुझ्या नानकी आजीला.”

सती चिडली. ती काही लहान बाळ नव्हती. अशा गोष्टींचा अर्थ तिला नीट कळत होता. तेंद्रानं अद्याप लग्न केलेलं नाही; परंपरागत काम तिला करता येत नाही, अशी टीका तिच्या कानांवर आली होती... पण वस्तीतलेच लोक तिच्या कामाला हलकं मानत असतील, चारित्र्यावरचा कलंक मानत असतील, याची मात्र चार वर्षं शहरात राहूनही तिला कल्पना नव्हती.

समोर बसलेल्या बाईचा सतीला भयंकर राग आला. चांगलं खरमरीत उलट उत्तर देऊन तिथून निघून जावंसं वाटू लागलं, पण अशी भांडणं घरोघरी असतातच, असा विचार करून ती गप्प बसली.

सतीच्या मनातलं ओळखून नानकी त्या बाईला म्हणाली, “भागे, तूही त्यातलीच! लोकांचं काय, तोंडाला येईल ते बोलतात. तेंद्रा चांगली मुलगी आहे. भली आहे. उलट सतीला मीच तेंद्राकडे पाठवते. म्हटलं शिकू दे चांगल्या गोष्टी!”

“वा, वा! काय विचारता!” भागी नामक स्त्रीनं नाक मुरडलं.

नानकी तिच्यावर उलटली. “वाऽवा काय वाऽवा? तू आपल्या खोलीवर माडी बांधलीस ती कोणाच्या जोरावर? तेंद्रीनं तुझ्या विठ्ठलला चांगल्या कामाला लावून दिलं, इतकी कामं देववली ते नाही बघत? विठ्ठलकडे चार पैसे जमले म्हणून सगळे भागीरथी, भागीरथी म्हणताहेत. आजवर भागू नाहीतर भागीशिवाय दुसरं काही म्हणत होतं का तुला कोणी?”

भागू थोडा वेळ गप्प राहिली. मग तोंड वाकडं करून म्हणाली, “काही म्हण नानकी, आजकालच्या जमान्यातल्या पोरी भलभलतं करत असतात, त्यात काही दम नाही बघ! तिच्या संगतीत तुझी सतीपण ‘कुचकामी’ झाली तर ते नाही खपायचं.”

हा धडधडीत अन्याय. समोर बसलेल्या बाईला सतीबद्दल, तिच्या क्षमतेबद्दल, तिच्या अंगच्या गुणांबद्दल ओ म्हणता ठो माहीत नाहीये आणि मनाला येईल ते बोलत सुटलीये. क्षणभरासाठी सतीला वाटलं, आपले पराक्रम सांगून भागूचं तोंड बंद करावं, पण खऱ्या कारागिराचा तो धर्म नव्हे.

आपला पराक्रम कितीही मोठा असला तरी कारागिरानं आपल्या तोंडानं ते बोलून दाखवायचं नसतं. मन दुखावलं गेल्यानं किंवा कोणी चिथावल्यामुळे, बढाया मारायची सवय असणारे छोट्यासारखे कारागीर काही बरळले तर ते क्षम्य!

तूर्त गप्प राहिली असली तरी योग्य वेळ आली की, सती आपलं पाणी दाखवून देईल. भागू विठ्ठलची 'मा' आहे. डोळ्यांसमोरच राहणार. कुठे पळून थोडीच जातेय?

"पुरे. तोंड बंद कर आता. खूप बोललीस." नानकीनं भागूला दटावलं. नंतर सतीकडे वळून म्हटलं, "चहा ठेव. पाच वर्षांनी आलीये. घरात काही असलं तर बघ, घेऊन ये."

सती आत जाताच भागीनं विचारलं, "तापीची म्हटलंस ती हीच का?"

कंटाळल्यागत नानकीनं उत्तर दिलं, "दुसरी आणि कोण असणारे?"

सती फार लांब नव्हती. आतल्या खोलीत म्हणजे एका पत्र्याआड तर होती. स्वतःचा उल्लेख, तोही असा ऐकून सती सावध झाली.

भागूनं कुजबुजत म्हटलं, "हिचा बाप रघू पोरीच्या लग्नासाठी पैसे शोधतोय म्हणे कर्जाऊ? मला माहीत नाहीये, पण ऐकलं खरं."

"शोधतोय तर शोधू दे. तू देत्येस का?" नानकीनं वैतागून म्हटलं.

भागू म्हणाली, "देईन की! आणि पोरगी कशी आहे ते कळलं तर तिलाही ठेवून घेईन."

"ठेवून घेईन?" सतीला चीड आली. दंग्यात काय अन् शहरात काय, घरोघरी मुलीच्या लग्नाबद्दल 'मुलगी आणली-मुलगी दिली' असंच ऐकू येतं. फार कशाला, मुलीही स्वतःबद्दल असंच बोलतात. खुद्द सतीची 'मा' – तापीदेखील आपल्या काळातलं सांगताना 'सतीचा बाप मला घेऊन आला तेव्हा...' असंच म्हणते.

एखादी शेळीमेंढी किंवा गाढव आणावं, तशी पैसे देऊन सून आणली जाते. मग तुम्ही तिला खुशाल मारा, झोडा, जमिनीवरून फरफटत ओढत न्या, सर्वांच्या देखत तिच्या आई-बापांचा, तिच्या सात पिढ्यांचा उद्धार करा.

सतीनं आणखी कसला विचार करण्यापूर्वीच तिला नानकीचे शब्द ऐकू आले, "तुला हवी असेल तर बघ, पोरगी चांगली आहे. शिकलेली."

आता भागू मुलाच्या आईच्या भूमिकेत शिरली. म्हणाली, "आजकालच्या मुली शिकलेल्या शिकलेल्या, म्हणजे काय शिकल्या? आता कलेचं नावदेखील उरलं

नाहीये. आताच्या पोरींमध्ये आमच्यासारखी हिंमत पण नाहीये. खाकी कपडा दिसला रे दिसला की, लागल्याच पटापटा बोलायला. आम्ही दोन दोन दारोगांच्या हातचा मार खाऊनदेखील तोंडातून अवाक्षर काढत नव्हतो.''

नानकीनं वाद घातला नाही. भागूला जास्तच जोर चढला. ''पुरुषांसारखं आणि पुरुषांइतकं काम भले न करू देत, पण बायकांनी कला शिकून तर घ्यायलाच हवी. त्या ऐन काळात पुरुषांची सगळी कामं बायकांना करता येत असायची. लहानपणी आम्हाला परीक्षा द्यावी लागत होती.''

भागू बोलत होती, तशातच सती लोट्यात चहा आणि सोबत दोन बशा घेऊन आली. चेहरा गंभीर ठेवण्याचा प्रयत्न करत तिनं चहा, बशा सारं खाली ठेवलं. 'खायला आणते' असं म्हणून आत जायला वळली, तेव्हा तिच्या चेहऱ्यावर हलकंसं स्मित झळकलं.

भागूनं ते पाहिलं. सतीचा हात धरून तिला जवळ ओढलं अन् तिच्याकडे रोखून पाहत म्हणाली, ''हसतीयेस काय? बोलले ते खोटं नाहीये. सुनेनं सासरी पाऊल ठेवलं की, आल्याआल्याच सासऱ्याचं नाहीतर सासूचं काही ना काही पळवायचा पराक्रम करून दाखवायचा, अशी प्रथाच होती पूर्वीच्या काळी. विचार नानकीला.''

पोरगी नानकीला विचारणार नाहीये. विचारलंच तर नानकी मान डोलावून 'हो' म्हणायला कमी करणार नाही हे ठाऊक असूनही भागूनं दोघींपैकी कोणालाच संधी द्यायचा धोका पत्करला नाही. स्वत:च सांगू लागली, ''आमच्या वेळी, सुनेनं गाजवलेला पहिला पराक्रम हीच सुनेची हुशारी आणि तीच तिची लायकी. म्हणतात ना, मुलाची पारख पाळण्यात अन् सुनेची पारख उंबऱ्यात! पण त्या झाल्या ऐन जुन्या काळातल्या गोष्टी. हल्लीच्या जमान्यात असे रीतिरिवाज नाहीत अन् काही नाही. पहिल्यासारखं काऽऽही उरलं नाही. सगळं पार विसरलंय!''

ऐन पूर्वीचा अस्सल काळ म्हणजे कोणता काळ? कोणालाच ते माहीत नाहीये. असली प्रथा असल्याचं नानकीला वा सतीला आठवत नव्हतं. दोघीजणी पाहुणीचं ऐकायचं म्हणून ऐकत होत्या.

भागीच्या बोलण्यातून आडवळणानं सतीला धडे देणं चाललं होतं. नवऱ्याला जपावं कसं, त्यानं घरात आणलेली वस्तू लपवून ठेवण्याजोगी गुप्तस्थळं घरात आणि आपल्या देहावर कुठं कुठं असू शकतात, वेळप्रसंगी कसली कसली सोंगं वठवावी लागतात... आणि असं बरंच काय काय!

सतीनं मर्यादा पाळली. एरवी, ही बाई ज्या कौशल्य परीक्षेच्या बाता मारत आहे ते सर्व अगदी फुसकं आहे, असली प्रथाबिथा नाहीये. मुळातच कधी नव्हती असं ती छातीठोकपणे सांगू शकली असती.

...पण सती काही बोलली नाही. घरी आलेल्या पाहुण्याचा अपमान करायचा नसतो. त्याचं बोलणं ऐकून घ्यावं लागतं आणि पटवूनही घ्यावं लागतं. माना डोलावून हो ला हो करावं लागतं. नानकी आजी मघापास्नं तेच नव्हती का करत!

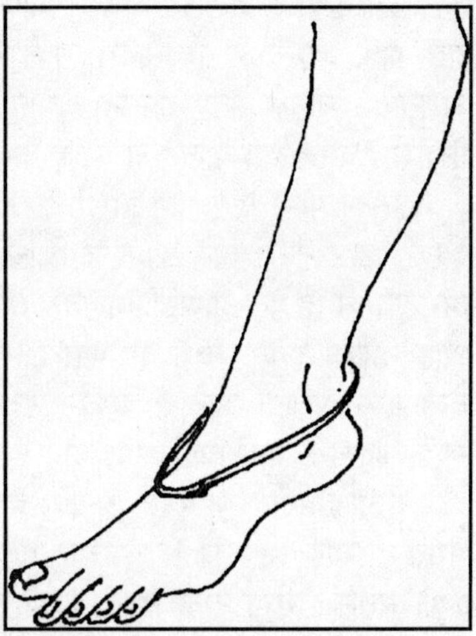

सती भागूचं बोलणं ऐकत होती. तिचं म्हणणं आपल्याला पटतंय असं दाखवत होती, पण आपलं कसब सिद्ध करून दखवायची इच्छा तिच्या मनात उसळून येत होती.

काय करावं याचा सती विचार करत होती, तोच भागूबाईनं आपल्या तोंडानंच तपशील पुरवायला सुरुवात केली. ''तुम्हाला खरं वाटणार नाही, पण माझ्या पायातलं हे कडं दिसतंय ना, ते जुन्या 'अस्सल काळातलं' आहे. विठूचा बाप मला घेऊन आला, त्या वर्षी अस्सल सोन्याचं आणून दिलं मला. स्वतःच्या हातानं माझ्या पायात अडकवलं. म्हणालासुद्धा, सांभाळ बरं का. कोण्या शेठच्या की मिलमालकाच्या बायकोचं आहे.''

खोटं. धडधडीत खोटं. जिभेच्या टोकावर आलेले शब्द कसेबसे गिळून टाकून सती गप्प राहिली. समोर बसलेली बाई अर्धसत्य सांगत्येय याबद्दल तिची पुरेपूर खात्री होती.

'नवऱ्यानं स्वतःच्या हातानं घातलं' एवढं मानण्याजोगं होतं. तिचं लग्न झालं त्या काळचं होतं हेही खोटं नसेल; पण 'नवऱ्यानं म्हटलं होतं की कोण्या शेठच्या की मिलमालकाच्या बायकोचं आहे' हे शक्यच नाही. पटणंच शक्य नाही.

अशी कर्मं करणारा कोणीही कारागीर ही वस्तू कुठून आणली ते स्वतःहून कदापि सांगणार नाही. आपल्या गुरूलाही जे सांगायचं नसतं असं रहस्य एखाद्यानं नुकत्याच घरात आलेल्या व्यक्तीला – बायको असली तरी – सांगून टाकलं तर त्या कारागिरानं हा पवित्र व्यवसाय विटाळला म्हणायचा! 'कोणाला सांगायचं नसतं' हा तर या कामाचा अटळ नियम!

एखाददुसऱ्या महानायकानं कधीकाळी सांगितलं असेल, पण ते खास परिस्थितीत. शागिर्दाला धंद्यातले बारकावे शिकवताना उस्ताद आपलं उदाहरण देतात, आपल्या सुटकेसाठी वकिलाच्या सांगण्यावरून कोणी कारागीर आपल्या तोंडानं कोर्टात

सांगतात. आपल्याला हव्या त्या पोलीस जमादाराची बदली थांबवण्यासाठी काही वेळा सगळं बोलून टाकावं लागतं... अशा वेळी सांगितलेलं चालतं. ही कारणं शुद्ध समजली जातात.

कारण शुद्ध असेल तर वस्तू कोणाची, कुठली हे सर्व सांगण्यानं माथी दोष येत नाही. त्या वेळी गुरूदेखील 'नको' म्हणत नाही. असे अपवाद प्रत्येक धंद्यात असतात. 'चांगले' म्हणवणाऱ्या धंद्यात अपवाद नसतात का, पण असा अपवाद मित्रांशी, बायकोशी बोलताना बढाई मारण्यासाठी करायचा नसतो!

इतकी मोठी गोष्ट भागू विसरली. आपल्या पायातलं कडं आणि ते घालणारा, दोन्ही शंभर नंबरी असल्याबद्दल किंचितही शंका राहू नये, याची खबरदारी घेत असल्यागत ती पुढे आणखी बोलतच राहिली. "त्यानं म्हटलं, थोरामोठ्यांच्या घरचं आहे म्हणजे शंभर नंबरी असणारच. त्यानं त्या दिवशी माझ्या पायात चढवलं. तेव्हापासून पायात आहे ते. काढून ठेवून दिलं एका बाजूला असं एकदाही केलं नाही. आता हे कडं आणि मी, दोघं एकदमच चितेवर चढणार."

सतीला मनातल्या मनात अनावर हसू येत होतं. बढाया मारण्याच्या उत्साहाच्या भरात ही बाई आपल्या नवऱ्याच्या अब्रूचं वाटोळं करायला निघाली आहे. त्याच क्षणी सतीनं ठरवून टाकलं की, काहीही होवो, कडं म्हणवणारी ती वस्तू आपण या बाईबरोबर चितेवर चढू द्यायचीच नाही! पक्कं!

मनात विचार रुजला, तसं सतीला पुन्हा एकदा हसू आलं. त्या कड्यात तिचा जीव गुंतला. अनेक वर्षांपूर्वीची असली तरी कारागिराच्या हातची चोरीच होती. अशा कामगिरीतला माल नुसता दृष्टीला पडला तरी धन्य म्हणायचं. हाती लागला तर... तर!

दृष्टीला पडणं सोपं नव्हतंच म्हणा! ज्या वस्तूची एवढी चर्चा चाललीये ते कडं बघायला मिळणं कठीण आहे हे सतीला कळत होतं. भागू बोलून गेली. असू दे पुष्कळ, पण एकदा घरात आलेली चीज बाईनं लपवून ठेवायची असते याचं बाळकडू तिला पाजलं गेलं असणार. फौजदार समोर आला अन् लॉकअपमध्ये बसावं लागलं तरी हरकत नाही, पण पुरुषांनी आणलेली चीजवस्तू कधीही कोणालाही दाखवायची नाही. म्हणून तर आजपर्यंत कडं तिच्या पायात टिकून आहे.

सतीला ते कडं बघण्याची प्रचंड उबळ आली. दाराच्या चौकटीला टेकून ती उभी राहिली. समोर बसलेल्या बाईवर तिनं दृष्टी खिळवली. बाईकडून थोडीशी चूक व्हावी अन् ते कडं नजरेला पडावं!

पण... सती पाहत होती त्या बाजूनं भागूच्या घेरदार घागऱ्याचा घोळ तिच्या पायाच्या बोटांखेरीज दुसरं काही दिसू देईल हे संभवतच नव्हतं.

शेवटी, सतीनं चहा बशीत ओतता ओतता मुद्दाम सांडला. फरशीवरून पसरत

चहाचा ओघळ खाटेखाली गेला. नानकी ओरडली, "एवढी मोठी घोडी झाली तरी अक्कल आली नाही अजून! चल, पुसून घे पट्कन!"

सतीला तेच तर हवं होतं. फरशी पुसायच्या निमित्तानं ती खाटेमागे जाऊन तळाशी हात फिरवायला वाकली. तेवढ्या एकदोन क्षणात तिनं भागूच्या घागऱ्याचा घेर बाजूला केला अन् तिच्या घोट्याभोवतीची ती निस्तेज, मळकट तार बघून घेतली!

अरेरे, हाच का तो बहुमूल्य दागिना? गोधडी शिवण्याचा दोरा चार-सहा पदरी केला तर होईल तेवढ्या जाडीची, फारच झालं तर सुतळीएवढ्या जाडीची तार. अडाण्यातल्या अडाणी सोनारानं जरी याला 'कडं' म्हटलं तर सती वाट्टेल ते हरायला तयार होती.

असो. प्रश्न एवढाच होता की, ही तार घालायकाढायची कळ कुठे आहे, कशी आहे ते दिसलंच नव्हतं. पाहुणीबाई परत जायच्या आधी कळायलाच हवं. तेवढं साध्य न केलं तर कडं म्हणवणारा तो पिवळा दोरा त्या बाईसोबतच चितेवर चढू न देणं सतीला कसं जमायचं?

नानकी पुन्हा ओरडली तर ओरडू दे; पण कळून घ्यायचं म्हणजे घ्यायचंच. फरशी पुसणं आटोपून सती पुन्हा दाराशी थांबली. म्हणाली, "तुमच्या पायात कडं कसं अगदी शोभून दिसतंय."

हे ऐकल्यावर भागूनं खरं तर चकित व्हायलाच हवं होतं. इतकी वर्षं कोणाला न दिसलेलं कडं या कुचकामी म्हटलेल्या पोरीनं पाहून घेतलं, हे लक्षात येताच भागूला आश्चर्याला धक्का बसायला हवा होता.

बुद्धी फिरली म्हणावं की काय न कळे, तिनं पाय गुडघ्यातून सरळ पुढे केला. इकडेतिकडे बघत घागऱ्याचा घेर उगीच जरासा सरकवला. "हो ना, छानच आहे बघ" असं म्हणून ती पिवळी तार भागीबाईनं स्वत:च्या हातानंच आपल्या पायावर क्षणभर फिरवली.

पुष्कळ झालं. बघायचं होतं ते सतीनं बघून घेतलं. बारीकशी कडीसारखी कळ आहे बस्स! जरा दाबली तरी उघडेल. चांभाराकडे असतो तसल्या दोऱ्यानं त्याची दोन्ही टोकं बांधून ठेवलीत. चुकून कळ उघडली तरी दोऱ्यामुळे कडं सैल होणार नाही. सतीनं विचार केला, 'कळ चुटकीसरशी उघडेल. त्या मेणचट दोऱ्याची गाठ सोडवणं कठीण आहे. दोरा कापावा लागेल.'

ते सारं कसं अन् केव्हा करायचं ते ठरवायची गरज नाहीये. माणसानं आपल्या मनाचं ऐकावं हा निसर्गनियमच आहे. मनुष्याच्या मनाची शक्ती अमर्याद असते. म्हणूनच, काय ठरवायचं ते मनाला ठरवू द्यावं; मग निसर्ग दशदिशा मोकळ्या करून देतो. त्यातल्या कोणत्या दिशेनं अदृश्य, अनाकलनीय गूढ, मनाच्या मदतीला

धावून येतं. अशी वेळ, अशी संधी सतीलाही मिळणारच आहे. माणसाला खरी मदत कोण करत असेल, तर त्याचं मन. दुसरं कोणी नाही.

चहा पिऊन झाला. गप्पाही खूप झाल्या. एव्हाना भागूनं निघायला हवं होतं; पण ती निघाली नाही. जे बोलायला म्हणून आली होती त्याची प्रस्तावना करण्यासाठी म्हणाली, "का गं नानकी, तुझ्या त्या तापीचा नवरा कर्जाच्या शोधात फिरतोय म्हणे, या पोरीचं लग्न लावून देण्यासाठी. मी म्हणते, माझा विठ्ठल काय वाईट आहे? त्यातून रघू घरचा गरीब. कर्ज काढून उगाच व्याजात कशाला पैसे घालवायचे? तू मध्यस्थी केलीस तर... लग्नखर्च मी करेन. जमेल तेव्हा परत करा."

सतीला धक्काच बसला. आपलं घर गरीब समजलं जातं हे तिला आजच कळलं. सेटलमेंटमध्ये राहत नाही हे खरंय. अजूनही भटकंतीचं आयुष्य जगताहेत, पण शेळ्यामेंढ्या, गाढवं आहेत की त्यांच्यापाशी. खेरीज, मोठमोठ्या तालेवारांना अवगत नसतील असे गुण, अशा क्षमता... वेगळ्याच!

सती आता भागूला नक्कीच काहीतरी सुनावणार याचा नानकी आजीला अंदाज आला. तसं झालं तर भागूदेखील आरडाओरडा करून अख्खी वस्ती गोळा करणार. तिनं लगेच सतीकडे बोट दाखवत रागारागानं भागूला म्हटलं, "हिच्या बापाला गरीब म्हणायला लाज नाही वाटत? जीभ सांभाळून बोल बरं! रघू वस्याकचा मुलगा आहे. सेटलमेंट नव्हतं आणि आपणही दंग्यात राहत होतो त्या वेळी वस्याक आपला नायक होता. त्याचा मुलगा म्हणजे रघू. त्याला गरीब म्हणतेस? तुला ठाऊक आहे ना, हिची 'मा' तापी माझ्या सख्ख्या बहिणीची मुलगी मीच आपणहून रघूला देववली; आहे ना ठाऊक?"

"तसं नाही गं," बचावाच्या पवित्र्यात भागू म्हणाली, "लग्नकार्य काढलं की, पैशाची चणचण सगळ्यांनाच असते, म्हणून म्हटलं उगाच दुसरीकडून कर्जबिर्ज नका घेऊ. माझ्याकडे आहेत."

"तुझ्याकडे असतील तर ठेव तुझ्याचपाशी!" नानकीनं म्हटलं. "काय गं, लग्न काढलंय म्हणून तुला कोणी सांगितलं? आणि काढलं असेल तर त्याला हवं ते तो करेल. तुला विचारायला नाही येणार."

एवढं झालं तशी "असू दे मग. निघाले मी!" म्हणत भागू उठली आणि गेली देखील.

सतीचं विचारचक्र सुरू झालं. हातानं कपबशा, भांडी वगैरे धुणं सुरू होतं. सतीची प्रत्येक हालचाल नानकी टिपून घेत होती. काम आटोपून सती जायला निघाली, तशी एकेक शब्द स्पष्टपणे, सावकाश उच्चारत नानकी म्हणाली, "रघू नायक तुझ्या लग्नाच्या नावाखाली पैसे कशासाठी शोधतोय ते समजलंय मला; पण त्याला खरोखरच तुझं लग्न करायचं असेल तर विठ्ठलचं स्थळ वाईट नाहीये. भागी

जरा बोलभांड आहे, पण चिंता करायचं कारण नाही. तशी भोळी आहे बिचारी.''

सती अवाक् होऊन नानकीच्या तोंडाकडे पाहू लागली. नानकी बोलली, त्यातलं विठ्ठलच्या आणि तिच्या लग्नाविषयी जणू तिला काही ऐकूच गेलं नाही. तिच्या कानापर्यंत एकच गोष्ट पोहोचली ती म्हणजे, ''रघू नायक पैसे कशासाठी शोधतोय ते मला कळलंय...''

भागूनं बोलणं काढल्याबरोबर सतीला कारण उमगलं होतं. बापू अन् आपण आता द्वारकेला जाणार. राजकोटवाल्या कामातून काय मिळणार ते माहीत नाही, पण मिळेल ते थोडंथोडकं नसणार.

मोकळ्या रानावनात गाढवाशेळ्यांचे कळप घेऊन फिरणाऱ्या माणसानं कितीही काळजी घेतली तरी तो जास्त पैसे दडवून ठेवू शकत नाही. म्हणजे रघूजवळ पैसे असल्याचा सुगावा कोणाला ना कोणाला तरी लागणारच.

पोलिसांचे खबरे कोण कुठे असतात, सांगता येत नाही. दिवस वाईट आलेत. पूर्वीसारखं कोणी नीतीबिती मानत नाही. स्वत:च्या सख्ख्या भावाची खबर पोलिसांना देणारे पाहिलेत. तेव्हा कोणी तरी पोलिसांकडे चहाडी करणारच की, बुवा आम्ही पाहिलंय, रघूकडे खूप पैसे आहेत. अशा सगळ्या शक्यतांचा रघूला विचार करावा लागेल, त्यावर उपायही त्यालाच शोधावा लागेल. सोप्यात सोपं हेच होतं– कुठून तरी कर्जाऊ रक्कम आणायची किंवा उसने मागायचे आणि लोकांच्या शंका दूर करायच्या. नानकीनं अशीच अटकळ बांधली असावी.

नानकीच्या या तर्कशक्तीमुळेच सतीच्या मनात तिच्याबद्दल सदैव आदरभाव निर्माण व्हायचा. आज मात्र ती नानकीच्या बुद्धीवर नाराज झाली. सगळं तपशीलवार माहीत नसलं तरी रघूकडे असंच काही शिजतंय एवढं तिनं ताडलं होतं. सतीच्या पोटात खड्डा पडला. आपल्या मनातली भीती उघड होऊ नये म्हणून सतीनं काहीच प्रतिक्रिया दाखवली नाही. मग दृढ स्वरात म्हणाली, ''कळलं ते कळलंच नाही, असं समजता येतं ना तुला?''

नानकी हसली. म्हणाली, ''तुझा बाप तुझा लाडका, मग माझा जावई माझा लाडका नाही, होय गं? तुम्ही कुठं तरी मोठा हात मारलाय असं मला वाटलंच होतं. आता बोल, तू पण होतीस ना त्यात? आधीच बोलली असतीस तर मला हे नाटक करावंच लागलं नसतं.''

सतीला आणखी एक धक्का बसला. 'हे नाटक करावं लागलं नसतं' असं नानकी म्हणते याचा अर्थ रघूनं कोणाकडे पैसे कर्जाऊ मागितलेलेच नाहीत. नानकीनंच शक्कल लढवून कारस्थान रचलंय.

''आज्ये, राधी म्हणते ते अगदी खरंय. महाचतुर आहेस तू... आणि... कोण जाणे कसल्या कसल्या विद्या माहीत आहेत तुला! म्हणूनच थेट मनात शिरून

मनातलं गुपित ओळखलंस. मला खरं खरं सांग, काय करणारेस तू आता?''

"लग्न लावून देणारे तुझं, विठ्ठलशी.'' नानकी बोळकं पसरून हसली.

सती चिडून म्हणाली, "ते सगळं नंतर. आधी मला सांग, हे काय नाटक रचलंयस तू?''

नानकीनं मनात आणलं असतं तर या क्षणी सतीला आपले पाय धरून माफी मागायला लावू शकली असती, तिच्या पैशात वाटा मागू शकली असती, वाट्टेल ते करू शकली असती. तिनं फक्त एवढंच म्हटलं, "छोरी, खाली हाथ की विद्या शीखण काई नाई होत. मगज बी इतण चालण जोइए – पोरी, केवळ हात चालवता येऊन उपयोग नाही. डोकंही तेवढंच चालवता यायला हवं.''

त्यानंतर सतीला आपल्याशेजारी बसवून नानकीनं जे सांगितलं ते असं – रघू दंग्यात राहत असता, तर सतीला आपल्यासोबत नेणं त्याला अवघड गेलं असतं. नळकांठ्याला तो एकटाच होता. घरीदारी त्याचा कोणाला माग लागला नसता. म्हणूनच तो निश्चिंतपणे कामगिरीवर जाऊ शकला.

सती शहरात होती. अचानक रघू येऊन तिला घेऊन गेला. तेव्हापासूनच 'काही तरी शिजतंय' अशी शंका नानकीच्या मनात होती. तिनं आपल्या पोरांना या कामावर लावून दिलं.

सतीला घेऊन रघू नळकांठ्याला गेला असता तर कोणाला कसली शंका आली नसती, पण रघूनं शहरातून निघून तडक द्वारकेची वाट धरली. रघू आणि सती साणंदला उतरण्याऐवजी तसेच सरळ पुढे निघून गेल्याची बातमी नानकीच्या खिसेकापू पोरांनी आणली. नानकीच्या ते डोळ्यांत भरलं.

त्यानंतरचं वर्तमानपत्रात छापून आलेलं वाचून-ऐकून नानकीच्या मनातली शंका गडद होत गेली. काही म्हणा, रघू अन् सती दोघंही या कर्मात सामील असले पाहिजेत.

तोवर सती परतली होती, पण आपल्या अत्यंत आवडत्या नानकी आजीशी काही बोलली नाही, त्यामुळे नानकीला वाईट वाटलं. बिचारीनं मानपान विसरून आडवळणानं राधीकरवी चौकशी केली. गुरूला शरण जाण्याऐवजी सतीनं तिच्याशी भांडण केलं.

नानकीसारख्या महागुरूला हे सहन होणार नव्हतं. आपल्या प्रिय शिष्येला तिची जागा दाखवून द्यायचा निश्चय तर तिनं केलाच, पण त्यासोबत आपली क्षमता आणि चातुर्य दोन्ही किती वरचढ आहेत तेही सिद्ध करून दाखवायचं ठरवलं. तिनं अशीच कुठंतरी एक बातमी सोडून दिली – 'आमचा जावई नाही का तो रघू, त्याला आपल्या मुलीच्या लग्नासाठी पैसे हवेत.'

असं करण्यामागे नानकीचे दोन हेतू होते. रघूला सुचलं नसलं तरी, तो

पैशाच्या शोधात आहे अशी बातमी पसरावी आणि त्याच्याकडे पैसे कुठून आले असा प्रश्न कोणाच्या मनात उद्‌भवू नये.

दुसरं, ही खबर एकदा का भागूपर्यंत पोहोचली की, मग अख्ख्या वस्तीतच काय, जात-पंचायत... सर्वदूर तिनं पसरवलीच समजा.

ठीक आहे, सतीच्या लग्नाची बात निघेल, पण तेही वाईट नाही. सती आता लहान नाहीये. पूर्वीच्या काळी पोरगी बारा-तेराची होईतो स्वत:च्या घरी जाऊन पोहोचलेली असायची.

विठ्ठल नानकीच्या नजरेत होताच. मुलगा चांगला आहे. एकेकाळी रघूमध्ये दिसलेले गुण तिला आता विठ्ठलमध्ये दिसून येत होते.

नानकीनं बोलावलं तशी भागू लगबगीनं आली. सती घरी नव्हती म्हणून नानकीनं तिला बोलावून घेतलं. झालं. नानकीला जे जाणून घ्यायचं होतं ते तिला खुद्द सतीच्या तोंडूनच ऐकायला मिळालं.

सतीनं काही उत्तर दिलं नाही. तिच्या डोळ्यांतून दोन टिपं गळून नानकीच्या हातावर पडली.

शिष्य अजून गुरूच्या सवाई झाला नसल्याचं, गुरू-शिष्य दोघांनाही कळून चुकलं होतं.

२१

आपल्यापेक्षा वयानं इतक्या लहान असलेल्या एका तरुण स्त्रीच्या तोंडून आशीर्वाद निघालेले ऐकून रघूला खरंतर हसू यायला हवं होतं, पण झालं उलटच! त्याचे डोळे भरून आले. अंधार पडला होता ते एका परीनं बरं होतं. एरवी रघूसारखा भरभक्कम, कठोर दिसणारा माणूस एकाएकी इतका भावविवश, इतका हळवा झाल्याचं उघड झालं असतं... त्यापेक्षा मरण बरं!

रघूला स्वत:ची शरम वाटली. भल्याभल्या फौजदारांच्या अपार अत्याचारांनंतरही ज्याच्या डोळ्यांतून अश्रूचा थेंब निघत नव्हता, त्याच माणसाचे डोळे आत्ता समोर उभ्या असलेल्या एखाद्या स्त्रीच्या दोन शब्दांनी पाणावून जावेत! छे. अशा दुबळेपणाला मनात अजिबात थारा देता कामा नये आणि शिरलाच असेल मनात तर खपवून मुळीच घेता कामा नये.

तेवढं बोलून ती बाई निघून गेलीये. आता पुढे काय होईल ते कळून घेण्यासाठी थांबावं की, तसंच निघून जावं हे न सुचल्यानं रघू संथ चालीनं पुढे जात राहिला. आपण मुळात या रस्त्यानं यायलाच नको होतं असं त्याला वाटलं. निदान ही बाई दृष्टीला पडायला नको होती!

द्वारकेला पोहोचल्यानंतर मोठं घबाड मिळणार आहे हे ठाऊक असून या बाईच्या कानात लोंबणारे डूल आणि गळ्यातल्या माळा असल्या दागिन्यांत जीव अडकू दिला. त्यात आणखी तो घोडा...

द्वारकेला जायला रघू पायीच निघाला होता. साणंदहून गाडीनं गेला असता तर कोणी ना कोणी बघितलं असतं आणि नानकीला वाटलं तसंच बघणाऱ्यालाही वाटलं असतं तर! म्हणून शक्य तेवढं चालत जावं आणि मेहसाण्याजवळ मीटरगेजच्या कीर्ती एक्सप्रेसमध्ये चढून जावं असा त्याचा विचार होता.

देवडा गावानजीक ती बाई दिसली. चांदण्या रात्री, आठ-दहा वर्षांच्या मुलीसोबत गावाबाहेर पडून गाडीवाटेला लागताना रघूनं तिला स्पष्टपणे पाहिलं. फारसा उशीर झाला नव्हता. रात्री नवाचा सुमार असेल, पण दिवसभर थकूनभागून, मार्गशीर्षाच्या त्या दुसऱ्या आठवड्याच्या गुलाबी थंडीत अवघं गाव शांत झालं होतं.

रघूला नवल वाटलं. इतक्या रात्री एकटी बाई चाललीये कुठं? घरचं म्हणा, शेजारपाजारचं म्हणा, कोणीच कसं सोबत नाही? काहीतरी गडबड नक्कीच आहे. एकतर ती स्वत:च चोर आहे किंवा...

रघूनं जरा जवळ जाऊन बघायचा प्रयत्न केला. त्याच्या मनात आश्चर्य दाटलं होतं, आता मात्र तो विचारात पडला. बाई घरंदाज दिसतेय. दोन्ही हातांनी लहान बाळ छातीशी कवटाळून सपाट्यानं निघालीये. कोणाचं पोर पळवून नेतेय की काय?

बाईनं मागे वळून पाहिलं. सोबत असलेल्या मुलीला चटचट पाय उचलायला सांगितलं. त्याच वेळी तिच्या नाकाकानातले दागिने चांदण्यात चमचमलेले रघूनं आपल्या डोळ्यांनी बघितले. बाई दागिन्यांनी मढली आहे!

रघूनं काय किंवा त्याच्या पूर्वजांनीही कधी वाटमारी केलेली नाही. कोणाला कळू न देता उचलून नेणं हेच या जमातीचं काम. दुसरंतिसरं काही नाही. का कोण जाणे, पण नेमकी आजच रघूनं आपल्या विद्येनं दाखवल्यापेक्षा वेगळी वाट निवडली.

बाईमाणसाचं बळ ते किती? नुसतं धमकावलं तरी मुकाट्यानं पटापट सगळं उतरवून देईल. नाहीच दिलं तर दोन थोबाडीत ठेवून देऊन अंगावरचे सगळे दागिने काढून घ्यायला कितीसा उशीर?

मोह झाला, पण पाऊल पुढे टाकण्याआधीच रघूला आठवलं, आपल्या बापानं – वस्याकनं – 'सोन्याच्या लोभात पडायचं नाही' असं बजावलं आहे. क्षणभर थबकून शेवटी तो विचार रघूनं झटकून टाकला.

बाप भगत असला तरी घरफोड्या करत होता. चोरी नेहमी श्रीमंताघरीच करायचा हे खरं! ढीगभर सोनं आणायचा ते विकून जातीतली तीस-तीस कुटुंबं पोसायचा. लेकीबाळींचे हुंडेपांडेदेखील दिले असतील. किती केलं तरी दिवसच वेगळे होते तेव्हाचे!

आजच्या घडीला, अशा ऐन हमरस्त्यावर विनासायास मिळणारं सोनं हातचं जाऊ देणं यासारखा दुसरा मूर्खपणा नाही. गाठीला सोनं असलं तर सतीच्या लग्नात उपयोगी पडेल. बाईनं गावाची शीव ओलांडली की जावं तिच्या जवळ आणि मिळेल तेवढं काढून घेऊन शेतातून निसटून पळून जावं. असंच करावं.

वाटमारीसारखा पराक्रम आपण प्रथमच करणार आहोत, या विचारानं रघूचं चित्त थरारलं. हातांना किंचितसा कंप जाणवला. लहानपणी उभ्या पिकातून कणसं कापून आणण्यापासून ते शेतावावरातून, मळ्याखळ्यातून, घरादुकानातून कुठंही शिरून काहीही उचलून आणण्यापर्यंत आजवर अनेक अप्रतिम साहसं केली आहेत, पण अशी उघड उघड वाटमारी कधीच केली नाही. चोरी करणं हे शांत अबोल कर्म आहे. लूटमार म्हणजे अतिशय बोलकं काम. चोरी करण्याहून अधिक कठीण,

साहसाचं आणि जोखमीचं. शिवाय आपल्या विद्येपेक्षा वेगळंच.

बाईनं प्रतिकार केला तर? थोडीफार झटापट झाली तर हरकत नाही, पण अगदीच गयावया करू लागली तर? दंग्यातल्या बाया पोलिसांच्या हातापाया पडून गयावया करत, ते बघूनही रघूला चीड येई. व्यसनी नवऱ्याच्या हातून विनाकारणच मार खाणाऱ्या, 'वाचवा वाचवा' अशी किंकाळ्या मारणाऱ्या, दंग्यातल्या लेकी-सुनांना सोडवण्यासाठी मानमर्यादा बाजूला ठेवून जाणारा रघू... रस्त्यानं जाणारी, अनोळखी, एकटी बाई रडूनभेकून, दोन्ही हात जोडून, जमिनीवर लोळण घेऊन गयावया करू लागली तर अशावेळी काय करेल?

विचारात गुंतलेला रघू जसजसा त्या बाईच्या नजीक जाऊ लागला, तसतसं त्याचं मन त्याला अडवू लागलं. त्यातच आणखी एका विचारानं त्याची पावलं अडखळली. चारही बाजूंच्या शेतातून जिऱ्याचं पीक उभं आहे. बनास नदीच्या काठानं राहणारे शेतकरी जिऱ्याला जिवाविशेष जपतात. म्हणजे प्रत्येक शेतात राखणीला कोणीतरी असणारच.

बाईनं अथवा तिच्यासोबतच्या मुलीनं रडारड सुरू केली तर हिवाळ्यातल्या रात्रीच्या शांत वेळी त्यांच्या किंकाळ्या उभ्या रानात दूरवर पोहोचणार. बाईमाणसाची किंकाळी ऐकताच शेतातले, जागणारे, निजलेले सगळे शूरवीर धावत येणार.

आपण सकाळपासून दिवसभर चालतोच आहोत. चालूनचालून दमलेले पाय किती तग धरू शकतील सांगता येत नाही. पायांना खूपच त्रास द्यावा लागणार. कोणत्या दिशेनं, कोणत्या वाटेनं पळून जायचं ते ठरवून ठेवायला हवं.

... आणि नेमक्या त्याच वेळी त्या घोड्यावर रघूची नजर पडली. चांदण्या रात्री शेतातल्या खोपीशी बांधलेला, दैवी भासणारा, पांढरा शुभ्र घोडा. तो घोडा हाती लागला तर कोणत्याही दिशेला शेतं, वावर, मळे पार करत पळून जाणं सोपं आहे.

घोड्याला लगाम नाहीये, नसू दे. पाठीवर जीन नाहीये. हरकत नाही. जनावराच्या मोकळ्या पाठीवर स्वार व्हायला त्याच्या मानेवरचे केसही पुरेसे आहेत. ज्या दोरीनं घोडा बांधून ठेवलाय त्या दोरीला धरून चढायचं घोड्यावर, तो वाकडातिकडा जसा धावेल तसा त्याला जाऊ द्यायचा, नंतर लांब कुठेतरी जाऊन सोडून द्यायचा आणि आपण रात्रीच्या काळोखात नाहीसं व्हायचं. झालं. सोपं आहे.

रघू त्या शेतात घुसला. परक्या पावलांच्या चाहुलीनं घोडा जरा फुरफुरला. तेवढ्यात रघूनं त्याच्याजवळ जाऊन, त्याच्या पाठीवर हात फिरवून त्याला शांत केलं. खोपीच्या कडीला बांधलेली दोरी हलक्या हातानं सोडवून घेतली.

त्या बाईची वाट अडवायची असेल तर कोणीकडे जावं याचा अंदाज घेत, किंचितही आवाज न करता रघू घोडा घेऊन निघतो तोच त्याला निंबाच्या फांदीवर लटकणारा लगाम दिसला. काम फत्ते! फांदीवरचा लगाम रघूने खांद्यावर टाकला.

जरासं वळून रस्त्याला लागलं की तोवर ती बाई अन् तिची मुलगी दोघी चालतचालत तिथं पोहोचतील. वाट अडवून उभं राहिलं की झालं. नाकातोंडावर फडकं बांधून चेहरा झाकणाऱ्याला पाहताक्षणीच ती बाई दागिने उतरवू लागेल.

रघूला जास्त वाट बघावी लागली नाही. वळणावरच्या झुडपाआडून लगबगीनं चालत येणारी बाई रघूला दिसली. नाकातोंडावर फडकं आवळणाऱ्या रघूला तिनं पाहिलं. पाहिलं आणि... जागेवरच खिळून राहाण्याऐवजी धावतच ती रघूकडे आली. आल्याआल्या रडवेल्या आवाजात बोलू लागली, "देवानंच पाठवलं भाई तुला! घोडाही पाठवला त्यानं. उमियामांला नवस बोलले तो वाया का जाईल? माझा मुलगा..." बाईच्यानं पुढं बोलवेना.

रघूला हे अपेक्षित नव्हतं. उमिया, किंवा जी कोणती देवी असेल तिचा भक्त नसला तरी मुलगा, नवससायास, बाईच्या कडेवरचं मूल, सोबतच्या लहानशा मुलीचा भयभीत चेहरा हे सगळं, एरवी विश्वास न ठेवाव्यात अशा अनेक गोष्टी मानायला रघूला भाग पाडण्याजोगं होतं.

अनायासेच रघूच्या तोंडून निघून गेलं, "काय झालंय?"

"ते सांगत बसले तर पोरगं हातचं जाईल. चल बाबा. घाई कर. घोड्यावर चढ. पट्कन कुकरवाडीला पोहोचव. भाई, तुझे उपकार जन्मभर विसरणार नाही." बाईनं कळवळून म्हटलं.

रघूनं घोड्याला लगाम चढवला. बाईला अन् तिच्या मुलीला घोड्यावर बसवलं. थोडं सरकून घ्यायला सांगून आपणही स्वार झाला. आज्ञाधारकपणे चौघांचा भार वाहत, चांदण्या रात्री घोडा निघाला.

जरा वेळ कोणीच काही बोललं नाही. शेवटी, शांतता असह्य झाल्यागत बाई बोलू लागली.

कलोल गावानजीक बाईची जमीन आहे. दारी चार म्हशी आहेत. गावी राहून स्वत: सगळं पाहते. नवरा अहमदाबादच्या मिलमध्ये नोकरीला आहे.

दोन मुलींच्या पाठीवर दोन मुलगे. खेळता खेळता थोरला बोअरच्या मोटरला की वायरला कशाला तरी चिकटला. आता हा एवढा एकच उरलाय. त्याला अजिबात नजरेआड होऊ देत नाही. बाळपणीच्या मैत्रिणीच्या लेकीचं लग्न होतं देवडी गावात. थोरल्या लेकीला घर सांभाळायला ठेवलं, पोराला अन् धाकटीला घेऊन आज तिथं लग्नाला आली होती. सकाळी उठून घरी जाणार होती.

सगळं ठीक जमलं होतं. नवरीला दागिने घालायची वेळ आली तशी वेडपटासारखी पोराला धाकटीच्या भरवशावर सोडून नवरीपाशी गेली होती, आहेर द्यायला.

तेवढ्या वेळात कोण जाणे काय घडलं, पोरगी पळत आली मागे अन् म्हणाली, "मा, भाई बोलतच नाहीये."

आईचा जीव! घाबराघुबरा झाला. कलोलपर्यंत पोहोचणं शक्य नाही. या भागात दवाखाना आणि डॉक्टर कुकरवाडीला आहे एवढंच कळलंय. पण सांगायचं कोणाला? मैत्रिणीचे भाऊ देण्याघेण्याचं बघण्यात गुंतलेत. तिच्या सासरच्या कोणाशीच ओळख नाही.

परक्या पुरुष माणसाला सोबत नेण्यात जोखीम आहेच, शिवाय ज्याला ज्याला कळेल तो आपापल्या परीनं सल्ला देत राहणार.

त्याहीपेक्षा वाईट म्हणजे 'तुझ्या मैत्रिणीमुळे लग्नात विघ्न आलं' असे टोमणे लाडक्या मैत्रिणीला जन्मभर ऐकावे लागणार.

भीतीनं व्याकूळ झालेली, लग्नासाठी घातलेल्या कपड्यादागिन्यांनिशीच पोरीच्या हाताला धरून बाहेर खेचत, पाठीत धपाटा घालत ती करवादली, ''मरत नाही मेली! जरा भावाकडे बघ म्हटलं तर तेवढंही होत नाही? कुठं नेलं होतंस त्याला?''

जन्माला आल्यापासून नशिबाला चिकटलेला अपराधी भाव सोसत, काही उत्तर न देता पोरगी नुसतेच हुंदके देत राहिली. दंडाला धरून बाई तिला ओढू लागली. ''आता आणि रडून गोंधळ घालू नकोस. चल माझ्याबरोबर. हो पुढं.''

कोणाला काही सांगण्यासवरण्याचा फंदात न पडता दोघी रस्त्याला लागल्या. रात्र तर रात्र. देवीमां रक्षण करेल. ''देवीमाते, दोघा बहिणींच्या मागे हा एकुलता एकच उरला आहे. त्याला सांभाळ गे माय. डॉक्टरकडे लवकर पोहोचायचं बळ आमच्या पायांना दे गे माय.''

काळजीभरल्या, रडवेल्या आवाजात बाई सांगत होती. पोरगी पुढ्यात बसून नुसतीच मुसमुसत होती. दोघींचं ऐकत रघू मनातल्या मनात विचार करत होता. जसजसा वेळ जात होता तसतसा रघूच्या मनातला गोंधळ वाढत चालला होता.

हिला इथंच लुटावं का? की आणखी थोडं पुढे गेल्यावर लुटावं? दवाखाना जवळ आला की, तिथंच उतरवून द्यावं आणि दागिने घेऊन घोडा पळवावा? की... सोडूनच द्यावं? रघूचं काहीच ठरेना.

विचार करता करता समोरच दवाखाना दिसू लागला, तोवर रघूच्या दृष्टीपुढून सोनं अदृश्य झालं होतं. रघूनं बाईला दवाखान्याच्या दाराशी उतरवलं. रात्र केवढी उलटलीये. डॉक्टर घरी जाऊन निजलासुद्धा असेल. त्याला उठवावं लागेल. दवाखाना उघडायची गळ घालावी लागेल. भला माणूस असेल तर ठीक, नाहीतर हातापाया पडावं लागेल.

ज्या बाईचे दागिने लुटून तिला एकटी सोडून जायचा रघूनं विचार केला होता, त्याच बाईला आता एकटं सोडणं रघूच्या जिवावर आलं. कोणती भावना, कोणता विचार, कुठले बंध आपल्याला अडवताहेत, याचा शोध घेण्याचं त्याला सुचलंही नाही.

कुठल्याशा अनाकलनीय कारणामुळे आपली पावलं अडखळताहेत एवढंच त्याला कळत होतं. एखाद्या लुण्टाकानंच असं वागावं ही भयंकर परिणामांची नांदी ठरू शकते. आपला हरवलेला घोडा शोधायला निघालेला माणूस कोणत्याही क्षणी तिथं येऊन थडकेल. दवाखान्याच्या पायरीवर उजेड सांडणाऱ्या दिव्याच्या प्रकाशात बाई रघूचा चेहरा नीट न्याहाळून लक्षात ठेवेल. रात्रीची गस्त घालणाऱ्या पोलिसांना तर रघूच्या अवतारावरूनच जात कळून चुकेल. असला धोका पत्करायचा नसतो. अशावेळी आणखी क्षणभरसुद्धा थांबायचं नसतं.

...तरीही, हे सर्व ज्ञान असलेला रघू पळून जाण्याऐवजी त्या बाईसोबत डॉक्टरच्या क्वार्टर्सकडे गेला. डॉक्टर भला निघाला. त्यानं लगेच दार उघडलं. मुलाला तपासलं. किल्ली आणि विजेरी रघूच्या हातात कोंबत म्हटलं, ''दरवाजा उघडून ठेव. हा मी आलोच.''

बाईला दवाखान्याच्या आत सोडून रघू बाहेर आला. आता तिथून निघून जाणं शक्य होतं. पायरी उतरायच्या आत पुढ्यात डॉक्टर हजर! ''अर्जुन चौधरी आलेत?''

''नाही.'' रघूनं उत्तर दिलं.

''त्यांच्याच घरची 'मंडळी' आहेत का?''

''माहीत नाही.'' रघूनं सविस्तर उत्तर द्यायचं टाळलं. डॉक्टरनं साशंक नजरेने त्याच्याकडे बघितलं. आणखी काही न विचारता डॉक्टर आत गेला. रघूच्या डोक्यात लख्खकन प्रकाश पडला. आपण ओळखू आलो नसलो तरी घोड्याची ओळख पटली आहे.

पायरीवरूनच रघू घोड्यावर चढला. फाटकापर्यंत जेमतेम पोहोचला असेल-नसेल तोवरच चार हत्यारबंद माणसं आत आली. रघू सावध झाला. चारी बाजूनं भिंत असलेल्या मैदानात मध्यभागी दवाखाना, तिथंच थोडी निवासी घरं. बाहेर पडण्याचा मार्ग बंद झालाय. इथून जायचं असेल तर फाटकाकडे जाण्याऐवजी मैदानातच घोडा पळवणं भाग आहे; तरच फाटकाजवळ असलेली माणसं आपल्यामागे येतील.

एकदा का बाहेरची वाट मोकळी झाली की घोडा सोडून रघू पळून जायला मोकळा. असेना चांदणं, मागे लागलेल्यांची नजर चुकवून पळण्याच्या कलेत रघू पटाईत आहे. घोडा सापडला म्हटल्यावर हे लोकही रघूचा नाद सोडून देण्यातच शहाणपणा समजतील.

रघूनं मैदानात घोडा पळवायला सुरुवात केली. घोडा दवाखान्याच्या पिछाडीला गेला. ती माणसं आरडाओरडा करत त्याच्यामागे धावू लागली. घोड्याला इजा होईल या भीतीपोटी ते हत्यार फेकणार नाहीत याची रघूला खात्री होती.

फाटकाशी कोणी नाही या विचारानं रघूला चेव चढला. मागच्या माणसांना जवळ येण्याचा मोह व्हावा इतपत त्यानं घोड्याचा वेग मंद केला. माणसं दवाखान्याच्या

पिछाडीला पोहोचली आणि घोडा समोरच्या कोपऱ्यापर्यंत गेला की पुरे! घोडा तिथंच सोडून आपण भन्नाट वेगानं फाटकाबाहेर जाऊ. कोंडीत सापडल्यानंतर सुटका करून घेणाऱ्या परिपंथिकाला पुन्हा पकडणं अशक्य! कोणाच्या बापालाही ते जमणं शक्य नाही!

रघूचा उत्साह वाढला. स्वत:हून निर्माण केलेल्या भलत्या जंजाळातून मुक्त होण्याचा क्षण येऊन ठेपलाय. दोन-चार क्षणांचा अवधी मिळायचाच काय तो अवकाश. तेवढा मिळाला की झालं.

वेळ ही अत्यंत मौल्यवान चीज आहे. सफलता, निष्फलता, मुक्ती, कैद कधी कधी तर जीवन आणि मृत्यूसुद्धा... हे सगळं काम किती वेळात पार पाडता आलं यावर अवलंबून असतं. 'रात्रीचे कारागीर' वगळता, काळवेळाची खरी किंमत अन्य कोणालाच कळत नाही.

या कलावंतांची युगानुयुगांपासून चालत आलेली महेच्छा जर कोणती असेल तर ती म्हणजे वेळ. समय. रघूनं खुद्द आपल्या बापाच्या तोंडून ऐकलं होतं. वस्याकनं त्या रात्री फौजदाराला म्हटलं होतं, ''म्हारा बापदादे बखतास गोती रे, पड बखत कडी गोत लाध्या नाई – आमच्या बापजाद्यांच्या काळापासून शोधत आलोय, पण वेळ म्हणतात तो कधी सापडला नाही. इतिहास तपासून बघा साहेब, या पृथ्वीच्या पाठीवर एकही वस्तू अशी नाही, जी आम्ही चोरून आणू शकलो नाही! भल्याभल्या चिजा, अगदी तुम्ही म्हणाल ती वस्तू आम्ही आणून हजर केलीये. बस, एक वेळ म्हणतात तो बेटा कधीच कुठे मिळाला नाही. कोणाही समोर हार न मानणारे आम्ही या क्षण, पळ, प्रहरांपुढे मात्र सपशेल हरलो.''

वस्याकनं फौजदाराला सांगितलं होतं, ''बस, केवळ दोन मिनिटांचा फरक पडला साहेब, नाहीपेक्षा तुम्ही आता चार जमादार घेऊन आला होतात, पण बाप्पा हा वेळ कमी पडला नसता ना, तर तुम्ही भले अख्खी पलटण घेऊन आला असतात तरी मी तुमच्या हाती लागलो नसतो.''

पोलीस ऑफिसरला हे माहीत आहे, अनुभवही तसाच आहे. वस्याक बोलतोय ते पूर्णसत्य आहे याची त्याला पुरेपूर जाणीव आहे. शेळ्यामेंढ्या-गाढवांसकट रानावनातून भटकणाऱ्या आणि मिळेल त्या जागेवर मुक्काम ठोकणाऱ्या या जनांना निसर्गानं काय दिलं नाही?

निसर्गातल्या ऋतूंनी या धरतीपुत्रांना किंचितसा बदलही ऐकायला, हुंगायला, चाखायला शिकवलं असेल. पशुपक्षी, जीवजंतू यांच्या अतिसूक्ष्म हालचाली टिपू शकणाऱ्या या भूमिपुत्रांपासून काहीच लपून राहू शकत नसेल. सापाला शेपटीनं आणि विंचवाला नांगीनं पकडून ठेचणाऱ्यांना जणू निसर्गानं वरदान दिलंय– 'जा तुम्हाला जमणार नाही असं काम आणि सुचणार नाही असा उपाय या पृथ्वीतलावर

कुठेच नसेल.'

ऑफिसर पूर्णतया जाणून आहे, या तिमिरगामींच्या – निव्वळ स्पर्शाद्वारे वस्तू आणि ठिकाण ओळखू शकण्याची अनोखी कला, पायांतली अप्रतिम गती आणि मस्तकातलं तेवढंच गतिमान तंत्र – या अमोघ शक्ती आहेत. मोठमोठ्या अधिकाऱ्यांवर मात करतील इतक्या प्रबळ.

अती वेगानं निसटणारे सरडे, घोरपडी, हरणं वा ससे यांपैकी कोणालाही, कुठे, केव्हा, कसं अडवून, घेरून पकडावं यासाठीची युक्ती, प्रयुक्ती, तयारी अशीच आपोआप होत नसते. रानात भुईसपाट होऊन, दबा धरून अचानक झडप घालून कमालीच्या वेगानं पळणाऱ्या बिबट्यापासून आपल्या पोराबाळांना, कोकरा-गाढवांना सदैव जपायचं काम सोपं नाही.

कोणाकडे, कुठे, काय आहे, कसं आहे, किती आहे याची बित्तंबातमी तोंडोतोंडीच काढून आणायची म्हणजे येरागबाळ्याचं काम नाही. जबरदस्त वेगानं डोकं चालवता यावं लागतं त्यासाठी!

सतत हिंडत राहणाऱ्या या माणसांना सारं काही मिळालं आहे, मिळाला नाही तो म्हणजे फक्त वेळ. त्यांनी जे काही करायचं ते मध्यरात्री. रात्रीच्या दुसऱ्या प्रहराच्या शेवटी सुरुवात करायची आणि रात्रीचा तिसरा प्रहर संपायच्या आत आपलं कामही संपवायचं.

फौजदार म्हणालेच, "आम्ही तुमचेही बाप आहोत. काय समजलात? तुम्हाला पकडण्यासाठी कोणत्या हिकमती लढवायच्या ते आम्हालादेखील माहीत असतं बेट्यांनो!"

वस्याकनं पाटडी गावच्या पोलीस ठाण्यात वाबीच्या अन् रघूच्या समोरच मोठ्या साहेबाला सुनावलं होतं, "मी तरी तेच सांगतोय साहेब, आम्हाला जर जास्त वेळ मिळाला तर तुमचं काय होईल हे सगळी दुनिया, तुम्ही स्वत: आणि तो आकाशातला देव सगळेच नीट समजून आहात साहेब! तुम्हाला ठाऊक आहे की, आमच्यासारख्या वरदान लाभलेल्या माणसाला पुरेसा वेळ दिला तर तो एखाद्या चक्रवर्ती सम्राटासारखा उभा ठाकेल, पण तसं होणं तुम्हा तिघांनाही परवडण्याजोगं नाही. म्हणून तर आम्हाला पुरेसा वेळ मिळू न देण्याची युक्ती साहेब, तुम्ही काय, देवानंच योजून ठेवलीये."

यशाच्या टोकावर जाऊन पोहोचलेल्या रघूलादेखील आज त्या काळापुढे हार पत्करावी लागली.

दवाखान्यात भरती झालेल्या रोग्यांचे कपडे, दवाखान्यातली पांघरुणं, चादरी वगैरे वाळत घालण्यासाठी बांधलेली गॅल्वनाइज्ड तार रघूला चांदण्याच्या अंधूक प्रकाशात दिसली नाही. पुढ्यात काहीतरी असल्याचं जनावराच्या डोळ्यांनी मात्र

बरोबर टिपलं. पुढचे पाय उंचावून घोड्यानं आपली गती रोखली आणि उलटा फिरून तो थांबलाच. रघू खालीच पडायचा, पण कसाबसा वाचला.

आता वेळच नाहीये. उडी टाकून पळून जाणंही शक्य नाही. पाठलाग करणारे काठी फेकून मारणार, यात शंकाच नाही. शरण जाऊन माफी मागण्यात अर्थ नाही आणि एकट्यानं चार-पाच जणांचा मुकाबला करण्यातही तथ्य नाही.

अशा प्रसंगी मन आणि शरीर दोन्ही जपायची एक नैसर्गिक रीत आहे. रघू ती निसर्गाकडूनच शिकलाय. लहानपणापासून त्यानं बघून ठेवलंय की, अगदीच निरुपाय झाला की लहानसा ससा धूम ठोकून पळायचं सोडून बेशुद्ध झाल्यासारखा, झाडोऱ्यात घुसून पडून राहतो. घोरपड दिसेल त्या छिद्रात वा दगडगोट्याखाली तोंड खुपसते आणि जे व्हायचं असेल ते सहन करायला सज्ज होते. कासव आपलं अंग चोरून आपल्याच पाठीखाली दडून बसतं.

एक आहे, साप फणा काढून फूत्कारतो, पण स्वत:ला जिवंत ठेवण्याची 'अमृत-कुपी' त्याच्यापाशी आहे. रघूपाशी असं काहीच नाही. रघूनं शरीर आक्रसून घेतलं. दोन्ही हात मानेमागे घेऊन डोकं छातीला टेकवलं. मणका न् मणका मोजून घेता यावा असा पाठीचा कणा बाहेर काढला. एवढं करून तो दवाखान्याच्या भिंतीला घोरपडीसारखा चिकटून स्तब्ध पडून राहिला. हात, पाय, पोट, डोकं सगळं दवाखान्याच्या त्या भिंतीला सोपवून दिलं. जमेल तेवढ्याचं ती रक्षण करेल.

पाठलाग करणाऱ्यांना रघूपेक्षा घोड्याची जास्त गरज होती. दोघंजण घोड्याला शांत करण्यात गुंतले. इतर दोघातिघांनी तोंडातल्या तोंडात काहीतरी पुटपुटत रघूला झोडपायला सुरुवात केली. एकाला तर जास्तच चेव चढला. त्यानं रघूच्या कुशीत चाकू खुपसला.

ती माणसं आणखी अत्याचार करायला धजावणार तेवढ्यात मागच्या भिंतीवरचा दिवा लागला. खिडकीतून डोकावत डॉक्टरांनी विचारलं, "अरे, कोण आहे रे? काय गोंधळ चाललाय?"

खिडकीखालीच रघूवर तुटून पडलेली माणसं काठ्या, सुऱ्या तिथंच टाकून, लपत-छपत पळून गेली. घोड्यासकट मैदानाबाहेर जाणाऱ्या दोघांपैकी एक तिथूनच ओरडला, "चौधरी काकांचा घोडा चोरलाय या भामट्यानं. त्याला..."

बोलता बोलता तो अर्ध्यातूनच थांबला. पळून गेलेल्यांना कोणी बघितलं नाहीये, मग आता आपणहून आपली ओळख का म्हणून द्या? खिडकीखाली पडलेल्याला कोण जाणे काय लागलंय, किती लागलंय, कोणी मारलंय...! भलतंच काही झालं असेल तर आपणच गोत्यात येऊ!

बाहेर निघून डॉक्टर रघूजवळ आले तोवर मैदान रिकामं झालं होतं. तिथं कोणी नव्हतं. रघूला उठवत ते म्हणाले, "चल, आत ये. किती लागलंय ते पाहायला हवं.

रक्त किती वाहतंय बघ. टाके घालावे लागतील बहुतेक!''

पळून जाण्याखेरीज दुसरं काहीही करायची रघूची इच्छा नव्हती. भिंतीला टेकून उभं राहत त्यानं म्हटलं, ''कणीस चोळून जखम भरून घेईन मी.''

डॉक्टर पुढे काही बोलण्याआधी भिंतीच्या खिडकीतून, त्या बाईसोबत आलेल्या मुलीचा घाबरलेला, उत्तेजित स्वर आला, ''मा, तो बघ चोर!''

डॉक्टर रघूला जाऊ देईनात. औषध लावा, पट्टी बांधा, असं करण्यात अर्धा तास गेला. औषधपाणी करून झाल्यावर रघूला छोट्या बाळाच्या शेजारच्या खाटेवर निजायला लावलं. मग बाईला म्हणाले, ''मी आता घरी जातो. घाबरायचं कारण नाहीये. तुमच्या बाळानं डोळे उघडले की मला बोलवा. तसा बरा आहे तो.''

चोर आपल्या भावाच्या खाटेशेजारीच निजलेला पाहून पोरगी 'मा'ला बिलगली. हलक्या आवाजात कुजबुजू लागली. तिच्या 'मा'नं नाकावर बोट ठेवून गप्प राहायची खूण केली. आपण स्वत: मुकाट्यानं पोराच्या डोक्यावरून हात फिरवू लागली.

छोटी मुलगी आपल्याला घाबरते आहे हे बघून रघूला विनाकारणच संकोच वाटत होता. त्याला वाटलं, पोरीला जवळ बोलवावं, डोक्यावर हात ठेवून म्हणावं, 'घाबरू नकोस पोरी. मुळीच घाबरू नकोस. मी आहे ना!'

'मा'नं पोरीला भावाशेजारी निजवलं. स्वत: पोराच्या उशाशी बसून कसलेसे मंत्र म्हणू लागली. ते ऐकता ऐकता झोपी गेलेल्या मुलीप्रमाणेच रघूलाही गुंगी आली.

शरीराला अचानक झालेल्या स्पर्शानं दचकून रघू उठून बसला. उपजत स्वभावानुसार उडी मारून पळूनच जाणार होता, पण शरीरातली वेदना आणि शेजारी उभी असलेली स्त्री दोघांनीही काही न म्हणता त्याला अडवून धरलं.

आपल्या रुमालात बांधलेले पैसे काढत त्या बाईनं रघूला म्हटलं, ''हे धर. महेसाण्याहून सहा वाजता निघालेली गाडी मिळेल. नीट चाललास पटापटा तर पोहोचशील वेळेवर.''

रघूला हे फारच अनपेक्षित होतं. तिनं पुढं केलेल्या हातांतल्या पैशांकडे रघू बघत राहिला.

''सगळं माहीत आहे मला! तू माझ्या मागेमागे येत होतास तेव्हाच मला संशय आला होता. मग घोडा घेऊन आलास, तोंडावर फडकं आवळलंस तशी खात्रीच पटली. उमिया 'मा'नंच तुला सद्बुद्धी दिली. आता पळ जा. माझ्या मुलाला वाचवणाऱ्याला पोलिसांनी पकडून न्यावं हे होऊ देणार नाही मी!''

कोण्या अनोळखी, अपरिचित जगात येऊन पडल्यासारखं रघूला वाटू लागलं. तो उठला. पलीकडच्या टेबलावर अंथरलेली निळी चादर अंगाभोवती लपेटून घेऊन त्यानं जखमेवरची पट्टी लपवली. बाईकडे न बघता हळूहळू पावलं टाकत तो निघाला. बाई त्याच्या पुढ्यात येऊन उभी राहिली. आपल्या हातातले पैसे रघूच्या

चादर लपेटलेल्या हातात बळंच कोंबत म्हणाली, "गाडीनंच जा. माझे आशीर्वाद आहेत तुला. देवीमाता तुला पुन्हा धडधाकट करो, तुझ्या हातून चांगली कामं करवून घेवो."

खरंतर रघूला हसू यायला हवं होतं; पण झालं उलटंच. त्याचे डोळे भरून आले. रात्र होती म्हणून बरं. एरवी रघूसारखा कठोर, इतका खंबीर माणूस असा दिसला असता कोणाला, तर शरमेनं मरायची पाळी आली असती!

रघू मुकाट्यानं निघाला. दार ओलांडून ओट्यावर आला. त्यानं मागे वळून पाहिलं. बाई पुन्हा मुलाच्या डोक्यावरून हात फिरवत बसलेली दिसली. मुलगी गाढ झोपली होती.

रघूनं शरीर आवळून घेतलं, गती वाढवली, पायऱ्या उतरून झपाझप चालत तो फाटकाबाहेरच्या चांदण्यात नाहीसा झाला. कुकरवाडी स्टेशनाकडे चालत जाताना रघूचं मन क्षुब्ध झालं होतं. राहून राहून त्याला त्या स्त्रीचे शब्द आठवत होते, 'तुला देवीमाता धडधाकट करो, तुझ्या हातून चांगली कामं करवून घेवो.'

आपण करतोय ते काम चांगलं आहे की वाईट हा विचारदेखील आजवर कधी रघूच्या मनाला शिवला नव्हता. 'आपण, आपले साथीदार, सगळे जण जे काही करतो ती आपली जन्मजात विद्या आहे. आपली उपजत कला आहे आणि त्या कलेचा उपयोग करणं हा आपला धर्म आहे' यापलीकडे रघू काही जाणत नव्हता.

आपलं जीवन कंठण्यासाठी, स्वत:च्या उपजीविकेसाठी प्रत्येक प्राणिमात्र ज्या कोणत्या विद्यांचा आधार घेतो, त्या सर्व विद्या म्हणजे कलाच असतात, हे रघू अगदी स्पष्टपणे जाणून होता. त्या दृष्टीनं पाहता, व्यापारापासून ते अगदी सफाईकाम करणाऱ्यापर्यंत प्रत्येकजण कलाकारच आहे. त्या कलांचे चौसष्ट प्रकार सांगून शास्त्रानं रघूच्या कामाला आणि त्याच्या विद्येलाही 'कला'च म्हटलं आहे.

शास्त्रांत सांगितलेल्यापलीकडे जाऊन जे शिकायचं ते आज रघूला एक अपरिचित, घरगुती, साधीभोळी गृहिणी नकळत शिकवून गेली. तिनं रघूच्या आकलनात भर टाकली आहे. त्याच्या विद्येला एक अनोखं, नवं परिमाण दिलं; नवी दिशा दाखवली.

आपल्या एका वाक्यातून त्या स्त्रीनं रघूला दोन गोष्टी सांगितल्या. पहिली म्हणजे, आपल्या उदरनिर्वाहाच्या कामातही माणूस आपल्या अंत:प्रेरणेनुसार आचरण करू शकतो, दुसरी म्हणजे मनुष्य सोडून दुसरा कोणताही प्राणी आपल्या लोभाच्या तुष्टीसाठी आपल्या कलेचा उपयोग करत नसतो.

२२

सतीला काळजी वाटू लागली. रघूला स्पष्टपणे विचारता येत नव्हतं. बाप द्वारकेला जायला निघाला होता हे तिला एकटीलाच माहीत होतं. आज अचानक असा मारल्याझोडल्या अवस्थेत, तुटून मोडून पडल्यागत घरी आला होता. आत्ता इथं चारचौघात काही विचारणं शक्य नव्हतं.

खबर विचारायला येणारे लोकही, रघूला किती लागलंय, आता कसं आहे, कितपत आहे एवढंच विचारणार. कुठं, का, कशामुळे लागलं यातलं काहीही ते विचारणार नाहीत. अगदीच जवळची मोजकी माणसं कदाचित विचारतील.

हे काम किती जोखमीचं असतं, त्यात कोणकोणते धोके असतात ते सर्वांना ठाऊक आहे. कारागीर नेमका कुठं गेला होता. तिथं नेमकं काय झालं त्याची खबर हळूहळू पसरत जाते तेव्हा बाहेर येईल तेवढं येईल. आपणहून विचारायची खटपट कोणी करणार नाही.

लोकांच्या जमावानं धरून ठोकलं असेल, कुठून तरी जोरात पडला असेल, न केलेले गुन्हे कबूल करायला लावण्यासाठी अमर्याद जुलूम, अत्याचार झाले असले तरी कोणी सांगत नाही. लागणं, मार बसणं नेहमीचंच आहे. हातपाय मोडणं, जखमा होणं... चालायचंच. कधीकधी मृत्यूही ओढवतो. त्याला इलाज नाही. जन्माला येताना सटवाईकडून कपाळावर हे सारं लिहवूनच तर जन्म घेतलाय!

भेटायला आला आहात ना? माहीत असेल तर औषधपाणी काय करायचं तेवढं सांगा. जमतील ते उपाय सुचवा. बाकीचं विचारून काय साधणार?

सतीचे उपचार सुरू होते. चार-पाच दिवसांनी जरासा आराम पडला तसं रघूनं म्हटलं, "लवकर बरं व्हायला हवं. तिकडं द्वारकेला ते वाट बघत असतील."

"बघतील वाट तर बघू देत," सती उद्गारली. "अजून महिनाभर कुठं जायचं नाव काढायचं नाही. कोण जाणे कुठं गेला, कोणाशी भांडला तंडला अन् एवढं मोठं लागून घेतलंय."

रघूनं उत्तर दिलं नाही. फक्त स्वत:शी पुटपुटला, "सोनं आपल्याला लाभणार नाही म्हणून बापानं बजावून ठेवलं होतं, तरी पडलो लोभात, मग काय होणार दुसरं?"

कानावर पडलेले शब्द ऐकून सती चपापली. पोटात खड्डा पडल्यागत झालं. रघूसारख्या नायकानं असले विचार करायचे नसतात, असं नायकांचा इतिहासच सांगतो. स्वत:च स्वत:ला खच्ची करण्यासारखं आहे ते.

‘‘हॅ! खोटं, सपशेल खोटं. हज्जारदा खोटं. तुला कोणी सांगितलं, आपल्याला सोनं लाभणार नाही म्हणून?’’

‘‘माझ्या बापानं. वस्याकनं. तो नेहमी म्हणायचा, मूठभर धान्याचे आपण धनी. सोन्याच्या लोभात आपण पडू नये.’’

सतीनं चिडून म्हटलं, ‘‘लोभात न पडणं वेगळं आणि न लाभणं वेगळं. दोन्ही गोष्टी वेगळ्या आहेत. एवढं मोठं धान्य आणता ते लाभतं आणि सोनंच तेवढं नाही लाभत? ते का म्हणून?’’

उत्तरादाखल रघू फक्त थोडंसं हसला.

बापावर आक्षेप घ्यावा अशा स्वरात सतीनं पुढे म्हटलं, ‘‘गरज होती तेव्हा कुठलाही लोभ न धरता मी स्वत: सोनं आणलं होतं. मला कुठं काय झालं? वाटलंच तर अजूनही आणेन. आणि वस्याकचं म्हणशील तर, सांगते तुला. तो सोन्याबद्दल बडबडायचा, मग भगत बनून राहिला... त्याला कारणं होती. वस्याकची गोष्टच वेगळी.’’

‘‘म्हणजे, माझा बाप त्याची सगळी कहाणी तुझ्या आईच्या पोटात शिरून तुला सांगून गेला म्हणायचा.’’ रघूनं टोमणा मारला.

सतीला हसू फुटलं. ‘‘मी जन्माला यायच्या आधीच मरून गेलेला माझा आजा मला काय सांगणार होता? त्यानं सांगितलं असेल तर नानकीला! जुन्या काळच्या कहाण्या मला सांगितल्यावाचून नानकीला राहावतं कुठं? वस्याकबद्दल तिनं मला सगळं सांगितलंय. सांगेन तुला कधीतरी. आत्ता एवढंच बघायचं– हे लाभत नाही, ते लाभत नाही असल्या गोष्टी मनात आणायच्या नाहीत.’’

खरं होतं सतीचं. असल्या अफवा माणसाला मनानं दुबळं करून टाकतात. साहस आणि जोखीम यांच्याच आधारावर ज्यांचं आयुष्य उभं असतं, त्यांचं मन खंबीरच असावं लागतं. त्याखेरीज चालणारच नाही. अंधारात जे सापडेल ते घेणं हेच ‘मलिम्ला’चं काम आहे. मग, नको असलं तरी, क्वचित कधी सोनं पदरी पडणार. ते टाकून तर द्यायचं नाही?

शंकाकुशंका, संभ्रम, भीती मनात सगळं एकाच वेळी असतं. आजच्या कामातून निर्माण झालेली भीती उद्याच्या कामाला निघताना नडणारच. उद्याच्या कामातल्या जोखमीत आणखी त्या सोन्याबद्दलच्या शंकेची भर! छोटी असो की कशी असो, मनात आलेली शंका, रात्रीच्या नायकाला घातकच ठरणार.

वस्याकनं सोन्याचा मोह का सोडला ती गोष्ट रघूला आज नाही तरी, लवकरात

लवकर सांगून टाकायची असं सतीनं ठरवलं.

...पण तशी संधी सतीला मिळालीच नाही. रघू शहरात आहे, असं पाहून नानकीनं तापीलाही बोलावून घेतलं आणि सतीचं लग्न उरकून टाकायचा विषय काढलाच.

रघू जरा बरा झाला तशी नानकी म्हणाली, ''माझ्या डोळ्यांदेखत पोरीला उजवून टाक. तुझी पोरगी लहान नाही आता. पंधरा-सोळाची तरी झालीच असेल. तुझ्या लग्नाच्या वेळी बाराची होती आमची तापी!''

''सध्या थांबा थोडं. मी बरा झाल्यावर...'' द्वारकेला जायची गोष्ट रघू उघड करू शकत नव्हता आणि पोरीचं लग्न काढण्याइतके पैसे आत्ता त्याच्यापाशी नव्हते.

''थांबा काय थांबा?'' नानकी आजी उसळून म्हणाली, ''उद्या मी गेले मरून तर आणखीच कठीण होऊन बसेल. त्यात आणि कंबरड्यात भोकसं करून आणलंयस. काही बरंवाईट झालं तर तापीनं गोत गोळा करेतो वर्षभर सहज निघून जाईल.''

तोंडावर असं फाड्कन नानकीच बोलू जाणे. तिचंही चुकीचं नाहीये म्हणा! मृत्यू सगळ्याच शुभकार्यांच्या आड येतो. प्रथा पडतात कशामुळे कोण जाणे, पण पाळाव्या लागतात एवढं खरं!

जे कोण हजर असेल त्यानं मृत्यू पावलेल्याचा अग्निसंस्कार करायला हरकत नसते; पण त्यानंतर त्या घरच्या माहेरवाशिणींना बोलवावंच लागतं. मुली, बहिणी, आत्या... सगळ्या याव्या लागतात. नंतरच्या दिवसांतल्या पूजाबिजा करायच्या त्या मुली-जावई, आत्या-त्यांचे नवरे असे सगळे जण आल्यानंतरच.

एकदा ते सर्व जमले की, मग पूर्वजांचं प्रतीक म्हणून तो त्रिकोणी दगड पूजायचा. पंचतत्त्वांची पूजा करायची. आलेल्या पाहुण्यांनी पंचतत्त्वांना अंजली वाहायची.

त्या घरचे जावई व्यवहाराप्रमाणे बकरे घेऊन आलेत. त्यांना दारूनं अंघोळ घालायची. शरीरावरनं ओघळणारा तो द्रव बकऱ्यानं झटकून टाकला तरच मग पुढचे विधी करायचे.

पुढच्या विधींचं वर्णन करणं अवघड आहे. कला आणि साहित्य यांना अरोचक वर्णनांपासून शक्य तेवढं दूर ठेवावं असं देवांनी आणि ऋषींनी म्हणून ठेवलंय.

तेवढे ते विधी उरकले की, लेक-जावयांनी मयतीनंतरच्या व्यवहाराप्रमाणे पैसे वगैरे द्यायचे. मुलीनं टोपी-पगडी काही आणलं असेल तर ती घरातल्या वडीलधाऱ्याला घालायला द्यायची.

कणकेच्या चुरम्याची पिंड करायची. त्यावर गुळानं डोळे काढायचे, पूर्वजांची नावं घेत श्राद्ध करायचं. त्यांना आहुती द्यायची. मग सोयऱ्यांनी एकमेकांना गुळाचं

पाणी पाजलं की, प्राथमिक विधी पूर्ण झाला. एवढं सगळं करायचं कुठं, तर मेलेल्याला अग्नी दिला तिथं. त्याच जागी जाऊन करायचं.

एवढं केलं असेल तरच बारावं करायची मुभा. बाराव्याला तांदूळ शिजवून, कुंडामध्ये म्हणजे कोऱ्या माठात भरायचे. तूप, साखर, खवा हे त्यातच टाकायचं. कुटुंबातल्या प्रत्येकाचे हात त्या कुंडाला लागले पाहिजेत. जातीतल्या एकजात सगळ्यांना बोलावलं, जेवूखाऊ घातलं तरच बारावं नीट पार पाडलं म्हणायचं. त्यानंतर मगच सुतक संपणार. 'शोक उतरवायची' परवानगी त्यानंतरच मिळणार.

लेकीबाळींनी, बहिणींनी अशा तऱ्हेनं शोक उतरवला की, नंतरच घरात सणवार, शुभकार्य साजरं करायचं. शोक उतरवेपर्यंत शुभकार्याला मनाई!

हे सर्व अमुकच काळात पार पडेल याची अजिबात खात्री नाही.

सदैव रानावनातच भटकत फिरणारे सगेसोयरे. कोणत्या वेळी कोण कुठं असेल काय सांगता येतंय! मुळात सगळ्यांपर्यंत बातमी पोहोचवायची म्हणजे सोपी गोष्ट नाही. खबर मिळाली तरी कोण केव्हा येऊ शकेल ते काहीच निश्चित नसतं.

त्याहीपेक्षा मुख्य म्हणजे पैशाची सोय वेळेवर करता येईल याचीही खात्री नाही. कधीकधी, मेलेल्याचं बारावं घालायला वर्षसुद्धा उलटून जातं. तोवर 'शोक उतरत' नाही आणि शोक उतरत नाही तोवर मंगलकार्य होऊ शकत नाही. एक एक करत सगळंच लांबणीवर पडत जातं.

म्हणून नानकी म्हणत्येय ते बरोबर आहे. सगळं नीटनेटकं जागच्या जागी आहे, सगळे धडधाकट सहीसलामत आहेत तोवरच सतीला उजवली पाहिजे. मुलगा बघून ठेवलाय. भागूचा विठ्ठल. जवळपास सतीच्याच वयाचा. मुलगामुलगी दोघं एकमेकांना ओळखतात. सोबत कामही केलंय दोघांनी.

पूर्वी असं नसायचं. एकेकाळी आईबाप अथवा घरातली वडीलधारी मंडळी पाळण्यातल्या पोरापोरीचं लग्न लावून द्यायचे. शब्द देऊन ठेवायचे, लग्नविधी सोयीनं नंतर करायचे.

यात कोणाला अडचण वाटत नसे. सासरी पाठवण्याजोगी होईपर्यंत मुलीनं हेच बघितलेलं असे की, मा, काकी, मामी, मावशी... एकजात सगळ्याजणी नवऱ्याचा मार खातात. मार खात खात त्याला सांभाळतात, जपतात. दारू पिऊन दंगा करणाऱ्या नवऱ्याला शांत करायची विद्या या मुली बालपणापासून शिकतात. आणखी एक. नवरा जे काय घरी घेऊन येईल ते आणि तेव्हाच खायला मिळतं.

म्हणून तर सतीच्या लग्नाचं कळलं तसं प्रत्येकानं म्हटलं, "मोठी नशीबवान! लग्नाच्या आधीपासून ओळखतेय विठ्ठलला!"

नानकीनं स्वत: खर्च करून सतीचं लग्न लावून दिलं. त्रिकोणी दगडाची आणि पूर्वजांची पूजा करवली. विठ्ठलच्या 'मा'नं सतीच्या बापाला एकशे दहा रुपये दिले.

त्यातले शेवटचे दहा रुपये अगदी वाजवून दिले. खणखणाट साऱ्यांच्या कानी पडेल असे वाजवून दिले.

पैशांची पुरती ओळख व्हायच्या आधी धान्य द्यायचा रिवाज होता. मग दहा पया, दहा पैसे, दहा रुपये असं वाढत गेलं. काळ सरत गेला तशी रक्कम वाढत गेली.

आजच्या एकशेदहा रुपयांपैकी ते खणखण वाजवून दिलेले दहा रुपये मुख्य होते. शंभर वरचे, हौसेखातर दिलेले. त्या दहा रुपयांच्या जोरावर विठ्ठल सतीला ठणकावून म्हणू शकला असता... 'वाजवून रुपये दिलेत अन् आणलीये तुला!'

लग्न लागल्यानंतरचे रिवाज पार पाडायला विठ्ठलनं नकार दिला. वहिन्या, लग्न झालेल्या माम्या, मावश्या हिरमुसल्या. ना सतीच्या बापाला – रघूला – पगडी मिळाली, ना पोरीवर चांगले संस्कार करून वाढवल्याचा तोरा मिरवायची तापीला संधी लाभली.

या लग्नामुळे सगळ्यांत जास्त सुखावली ती नानकी आजी. कित्येक वर्षांपूर्वी आपल्या बहिणीच्या मुलीचं म्हणजे तापीचं लग्न तिनं स्वत: शोधलेल्या वराशी म्हणजे रघूशी लावलं होतं. आज त्याच भाचीची मुलगी सती हिची नानकीनं मोठ्या आनंदानं, समाधानानं पाठवणी केली होती.

पिकू लागलेल्या केसांच्या, लफ्फेदार झगमगत्या कपड्यांतल्या भागूबाई सतीला घेऊन निघाल्या.

सासरी निघालेल्या एकुलत्या एका लेकीला पोटाशी धरून 'मा' रडता रडता काय काय अन् किती किती सांगत होती. रघू नायकाचे डोळे भिजतील हे होणं नव्हतं. त्यानं पोरीला जवळ घेतलं. तिची पाठ थोपटली आणि जड आवाजात फक्त एवढंच म्हटलं, "बाप का नाम मत गुंमाये– बापाचं नाव घालवू नकोस."

नानकी आजीच्या गळ्यात पडून सती तिच्या कानात कुजबुजली, "तू चल की सोबत. माझं एक काम करायचंय तू."

सतीचं काय काम असेल ते ताडलं असलं, तरी नानकीच्या चेहऱ्यावर किंचितसाही बदल झाला नाही. सेटलमेंटमध्ये नानकीला खूप मान आहे. शिवाय दूरच्या नात्यानं ती भागूची आत्या लागते. त्यामुळे जायचं म्हटलं तर ती सतीसोबत विठ्ठलच्या घरी जाऊ शकत होती. तशी गेलीच.

गृहप्रवेशाच्या वेळी सतीनं बोटांपासून मनगटापर्यंत पूर्ण तळहातानं सासूच्या पायांना स्पर्श केला. भागीला वाटलं, नवी नवरी घरी आल्याआल्या फारच नम्रपणा दाखवतेय.

सती उठली. कपडे सावरत पुढे सरकून नानकीच्या पाया पडली. तिचे दोन्ही हात आपल्या हाती घेऊन डोळ्यांना लावले. आपल्या हातात काहीतरी आल्याचं

नानकीला जाणवलं.

सतीला मिठीत घेत गुरुमंत्र द्यावा असं नानकी तिच्या कानात पुटपुटली, ''तू कोण आहेस ते जगाला दाखवून देईल आणि मुळात तू जी आहेस तिथवर तुला घेऊन जाईल असं कौशल्य प्राप्त कर माझे बाई!''

दुसऱ्याच क्षणी, त्या छोट्याशा घरातल्या भिंतीवर टांगलेल्या देवादिकांच्या आणि पूर्वजांच्या तसबिरींना नमस्कार करायला सती वळली. शेवटी, पाणी भरलेले हंडे-कळशा ठेवायच्या जागी डोकं टेकवलं.

एका विधीतून मोकळीक मिळालेल्या भागूला अजून पुष्कळ प्रथा पार पाडायच्या होत्या. पूर्वज, नदी, विहीर, सूर्यदेव, चंद्र यांतलं कोणी उगाच रुसायला नको!

भागूच्या सेटलमेंटमधल्या लहानशा घरात दोन दिवसांपूर्वी आलेले पाहुणे आज परतणार होते. त्यांना निरोप द्यायचा होता. सगळं उरकेतो रात्र झाली. शेवटी संपलं एकदाचं. सून आपल्या खोलीत गेली.

'हुश्श' म्हणत भागू दिवसभराचे नवेकोरे कपडे बदलू लागली, तोच उजव्या पावलाच्या घोट्याकडे तिचं लक्ष गेलं. आयुष्यभर सोबत करून आपल्याबरोबरच सरणावर चढेल असं म्हटलेली ती चिरकालाची सोबतीण, कडं म्हणवणारी ती तार तिथं नव्हती!

भागीच्या पोटात खड्डा पडला. एवढंसं घर. खाली पडली असती तर नजर फिरवताक्षणी दिसली असती. पण छे! कुठंच दिसत नव्हती.

भागीला तोंडातून शब्द काढायची पंचाईत होऊन बसली. आपल्याच हातून आपली वस्तू हरवल्याची नामुष्की नव्या नवरीपुढे व्हावी हे परवडण्याजोगं नव्हतं. घरातल्या कोणापाशी बोलायची सोय नव्हती. बोलली असती तर भागी अत्यंत चतुर असल्याचा गेल्या कित्येक वर्षांचा या लोकांचा भरवसा स्वतःच्या जितेपणीच लयाला गेला असता. मरण पत्करलं त्यापेक्षा!

एकाएकी भागूच्या लक्षात आलं – पाया पडताना सूनबाईनं जरा जास्त वेळ लावला होता. थोडासा विचार करताच भागू समजून चुकली, तीच. नक्की तीच.

त्या दिवशी नानकीच्या घरी सुनावलं नव्हतं का, 'लग्नानंतर सुनेनं सासरी पाय ठेवताच सासूचं अथवा सासऱ्याचं काहीतरी चोरून दाखवायचं अशी पद्धत होती पूर्वीच्या काळी.' आपल्या त्या शब्दांनीच चुणूक दाखवून दिली असल्याचं कळायला भागूला वेळ लागला नाही.

सांगता येत नाही आणि सहनही होत नाही, अशी ही गोष्ट सतीपाशी बोलायची सोयच नव्हती. आपल्या वस्तूची तिच्यापाशी चौकशी करणंही संभवत नव्हतं. तसं करणं म्हणजे साक्षात नव्या सुनेपुढे हार कबूल करून जन्मभर नमतं घ्यायला तयार असण्यासारखंच होतं.

बिचारी भागू! घरात पाय ठेवताक्षणीच अजोड पराक्रम करून दाखवणाऱ्या सुनेचा अभिमान बाळगावा, की दागिना गमावल्याचं दु:ख मानावं हेच तिला समजत नव्हतं. रात्रभर भागूचा डोळ्याला डोळा लागला नाही.

सकाळी सती उठली तरी तिला भागूनं काहीच विचारलं नाही. जे काय असेल ते ती आपणहून सांगेल किंवा तिच्या हालचालीवरून, चेहऱ्यावरचे भाव पाहून आपण ओळखू शकू याची भागीला खात्री वाटत होती. सती मात्र जणू काही झालंच नाही, अशा शांतपणानं कामाला लागली.

सतीचा शांतपणा भागूला सहन होईना. हातात पिशवी घेऊन ती बाहेर निघाली. थोरल्या सुनेसोबत कामं उरकत असलेल्या सतीला तिनं म्हटलं, ''माझ्यासोबत चल गं जरा. काम आहे थोडं.''

''आलेच मामी,'' म्हणत सती स्वयंपाकघरातून बाहेर आली. जरासं पुढे गेल्यावर भागूनं विचारलं, ''भता ले, कीतोड जाणे का? – सांग, कुठं जायचं?''

सतीसारख्या नायिकेला भागूचा प्रश्न कळणं अवघड नव्हतं. स्वत:च आपल्यासोबत चल म्हणाली आणि आता स्वत:च विचारतेय कुठं जायचं? याचाच अर्थ असा की प्रश्न विचारणाऱ्यानं माझं कौशल्य मान्य केलंय.

सतीदेखील कच्च्या गुरूचा चेला नव्हती. कडं उतरवून ते तिनं स्वत:पाशीच काय, घरातही ठेवलं नव्हतं. कडं जिथं पोहोचलंय तिथून सतीखेरीज कोणीही ते परत आणू शकणार नाही, हे सत्य सासूला उमगलंय.

दीर्घदृष्टीचा 'आखनिक' वस्तू कधीही स्वत:पाशी ठेवत नसतो. पकडला गेला तरी त्याच्याकडून वस्तू परत मिळणं अशक्य... आणि वस्तू जोपर्यंत परत मिळत नाही तोपर्यंत कोणीच काही सिद्ध करू शकत नाही.

सतीनं भागूकडे पाहिलं. भावहीन स्वरात म्हणाली, ''जायचं तिथं मी एकटीच जाईन. तुम्ही हेलपाटा घालायची गरज नाही.''

या उत्तरामुळे भागूचं मन आनंदानं उचंबळून आलं. ही सून आपल्या विठ्ठलचं घर उजळून टाकणार याची तिला खात्री पटली.

२३

"तुझं काम आमच्या कामापेक्षा चांगलं आहे असं तुला वाटत असेल, तर ते मुळातच साफ चुकीचं आहे. नाहीये का? साडेतीनशे पगारावर सही करून तू दोनशेच घेतेस ते काय आहे? शाळावाले तर खोटारडे आहेतच, पण तूदेखील त्यातलीच म्हणायची." सती मोठ्या आवेशानं तेंद्राला समजावत होती.

तोच धागा पकडून विठ्ठलनं म्हटलं, "आम्ही मान्यच करतो की, हो बाबा, आम्ही वस्तू पळवून आणतो. तेच आमचं काम आहे. पण ते लोक? ती तर सावकाराचीच अवलाद. आणखीच वाईट."

एका क्षुल्लक नोकरीपायी तेंद्राला तिचं आडनाव, तिचा पत्ता असं खूप काही लपवावं लागतंय याचं तिला दुःख कसं होत नाही, हेच सतीला कळत नव्हतं. बोलून टाकलं त्याहीपेक्षा अधिक जे बोलायचं होतं ते तोंडातून बाहेर निघत नव्हतं की, 'ज्या समाजात राहण्यासाठी दुसऱ्या माणसाला आपली जन्मजात ओळख लपवावी लागते, त्या समाजाला चांगला किंवा सच्चा कसं म्हणता येईल? ज्या समाजाचे नियम, ज्या समाजाच्या समजुती दुसऱ्याला आपण हीन आहोत असं वाटायला लावतात, तो समाज स्वतःच हीन असतो. अशा समाजाला अपवित्र म्हटलं पाहिजे. त्यालाच 'महाशठ' आणि 'मलिम्लु' समजलं पाहिजे.'

सती आणि विठ्ठल दोघांनाही फारसं काही म्हणायचं नव्हतं. त्यांचं सरळ साधं एकच म्हणणं होतं की, जिथं शोषण होतंय तिथं तेंद्रानं काम करू नये. उलट, तिनं स्वतःच शाळा सुरू करावी आणि आपल्याला हव्या त्या मुलांना त्या शाळेत शिकवावं.

हे निघालं विठ्ठलच्या भावाच्या मुलाला शाळेत घालायची वेळ आली तेव्हा. लग्न झाल्याच्या तिसऱ्या दिवशीच नवरानवरी आपल्या गुरूच्या पाया पडायला गेले होते, तिथं विषय निघाला. तेंद्रानं सूरियाचं नाव तिच्या शाळेत घालावं असं दोघं म्हणू लागली.

"बघते. होईल बहुतेक! सूरियाचं नाव सुरेश किंवा सुरेन्द्र असं आपण लिहू शकू, पण आडनाव आपल्याला बदलावं लागेल. तुम्ही असं करा. नदीपलीकडच्या

सोसायट्यांचा असतो तसा एखादा पत्ता शोधून आणा. आपल्या इथल्या मुलांना आमची शाळा प्रवेश देणार नाही.''

दोघांना धक्काच बसला. का कोणास ठाऊक, पण तेंद्राला आपण जेवढ्या उच्चस्थानी बसवलं होतं, तिथून ती एक पायरी खाली आल्यासारखं दोघांना वाटू लागलं.

विठ्ठलचा उतरलेला चेहरा नववधू सतीच्यानं पाहवेना. आपलं बालपणीचं स्वप्न तेंद्राच्या रूपात बघत तिनं म्हटलं, ''नाही तर असं कर, मीच शाळा सुरू करते तिथं तू शिकवायला ये. शाळेत जसं शिकवतात तसं मला शिकवता येणार नाही म्हणून, एरवी तुलाही म्हटलं नसतं, मीच ते केलं असतं.''

धक्का बसायची आता तेंद्राची पाळी होती. ''असं शाळा सुरू करणं आणि चालवणं इतकं सोपं नसतं म्हटलं! सरकारची मंजुरी घ्यावी लागते, हे न् ते खूप काय काय करावं लागतं.'' ती पट्कन म्हणाली.

शिकणं-शिकवणं यासारख्या साध्या कामात सरकारमध्ये येत असतं, हे सतीच्या ध्यानीमनी नव्हतं. जे पोलीसखातं चालवतं, कोर्ट चालवतं आणि तुरुंग चालवतं ते म्हणजे सरकार, एवढंच तिला सरकारबद्दल माहीत होतं.

त्या वेळी बोलणं तेवढ्यावरच राहिलं, पण शाळेसाठीच्या सरकारी कचेरीचा पत्ता आणून द्यायचा सतीनं विठ्ठलमागे लकडा लावला.

उपनगरातल्या एका शाळेत विठ्ठलनं वायरिंगचं काम केलं होतं. तिथल्या एका अध्यापकांच्या घरीसुद्धा थोडंसं काम निघालं होतं. पतिपत्नी दोघं सज्जन वाटली होती. त्या बाई कुठल्याशा सरकारी कचेरीत मोठ्या हुद्द्यावर होत्या, असा उल्लेख झाल्याचं विठ्ठलला आठवलं.

सरकारी कचेरीच्या पत्त्यासोबतच त्या भल्या बाईंनी शिफारस केलेली चिठ्ठीदेखील विठ्ठलनं सतीला आणून दिली.

एकदा ठरवलेल्या कामात दिरंगाई करणं सतीच्या स्वभावात नव्हतं. चिठ्ठी हातात पडल्या दिवशी दुपारी ती त्या कचेरीतल्या मोठ्या साहेबापुढे जाऊन उभी ठाकली.

ऑफिसरनं सरसतीचं म्हणणं ऐकून घेतलं. रसिलाबेननी शिफारस केल्यामुळे निदान म्हणणं तरी ऐकून घेणं भाग होतं. उत्तरही द्यावं लागलं.

शक्य तेवढ्या समजूतदारपणे ऑफिसरनं म्हटलं, ''हे बघ मुली, शाळा काढायला इमारत लागते, तीदेखील मैदानासकट. बँकेत हजारो रुपयांचं डिपॉझिट आणि मालकीची जमीन असावी लागते. आहे का तुझ्याकडे?''

''नाहीये.'' सरसतीनं ना तशी जमीन पाहिलीये ना बँक!

सती आणखी काही बोलणार त्याआधीच ऑफिसरनं पुढचा प्रश्न टाकला,

“समजा, हे सर्व तुम्ही उभं केलंच, तरी पण तुमच्या शाळेत शिकायला मुलं येणारच नाहीत. तिथं येऊन शिकणार काय? तुम्हाला येतं ते? तुमचीच कला की आणखी काही?”

सतीला वाटलं, त्याला चांगलं सुनवावं, ‘तुमची कला’ म्हणून तुम्ही जिला हिणवता ती काय असते ते तुम्हाला कळणारसुद्धा नाही. बोलता बोलता एखाद्याला लुटणं म्हणजे सोपी गोष्ट नाही. निर्दयी जमावाच्या किंवा पोलीस ठाण्यातल्या हृदयशून्य जमादाराच्या हातून ढोरासारखा मार खाऊनही चकार शब्द न काढणारा कारागीर ज्यानं बघितलादेखील नाही, त्याला या कलेची धुंदी आणि तिचा अभिमान दोन्ही गोष्टी कळणं कठीणच!

ऑफिसरशी वाद घालण्यात अर्थ नाही हे सतीच्या लक्षात आलं. तिनं फक्त एवढंच म्हटलं, “मला येतंय ते तर मुलं शिकतीलच आणि त्यांना जे येतंय तेही आणखी पक्कं करतील.”

ऑफिसरला वाटलं, मुलगी खुळी दिसत्येय. रसिलाबेनची शिफारस घेऊन आली नसती तर तिची टरच उडवली असती. म्हटलं असतं, ‘नुसतं नाव सरस्वती असलं म्हणजे तेवढ्यानं लगेच शिकवता आलं असं होत नसतं…’ तो म्हणाला, “हे बघा, पैसा, इमारत, मैदान आणि शिक्षक हे सगळंच लागतं. तुम्ही स्वत: किती शिकला आहात?”

सतीनं फक्त स्मित केलं. ऑफिसरनं विचारलं तर विचारू दे बापडा. सती शाळेत जाऊन शिकली नसेल, सरकारनं ठरवलेले धडे शिकवणं तिला जमणार नसेल, पण तिची विद्या काही कमी प्रतीची नाही हे त्या बिचाऱ्याला ठाऊक नाहीये. रानावनात हिंडून मोठ्या झालेल्या मुलीला हर ऋतूत, हर दिवशी, क्षणोक्षणी पालटणाऱ्या निसर्गाची काय अन् किती रहस्यं उलगडलेली असतात! सदैव भटकतच राहणाऱ्यांचं हजारो वृक्षवेलींशी, झाडाझुडपांशी, एकेका दगडगोट्याशी, मातीच्या कणाकणाशी नातं असतं! शिकवून समजावून सांगता येत नाही ते!

माणसांखेरीज, पृथ्वीवर वावरणाऱ्या अनेक जीवांचा जीवनसंघर्ष पाहिलाय? किंचितमात्र आवाजानं केवळ कर्णेंद्रियच नव्हे तर अवघी चेतना जागृत होईल इतक्या सावधपणे निजलाहात कधी? अपरंपार शारीरिक श्रम आणि तेवढ्याच यातना यांची गोष्टच वेगळी!

सरकारी कचेरीत, सरकारी अधिकाऱ्यासमोर बसून बोलून समजावता येईल असं हे शिक्षण नाहीच मुळी. कचेरीत पंख्याखाली खुर्चीत बसून ते समजणारही नाही. हे सगळं सती या सरकारी अधिकाऱ्याला सांगणार तरी कशी? ती जे सांगेल त्याचा अर्थ सरकारपर्यंत पोहोचणारही नाही. क-ख-ग आणि एक-दोन-तीन या पलीकडे शिकण्याजोगं आणखी काही असू शकतं असं सरकारला वाटलंच तरी ते

अमलात आणणं सरकारला सोपं आहे का?

सतीच्या मनात नेमकं काय आहे ते या ऑफिसरला नाही समजलं तर न समजू दे. हा नाही तर दुसरा कोणी. कोणाला ना कोणाला नक्की कळेल.

क-ख-ग शिकवावं लागेल, हरकत नाही. ते तेंद्री शिकवेल. वेळ पडली तर दुसरं कोणी सापडेल शिकवणारं. सरसती उपजत कलाकार आहे, कला अंगी घेऊनच जन्माला आली आहे. कुठंही शिक्षण न घेता हात, पाय, मन, वाणी, गती, स्थिरता, भावाची अभिव्यक्ती... काय काय सहज साधतं तिला! निसर्गाच्या सतत सान्निध्यात राहून सती जे शिकली आहे ते अन्य कोणी शिकलं नाहीये!

सतीचा निश्चय पक्का झाला. तिचं म्हणणं कोणाला कळो वा न कळो, पटो वा न पटो, मुलांच्या शिक्षणाची सोय सती करणारच. सगळ्या जगानं बघत राहावं अशी. एकदा सतीपाशी राहून शिक्षण घेणारा नंतर पृथ्वीच्या पाठीवर कुठेही गेला तरी मागं हटणार नाही याची सतीला खात्री होती.

थोडी निराशा आणि बऱ्याच आकांक्षा पदरी घेऊन सती परतली. तेंद्रा सतीसोबत गेली असती तर तिनं सतीला स्पष्टपणे सांगून टाकलं असतं की, तो सरकारी अधिकारी जे म्हणाला त्याचा सरळ साधा अर्थ असा होतो की, शाळा काढायचं स्वप्न पाहणं आपण सोडून द्यावं हेच बरं. सुदैवानं तेंद्रा तिच्यासोबत नव्हती, सती एकटीच गेली होती.

वारंवार खाली पडली तरी पुन्हा झाडावर चढणारी चिमुकल्या खारीची इटुलकी पिल्लं, पंख पसरून घरट्यातून उडायला शिकणारे पक्षी, फार कशाला स्वत:च्याच तांड्यातले कामगिरीवर निघालेले आणि रिकाम्या हातांनी परतणारे 'परिपन्थी' सतीनं अनेक वेळा बघितलेत. पूर्वीच्या चुका सुधारून ते पुन्हा कामाला लागलेत... आणि यशस्वी झालेत.

संध्याकाळी विठ्ठल कामावरून घरी आल्यानंतर नवरा-बायको दोघं पुन्हा तेंद्रीच्या घरी गेली. आपण सरकारी कचेरीत जाऊन आल्याचं सतीनं मोठ्या उत्साहानं तिला सांगितलं. तिथल्या अधिकाऱ्याच्या सांगण्यानुसार थोड्याफार गोष्टींची तरतूद करता आली, तर शाळा सुरू करणं फारसं अवघड नाही.

तेंद्रीच्या आश्चर्याला पारावार उरला नाही. पोरगेली दिसणारी ही नवरा-बायको शाळा काढायचं म्हणत होती ते खरंच इतकं मनापासून असेल, असं तेंद्रीला वाटलं नव्हतं. ती म्हणाली, "अगोबया, तू खरंच शिक्षणाधिकाऱ्यापर्यंत जाऊन थडकलीस की काय?"

यात नवल वाटण्याजोगं काय आहे ते सतीला कळेना. तिनं पट्‌कन म्हटलं, "हो. गेले होते. थोडे पैसे जमवावे लागतील. तुझ्याकडे असतील थोडे तर ते आणि थोडे मी अन् विठ्ठल देऊ. आपण करून टाकू."

तेंद्री हसली. म्हणाली, "तुम्ही दोघं पैसे देणार म्हणजे कुठून? किती आहेत तुझ्याकडे? सांग बरं!"

नाहीचेत. असलं तर कर्जच असेल थोडंसं. लग्नाचा खर्च आम्हालाही कमी नाही झाला!... पण सतीनं हे उघडपणे म्हटलं नाही. उलट मोठ्या तोऱ्यानं म्हणाली, "आहेत. आणि नसले तरी आणून देईन तुला हवे तेवढे. मी पुष्कळ ठिकाणं हेरून ठेवलीत."

"असल्या पैशातून मी शाळा काढीन असं तुला वाटतंय?" तेंद्रीनं विचारलं.

झालं. संपलं. सतीचं डोकं भडकलं, "एस्से यानी केस्से? – असले म्हणजे कसे?" तिनं रागानं विचारलं. "आणि तू आणतेस ते पैसे तरी कसे आहेत? अर्धा पगार देऊन पूर्ण पगारावर सही घेतात ते लपवावं लागतं की नाही? आम्ही निदान उघडपणे सांगतो तरी की हो, आम्ही असं असं केलं अन् आणले पैसे!"

सतीनं परखडपणे उच्चारलेले शब्द किती खरे होते! सभ्य समजला जाणारा समाज आणि निंद्य समजला जाणारा समाज यांच्यात हाच फरक आहे. सभ्य म्हणवणारी दुनिया आपण आहोत तसं उघडपणे दाखवायला घाबरते. आपण जसे आहोत, तसे स्वत:ला स्वीकारण्याइतकी हिंमत या सभ्य म्हणून मिरवणाऱ्या लोकांमध्ये नाहीये.

परिस्थिती सावरून घेत विठ्ठलनं म्हटलं, "आपण आपला वाटा उचलू. करू काहीतरी. थोरामोठ्यांकडे मागू हवं तर!"

"हं! आपण ज्यांच्याकडे मागू त्यांना ही तेंद्री विचारणार आहे का की, 'कसे कमावलेत हो तुम्ही एवढे पैसे' विचारणार आहे?" सतीच्या या प्रश्नावर उत्तर सापडणं कठीण होतं.

दुसऱ्यासमोर हात पसरायला सतीचा नेहमीच विरोध असतो. खूप वर्षांपूर्वी एका शेतकऱ्यानं तिला आपल्यापाशी बसवून म्हटलंय, 'शेत, घर, महाल, मंदिर... सगळीकडे तुडुंब भरलंय त्यात तुझाही वाटा आहे. तो मिळवताना संकोचू नकोस.'

...आणि ही तेंद्रा! सतीच्या कामाला कमी लेखते. केवळ कामच नव्हे, जिवावर उदार होऊन शिकावी लागते ती विद्या – ती चौसष्टावी कला, सतीच्या वंशाची कित्येक वर्षं पुरातन जीवनपद्धती, प्राणिमात्राची सहजप्रवृत्ती... सगळ्यालाच कमी लेखत असेल तर ते कसं खपवून घ्यायचं? थोड्याशा पैशांसाठी खोटेपणानं सही करून येणारी ही मुलगी आपली गुरू असली म्हणून काय झालं? तिला एकदा तोंडावर खरं काय ते सुनावलंच पाहिजे.

सतीनं तेंद्राला म्हटलं, "आपणच काय ते सज्जन आणि आम्ही मात्र नाही असं जर कोणाला वाटत असेल ना, तर मुळातच ते चूक आहे. खोटं आहे ते."

वाद आटोपता घेत सतीनं पुढे म्हटलं, "हे बघ तेंद्रा, तू काही करणार

नसशील तर मी करेन. रसिलाबेनचं मन वळवीन मी. तुला एवढ्यासाठी सांगितलं की, तू नीट शिकलेली आहेस. शिकवण्याचं काम तुला मनापासून आवडतं. नसेल तुझी मर्जी, तर जाऊ दे. मुलांना धड शिकवता यावं म्हणून नव्हे, तर मला करायचंय म्हणून करेन, पण केल्याशिवाय राहणार नाही.''

परतीच्या वाटेवर विठ्ठलनं सतीला म्हटलं, ''सती, तू पैशांची सोय केलीस तरी तेवढ्यानं शाळा काढता येईल असं नाहीये. पुष्कळ भानगडी असतात. खूप काही करावं लागतं. आजच्या आज सगळं उरकायची घाई असल्यासारखं काय चाललंय तुझं?''

''घाई केल्याशिवाय काही होणार नाहीये.'' सती फणकारली.

''सूरियाला शाळेत घालायची बातच निघाली नसती, तर शाळा काढायचं डोक्यातसुद्धा आलं नव्हतं!'' विठ्ठलनं बोलून दाखवलं.

थोडा वेळ विचार करून सतीनं म्हटलं, ''तसं नाहीये. दंग्यासोबत गावोगावी हिंडताना मी शाळा बघितल्यात. आपणही शाळेत जावं, धडे गिरवावेत असं मला लहानपणी वाटायचं; पण नाही जमलं. त्या काळात चालून गेलं, आता नाही चालणार. आता नाही होऊ देणार मी तसं.''

बोलता बोलता घर जवळ आलं. एके ठिकाणी एका ओट्यापाशी सती थांबली. विठ्ठलला तिनं थांबवलं. म्हणाली, ''आत्तापासून उगीच बोलू नकोस कोणापाशी. पैसे जमले, काही करू शकलो की मगच सांगू. हे काम करायचं असं मी ठरवलंच आहे. तुझी हरकत नाहीये ना?''

''नाही.'' विठ्ठलनं म्हटलं.

''हरकत नाही एवढंच? मला साथ देशील की नाही?'' हमी मागत असल्यागत सतीनं पुन्हा विचारलं.

''देईन.'' विठ्ठलनं उत्तर दिलं. दोघं घराकडे चालू लागली.

दुसऱ्या दिवसापासून सती चाकूसुऱ्यांना धार लावणारीच्या वेशात शहरभर हिंडू लागली. सकाळी सासूसोबत भाजी विकायला बाजारात जायचं, दुपारभर गावात फेरी मारून संध्याकाळी स्वयंपाक करायच्या वेळी घरी परतायचं.

आठवडाभरानं सतीनं नाऱ्याला बोलावलं. विठ्ठल, सती अन् नाऱ्या तिघांची गुप्त खलबतं झाली. सतीनं मग विठ्ठलला सांगून टाकलं, ''त्या तिकडे एक बोळ आहे. तिथं मी एक दुकान पाहून ठेवलंय. मोहन ज्वेलर्स. शटरच्या एका बाजूला कडी नाहीये...''

२४

पालनपूरला नाऱ्यानं आणून दिलेल्या पैशांतून सतीनं आपला वाटा ठेवून घेतला आणि उरलेले पैसे विठ्ठलला अन् नाऱ्याला देऊन टाकले होते. कामगिरी एवढी मोठी आणि भागीदार फक्त दोनच! सतीखेरीज दुसरं कोणी असं साहस करू धजावणारच नाही.

आपल्या वाटणीचे पैसे हाती येताच ते राधीच्या हातात ठेवत सतीनं म्हटलं, "सध्या ठेव कुठेतरी. मला हवे तेव्हा मागून घेईन."

राधीवर विश्वास ठेवायला हरकत नाही. मनात आणेल तर तेवढे पैसे एखाद्या सावकाराकडे ठेवून मुद्दलात भरसुद्धा घालून आणेल.

जमीन घ्यायला किती पैसे लागतात याची सतीला कल्पना नाही. लागतील तेवढे लागतील. एखादी वस्तू घ्यायचीच म्हटल्यावर तिची जी काय किंमत असेल ती द्यावीच लागणार. तूर्त शक्य तेवढे जमवायचं बघायचं. चार पैसे पदरी असतील तर काही करता येईल. हे एवढे तर मिळालेत, आता त्या द्वारकावाल्या कामातून हिस्सा मिळायचा आहेच!

रघूला जरा बरं वाटू लागलं, तशी त्यानं द्वारकेला जायची गोष्ट काढली. सती कबूल नव्हती. म्हणाली, "अशा अवस्थेत मी तुला एकट्यानं जाऊ द्यायची नाही. दोन दिवस थांब. रसिलाबेनला भेटायचंय मला. तेवढं झालं की, तुझ्यासोबत मीच येईन."

"तिथं तुझं काय काम?" रघू म्हणाला. "मी गाडीनं जाईन आाणि तसाच परत येईन."

तापी दोघांचं संभाषण ऐकत होती. "नको. सतीला घेऊनच जा." ती म्हणाली. "कमरेची जखम अजून ओली आहे. त्याला बरी झाली नाही म्हणत. आणि जमलं तर येता येता राजस्थानला जाऊन या. नवस बोललेय मी."

"नवस? आता आणि कसला नवस?" रघूनं कंटाळून विचारलं.

रघूचं असलं कंटाळणं सतीला अजिबात सहन होईना. "तेरे माव कु काई कहणे का कडे ह? तो इतण बजाई आया ह, जी मानता रखणी तो पडे ने?" –

"'मा'ला काही बोलू नकोस. हेऽऽ एवढं मोठं लागून घेतलंयस, नवस न बोलेल तर काय करेल?''

तापी तरी वेगळं काय करणार होती? रघूला लागल्याची बातमी तिला कळेपर्यंत तीत बरंच तिखटमीठ पडलं होतं. रघूचा ठावठिकाणासुद्धा तिला माहीत नव्हता. कुठल्याशा दवाखान्यातून पळून जाऊन थेट नानकीच्या घरी शहरात पोहोचलाय, एवढंच तिला कळलं होतं. शेळ्यामेंढ्या, गाढवं सगळा पसारा तसाच सोडून देऊन रातोरात शहराकडे निघणं शक्य नव्हतं. अशावेळी एका पत्नीनं करावं तरी काय?

नाही नाही त्या नसत्या शंकाकुशंका मनात दाटून येतात. एका दवाखान्यातून पळून गेलाय, आता दुसऱ्या दवाखान्यात जाणार नाही हे माहीत आहे. सरळ इथं आला असता तर रानावनात हिंडून मिळतील तेवढ्या मुळ्याबिळ्या तापीनं आणल्या असत्या. शहरात कोणी ठेवल्यात असल्या औषधी वनस्पती? नानकीचं म्हणावं तर तिचं तिलाच होईना झालंय. खाटेवरनं आपली आपण उठून उभी राहिली तरी पुरे म्हणायचं!

थोडक्यात काय, तर आता देवादिकांची अन् पूर्वजांची आठवण करा. स्मरण करा त्यांचं. एकटी तापीच नव्हे, तर सगळे हेच करतात. जिवंत माणसाचे गुण, त्याची समजशक्ती, त्याचे प्रयत्न यातलं काही संपूर्ण श्रद्धा ठेवण्याजोगं नसतंच मुळी!

त्या बाईनं रघूला काय म्हटलं होतं? 'देवीमाता तुला बरं करो' असंच म्हटलं होतं. तापीनंही तेच केलं. जिला प्रत्यक्ष कधी पाहिली नाहीये, पण अनेक वेळा जिचा अनुभव घेतलाय, अशा अदृश्य शक्तीवर सगळा भार टाकलाय... तिलाच सोपवलंय सगळं...

''ठीक आहे. जाऊन येऊ.'' रघूनं विषय आणखी वाढवला नाही.

विठ्ठल कामाला लागायचा विचार करू लागला होता. ''तू येत असशील, तर आपण दोघंही जोडीनं पूर्वजांच्या पाया पडून येऊ.'' सतीनं त्याला सुचवून पाहिलं.

''नाथूनं बोलावलंय मला. ते लोक तिकडे नदीच्या पलीकडे, नवरंगपुऱ्यात एक सोसायटी बांधताहेत. तिथं वायरिंगचं काम देववतो म्हणत होता नाथू.'' उत्तरादाखल विठ्ठलनं म्हटलं.

देवदेवता, पूर्वज वगैरे मंडळींना वाट बघत थांबून राहायची सवय असते. सतत महिना-दोन महिने चालेल एवढं काम देणारे आपल्यासाठी थांबत नाहीत. शेवटी रघू आणि सती दोघांनीच जावं असं ठरलं.

कुठल्याशा जत्रेला जायच्या बहाण्यानं दोघं संध्याकाळच्या गाडीनं निघाली. गाडीत बसताच सतीच्या डोक्यात विचारचक्र सुरू झालं. द्वारकेच्या कामाचा वाटा

मिळाला की, जमीन घेता येईल. मावळतीच्या दिशेला सेटलमेंटपासून जरा दूर, विमानं उतरवायचे रस्ते आणि मोकळं मैदान आहे. त्याच्या एका अंगाला थेट नदीपर्यंत खड्डे-कपारी मोकळ्या पडल्या आहेत. तिथं शाळा बांधता येईल.

उगवतीला थेट नरोड्यापर्यंत सपाट जमीन आहे; पण तिथं शेतंवावरं आहेत. मधेच कुठं घरं आहेत. चिलोड्याकडे जाणारा रस्ता त्यातूनच जातो.

सरकारची मदत मिळेल. फाळणीच्या वेळी सिंधमधूनच आलेल्यांना सरकारनं सेटलमेंटच्या शेजारची जमीन राहण्यासाठी दिली, तशीच शाळेसाठी देतील.

नरोड्याहून देगामच्या बाजूला आहे जमीन, पण तिथं जीआयडीसी का काय म्हणतात ते येणार आहे म्हणे. ते म्हणजे काय हे सतीलाच नव्हे, तर इतरही कोणाला फारसं माहीत नाही. त्या बाजूला सरकारी जीपगाड्या जाताना दिसतात, म्हणजे काहीतरी सरकारी प्रकरण असणार.

गाडी पुढं पुढं जात होती. सती मनातल्या मनात जमीन शोधत होती. मनातल्या मनातच नापसंत करत होती. काही काळ हेच होत राहिलं.

पूर्वी एकदा भेटला होता तोच माणूस द्वारकेला उगवतीच्या दरवाज्याशी भेटला. "हमीर इथे यायचा पूर्वी, पण तो इथं द्वारकेत राहत नाही." त्यानं सांगितलं.

"इथं नाही तर कुठं राहतो?" रघूनं विचारलं.

"माहीत नाही," तो म्हणाला, "अमजदला विचार. कदाचित त्याला ठाऊक असेल. तुमचं काय काम आहे ते तर सांगा."

कामाबद्दल एक शब्ददेखील बोलणं शक्य नाहीये. रघू गोंधळला. त्याला वाटलं, अगदी पहिल्यांदा सगळे जिथे जमले होते त्या वाडीवर जाऊनच चौकशी करावी लागणारसं दिसतंय. सतीला घेऊन रघू वाडीवर गेला.

सुदैवानं अमजद तिथंच होता. दोघांना तिथंच थांबायला सांगून तो म्हणाला, "इथेच राहा दोघं. मी जरा 'एसटीडी'त जाऊन येतो."

रघूनं आणि सतीनं एसटीडी म्हणजे काय ते बघितलं आहे. जिथून बाहेरगावच्या माणसाशी थेट बोलता येतं ती जागा म्हणजे एसटीडी. अमजद तिथं गेलाय याचा अर्थ, हमीर आज भेटणार नाही.

परत आल्यावर अमजदनं विचारलं, "धारागढ पाहिलंय?"

"कुठलं धारागढ?" रघूनं एकापेक्षा जास्त धारागढ पाहिलेत.

"शेरगढ जवळचं. जामनगरचं."

"पाहिलंय. हमीर तिथं आहे?"

"तो कुठं आहे याची चिंता तुला नको." अमजदनं जरा चिडून म्हटलं, "दिल्या तारखेला तिथं या म्हणजे झालं. तुमच्यासाठी तिथं कोणी खोळंबून बसणार नाहीये."

"जाऊ दे बाबा! हे असं लागलंय म्हणून जरा उशीर झाला. तिथं कोणाला

भेटायचंय तेवढं सांगितलंस की निघालोच. रात्रीची गाडी पकडून जामनगरला जातो, सकाळी...''

''चुकूनसुद्धा जामनगरला जायचं नाही.'' अमजदनं बजावलं. ''भाणवडला उतरून वरडी डॅमला जा. तिथल्या चौकीदाराला माझं नाव सांग म्हणजे तो तुम्हाला शेठकडे घेऊन जाईल.''

''शेठ?'' रघूला फारच नवल वाटलं. शेठ म्हणजे केलेल्या कामाचा मुख्य सूत्रधार. अजूनपावेतो ना कोणी त्याचं नाव घेतलं होतं, ना कोणाला शेठ कोण आहे ते माहीत होतं! हमीरनंदेखील शेठच्या नावाचा कधीच उल्लेख केला नव्हता.

''होय शेठ,'' अमजदनं म्हटलं, ''तुला सांगितल्यावेळेला तू आला नाहीस. त्या वेळीसुद्धा हमीर म्हणत होता, एकदा तुझ्या मुलीला शेठकडे घेऊन जायचं आहे म्हणून! त्यानं शेठकडे पाठवलं होतं खरं काहीतरी!''

रघूच्या लक्षात येईना. त्यानं सतीकडे पाहिलं. सतीनं खुणेनंच गप्प राहायला सांगितलं. दोघं भाणवडला जायला निघाली.

मालकानं सतीला प्रत्यक्ष पाहण्याची, भेटण्याची इच्छा बाळगावी यात नवल वाटण्याजोगं काही नव्हतं. खत्रीचं दुकान धुऊन काढलं, त्या वेळी अखेरच्या क्षणी गल्ल्याच्या कप्प्यातून काढून घेतलेली रोकड तिनं हमीरच्या हवाली केली होती. ती हमीरनं मालकाकडे पोहोचवली होती. लुटून पार रिकाम्या करून सोडलेल्या दुकानात लुटणाऱ्यानं दिवा लावून ठेवला होता, तेही वर्तमानपत्रात छापून आलं होतं.

बापलेक वरडी डॅमला पोहोचले. सगळ्यात आधी त्यांनी तिथल्या चौकीदाराला शोधून काढलं.

धारागढमध्ये पाय ठेवताच सतीला तो सगळा प्रदेश परिचित वाटू लागला. काही वर्षांपूर्वी याच ठिकाणाहून ती सगळ्या दंग्यापासून अलग होऊन शहरात गेली होती. त्या तिकडच्या वाडीत सगळ्या जणी अंघोळीला गेलो होतो... तिथूनच पुढं एकटी जाऊन कणसं कापायला शिरले ती वाडी इथंच जवळपास कुठंतरी...

अरे, हीच की ती वाडी! त्या वेळचं तुटकं मोडकं छप्पर... आता पाहा कसं झालंय... देवडी दरवाजाचं पक्कं घर... अंगणबिंगण...

छोट्या सतीच्या परकराच्या लहानशा ओट्यात स्वत:च्या हातानं कणसं भरली होती त्या शेतमालकानं. अशी खाली बसून... इथंच होती ती झोपडी... याच जागी.

बिचारा तो शेतकरी! कोण्या शेठला आपली जमीन, घरदार सगळं विकून टाकून कुठं गेला असेल कोण जाणे!

चौकीदारानं दरवाजा उघडून दिला. स्वत: बाहेरच थांबला. ज्याचं काम नसतं त्यानं शेठच्या घराच्या आत यायचं नसतं. सोपवलेलं काम करायचं आणि बाहेरच्या

बाहेर निघून जायचं.

दरवाजा ओलांडून सतीनं अंगणात पाऊल ठेवलं. समोरच उंच पाठीच्या लाकडी झोपाळ्यावरची बैठक तिच्या नजरेत भरली. तिथं बसलेल्या व्यक्तीला पाहताच सतीचे डोळे विस्फारले गेले. तोच पोशाख, तोच चेहरा, माणूसही तोच. जरा वयस्कर वाटतोय, पण आहे तोच.

''सरसती. बरोबर?'' त्यानं विचारलं.

सतीनं उत्तर दिलं नाही. रघूला नवल वाटलं, पण त्यानं विचार केला, मालकाला आपली नावं ठाऊक असणारच. सती आणि रघू दोघंही अजून उभी होती.

त्या शेतकऱ्यानं म्हटलं, ''ये. बैस.''

दोघं ओटी चढून वर आली. बैठकीसमोरच जमिनीवर बसली. शेठनं पुन्हा म्हटलं, ''सरसती, काय काम केलंयस गं तू! धन्य तुझी. तबियत खूश झाली; पण आता सांग, बोलावल्या दिवशी का आला नाहीत? होतात कुठे आत्तापावेतो?''

सतीऐवजी स्वत: उत्तर देत रघू म्हणाला, ''म्हटल्या तारखेला तिकडे जायला निघालो होतोच, पण वाटेत...''

''पोलीस तर नाही ना भेटले?'' रघूचं वाक्य पूर्ण होण्याआधीच शेठनं विचारलं.

''छे, छे!'' रघू उत्तरला. ''आपलं ते हे... जरा लागलं होतं, त्यातच महिना पंधरा दिवस पडून राहावं लागलं.''

संभाषण चालू असतानाच देवडीचा दरवाजा उघडला. एक जण टपाल घेऊन आत आला. टपाल ओट्यावर ठेवून निघून गेला. आलेली टपालं शेठला देण्यासाठी सतीनं हातात घेतली. सहज कुतूहलानं वरचा पत्ता बघितला.

सतीचे हातपाय थरथरू लागले. काही न बोलता नजर उचलून तिनं शेठकडे पाहिलं. सतीच्या डोळ्यांत उमटलेलं प्रश्नचिन्ह शेठला सहजपणे दिसत होतं. त्यानं म्हटलं, ''बरोबर आहे. माझंच नाव आहे ते! पण मला सांग, तू वाचायला कुठं शिकलीस?''

सतीचं आश्चर्य ओसरलं नव्हतं. शेठच्या प्रश्नाचं तिनं यांत्रिकपणे उत्तर दिलं, ''आमच्या शहरात आहे एक मुलगी. तेंद्री. तिनं शिकवलं.''

''मग तू आणखी कोणाला शिकवलंस की नाही?'' शेठनं हसून प्रश्न केला.

''नाही. पण मला शाळा...'' बोलता बोलता सती थांबली.

आपला वाटा घेऊन निघून जाण्यापलीकडे या शेठशी रघूला काही देणंघेणं नव्हतं. सतीनं शाळेबद्दल कसलासा उल्लेख केलेला त्यानं ऐकला, पण ते कशाबद्दल, काय, रघूला काही कळलं नाही.

एखाद्या परिचितासारख्या या माणसाशी सतीनं इकडच्या तिकडच्या गप्पागोष्टी

कराव्यात ते न रुचल्यागत रघूनं सतीला मूळ मुद्द्यावर यायचा इशारा केला.

रघूचा इशारा आणि त्याची घाई, दोन्ही गोष्टी शेठच्या चाणाक्ष नजरेतून सुटल्या नाहीत. उठून तो आत गेला. आतून एक मुलगी चहाची किटली आणि बशा घेऊन आली. सतीसमोर ठेवून निघून गेली.

चहा ओतून बशी रघूच्या हाती देत सती कुजबुजली, "आत्ता आत गेला तो कोण, ओळखलंस?"

"नाही." 'हा माणूस कोण हे मला कुठून माहीत असणार' अशा स्वरात रघूनं म्हटलं.

"रहीम झुंझा. लहान होते तेव्हा मला भेटला होता. अजून ओळखतो." सती अजूनही कुजबुजत्या आवाजात बोलत होती.

क्षणभर रघूचा विश्वास बसेना! इथं अशा दूरवरच्या खेड्यात, कोण्या कोपऱ्यातल्या निवांत वाडीवस्तीवर राहिलेला, साध्यासुध्या शेतकऱ्यासारखा दिसणारा हा माणूस, अवघ्या गुजरातभर वाट्टेल तिथं धाड टाकणारा, दरोडे घालणारा एवढा मोठा 'जनपदघातक' तो हा! आजवर झुंझ्याचं केवळ नाव ऐकलं होतं अन् त्याचे फक्त पराक्रमच कानावर आले होते. मोठमोठे वरिष्ठ पोलीस अधिकारी, मोठे हुद्देदार आणि सरकारी अंमलदार सोडून इतर क्वचितच कोणी झुंझ्याला प्रत्यक्ष पाहिलं असेल! अशा अतुल्य किमयागाराला सती स्वत: भेटली होती? साक्षात रहीम झुंझा सतीला ओळखतो... जवळच्या परिचिताशी कराव्यात तशा तिच्याशी गप्पागोष्टी करतो!

रघूच्या शरीरात शिरशिरी उठली. शेठच्या खोलीच्या दाराकडे त्याची नजर खिळून राहिली.

थोड्या वेळानं बाहेर येऊन रहीम खाटेवर बसला. त्या दिवशी सतीनं खत्रीच्या दुकानातून पाठवलेलं छोटंसं गठुळं तिला देत रहीमनं म्हटलं, "बघून घे. तुझंच आहे ना?"

उत्तर न देता सती उठून उभी राहिली. दोघं महान कलाकार एकमेकांसमोर आले. मोठ्या आदरानं खाटेवरून उठून, एखादी ठेव सोपवावी तसं त्यानं ते गठुळं सतीच्या हाती सोपवलं.

झब्ब्याच्या खिशातून आणखी तसलंच एक छोटं गठुळं काढून सतीपुढे धरत म्हटलं, "तुझं होतं ते तुला परत केलं, आता ही माझ्यातर्फे भेट. तुझ्या लग्नात खर्च कर."

"लग्न झालंय माझं." सतीचा चेहरा लाजेनं लाल झाला.

"अरे वा, कधी?" झुंझानं विचारलं.

"महिनाभर झाला असेल," सतीनं उत्तर दिलं.

"मग लग्नाची भेट समज. नवरा कुठाय तुझा?"

''तिकडं शहरात. वायरिंगचं काम मिळालंय सध्या.''

''म्हणजे आता तू दंगा सोडून देणार? मग...'' रहीम पुढे काही बोलला नाही. सतीकडे बघत राहिला.

''आता सासरी राहायला हवं ना? मला तिथं शाळा काढायचीये.'' ही गोष्ट रघूलाही प्रथमच कळत होती. झुंझ्याशी इतक्या सहजतेनं बोलणाऱ्या आपल्या पोरीकडे तो मुकाट्यानं पाहत राहिला.

''शाळा?'' झुंझानं विचारलं, ''म्हणजे?''

शाळा म्हणजे काय हे झुंझ्याला माहीत नसणं शक्यच नव्हतं. झुंझा काही वेगळंच म्हणतोय हे सतीच्या लक्षात आलं. प्रश्नाचं उत्तर देण्याऐवजी सती काही क्षण गप्प राहिली. नंतर ती काही बोलणार तेवढ्यात एक माणूस तिथं आला. ओटीजवळ उभा राहिला.

झुंझानं रघूकडे इशारा करत त्याला म्हटलं, ''दे.''

त्या माणसानं काळ्या कापडाच्या दोन लहान पिशव्या रघूपुढे केल्या. रघूनं त्या घेतल्या. एक आपल्या कमरेभोवती गुंडाळली, दुसरी सतीला दिली.

तो माणूस आला तसा गेला.

''बघून घे.'' झुंझानं रघूला म्हटलं.

''नको.'' रघू म्हणाला.

मालाचा निकाल लावतेवेळी, किती देता येतील ते खुद्द शेठही सांगू शकत नसतो. चोरीचा माल विकत घेणारा माणूस कोण आहे, कसा आहे, त्या वेळचा भाव काय आहे, विकणारा कोणत्या परिस्थितीत आहे या सगळ्यावर हाती किती लागणार ते अवलंबून असतं. म्हणूनच मिळेल तेवढं स्वीकारायचं असतं.

मालाचे वाटे करतेवेळी मालकाला एकूण जेवढं मिळालेलं असतं त्यातून त्यानं प्रत्येकाच्या कामानुसार हिशेबानं हिस्से केलेले असतात. हिस्सेदारानं ते पुन्हा बघायची, मोजायची गरज नसते.

आपल्या वाट्याला कमी आलं असं वाटलं, तर पुन्हा दुसऱ्या वेळी त्या मालकाचं काम करायचं नाही. योग्य वाटलं, तर पुढच्या वेळी त्या मालकाचं काम स्वीकारायचं. अपेक्षेपेक्षा जास्त निघालं, तर त्याचं पुढचं कोणतंही काम बेलाशक करून टाकायचं.

आता इथं अधिक थांबण्याची गरज नाही, असं रघूला वाटू लागलं. तो उठला तशी सतीपण उठली.

''काही खाल्लंय का?'' झुंझानं विचारलं.

''हो. बांधूनही घेतलंय.'' सतीनं उत्तर दिलं.

सतीनं सकाळी केलेल्या भाकऱ्या दोघांनी खाल्ल्या होत्या. उरलेल्या फडक्यात

बांधून सोबत घेतल्या होत्या. वाटेत एखाद्या विहिरीशी, नदी-तलावाकाठी बसून खाऊन घ्यायचं, वर पाणी प्यायचं पोटभर आणि पुन्हा वाटेला लागायचं.

ओटीवरून उतरता उतरता सती मधेच थांबली. आपल्या हातातली थैली झुंझासमोर धरत म्हणाली, "तुझ्याकडे असू दे का सध्या? मला हवं तेव्हा मागून घेतलं तर व्याज मिळेल?"

झुंझा चकित झाला. किंचित दुखावलादेखील. कालपावेतो पैशाला किंमत न देणारी माणसं आता व्याजाचा हिशेब करू लागली?

"आमच्या धर्मात व्याज द्यायला-घ्यायला मनाई आहे. मी व्याज देणार नाही; पण तिकडे तुमच्या शहरात व्याज मिळण्याची व्यवस्था करून देईन. पण, तुला कशासाठी हवंय ते तर सांग." झुंझा म्हणाला.

"सेटलमेंटमध्ये जागा घ्यायची आहे, शाळेसाठी." सतीनं उत्तर दिलं.

जायला निघालेल्या रघूला अन् सतीला झुंझानं थांबायची खूण केली. बसायला सांगितलं. म्हणाला, "बस मुली. नीट ऐक. आज तुमच्यासाठी शाळा नसली तरी लवकरच तुमच्या जवळपास नव्या शाळा निघतील. त्या शाळांत मुलांना शिकवतीलच ना? तू एकटीच तुझ्या शाळेत कशी शिकवशील?"

शाळेनं शिकवण्याखेरीज दुसरं काय करायचं असतं, ते सतीला ठाऊकच नव्हतं. तिला ठाऊक होतं ते एवढंच की, लिहायवाचायला आणि हिशेब करायला शिकायचं असेल, तर शाळेत जावं लागतं. इतर सगळं आपोआप येतं.

सतीनं आणखी काही म्हणायच्या आत झुंझानं पुढं म्हटलं, "तुला येते ती विद्या मी प्रत्यक्ष पाहिली आहे. शाळाबिळा तुझ्या उपयोगाच्या नाहीत. तुझ्या हातून जे घडायचं आहे, ते कुठल्या शाळेत होण्यासारखं नाहीये. अगं, खुद्द सरस्वतीनंच शिकवायचं ठरवल्यावर एका शाळेवर थोडंच भागणार आहे?

"हे बघ सती, तुझ्या अंगात किती कला आहेत ते मी जाणतो. आपलं काम करता करता स्वतःची ओळख करून घ्यायचे तुझे प्रयास तुला कळत नसले, तरी मला कळतात... आणि खरा मार्गही तोच आहे. स्वतःचं काम करत राहूनही मुक्त होण्याचा शोध घेणं, ही लहानसहान गोष्ट नाही. मोठं धाडस लागतं त्यासाठी. कबीर विणकर होते आणि रोहिदास चांभार... पण जमलं त्या दोघांना!"

खुळा आहे हा माणूस! नक्कीच. त्या दिवशीसुद्धा असलंच काही तरी बोलत होता. त्या वेळी त्याची निरर्थक वाटणारी बडबड सतीला अजिबात आवडली नव्हती.

आजदेखील तो नेमकं काय म्हणतोय ते समजत नाहीचेय, पण समजून घ्यायचा प्रयत्न करण्याजोगं आहे एवढं सतीला कळत होतं.

सती मुकाट्यानं त्याचं बोलणं ऐकत राहिली.

झुंझा म्हणत होता, “इथंच, याच जागी सगळंच मिळालं तर काम करशील का?”

प्रश्न सतीला अवघड वाटला. शहरातल्या शाळा आपल्या वस्तीतल्या मुलांना दाखल करून घेत नाहीत. तेंद्रीला स्वत:चं आडनाव बदलावं लागतं. म्हणून सतीला स्वत:चीच शाळा काढायचीये. इथं एक शाळा काढून काय होणार?

उत्तर देण्याऐवजी सतीनं प्रश्न विचारला, “आमची मुलं इथं कशी येतील?”

“तू आलीस तशी आगगाडीनं अथवा बसनं. तुझ्यासोबत यायचं, इथंच तुझ्याजवळ राहायचं आणि मनसोक्त शिकायचं काय हवं ते!” झुंझानं समजावून सांगितलं.

झुंझा मूर्ख आहे हा सतीचा समज पक्का झाला. तिनं जेवढ्या शाळा पाहिल्या होत्या त्या सगळ्या शाळांमधली मुलं शाळा सुरू झाली की चालत चालत जातात, संध्याकाळी शाळा सुटली की धावत धावत परत येतात. रात्री कोणी शाळेत राहत नाही.

“नाही कळलं?” झुंझानं हसत विचारलं.

“नाही.” सतीनं खरंखरं सांगून टाकलं.

“हे बघ. जमीन माझी. इमारत मी बांधून देईन. मुलांची राहायची सोय मी करेन. तू इथं काम करायचं. तुझ्या वस्तीतली हवी ती मुलं तू आण. अगरिये, मालधारी, डफेर... अशा भटक्या लोकांची मुलं मी आणतो. सगळ्यांनाच इथं ठेवून घेऊ. तू मदतीला हवे असतील त्यांना आण. काहीतरी कर. तुझं काम सुरू राहील तोवर सगळं तुझं. काम थांबलं की सगळं माझं. मग मी दुसऱ्या कोणालाही देऊ शकतो.”

सती विचारात पडली. आपल्या वस्तीतली मुलं इथं येतील? आली तरी त्यांचे आईबाप त्यांना इतर जातीच्या मुलांसोबत राहू द्यायला राजी होतील?

या प्रश्नाचं उत्तर सापडताच सतीचं मन उजळून निघालं. एकाएकी मनात दुसराच प्रश्न जागा झाला. ज्या समाजाला आपण आपला वर्ग म्हणतो, त्याला इतर लोक ‘खालचा वर्ग’ मानून दूर ठेवतो, ते आपल्याला आवडत नाही, तर मग त्याच आपल्या समाजातली माणसं दुसऱ्या काही लोकांना ‘खालचे’ समजून त्यांच्यापासून दूर राहण्याचा प्रयत्न करतात त्याचं काय?

२५

"कभी तो इद्दा होवे – होतं असं कधीकधी!" वाळवंटातल्या वाढत्या थंडीत, रात्री सतीची बापाशी चर्चा चाललीये. शेजारीच गाडग्यात भात शिजायला ठेवलाय. धारागढहून दोघं निघाली, त्यानंतर पलासवामार्गे सांचोरपर्यंत वाहन मिळालं. तिथून बारमेरला जाणारी बस मिळाली. पुढं थोड्या अंतरापर्यंत उंटगाडीनं जाता आलं. आता वाळवंटातून पायीच निघालेत.

चहूकडे रेतीचे ढीग. माथ्यावर विस्तीर्ण आकाश. त्यातून झरणारं नितांत नितळ चांदणं. छोट्याशा शेकोटीच्या जाळावर ठेवलेल्या गाडग्यातून हळूहळू वर जाणारी वाफ. वाळवंटाचा अनुभव सती प्रथमच घेत होती. तिला गावंसं वाटू लागलं.

सती गाणं सुरू करणार तेवढ्यात दिवसभर चालून चालून थकलेला बाप रेतीत आडवा होत म्हणाला, "त्या बाईचं सोनं दृष्टीला पडलं नसतं, तर तुझी 'मा' असला नवस बोलली नसती आणि मला या वाळवंटाची यात्रा करावी लागली नसती."

सतीचं गाणं बाजूलाच राहिलं. नानकीपाशी बसून आपल्या वस्याक आज्याची ऐकलेली सगळी कहाणी तिनं बापाला सांगितली. म्हणाली, "आपण काही केलं नसलं तरी आपणच सगळ्याला कारणीभूत आहोत, असं वाटत राहतं. त्याला काय करणार?"

"तसं 'वाटत' नसतं, तसंच असतं," रघूनं लेकीला सांगितलं. "त्या चार जणांचा जीव गेला तो माझ्या बापामुळेच ना?"

काळोखातही वस्तू अचूक शोधून काढणाऱ्या सतीला चांदण्याच्या प्रकाशात बापाचा चेहरा दिसू नये हे कसं शक्य होतं? रघूच्या चेहऱ्यावरची रेषा न् रेषा तिनं पारखून घेतलीये. तिनं चिडून म्हटलं, "असला हळवा बावळटपणा सोड पाहू आता. तुझा बाप नसता तर दुसरा कोणी असता. कोणी नाही तर मांजरानं पाडला असता कंदील. आयुष्यच संपलं म्हटल्यावर काय उरतं?"

रघू गप्प पडून राहिला. सती गाऊ लागली.

भात शिजला तशी सतीनं रघूला हाक मारली. गरम गाडगं आळीपाळीनं आपल्याकडे कलतं करत दोघांनी जेवून घेतलं. भात निवत गेला तसं हात आत

घालून घालून खाल्लं. अन्न पोटात गेलं तशी सतीनं गाठोडं सोडलं. बाटलीत थोडी दारू शिल्लक होती. स्वत: एक घोट घेऊन बाटली बापाच्या हातात ठेवत तिनं म्हटलं, ''पार संपवून टाकू नकोस. उद्या दुपारपर्यंत कुठं मिळणार नाहीये.''

दिवसभर थकले-भागलेले दोघं रेतीत आडवे झाले. थोड्याच वेळात गाढ झोपी गेले.

ऐन मध्यरात्री, चांदण्यात, उघड्यावर, रेतीत निवांत निद्रा घेणाऱ्या सतीला काहीतरी ऐकू आलं. जवळपास कुठेतरी रेती सरकतेय. एखादं कोणी सरपटतंय. ती ताड्कन उठून बसली.

या अफाट, विस्तीर्ण, जलहीन मरुभूमीवर, अत्यंत विरळ का असेना पण जीवनाचं अस्तित्व आहे हे खरंच! कोल्ह्यातरसांसारख्या चतुष्पादांखेरीज उंदीर, सरडे, घोरपडी असे नाना तऱ्हेचे धावणारे, पळणारे, सरपटणारे प्राणी, फार काय अगदी बारीकसारीक, उडते कीटकसुद्धा जीवनाच्या, जिवंतपणाच्या ललकाऱ्या देत असतात... म्हणजेच मृत्यूच्यासुद्धा!

तेव्हाच रघू जागा झाला. बसता होण्यासाठी त्यानं हात मागे टेकत आधार घेतला, त्याच क्षणी त्याच्या बोटांना सळसळता रेशमी स्पर्श घडला... अन् मनगटाशी तीव्र वेदनेची सणक आली. रघूनं किंचाळून हात ओढून घेतला. सतीचं तिकडे लक्ष गेलं आणि बघायचं ते तिनं बघून घेतलं. मोठाले डोळे, गळ्यापेक्षा रुंद डोकं, जाड, काळे-पांढरे ठिपके आणि चट्टेरीपट्टेरी देह, तिरक्या चालीनं निघून चाललाय. सतीनं त्याला शेतात वाळवलेल्या भुईमुगाच्या थराखाली, वाळक्या गवताळ जमिनीवर, दगडधोंड्यात, कुठे ना कुठे तरी अनेकदा पाहिलंय.

जात कदाचित वेगळी असेल, पण आहे तोच. याला काठेवाडीत 'पैडकुं' म्हणतात. पांचाळात 'फुरसा', बनासच्या काठावर 'फोडसुं' म्हणतात आणि सतीसारखे परिपंथिक त्याला 'तरस' म्हणतात.

इतर साप वळवळत गेले तरी त्यांची गती अगदी बाणासारखी सरळ असते. तरस एकच असा की, आडवा चालल्यागत वाटतो. तोच आहे तो.

आपल्याला काय चावलंय ते कळलं नसलं, तरी रघू घाबरून किंचाळत होता. ऐन रात्रीच्या थंडीत त्याला घाम फुटला. शरीर बधिर झाल्यागत वाटू लागलं.

उडी मारून सती त्याच्याजवळ गेली. रघूचा हात हातात घेऊन चांदण्याच्या उजेडात तिनं डंख नीट निरखून बघितला. तरसाचे दात लहान असले तरी त्यानं पूर्ण डंख मारला असेल आणि काहीच उपचार होऊ शकले नाहीत, तर रघू चोवीस तासांपेक्षा जास्त काळ जगू शकणार नाही! सतीनं घाईघाईनं गाठोडं सोडलं. जवळ होती नव्हती ती सगळी औषधं रघूला दिली. आपल्या दुसऱ्या घागऱ्याची नाडी काढून रघूच्या दंडाला करकचून बांधली.

डंख पायावर नाहीये, म्हणजे रघूला चालता येईल. शक्य तेवढ्या लवकर त्याला वाळवंटाबाहेर काढायला हवं. मग कुठल्यातरी दवाखान्यात नेता येईल. निदान एखादा मांत्रिक तरी गाठता येईल.

रघूचं लक्ष हाताकडे होतं त्यामुळे त्याला साप दिसला नव्हता. निघून गेलेल्या सापाच्या रेतीवर उमटलेल्या खुणांकडे रघूचं लक्ष जाणार नाही याची खबरदारी घेत सतीनं त्याला उठवत म्हटलं, ''चल लवकर. एखादा डॉक्टर किंवा मांत्रिक शोधू.''

''साप होता?'' विचारताना रघूचा आवाज चिरकला.

''पाहिलं नाही मी. कदाचित सरडाबिरडा असेल आणि या वाळवंटातले उंदीर तरी काय कमी असतात का?'' सगळं सामान आवरून खांद्यावर घेत सतीनं रघूला म्हटलं, ''जास्त विचार करत बसू नकोस. चल लवकर.''

बाप चालायला लागला की, तरसाचं विष झपाट्यानं चढत जाणार हे सतीला माहीत आहे. त्याला कमीत कमी त्रास होईल इतका पुरेसा आधार दिला, तरी चालावं लागणार. त्याला इलाज नाही. आपण त्याला उचलून घेतलं तर? पण या रणात, उचलून कुठवर जाणार? शिवाय, रघूला उचलून घ्यायचं असेल तर सोबतचं बाकी सगळं सामान इथंच टाकून द्यावं लागेल.

खायचे जिन्नस एकवेळ टाकून देता येतील; पण पाणी? छे, छे. पाणी हवंच; अन् दारूदेखील. आवश्यक नसलेलं मुळात सोबत घेतलंच नाहीये. जे हवंय ते हवंच आहे. टाकता नाही यायचं.

सकाळ होण्याआधी जेसलमेरला पोहोचता आलं तर बरंय. फारसं दूर कुठंय? धड असतो तर पहाटे लवकर निघून दुपार व्हायच्या आत पोहोचलो असतो. आता रघूच्या या अवस्थेत केव्हा पोहोचू कोण जाणे!

पोहोचू तेव्हा पोहोचू! आता एकच गोष्ट. दुसरा कसला विचार न करता चालू लागायचं. सतीनं रघूला आधार दिला आणि जेसलमेरची वाट धरली.

''मरतो गं पोरी आता...'' राहून राहून रघू एवढंच म्हणत होता. धीर देत सती त्याला पुढं नेत राहिली. दोन-अडीच तास तसंच रडतखडत चालल्यानंतर मात्र एकाएकी रघू थांबला. त्याला पाऊलही टाकवेना. डोळ्यांवर झापड येऊ लागली. भोवंडून तो तिथंच कोसळला. शुद्ध गेल्यागत शून्यात बघत पडून राहिला. सतीनं त्याला पाणी पाजायचा प्रयत्न केला. तोंडात दारूचे घोट ओतले.

''सती, पोरी मी चाललो.'' रघू क्षीण आवाजात पुटपुटू लागला. ''तुझ्या 'मा'ला खूप पिडलंय मी. आता तू तिला नीट सांभाळ. आणि... आणि.. कोणाच्या उपयोगी पडता आलं तर बघ. तुझ्याच्यानं जेवढं होईल तेवढं कर.''

त्यावर सती काही उत्तर देण्याआधीच, आणखी काही उपाय करण्याआधीच उगवत्या सूर्याच्या साक्षीनं रघू अनंताच्या दिशेनं निघून गेला होता.

सतीची किंकाळी आकाश भेदून गेली. गुडघे टेकून ती आक्रंदू लागली. एकाएकी तिला भयंकर एकटं वाटू लागलं. तिचा आक्रोश वाऱ्यावरच विरून जातोयसं भासू लागलं.

या अफाट वाळवंटात, वाऱ्यावर इतस्ततः उडणाऱ्या रेतीसोबत तिचं दुःख, तिची व्यथासुद्धा विखुरत चालली आहे. दूरवर पसरलेली ही रेती, हे अनंत आकाश... तिची वेदना ऐकतच नसल्यागत मूक, शांत आहेत. तिचं दुःख कळतच नाहीये कोणाला!

घरी असती तर पाच-सात जणांनी तिला आवरलं असतं, तिचं दुःख वाटून घेतलं असतं. अशीच अगदी एकटी डोंगरदऱ्यांत, रानावनांत जरी असती तरी निदान तिच्याच आवाजाचा प्रतिध्वनी तिला ऐकू आला असता, तेवढी तरी साथ लाभली असती.

इथं? मोकळं स्तब्ध थंड आकाश, भणाणता वारा आणि निसटती, उडती, सरकती रेती! बस्स, दुसरं कोणी म्हणता कोणी नाही. कोणत्याही प्रतिसादाविना सतीचा अपार आक्रोश दाही दिशांना विरून विझून गेला. असा जीवघेणा एकटेपणा सतीनं यापूर्वी कधीच अनुभवला नव्हता. अरेरे! आसमंतात कुठं एखादं झुडूपही नव्हतं. असतं तर त्याची सोबत झाल्यावाचून राहती ना!

...कोणतीही गोष्ट चिरंतन नसते. अनंत काळापर्यंत टिकत नसते. व्यथा आवरावी लागते अन् आक्रोशही आटोपावा लागतो. समोर आपल्यापुढे निपचित पडलेल्या त्या मानवी देहाला मानववस्तीपर्यंत घेऊन जायचं बघायला हवं. हा देह एकेकाळी सतीचा बाप म्हणवला जात होता. त्याला साजेसा असा योग्य ठिकाणी निरोप द्यायला हवा. इथंच या वाळवंटात सोडून देऊन कसं चालेल?

उचलून न्यायचं म्हटलं तर एकट्या सतीच्यानं होण्यासारखं नाही. एकच उपाय आहे. सतीनं कोणाला तरी बोलावून आणायचं; पण त्यापूर्वी या देहाच्या रक्षणाची सोय करायला हवी. मेल्या देहाचे लचके तोडायला मांसभक्षक जनावरं टपून बसलेली असतात. दूरवरून गंध पारखण्यात पटाईत असतात.

सतीनं गाठोडं चाचपलं. लोखंडी कढईसारखं एक पात्र त्यात होतं. सर्वांत उपयुक्त साधन. दिवसा पीठ मळायला घेता येतं, रात्री जोखमीच्या कामावर निघताना याचा खूप उपयोग होतो. डोक्यावर उपडं ठेवून वरून फडकं बांधलं की, डोक्यावर घाव घातला समोरच्यानं, तरी डोकं वाचतं. मागून कोणी दगडाचा मारा केला तरी डोकं शाबूत. अशा घमेल्याकढयांनी आजवर अनेकांना वाचवलं आहे.

त्या घमेल्यानं सती रेतीत खणू लागली. जमिनीवर करता येतो तसा खड्डा वाळवंटात होणं कठीण. कितीही खोदा, खोदलेली रेती पुन्हा त्यातच पडून खड्डा बुजणार. रेती लोटत लोटत सती खोल जाऊ लागली. गुडघ्याइतकं गेल्यावर खाली

कठीण रेतीचा थर लागला. आता खड्डा करणं सोपं होतं. खोदलेली रेती पुन्हा घरंगळून खड्ड्यात येण्याची शक्यता नव्हती.

मोठ्या मुश्किलीनं, दुपारपावेतो खड्डा तयार झाला. बापाचं कलेवर तिनं त्या खड्ड्यात लोटलं. त्यावर रेती ढकलली. रघू डोक्याला गुंडाळायचा त्या फडक्यानं तेवढी जागा झाकली.

आता जेसलमेरला जायचं. तिथून माणसं गोळा करायची. मग पुढचं.

सरत्या दुपारी जेसलमेरचा किल्ला दिसू लागला. जरा वेळानं रेतीच्या ढिगांआडून, क्षणात दिसणारा, क्षणात दिसेनासा होणारा उंट नजरेला पडू लागला. एका मोठ्या ढिगावर चढून सतीनं भोवताली बघितलं. समोरून कोणीतरी उंटाला धरून आणतंयसं वाटलं. लाल कपडे ल्यालेली कुणी स्त्री उंटावर बसली असावी असं वाटत होतं.

सतीला धीर आला. हातातलं फडकं फडकावत ती उंटाच्या दिशेनं धावत सुटली. उंटावरच्या स्त्रीचं सतीकडे लक्ष गेलं. दोघी एकमेकींच्या दिशेनं जाऊ लागल्या. दोघींमधलं अंतर झपाट्यानं कमी होऊ लागलं. एवढं होईतो सतीचा धीर सुटला. तिनं रेतीतच बसकण मारली.

उंटवाले सतीपाशी आले. पिवळ्या घागऱ्यावरचा सतीचा लालभडक फुलांचा, चौकोनी पाख्याचा 'कमखा' पाहताच एका उंटवाल्यानं विचारलं, "बंजारा? की कंजर?"

"कंजर. सांसी." रडू आवरत सतीनं कसंबसं उत्तर दिलं. म्हणाली, "दया करा माझ्यावर. माझा बाप त्या तिथं वाळवंटात पडलाय. त्याला... त्याला..." सती हमसून हमसून रडू लागली.

उंटावरच्या स्त्रीनं उंटाला खाली बसवायला सांगितलं. स्वत: उंटावरून उतरून सतीकडे आली. तिथंच रेतीत तिच्याजवळ बसली. सतीला तिनं मिठीत घेतलं.

नात्यागोत्यातल्या बायकांखेरीज इतर कोण्या स्त्रीनं सतीला आजवर कधीच अशा तऱ्हेनं जवळ घेतलं नव्हतं. आपल्या जवळच्या माणसापाशी मन मोकळं करावं तसं रडत रडत सती सांगत गेली. तिला मोकळेपणानं रडू देत त्या स्त्रीनं तिचं सगळं ऐकून घेतलं.

सती शांत झाली तशी त्या स्त्रीनं तिला म्हटलं, "हे बघ मुली, एकदा ज्याला वाळवंटात सोडलं तो पुन्हा कधीही सापडत नाही. ती जागाच मुळी पुन्हा सापडायची नाही."

"पण मी खूण ठेवून आलेय." सतीनं म्हटलं.

"अगं बाई, समुद्रात खूण शिल्लक राहत असेल तर वाळवंटात राहील! रण म्हणजे सागराचाच धाकटा भाऊ!" सतीची समजूत घालायचा त्या स्त्रीनं प्रयत्न केला.

"समुद्राच्या जशा लाटा, तसे वाळवंटातले रेतीचे ढीग. समुद्र जसा भरती-ओहोटी आणत राहतो, तसंच रणदेखील आपली रेती इथून तिथं आणि तिथून इथं फिरवतच राहतं. समुद्राचं वादळ मैलोगणती पसरतं, जहाजंच्या जहाजं गिळून टाकतं, तसंच रणातलं वादळही आपल्या चपेट्यात आलेल्या लमाणावंजाऱ्यांचे तांडेच्या तांडे गिळून टाकतं. सागर उचंबळून यावा तशी वाळवंटातली रेती अमर्यादपणे उडत राहते. इतकी की, कधीकधी थेट गुजरातेतल्या अहमदाबाद शहराला झाकोळून टाकू शकते. रस्त्यावर धूळच धूळ पसरवून टाकू शकते.

"समुद्र जशी आपल्या किनाऱ्यावरची जमीन गिळून टाकतो, तसंच रेताड वाळवंटही पुढची जमीन खात खात पुढं जातं. समुद्र अन् वाळवंट दोघांना भाऊभाऊ म्हणतात ते उगाच नाही! उंटाला जहाजाची उपमा देतात तीही उगाच नव्हे!"

"दोघाचौघांना पाठवा हो, काही तरी करा हो, एवढी मदत करा मला." सतीनं पुन्हा विनवलं.

"मुली, तुला मदत करायची नाहीये असं नाही बाई! पण तूच विचार कर. एक पाऊल जरी वेगळ्या दिशेला पडलं तरी तू जिथून आलीस तिथवरची वाट किती दूर जाईल बरं." उंटवाली स्त्री सांगू लागली, "एक उंट सोडला, तर दुसरं कुणीही आल्यावाटेनं त्याच ठिकाणी पुन्हा परत जाऊ शकत नाही. तुझ्याकडे उंट असता तर त्यानं आपल्याला तिथं नेलं असतं.

"जे हरपलं ते आता जाऊ दे. विसर ते. व्हायचं होतं ते होऊन गेलं. तू माझ्या घरी चल. तिथून तुला तुझ्या ठिकाणावर पोहोचवायची व्यवस्था मी करते." स्त्री सतीला समजावू लागली.

"पण कोणाला पाठवून तर बघा..." सती पुन्हा पुन्हा तेच म्हणत होती.

"जिवंतपणी गाडले गेलेल्यांनासुद्धा विसरावं लागतं या रणात. मेलेल्याला शोधायचं नाव काढलं तरी वेड्यात काढतील आम्हाला. कोण यायला बसलंय?" या वेळी उंटवाल्यानं कटू सत्य सांगून टाकलं.

"हं, हं!" स्त्रीनं उंटवाल्याला दटावलं. मग सतीकडे वळून म्हणाली, "समजा, आपण तुझी ती जागा शोधून काढलीच, तरी तू तिथून येऊन आता परत जाईतो मधे किती वेळ गेलेला असेल? तेवढा वेळ जमिनीत गाडल्या गेलेल्याला पुन्हा बाहेर काढलं, तर तो डोळ्यानं पाहायच्या स्थितीत नसेलच. काही उरलं नसेल तिथं आता.

"वाळवंट वरून उजाड आणि वैराण दिसत असलं तरी तळाशी ते जिवंत असतं. असंख्य जीवजंतूंची वस्ती असते तिथं. सहसा जिथं काहीच नसतं तिथं एवढं मोठं 'अन्न' अचानक येऊन पडल्याची खबर निसर्गानं त्यांच्यापर्यंत केव्हाच पोहोचवली असेल. सगळे तुटून पडले असतील एव्हाना. काहीही हाती लागायचं नाही आता.

"तुम्हा सांसी लोकांत अग्नी देत असले तरी वेळप्रसंगी दफन केल्याची उदाहरणं आहेत. तो एक विधी तू केलाच आहेस. आता पुन्हा आणखी दुसरा कशाला?'' ती स्त्री जे बोलू शकली नव्हती ते उंटवाल्यानं सहजच म्हणून टाकलं.

'परिपंथिका'चं जीवन हे असंच आहे. हे त्यांच्या जीवनाचं वास्तव आहे. सत्य आहे. अशा सत्याकडे डोळेझाक करता येत नाही. सतीला हे सत्य स्वीकारावं लागेल.

खूप समजावल्यावर सती त्या स्त्रीसोबत उंटावरून जायला तयार झाली. सांज ढळता ढळता सगळे जण कोण्या लहानशा गावात शिरले. देवडीवाल्या घरात उतरताना त्या स्त्रीनं सतीला म्हटलं, "पाणी तापवायला सांगते, पलीकडल्या न्हाणीत अंघोळ करून ये. कपडे धुवायचे असतील तर धुऊन घे. पाणी आहे.''

वाळवंटी प्रदेशाचं हे वैशिष्ट्य आहे. घरी आलेल्याला प्यायला पाणी दिलं जातंच, पण लगेच विचारलं जातं, 'अंघोळ करायची आहे?'

रण माणसाला पार दमवून टाकतं. रणातल्या प्रवासात तोंड धुवायलाही माणसानं पाणी वापरलेलं नसतं. आता पोहोचलेत आपल्या घरी, तर मग स्नान करतील, शीण घालवतील, तोंड भरून आशीर्वाद देतील म्हणून विचारायचं, 'अंघोळ करायची आहे? पाणी तयार आहे.'

अंगणातल्या मोकळ्या जागेत एका कोपऱ्यात आडोसा करून सतीनं स्नान उरकलं. बाप मेल्यामुळे तिला सुतक होतं. त्यामुळे तिला जेवायला वाढलं ते अंगणातच. तिला वापरायला मातीची भांडी देताना कोणीसं म्हटलं, "तुझ्यापाशीच असू दे. जाताना घेऊन जा नाहीतर बाहेर जाऊन फोडून टाक.''

काम करणाऱ्या माणसांच्या बोलण्यावरून सतीनं एवढं ताडलं की, घरात कोणी पुरुषमाणूस नाहीये. आपल्याला जिनं इथं आणलं त्या बाईला सगळे 'आजी' म्हणतात. तीच या घरची कर्ती बाई आहे. या आजींचा नवरा सहा महिन्यांपूर्वीच मरण पावल्याचं थोड्या चौकशीनंतर कळलं. तेव्हापासून घर आणि उद्योगधंदा दोन्हींचा कारभार या बाई स्वतःच पाहतात.

संध्याकाळी आजींना भेटायला कोणी शेठ आले, तेव्हा आजी बाहेर आल्या होत्या. आलेल्याला आदरानं ओसरीवर बसवून घेतलं. आजी त्यांच्याशी तिथंच उभ्या उभ्या बोलू लागल्या. सतीला सगळं संभाषण ऐकू आलं. आजीच्या मृत पतींची इच्छा आणि त्यांनी सावकाराला दिलेल्या कुठल्याशा वचनाबद्दल बोलणं चाललं होतं.

आजींकडे आलेल्या माणसाविषयी सतीचं विशेष चांगलं मत झालं नाही. नम्रपणाचा आव आणून बोलत होता, पण आजींवर त्यानं कसलं तरी दडपण आणलंय असा सतीचा समज झाला. जाता जाता त्यानं म्हटलं, "इतके जण होतो

आम्ही तरीसुद्धा तुम्ही बाईमाणूस व्यापारदिमाच्या भानगडीत पडलात. ठीक आहे म्हणा, पण आता त्यांचा कारभार सांभाळणाऱ्यानंच त्यांनी दिलेली वचनंही पाळायला हवीत. नाही का?''

आजींनी उत्तर दिलं, ''त्याची नका काळजी करू. मंदिराचं काम अजून पूर्ण झालं नाहीये. पंधरा दिवसांत चातुर्मास लागेल. प्रबोधिनी एकादशीच्या आत प्रतिष्ठापना व्हायची चिन्हं नाहीत. त्याआधी आणून देईन मी.''

शेठ निघून गेला. आजी खांबाला टेकून उभ्या होत्या. जरा वेळानं आत जाताना सतीला म्हणाल्या, ''तुझं गाव कोणतं ते उद्या सकाळी मुनीमजींना सांग म्हणजे गाडीचं तिकीट आणवून घेतील.''

सतीला कुठं जायचंय ते दुसऱ्या दिवशी एकानं विचारून घेतलं. सतीनं पालनपूरचं तिकीट काढायला सांगितलं आणि गाठोड्यातून पैसे काढले, तशी तो माणूस म्हणाला, ''पैसे नकोत. आजी तिकीट काढून देताहेत.''

२६

पालनपूरला उतरून मामाला सोबत घेऊनच दंग्यात जावं असा सतीचा विचार होता, पण मामाकडेच तिला तापी भेटली. सतीला एकटीलाच येताना पाहून तापीला धस्स झालं. 'मा'च्या गळ्यात पडून रडत रडत सतीनं सगळी हकिकत सांगून टाकली. शेजारपाजारच्या बायांनी दोघींना सांभाळलं.

दुसऱ्या दिवशी नानकी अन् भागूसह विठ्ठल आला. "बाकीचे विधी सेटलमेंटला जाऊन तिथं केले तर?" त्यानं सतीला विचारलं.

"नको." सतीनं उत्तर दिलं. "आपल्या घरी नको."

"असं कसं? घर विठ्ठलचं, तसंच तुझंही आहे की! या तुम्ही दोघी, सगळं होईल व्यवस्थित!"

तापीलाही ते पटेना. ती म्हणाली, "मी कितीदा म्हटलं होतं त्याला. त्याच्या मनात असतं तर त्यानं मला शहरात नेलं असतं."

तापीनं आयुष्यभर हट्ट करूनसुद्धा रघूनं तिला शहरात राहायला नेलं नव्हतं. निसर्गाच्या कुशीत जन्मलेल्या, निसर्गाच्याच अंगाखांद्यावर वाढलेल्या त्या आपल्या पतीचे उरलेले विधी मोकळ्या आकाशाखालीच व्हावेत, या तापीच्या इच्छेविरुद्ध जायचं धाडस कोणी केलं नाही.

पालनपुरातच सगळं केलं. पाहुणे जायला निघाले तसं सतीला तापीच्या चिंतेनं घेरलं. "तुझी ती गाढवं, शेळ्या-मेंढ्या सगळं विकून टाक बरं! आमच्या शेजारीच खोली घेऊन राहा म्हणजे मला तुझ्याकडे नीट लक्ष देता येईल."

तापीनं साफ नकार दिला, "अगं बायो, डोक्यावरचं छतच नष्ट झालंय तिथं छप्पर असलं काय अन् नसलं काय. यापुढे जगायचं ते मोकळ्या आकाशाखालीच." असं म्हणून तापी कावेरीसोबत निघून गेली.

विठ्ठलबरोबर सती सेटलमेंटच्या नगरात पोहोचली त्याला दोन दिवस होतात न होतात तोच तिनं विठ्ठलला म्हटलं, "नाऱ्याला अन् राधीला माझ्यासोबत घेणार मी!"

"कशाला? अन् कुठं ते?" विठ्ठलनं आश्चर्यानं विचारलं.

"नवरंगपुऱ्यात."

“थोडे दिवस थांब की जरा!” रघूचं नाव न घेता विठ्ठलनं म्हटलं.

“तेवढा वेळ नाहीये. एक काम करायचंय. ‘कोणासाठी काही काम करता आलं तर कर’ असं मरतेवेळी बाप सांगून गेलाय माझा.”

“अगदी इतकं कोणाच्या गळ्याशी आलंय? आणि सध्या तुला आहे ना सवड थोडी, गरजेपुरतं दे. वाटलं तर मीही देतो थोडं.”

“पैशानं होणारं काम नाहीये. एक विशिष्ट वस्तू हवीये. ते तुला नंतर सांगते सगळं.” सती म्हणाली. ती स्वत:च मालक या कामगिरीची. वस्तू तिनं पाहून ठेवलीये. साथीदार कोण घ्यायचे ते एकदा ठरलं की, मग नावगाव, ठावठिकाणा सगळं सांगेल. त्याआधी सांगता येणार नाही.

राधीकडे जाताना सती विठ्ठलला आपल्याबरोबर घेऊन गेली. राधीनं अलीकडेच नवरंगपुऱ्यातलं काम धरलंय. तिला काहीतरी ठाऊक असण्याची शक्यता आहे.

नाऱ्यानं फारशी चौकशी केली नाही. ‘सतीचं काम आहे म्हटल्यावर मी आहेच,’ असं म्हणून तो कबूल झाला.

राधी विचार करू लागली. नवरंगपुरा म्हणजे नदीपलीकडचा, चांगला समजला जाणारा भाग. मोठमोठ्या शेठ-साहेबांचे तिथं बंगले. शिक्षणाची मोठी युनिव्हर्सिटी तिथंच. तिथं काही घडलं तर संपूर्ण तपास होणार हे नक्की.

लपून बसायला, पळून जायला तशा सोईस्कर जागा आहेत म्हणा! ‘अटीरा’च्या मागे, ‘दादासाहेबांच्या खड्ड्या’त उतरता येईल. सरळ जाऊन गुलबाईच्या टेकडीवर मारवाड्यांच्या वस्तीत मिसळून जायचं... आणि आसपासच्या अर्धवट बांधलेल्या घरात तर कुठेही शिरता येईल.

ठीक आहे. मिळून करायचं ठरलं. आता पुढचं. हिस्सा किती?

“तुम्ही सांगा.” सती म्हणाली. “वस्तू विकायची नाहीये.”

याचा अर्थ असा की, खुद्द शेठच माल ठेवून घेणार. त्याची किंमत बाजारातून वसूल व्हायची नाहीये. साथीदारांचा जो काही वाटा ठरेल तो शेठ स्वत: चुकवणार. शेठला मोठं घबाड कमवायचं आहे.

असं पगारी कामगारासारखं काम राधीनं यापूर्वी कधीच केलं नाहीये. नाऱ्यानंही शब्द फिरवला. म्हणाला, “मला भागीदार करा. मी पगारी नोकर बनू की काय?”

आता सगळं सांगितल्यावाचून सुटका नव्हती. सतीनं सगळं सविस्तर सांगून टाकलं. रघूला तिकडे रणातच सोडलंय आणि जेसलमेरच्या कोण्या शेठाणीनं सतीला मदत केलीये हे सर्वांना माहीत झालं होतं.

सतीनं आपल्या ‘अवावन’ साथीदारांना त्या स्त्रीची कहाणी सांगायला घेतली.

त्या बाईचा नवरा मरून जेमतेम सहा महिनेच झालेत. तरण्याताठ्या बाईनं एकट्या हाती नवऱ्याचा व्यापारउदीम स्वत:च्या हातात घेऊ नये, यासाठी पुष्कळ

जणांनी पुष्कळ प्रयत्न केले, पण बाई बधली नाही. स्वत:च्या एकटीच्या जिवावर सगळं सांभाळते आहे.

"त्याचं काय?" विठ्ठलनं मधेच विचारलं.

सती पुढं सांगू लागली.

"एक नवं मंदिर बांधलं जातंय. त्या मंदिरात देवाचा देव्हारा की आसन असं काहीतरी चंदनाचं करून द्यायचं शेठनं म्हटलं होतं. पूर्वीच्या काळी चंदन कुठेही मिळायचं. आता सरकारखेरीज दुसरं कोणी चंदन विकू शकत नाही आणि तूर्त, स्वत:चं काम सोडून चंदन आणायला जाणं बाईला जमण्यासारखं नाही."

"मग त्यात काय एवढं? चंदनाचे पैसे देऊन टाक की झालं." नाऱ्या म्हणाला.

"तो माणूस पैसेच मागत होता, बाईनंच पैसे द्यायला नाही म्हटलं. म्हणाली, भेसळीचं अशुद्ध लाकूड आलं, तर माझ्या नवऱ्याचं दान विटाळल्यागत होईल. चंदन आणून देईन ते मी स्वत: हे पक्कं. त्यासाठी थोडं थांबा."

"मग? यात आपण काय करणार?" राधीनं विचारलं.

"खूप वर्षांमागे मी नवरंगपुऱ्यातल्या एका बंगल्यात दोन झाडं पाहिलीयेत. अजून ती आहेत की नाहीत कोण जाणे. असतील तर आणायची." सतीनं मुद्द्याची गोष्ट सांगून टाकली.

लपवून ठेवलेली वस्तू चोरणं सोपं असतं. डोळ्यांसमोरची, उघड्यावरची वस्तू, तेदेखील मुळं जमिनीत घट्ट रोवून उभं असलेलं साक्षात झाड!

'कहता भी दीवाना, सुनता भी दीवाना!' असला विचारही सतीनं मनात आणू नये.

सर्वांनी आपापलं मत मांडून झाल्यावर सतीनं पुन्हा एकदा म्हटलं, "माझ्याकडे मार्ग आहे, उपाय आहे, साधनंसुद्धा आहेत. जराशी हिंमत करायचाच काय तो प्रश्न आहे, ती हिंमत तेवढी दाखवा की झालं!"

राधी सतीच्या तोंडाकडे टकामका बघत राहिली. नखशिखांत 'पणी' (चोर) असूनही स्वत:मध्ये असा ठाम विश्वास तिनं कधी अनुभवला नव्हता. दुसऱ्या कोणा तस्करातही बघितला नव्हता. सतीचा संपूर्ण बेत ऐकून घ्यायला कबूल होत तिनं म्हटलं, "ठीक आहे. पण पक्कं लक्षात असू दे, तू झाडाबद्दल बोलतेयस, जिवंत झाडाबद्दल. भानावर आहेस ना?"

"हो." सती म्हणाली. "आणि झाड म्हणजे साधं कडुनिंबाचं झाड नाही. चंदनाचं. घरमालकानं आपल्या मुलाच्या जन्माच्या वेळी चंदनाची ही दोन झाडं लावली होती. मुलगा आता सत्तावीस-अठ्ठावीसचा झालाय. परदेशी गेलाय. पंचवीस वर्षांत चंदनाच्या झाडाची वाढ पूर्ण होते हे जरी खरं असलं, तरी ते जेमतेम पेरूच्या

झाडाइतकंच जाड आणि तेवढंच उंच असतं. त्याहून मोठं व्हायला चंदनाच्या झाडाला आणखी पंचवीस वर्षं लागतात.''

राधी जन्मली, वाढली शहरात. झाडंबिडं तिनं फारशी पाहिलेली नाहीत. सतीचे वाडवडील, वाबी, वस्याक, नानकीसारखे नायक देशभर भटकलेले.

वृक्ष, झाडं, त्यांच्या जाती, त्यांची वैशिष्ट्यं, ती झाडं चोरायची कशी... यातलं काहीच सतीला माहीत नाही असं नाही.

या शहरातल्या खूपशा बंगल्यांत चंदनाची झाडं असल्याचं नानकीच्या तोंडून सतीनं ऐकलं होतं. कुतूहलानं बघूनही आली होती. म्हाताऱ्या माणसांच्या तोंडच्या गप्पा ऐकत घालवलेला वेळ कधीच व्यर्थ जात नसतो.

हात नीट चालवला तर पेरूच्या झाडाएवढं झाड तळापासून कापायला सात मिनिटं लागतात. पाच-पाच फुटांचे तुकडे करून पोत्यात गुंडाळून घ्यायला आणखी पंधरा मिनिटं धरा. जातिवंत मलिम्लु सगळं उरकून पाऊण तासाच्या आत वाटेला लागायला हवेत.

आपल्या मनातली संपूर्ण योजना सतीनं समजावून सांगितली. त्यासाठीची साधनं कुठून, कशी मिळतील ते ठामपणे सांगितलं, तसं नाऱ्याला त्यात स्वारस्य वाटू लागलं.

नवरंगपुऱ्याच्या रस्त्यावर दोन्ही बाजूंनी वृक्षांच्या रांगा आहेत. 'या झाडांच्या फांद्या फलाण्या कामाआड येतात' असं निमित्त करायचं आणि फांद्या कापायला घ्यायच्या. त्याच भरात बंगल्यात शिरून हवं ते झाड नेमकं उचलून आणायचं. सरकारी माणसं केव्हातरी झाडांच्या फांद्या कापायला सरकारी वाहनं घेऊन येतात आणि फांद्या कापून निघून जातात एवढं सगळ्यांना माहीत असतं.

''हो, हो. विजेच्या तारांना धोकादायक असणाऱ्या फांद्या कापायच्या आहेत असं सांगता येईल,'' नाऱ्या म्हणाला.

सतीनं नाऱ्याकडे रोखून बघितलं. ''नदीपलीकडे कुठेही विजेच्या तारा खांबांना बांधलेल्या नाहीयेत. तिथं सगळं जमिनीखाली आहे.''

सतीची योजना यशस्वी होण्याची शक्यता ताडून पाहण्यासाठी त्या ठिकाणी स्वत: एक फेरी मारून यायला राधी आणि नाऱ्या कबूल झाले. तिसऱ्या दिवशी संध्याकाळी राधीनं सतीला बोलावलं. म्हणाली, ''आता तू म्हणशील तेव्हा! पण एक गोष्ट. पकडले गेलो तर सगळी जबाबदारी तुझ्यामाथी. आम्ही तुझं नाव सांगून टाकू.''

ही अट मान्य करण्याजोगी नाही. नियमाच्या विरुद्ध आहे. पकडल्या गेलेल्या 'अवावन'नं फारतर दुसऱ्या 'अमोषिन'चं नाव सांगावं, पण कामगिरीच्या मालकाचं नाव नेहमी गुप्तच ठेवलं जातं. अगदी क्वचित, अगदी फारच बाका प्रसंग सोडला, तर एरवी कधीच मुख्य माणसाचं नाव घेत नाहीत... तरीसुद्धा, क्षणभरही विचार न

करता सतीनं म्हटलं, "चालेल."

आठवड्याभरात, नवरंगपुरा भागात घरकाम करणाऱ्या ज्याच्या त्याच्या तोंडी एकच विषय निघू लागला. परदेशात राहणाऱ्या कोण्या बड्या व्यापाऱ्याच्या मुलाचं लग्न आहे. याच भागात कुठंतरी वऱ्हाड उतरायचंय. लग्नाला इथून शाहीबागपर्यंत नवरदेव हत्तीवर बसून जायचाय.

हत्तीवरून जाणाऱ्या नवरदेवाच्या मिरवणुकीत ज्या कशाचा अडथळा येईल असं वाटतंय ते सगळं हटवणार आहेत म्हणे. अशा सर्व जागांचा सर्व्हे होऊन चुकलाय. रस्त्यावरच्या फांद्यासुद्धा आज-उद्या एवढ्यातच कापायच्या आहेत. म्युनिसिपालिटीची माणसं बघून गेलीत... एक ना दोन!

घरी कामाला येणाऱ्या नोकरांची कुजबुज घरमालकांच्या कानावर पडणारच. अनेकदा त्यात तथ्य असतं. कधीकधी थापाही असतात म्हणा. त्यातलं खरंखोटं कोणी तपासून बघत नसतं. खरंच असं लग्नबिग्न निघालं तर निमंत्रण पत्रिका मिळेलच की! तरी पण सतीला आता घाई करणं भाग होतं. न जाणो कोणी चौकशी केली आणि सध्या कोणत्याच घरी लग्नकार्य होणार नसल्याचं कळलं तर हाती घेतलेलं काम अर्धवट सोडायची पाळी यायची!

तीन जूनला दुपारी एक वाजता म्युनिसिपालिटीची गाडी आली. फांद्या छाटायला सुरुवात झाली. त्याच वेळी दोन माणसं एका बंगल्याच्या कंपाउंडमध्ये शिरली.

मालकीण घरात एकटीच. अनोळखी माणसं कंपाउंडमध्ये शिरताना पाहून ती पुढं दाराशी आली. युनिफॉर्म घातलेले कामगार पाहून तिला जरा हायसं वाटलं, तरी तिनं दोघांना बंगल्यात यायचं कारण विचारलं.

"तुमच्या कंपाउंडच्या भिंतीवरून चढायला सोपंय ना, म्हणून." उत्तर आलं.

"पण कंपाउंडमध्ये कचरा पडू देऊ नका बरं का."

"छ्या! सगळं अगदी साफ करून जाऊ की!"

तेवढ्यात एक स्टेशनवॅगन दाराशी थांबली. तिच्यातून एक बाई आत आली. तिनं मालकिणीला विचारलं, पंधरावीस मिनिटांपुरती गाडी आत ठेवू का? काय आहे की, मला थोडा वेळ त्या पलीकडच्या देवळात जायचंय. तिथं बाहेर फांद्या छाटताहेत ना ही माणसं, माझी गाडी तोडूनबिडून ठेवली तर काय घ्या!"

घरमालकिणीपुढे आणखी एक नवीच मागणी येऊन उभी! ती विचारात पडली.

स्टेशनवॅगनमधून उतरलेल्या बाईनं घरमालकिणीला पुढं काही बोलायची संधी न देता आपलंच घोडं दामटलं, "आज हे काय चाललंय? इतकी चांगली हिरवीगार झाडं छाटताहेत बघा. पक्ष्यांची घरटीबिरटी असतील तर? कुठं जातील बिचारे?"

अशा प्रकारच्या धर्माचरणाच्या गोष्टी बोलणाऱ्यांबद्दल सर्वसामान्य गृहिणी फारशा शंका घेत नाहीत. या गृहिणीनंसुद्धा लगेच म्हटलं, "होय ना, बघा तरी.

कोणाच्याशा हत्तीवरच्या मिरवणुकीसाठी चाललंय म्हणे हे. करतील तेवढं थोडंय. ठेवा तुमची गाडी.''

''कोणी दीक्षा घेणारे का?'' बाईच्या स्वरात कुतूहल.

''छे हो! कोण्या मोठ्या पार्टीच्या मुलाचं लग्न आहे म्हणतात. हत्तीवरून जाणारे म्हणे मिरवणूक!''

थोडंसं इकडचं तिकडचं बोलून त्या बाईनं स्टेशनवॅगन कंपाउंडमध्ये आणवून घेतली. स्वत: चालत चालत निघून गेली. हिरवीगार झाडं छाटण्याचं बाहेर चाललेलं पाप डोळ्यानं बघणंसुद्धा नको, म्हणून घरमालकीण आत चालती झाली. जाताना दार बंद करून घेतलं.

दुपारी निवांतपणे आराम करणारी माणसं पुन्हा ताजीतवानी होऊन उठेपावेतो बाहेर सगळं शांत झालं होतं. रस्ते साफ होत होते. संध्याकाळच्या आत सगळं अगदी लख्ख!

आपला उद्योगधंदा आवरून घरमालक रात्री घरी परतला, तेव्हा त्याला संपूर्ण गल्ली कधी नव्हे तेवढी स्वच्छ वाटली. रोज नजरेला न पडणारा चंद्र आज रस्त्यावरून स्पष्ट दिसत होता.

हत्तीवरच्या मिरवणुकीबद्दल त्यानं ऐकलं होतं. घरात शिरताच त्यानं बायकोला म्हटलं, ''मला वाटलं थाप असेल, कारण अशा बातम्या वर्तमानपत्रात आधी छापून येतात; पण खरी दिसतेय बातमी. कोणाकडे असेल लग्न?''

''काय माहीत!'' गृहिणीनं म्हटलं. ''दुपारभर चाललं होतं रामायण. दोन माणसं तर आपल्या कंपाउंडच्या भिंतीवर चढली होती. मी बाई घरातच बसून राहिले. आपल्या डोळ्यांदेखत एवढी चांगली हिरवीगार झाडं छाटली जाताहेत आणि आपण ते उघड्या डोळ्यांनी बघायचं म्हणजे... पापाचं धनी व्हायचं!''

''असं? मग बागेचा सत्यानाश केला असेल त्यांनी. मी बघून येतो.'' पतिदेव म्हणाले.

''आधी जेवून घ्या. रात्रीच्या वेळी अंगणात जायचं काही नडलं नाहीये. नाहीतरी तिकडचं एकदा स्वच्छ करून घ्यायचंच होतं. आज-उद्या माळी येईल तेव्हा घेईन करून!'' पत्नीनं पतीला अडवलं. म्हणाली, ''उन्हाळ्याच्या दिवसांत जनावरबिनावर बाहेर पडतं रात्री गारव्यासाठी. त्यात आणखी त्या माणसांनी झाडावरची घरटी पाडली असतील, तर पिल्लं यायची पायाखाली. पाप लागेल उगाच.''

धर्मपरायण बायकोचं म्हणणं डावलता येत नाही. ते तेवढ्यावरच राहिलं. पतिदेवांनी रात्री पाहिलं नाही ते सकाळी दिसलंच. मोठ्या कौतुकानं वाढवलेली चंदनाची दोन्ही झाडं गायब. जमिनीपासून दोन इंच सोडून बाकी झाड अगदी मुळापासून म्हणावं तसं कोणीतरी कापून नेलंय!

आपले ते शाहभाई पोलीस प्रमुखाच्या कचेरीत काम करतात. चला, त्यांना फोन करू. ''शाहभाई, ऑफिसात जायच्या आधी जरा माझ्याकडे डोकावून जाल का? जरा तुमचा सल्ला हवाय.''

शाह आले. घरमालकानं त्यांना सगळं सांगितलं. मागच्या अंगणातली चंदनाची उरलीसुरली निशाणी दाखवली. मग विचारलं, ''पोलिसात फिर्याद करता येईल का?''

''करता येईल म्हणा,'' शाह म्हणाले, ''पण मला सांगा, तुमची ही झाडं तुम्ही रजिस्टर केली होती का?''

हे नवीनच उद्‌भवलं. ''रजिस्टर म्हणजे?'' घरमालकानं विचारलं.

''म्हणजे असं की साग, शिसम्, सेवन असे वृक्ष आपल्या अंगणात किंवा शेतात लावताना वनखात्याला कळवावं लागतं. उपवनरक्षकाच्या कचेरीत त्याची नोंद करावी लागते. खास करून चंदनाची तर लागतेच लागते.''

''हो, पण ही झाडं पंचवीस वर्षांपूर्वीची होती ना!''

''त्या वेळी कायदा नसला, तरी पण कायदा लागू झाला तेव्हा जाऊन नोंदवायला हवं होतं, की बुवा आमच्याकडे अशी अशी चंदनाची दोन झाडं आहेत.''

''ते आता आम्हाला काय ठाऊक!'' घरमालक पार भांबावले.

''हरकत नाही. ते जाऊ द्या. बरं तुमच्या कंपाउंडमध्ये ठेवलेल्या गाडीचा नंबर तरी आठवतोय?''

बघितलाच नव्हता तर आठवणार कुठून? वॅगनवर 'पी.डब्ल्यू.डी.' आणि 'राजधानी योजना' असं लिहिलेलं मात्र गृहिणीच्या नजरेला पडलं होतं.

शाह चकित झाले. ''साबरमतीच्या काठावर गांधीनगर नावाची नवी राजधानी बनतेय, पण तिथली सरकारी गाडी...'' ते पुटपुटले.

म्हणजे, फिर्याद करायचं तूर्त बाजूला ठेवू. मुळात भानगड काय आहे, यात कोणाचा हात आहे ते शोधायचा प्रयत्न केला पाहिजे. शाह तेवढं काम करतील. एक-दोन दिवसांत बारकाईनं तपास केल्यावर मग काय ते ठरवू.

दोन दिवसांनी शाह म्युनिसिपालिटीच्या मुकादमाला घेऊन आले. त्यांनी म्हटलं, ''रस्त्यावरची झाडं आम्हीच छाटलीत. मी स्वतः हजर होतो तिथं! माझी आठ माणसं होती. आमच्यापैकी कोणीच आत आलं नव्हतं.''

''पण, हे झाड कापायचं निघालं कसं?'' शाहांनी विचारलं आणि आपली ओळख सांगत म्हणाले, ''अरे हो, मी पोलीस कमिशनरच्या कचेरीत काम करतो.''

''आम्ही झाडं कापलीत कुठे? कापली नाहीत, आदेशानुसार फक्त अडथळा आणणाऱ्या फांद्या तेवढ्या छाटल्यात. ती काय झाडं होती तशीच अजून उभी आहेत. ती बघा!''

"तेच ते. फांद्या तर फांद्या. पण त्या तरी कापायचं निघालं कुठून?"

"ते होय? ते... म्हणजे एक अर्ज आला होता की, हत्तीवरून मिरवणूक काढता येईल इतक्या उंचीपर्यंतच्या फांद्या कापून द्याव्यात."

खात्याच्या इंजिनिअरांची गाठ घेतली. त्यांनी म्हटलं, "अहो, लग्नकार्यासाठी नगरपालिका नळाला जास्तीचं पाणी सोडते, रस्ते झाडून देते, खूप काय काय करते." शाहभाई बिचारे काय करणार? रस्त्यावर काम करणारी माणसं आणि त्यांचं काम दोन्ही कायदेशीर होतं. बेकायदेशीर होतं ते घराच्या आतलं. झाडंही बेकायदेशीर आणि ती कापून नेणारेही बेकायदेशीर. सगळंच बेकायदेशीर.

लाकूड घराबाहेर गेलंय ते त्या वॅगनमधून. म्हणून त्या वॅगनची चौकशी केली. राजधानी योजनेतल्या इंजिनिअरांना एका ठिकाणाहून दुसरीकडे जाण्यासाठी ती वॅगन घेतली होती, पण आता ॲम्बॅसिडर गाडी मिळू लागल्यापासून ते लोक वॅगन क्वचितच नेतात. साबरमतीच्या पात्राजवळ मंत्र्यांचे बंगले बांधले जायचेत त्या साइटवर वॅगन पडलेली असते.

स्टेशनवॅगन चोरीला गेल्याचं कळायच्या आतच ती परत आली होती. अर्थात, सापडली तेव्हा तिकडे रणासणच्या हद्दीपाशी सापडली म्हणा, पण... आपल्याच ड्रायव्हरांपैकी कोणी त्याच्या... समजून घ्या राव... नेली असेल असं वाटलं... पुन्हा ती मूळ जागी आणून ठेवल्यानं पुढे आणखी करण्याजोगं काही उरलंच नव्हतं. सरकारी गाडीचा असा उपयोग थेट मंत्र्यांपासून खालपर्यंत सगळे करतात.

घरमालकांनी शाहभाईंना सांगून टाकलं, "आमचा माळी म्हणतोय, दोन इंच बुंधा उरलाय तिथं फुटेल पुन्हा. फुटून आलं तर आलं. बाकी आता काही नाही करायचं."

शाहभाईंनी सहमत होत म्हटलं, "ठीक आहे. तुमची मर्जी; पण चंदन चोरीला गेलंय ते उगाच ज्याला त्याला सांगत बसू नका. तुम्ही फिर्याद केली नाहीत, याचा अर्थ गुन्हा घडला नाही असा नव्हे. कोण्या विघ्नसंतोषी माणसानं अर्जबिर्ज केला तर तुम्हीच गोत्यात याल."

"आम्ही? ते का? आम्ही काय म्हणून?"

"ते अशासाठी की तुम्ही सरकारला कळू न देता चंदनाची झाडं कोनाकोपऱ्यात कुठंतरी लावलीत, वाढवलीत आणि कापून परस्पर विकून टाकलीत. सगळं सरकारला न कळवता, चोरून केलंत. वकील असं म्हणू शकतात."

इतकं ऐकल्यावर ऐकणारा जन्मात पुन्हा कधी चंदनाचं नाव काढायचा नाही, फार काय टिळासुद्धा केशराचा लावेल देवळात, चंदनाचा नाही. हां, पण दीर्घकाळपर्यंत त्याच्या मनात एक प्रश्न येतच राहील की बुवा, 'शेवटी तो होता तरी कोण?'

२७

चंदनचोरीची फिर्याद दाखल होणार नाही हे सतीला माहीत नव्हतं. आधीच माहीत असतं तर बाटुगे वकील पक्का कायदेबाज असल्याचं तिनं मान्य करून टाकलं असतं. पण ते खरंच निघालं. 'चंदनाच्या चोरीला कुठला कायदा लागतो आणि त्यात किती शिक्षा होऊ शकते' एवढंच विचारायला ती बाटुगे वकिलाकडे गेली होती.

बाटुगे म्हणाला, "नुसतंच विचारत असशील तर सांगतो, पण इथं गुजरातेतच राहून पैसे-पाकीट मारत चला, थेट म्हैसूरपर्यंत जायचा उपद्व्याप कशाला करताय?"

"उगाच नुसतं विचारत नाहीये. एखाद्याच्या बागेत लावलेलं चोरून आणायचं असेल तर? त्यात पकडले गेलो तर काय शिक्षा होईल?"

बाटुगे सतीच्या तोंडाकडे बघत राहिले. पोरीच्या डोळ्यांत त्याला ठाम निश्चय दिसून आला. "...तर मी म्हणेन की वकील आणि डॉक्टर यांच्यापासून काही लपवू नये. सगळं नीट सांग. मग मी तुला योग्य सल्ला देईन. माझ्या सल्ल्याविना तुला यश यायचं नाही."

सतीनं आपली योजना समजावून सांगितली. आता सूत्रं आपल्या हाती घेत बाटुगे वकील म्हणाले, "त्या रस्त्यावरची झाडं आपण कापायची वेळच येऊ द्यायची नाही."

"झाडं कापायचा बहाणा करावाच लागणार, नाहीतर कुऱ्हाडीसकट बंगल्यात शिरायचं कसं?" सतीनं विचारलं.

"दरवाज्यातून. कुऱ्हाडीविना अगदी ऐटीत जाऊ. तू असं कर, विठ्ठलला या कामात सामील करून घे. सुतारकाम केलंय त्यानं. त्याच्यासारखा कटर चालवणारा दुसरा कोणी नाही. आम्ही दोघं दारातूनच आत जाऊ."

विठ्ठलला बोलावणं धाडलं. बाटुगेचं म्हणणं रास्त वाटलं. कटरनं काम झटपट होईल, पण त्यासाठी विजेचं कनेक्शन लागेल. एवढ्या मोठ्या बंगल्यात मागच्या अंगणात कनेक्शन नसेल असं होणार नाही. भिंतीवर एखादा बल्ब तरी नक्कीच असेल. बटण आत असलं तरी हरकत नाही. फेज मिळाली की पुरे. न्यूट्रल

जमिनीत घातली की सर्किट पूर्ण!

गल्लीतल्या विजेच्या तारेवर आकडा टाकून दुसरं टोक जमिनीत नेणारी किती तरी घरं आपल्या वस्तीतच आहेत.

शहरातील सभ्य म्हणवणारी माणसंसुद्धा सार्वजनिक उत्सवाच्या निमित्तानं किंवा मोठमोठी मंडळं नवरात्रीत देवीच्या नावानं अशी कनेक्शनं घेताना मागेपुढे पाहत नाहीत.

राजधानी योजनेत सरकारनं ज्यांच्या जमिनी घेतल्यात त्यांच्यापैकी पुष्कळ जणांचं काम बाटुगेकडे आहे. तिथं पडून असलेली स्टेशनवॅगन बाटुगेनं तिकडे येता-जाताना बघितली आहे. सरकारी वाहन म्हटलं की कोणी अडवत नाही.

नाऱ्या तरबेज ड्रायव्हर आहे. चावीविना गाडी सुरू करणं म्हणजे त्याच्या डाव्या हाताचा खेळ. तिकडून गाडी पळवून आणून बंगल्याच्या कंपाउंडमध्ये रात्रभर ठेवायची. राधीनं आणि नाऱ्यानं मिळून तेवढं करायचं. सती म्हणते त्याप्रमाणे झाडं तेवढीच मोठी असतील, तर स्टेशनवॅगनमध्ये मावतील.

बाटुगेची सूचना विचारात घेण्याजोगी होती; पण सतीनं विचारलेल्या प्रश्नाचं उत्तर अजूनही मिळालं नव्हतं.

"समजा फिर्याद झाली अन् आम्ही पकडले गेलो तर?"

"तर मी बसलोय ना इथं. पहिलं म्हणजे बंगलेवाल्यांनी झाडांची नोंदणी नसेलच केली. मला माहीत आहे ना, हे लोक पैसे कमावण्यात इतके दंग असतात की एवढंसं जरी जास्तीचं काम निघालं किंवा नावडतं काम आलं, तरी ते अजिबात करत नाहीत. तू मला सांग, मिळकतकर भरतं कोणी? असं विजेचं कनेक्शन तोडलं जायची भीती नसती, तर या लोकांनी विजेची बिलंदेखील भरली नसती. गेले तरी शेवटच्या दिवशी धावतात."

बाटुगेच्या अनावश्यक गप्पांचा सतीला कंटाळा आला. त्याला मूळ मुद्द्यावर आणण्यासाठी तिनं म्हटलं, "बरं मग? त्याचं काय?"

"त्याचं असं की ती झाडं बेकायदेशीर आहेत. अर्थातच, तो बापडा फिर्याद करायला धजावणारच नाही. समजा केलीच फिर्याद, तरी तुमच्यातलं कोणी हाती लागणार नाही. समजा सापडलातच, तर त्या बंगलेवाल्याचंच नाव पुढे करायचं. जज्जला सांगायचं की साहेब आम्ही मजूर आहोत, या शेठनं मजुरीला बोलावलं, झाडं कापा म्हणाले, आम्ही कापली. दुसऱ्या कोणाच्या अंगणातली नाही, त्यांच्याच अंगणातली. झाडं त्यांची होती. ती चंदनाची होती की सोन्यारूप्याची आम्हा मजुरांना काय कळतंय?"

सगळं ठरवून झाल्यावर टाइपरायटर काढून बाटुगे वकील म्युनिसिपालिटीत करायचा अर्ज लिहायला बसला. दुसऱ्या दिवशी राधी अर्ज घेऊन इंजिनिअर

साहेबांच्या टेबलासमोर उभी.

दिल्लीच्या कोण्या मोठ्या कंपनीच्या, या शहरातलं ऑफिस सांभाळणाऱ्या मोहक महिला ऑफिसरला बसण्यायोग्य खुर्ची शोधण्यासाठी इंजिनिअरसाहेब इकडं तिकडं बघू लागले.

"असू दे असू दे. बसायचं नाहीये मला. ते... नवरदेवाच्या... म्हणजे हत्तीच्या मिरवणुकीबद्दल बोलायचंय." तरुणीनं थट्टेच्या सुरात म्हटलं.

"अं? हो, हो!" काही कळलं नाही तरी इंजिनिअरनं हो म्हणून टाकलं.

त्यानंतर समोर उभ्या असलेल्या, टेबलावर झुकून बोलणाऱ्या तरुण स्त्रीनं लग्नाची सर्व व्यवस्था, लग्नाला हजर राहणारे कित्येक मान्यवर... असं बरंच काय काय सांगितलं. शेवटी एवढंही म्हटलं की, त्या सर्व बड्या पाहुण्यांच्या यादीत समोर बसलेल्या इंजिनिअरांचंही नाव असेल. त्याला आमंत्रण मिळेलच. लग्नाला अवश्य यायचंय. एवढं झाल्यावर मग अर्ज दिला गेला.

अर्जाचं पाकिट उघडताना इंजिनिअरला त्यात तीन नोटा दिसल्या. महिन्याभराचा पगार!

उद्यापासून रस्त्याच्या सर्व्हेला सुरुवात करायची. येत्या अमुक तारखेला फांद्या छाटल्या जातील असं आश्वासन घेऊन ती तरुणी म्हणाली, "आजूबाजूला जैन लोक राहतात बरं! सकाळ-संध्याकाळ देरासरला जात-येत असतात. हिरवी झाडं कापताहेत पाहून दुःख होईल त्यांना."

"दुपारी मॅडम, दुपारी बारा ते तीन दरम्यान पार पाडू सगळं."

परत आल्यावर राधीनं कामाची अंदाजे तारीख सतीला कळवली. विठ्ठलनं सतीला म्हटलं, "तू राधनपूरला जा. आपली गाढवं आहेतच. पुढे कोणाचे उंट मिळाले तर भाड्यानं घेऊन ठेव."

सती निघाली.

इकडे, काम पार पडलं आणि ती वॅगन जागच्या जागी पोहोचल्याबरोबर विठ्ठल आणि नाऱ्या छोट्या टेम्पोतून निघाले. वरती सरपणाची जळाऊ लाकडं आणि तळाला मूळ वस्तू घेऊन गावं पार करत करत मांडलमार्गे राधनपूरजवळच्या सबदलपूरला, राधीच्या मावशीच्या घरी वाट पाहत असलेल्या सतीकडे पोहोचवून परत आले.

इथून पुढे वाहन करून चालणार नाही. मोठी शहरं आणि राजस्थानची हद्द दोन्ही ठिकाणी पोलीस वाहनं तपासतात. सतीनं गाढवं तयार ठेवलीत. चालण्याजोगी जमीन मिळेल तिथवर गाढवं. त्यानंतर उंटावर लादून रण ओलांडून पलीकडे निघून जायचं. रस्त्यात कोणाची गाठ पडलीच, तरी सोबत आपलं सरपण बांधून उंटावरून जाणाऱ्या नवराबायकोला चौकशीसाठी कोणी अडवलं नसतं.

पुढं गेल्यावर सतीनं तीन उंट घेतले अन् विठ्ठलला म्हणाली, "आता मागं फिर. आपल्याला हंसव्याला जायचंय."

"हंसवा? जेसलमेर नाही?"

"नाही. त्या आजीनं मला हंसव्याला नेलं होतं. चंदन हंसव्याला पोहोचलंय हे कळू नये, म्हणून मी जेसलमेर, जेसलमेर असं घोकत होते."

चौथ्या दिवशी उंट हंसव्याला आजीच्या दारात. घरातल्या मोलकरणीनं सतीला पाहिलं, ओळखलंही.

"आजीला म्हणावं सरपण आणलंय." सतीनं तिला म्हटलं.

"उंट परसदारी घेऊन जा. लाकडं तिथं ठेवतात." एक जण म्हणाला.

मागच्यादारी उंट नेताना सती म्हणाली, "आजी येईपर्यंत लाकडं उतरवणार नाही मी."

आजी परसदारी आल्या. सतीला त्यांनी लगेच ओळखलं. म्हणाल्या, "अरे! नुसतं सरपण द्यायला थेट तिथून इथवर आलीस?"

आजीपाशी जाऊन कुजबुजत सती म्हणाली, "मी अन् माझा नवरा, सरपणाखाली चंदनाची लाकडं आहेत. अगदी शुद्ध. तू म्हणशील तिथं ठेवतो."

इतक्या हळू आवाजात, खासगीत बोलतेय पोरगी म्हणजे चंदन नक्कीच चोरून आणलेलं असणार हे आजीनं लगेच हेरलं; पण असं परसात उभं राहून वाद घालणं अशक्य होतं. आपल्या माणसांना तिनं दुसऱ्या कामाला पाठवून दिलं. मग सतीकडे वळून म्हटलं, "सरपणाची लाकडं इथं उतरव आणि ते आत आण."

सतीनं आणि विठ्ठलनं मिळून बघता बघता सगळं उरकून टाकलं. एका लयीत काम करणाऱ्या पती-पत्नींकडे आजी बघत राहिली.

सगळं झाल्यावर आजी सतीला म्हणाली, "अगं वेडे, म्हैसूरला जाऊन मी आणणारच होते. तू आणि हे कुठून आणलंस? केवढ्याला पडलं? खरं खरं सांग बरं!"

तेंद्रीसारखीच, इथंही खऱ्याखोट्याची, प्रामाणिकपणाची शहानिशा होणार हे सती धरूनच चालली होती. तिनं लगेच उत्तर दिलं, "जिथून आणलं असेल तिथून! आधी मला सांग, रोख पैसे द्यायला तू तेव्हा नाही का म्हणत होतीस?"

आजी स्वतःच्या तोंडून या प्रश्नाचं उत्तर देणार, त्याआधी सती स्वतःच उत्तर देत म्हणाली, "कारण तिथं काय होणार हे तुला माहीत आहे. ती माणसं फुकटचं लाटणारेत. आम्ही घाम गाळलाय. हरामाचं नाहीये आमचं. आम्ही पाच जणांनी मिळून दिवस-रात्र एक केली, तेव्हा कुठे मिळालंय हे."

सतीच्या आवेशानं आजी थक्क झाली. ही पोरगी शंभर टक्के खरं बोलतेय याबद्दल तिची खात्री पटली. तिच्या दृष्टीनं हे हरामाचं नाहीचेय. तिच्या दृष्टीनं ही

जिवंत राहण्यासाठीची कला आहे. बिबट्यानं शेळी पळवून नेली, तर ते मान्य असतं. तीच रीत ही पोरगी पाळतेय. आपल्याला ते स्वीकारावं लागणार. तिनं केलेल्या कामाला 'पूर्ण केलेलं एक काम' यापेक्षा वेगळं काही म्हणता यायचंच नाही.

हीच तिची परंपरा आहे, तिची आराधना आहे. हाच तिचा धर्म आहे आणि तिचं कामही हेच आहे. आपण सगळे करतो तसंच एक काम. कामाला निश्चित असा दर्जा नसतो. असलाच पाहिजे, असा आग्रह धरणाऱ्यांनी या कामाचा दर्जाही एखाद्या कलेइतकाच उच्च समजला पाहिजे.

दुसरी गोष्ट. आजीनं चंदन ठेवून घ्यावं आणि वापरून टाकावं हेही आता योग्यच म्हणायला हवं. ही पोरगी स्वतः इथं घेऊन आली आहे. ते परत पाठवलं तरी ना ती स्वतःपाशी साठवून ठेवू शकणार ना बाजारात विकू शकणार. आजीनं ठेवून घेतलं नाही तर पोरगी अडकणार, हे निश्चित. आता तिनं हे जाळून तरी टाकावं किंवा रस्त्यावर फेकून द्यावं, दोन्हीपैकी एक करावंच लागणार.

आजी गप्प राहिलेली पाहून सतीनं पुन्हा म्हटलं, "तू ठेवूनच घ्यायचंस. मला त्याचं मोल नकोय. ऐन गरजेच्या वेळी तू माझ्या पाठीशी उभी राहिलीस, माझी 'मा' बनून!"

काही न बोलता आजी आत निघून गेली. जरा वेळानं बाहेर आली. सतीच्या हाती एक पिशवी देत म्हणाली, "एवढं ठेव. मला 'मा' म्हटलंस, आता तूसुद्धा नाही म्हटलेलं मला चालणार नाही. ही तू आणलेल्याची किंमत नाहीये. रुपया-पैशात त्याची किती किंमत होईल, तेही मला ठाऊक नाही. म्हणून म्हणते, ही तुझ्या सामानाची किंमत नाहीये. हे मी माझ्या लेकीला देतेय."

निघतेवेळी विठ्ठलनं बजावलं, "वाळायला अजून पंधरा-वीस दिवस लागतील. तोवर घडवायला घेता येणार नाही."

"इतक्यात करायला घ्यायचंच नाहीये." आजी म्हणाली. "करायचं ते पावसाळ्यानंतर. नवरात्रात. कारागिराला माझ्या घरी, माझ्यासमक्ष बसवून देव्हारा घडवून घेईन." आजीनं सतीच्या डोक्यावर हात ठेवला. म्हणाली, "स्नानबिन उरकून घ्या. एक दिवस राहा इथं. उद्या जा."

सतीनं परसदारी जाता जाता म्हटलं," मागच्या खेपेला मला ठेवून घेण्यामागे सांगण्याजोगं काहीतरी कारण होतं तुझ्याकडे. आज जळाऊ सरपण घेऊन आलेल्या दोघाजणांना एक दिवस ठेवून घेण्याजोगतं तुझ्याकडे काहीच कारण नाहीये. भरीला आम्ही कंजर, सांसी. आजी, अगं साऱ्या दुनियेची तुझ्यावर न् माझ्यावर नजर आहे बरं!"

२८

सतीच्या सर्व साथीदारांना अपेक्षेपेक्षा जास्त वाटा मिळाला. पोरांची तर दिवाळीच साजरी झाली. बाटुगेनं काही घ्यायला नकार दिला. म्हणाला, "तूच ठेव, तू वापरशील तसं माझ्या हातून वापरलं जायचं नाही. आणि... कायद्यासंबंधात काही काम निघालं तर निःशंकपणे मला सांग."

सतीला धारागढची हकिकत आठवली. झुंझाला भेटायला जाताना विठ्ठलला सोबत न्यावं असा विचार ती करत होती, पण इतके दिवस वाया गेल्यानंतर विठ्ठलनं कामावर जायला आणखी उशीर करणं योग्य नव्हतं.

बाटुगे वकील सोबत आला, तर सरकारी कचेरीत बोलायला, कागदपत्रं करून घ्यायला, ती समजून घ्यायला त्याचा खूप उपयोग होईल. तो कायदा जाणतो. पुढचा विचार करू शकतो. ज्या विश्वासानं छोट्यानं त्याला इकडे आणलंय, तो विश्वास त्यानं एकदाही घालवला नाहीये.

सती बाटुगेशी बोलली, तेव्हा इतर अशील तिथं हजर होते. त्यांपैकी ज्या थोड्यांना त्यातली जेवढी समजली, तेवढी माहिती सगळ्या वस्तीभर पसरली. सती धारागढमध्ये शाळा सुरू करणार. इथल्या मुलांना तिथे नेणार. सगळ्यांच्या दृष्टीनं ही मोठी नवलाईची गोष्ट होती. मुलं घेऊन जायची गोष्ट तर अगदीच नवी!

सगळ्यात आधी सतीच्याच घरात तिच्या थोरल्या जावेनं विषय काढला. "मुळात आम्हाला आमच्या पोरांना शिकवायचंच नाहीये. वाटलंच तर शहरातल्या शाळेत घालू. इतक्या लांब अजिबात पाठवणार नाही."

भागूनं आपला मुद्दा मांडला. तिच्या दृष्टीनं अगदी खरा आणि सतीला नाकारायला अवघड असा. "जे काम करण्यासाठी मुलांनी जन्म घेतलाय ते काम त्यांनी करायचं नाही, तर काय करायचं? तुला काय दुर्बुद्धी सुचली न कळो तर एवढं फळफळतं काम सोडून द्यायला निघालीस? तू खुशाल संतीण हो, काय व्हायचं ते हो, पण त्यानंतर तुझ्या हातून काही म्हणता काही व्हायचं नाही. कामही गेलं न् नामही गेलं असं होणार तुझं."

थोरल्या जावेनं स्पष्ट शब्दांत ठणकावलं, "माझ्या सुरियाला घेऊन जायचं

म्हणत असशील तर सपशेल विसर. दोन पोरींवर झालेला एकुलता एक लेक आहे माझा. दोघी बहिणींचा एकटा भाऊ. त्याला माझ्या डोळ्यांपुढून हलूसुद्धा देणार नाही. आईपाशी न् आजीपाशी राहतोय तेच बरंय. शिकेल तेवढं शिकेल आणि नाही शिकला म्हणून बिघडलं कुठं? आपल्या कुटुंबाचा धंदा आणि चालत आलेली कारागिरी शिकवायचं आम्ही का सोडू?''

कोणाचंच म्हणणं चुकीचं नव्हतं. पोरांना शिक्षणासाठी दूर पाठवलं तर त्यांची वंशपरंपरा, त्यांची मूळ कला सगळं कायमचं नष्ट होणार!

स्वत:च्या आईबापांसारखे साक्षात कीर्तिवंत जेव्हा या जगात नसतील, तेव्हा त्यांच्या शौर्यगाथा कोण गाईल? आईबापांपासून दूर राहिल्यामुळे आपण कोण, कुठले हे मुलांनाच नीट माहीत नसेल, तर आपलं हे काम, ही विद्या, ही कला आपल्या कुलाचा गौरव हे सर्व येणाऱ्या पिढ्या कसं जतन करतील आणि वाढवतील तरी कसं?

आपण सगळ्यांनी, खुद्द सतीनंही तिचे आजेपणजे... त्यांचे वाडवडील... पूर्वज... साऱ्यांच्या पराक्रमाच्या कहाण्या नानकीच्या आणि तापीच्या तोंडून ऐकल्यात. ज्या गौरवाची, ज्या अभिमानाची प्रेरणा त्या दोघींनी सतीला दिली, तशी प्रेरणा दूर पाठवून दिलेल्या आमच्या पोरांना आम्ही देऊ शकू? सांगा बरं! शाळा यातलं काहीच करणार नाही. उघड आहे.

खरा धोका याहून मोठा आहे. आपलीच मुलं, स्वत:च्याच आईबापांनी जिवाची बाजी लावून केलेल्या पराक्रमांकडे आज बाहेरचं जग ज्या भावनेनं पाहतं, त्याच भावनेनं बघतील. त्यांचीही दृष्टी तीच होईल.

सासूची समजूत घालणं सोपं नव्हतं. विषय थांबवण्याचा प्रयत्न करत विठ्ठलनं म्हटलं, ''सतीला वाटलं, आवडलं म्हणून तिनं म्हटलं. अजून शाळा काढलीये कुठे? समजा काढलीच तर काम, नाम जे जायचं ते बघता येईल. ते तिचं तिनं स्वत: ठरवायचं.''

बोलणं एवढ्यापुरतं थांबलं, पण थोरल्या जावेच्या मनात आपल्या लेकाची चिंता शिरली ती शिरली. रात्री नवरा घरी येताच तिनं मुद्दाम विषय काढून त्याला सारं सांगितलं. मग म्हणाली, ''वस्तीत फिरून बायांना विचारा एकदा, ज्यांच्या ओटीत पोरं नाहीत त्यांना काय वाटत असतं ते! आणि ही? आहेत त्यांची ओटी रिकामी करायला निघालीये.''

विठ्ठलच्या भावालाही वाटलं, 'शहरात डीनोटिफाइड समजल्या जाणाऱ्या भागात आपापल्या आजीसोबत वाढणाऱ्या मुलांना शाळेत घालायची गरज काय? ज्या घरात राहतात त्या घरची कामं शिकायचं टाकून शाळेत शिकायला जायचं? असलं भलतंच काहीतरी सतीला कुठून सुचलं म्हणायचं?'

असं असलं तरी धाकट्या भावाची बायको शहाणी आहे, असं थोरल्याला वाटत होतं हे खरंच. 'ओटी मोकळी करून टाकण्या'ची भाषा आपल्या बायकोच्या तोंडून निघावी, हे त्याला रुचलं नाही. ''यात आणि ओटी मोकळी व्हायची बात कुठून आली?'' त्यानं विचारलं.

''नाही तर दुसरं काय?'' बायकोनं त्याच ढंगात बोलणं सुरू ठेवलं. ''तिकडं रानावनात माझ्या पोराचं काही बरंवाईट झालं तर माझा जाणारच ना हातचा? सतीला पोरं होतील तेव्हा होतील. सध्या कुटुंबात 'अरवेवन' (जिची सर्व मुलं जिवंत आहेत अशी स्त्री) मी एकटीच आहे. घोर नाही लागणार माझ्या जिवाला?''

थोरलीची भीती आणि शंका दोन्ही अस्थानी नव्हत्या. रानावनातल्या आयुष्यात जशी वरदानं असतात तसेच अभिशापही अगणित असतात. सिंध पाकिस्तानपासून ते थेट राजस्थान, कच्छ, काठेवाड.. सगळीकडच्या दंग्यांत पोटची चारचार-पाचपाच पोरं गमावून बसलेल्या आयाबाया पुष्कळ होत्या. कित्येकींनी दहा-बारा जन्माला घातली, पण एखाददुसरंच कसंबसं मोठं झालं. जीवजंतू, पशू-प्राणी, कुठली तरी अपरिचित रोगराई, ऊन-थंडी-वारा-पाऊस... कोण जीव घेईल सांगणं कठीण.

''पोरांना मारायला नेतीये का ती? त्या सोनगढमध्येसुद्धा कोण्या स्वामींच्या शाळेत मुलं राहतात म्हणे. कोणी मरत नाही. सगळीकडे फिरा एकदा, जाऊन बघून या.'' पतीनं कातावून म्हटलं. ''इथं सेटलमेंटमध्ये किंवा तिथं दंग्यात मुलांना जेवढा धोका आहे, त्यापेक्षा सतीच्या शाळेत धोका कमीच असेल. इथल्यापेक्षा खूप मोकळ्या आणि चांगल्या वातावरणात वाढतील मुलं.''

आपण जास्त ताणून धरलं तर नवरा धाकट्या जावेचाच पक्ष घेत राहील, हे थोरलीनं ताडलं. तिनं सती आणि तिची शाळा दोन्ही गोष्टींवर बोलायचं थांबवलं. नवऱ्याला आवडणाऱ्या दुसऱ्या पुष्कळ गोष्टी तिच्याकडे होत्या.

घरातल्यांपासून जातीतल्यापर्यंत सगळ्यांचा विरोध सहन करावा लागणार आहे, याची सतीला कल्पना होती. घरातल्या घरात विठ्ठलचं साहाय्य मिळेल, पण वस्तीची अन् जातीची वेळ येईल तेव्हा तो कितपत खंबीर राहील, ते सतीला कळत नव्हतं. आपली बाजू उचलून धरल्यानं जास्त त्रास विठ्ठलच्या वाट्याला येईल, याची जाणीव सतीला होती. विठ्ठलला नाहक त्रास सहन करायला लावण्यापेक्षा तूर्त शाळेची बातच काढू नये, तेच बरं. धारागढला जाण्यासाठी बाटुगेनं त्याच्या कामाच्या तारखा बदलून घ्यायच्या आधीच त्याला सांगून टाकावं की, 'अजून ठरलं नाहीये रे बाबा!'

सकाळी सवड होताच सती बाटुगेकडे जायला निघाली. छोट्या आणि त्याच्यासोबत नीटनेटकी, छान तयार होऊन निघालेली थोडी मुलं असे सर्व जण तिला चौकातच दिसले.

''कुठं निघाल्या स्वाऱ्या?'' सतीनं सहजच विचारलं.

"फोटो काढायला, पोलीस चौकीत." एक मुलगा म्हणाला.

"फुकटात; आणि फक्त एक रुपयात आपल्याला एक कॉपी. फक्त पुरुषांचेच हं, तुमचे नाही काढायचे." काहीशा गर्वानं सतीकडे पाहत छोट्यानं म्हटलं.

"फुकटात कोणी फोटो काढून देत नसतं. शहरातल्या मोठ्या स्टुडिओत फोटो काढायला कोण जाणे किती पैसे लागतात! जत्रेतला झटपट स्टुडिओवालासुद्धा दोन रुपये घेतो!"

"इथं एक कॉपी अगदी फुकट पोलीस स्टेशनात टांगून ठेवणार. मनात आलं की जायचं अन् बघायचं. एक जास्तीची, घरी घेऊन जायला हवी असेल, तर फोटोवाल्याला नुसतं सांगायचं. तो काढून ठेवेल. उद्या जायचं, एक रुपया देऊन घेऊन यायची आपली कॉपी."

"अरे ए! थांबा जरा..." सतीनं त्यांना अडवलं. या सगळ्याचा तिला फारसा उलगडा होत नव्हता, पण कुठेतरी काहीतरी गडबड आहे एवढं मात्र वाटत होतं.

"थांबा, आत्ता नका जाऊ. मी येते तुमच्याबरोबर. बाटुगेला भेटून येते. ही आलेच. तोवर थांबा." एवढं बोलून सती बाटुगेच्या घरी गेली. छोट्या आणि मुलं सतीची वाट बघत चौकात उभी!

सतीनं धारागढला न जायची गोष्ट काढताच बाटुगेनं तोंड वाकडं केलं. म्हणाला, "फार लवकर हार मानलीस. जरा धीर धर, विरोध करणाऱ्यांच्या दुप्पट तुला साथ देणारे भेटतील. एक पाऊल पुढं टाकून तर बघ. आधीपासूनच हातपाय का गाळतेस?"

तरीपण, धारागढचं तूर्त बाजूला ठेवायला सांगून सतीनं रस्त्यात भेटलेल्या मुलांचा आणि छोट्याचा विषय काढला.

बाटुगे चपापला. घाईघाईनं म्हणाला, "कोणालाही जाऊ देऊ नकोस. चल, मीच येतो तुझ्याबरोबर!"

सतीची वाट बघून छोट्या कंटाळला होता. फोटो काढायच्या उत्साहात सगळे पोलीस चौकीकडे निघून गेले. बाटुगे आणि सती त्यांच्यापाठोपाठच चौकीवर जाऊन धडकले.

एकीकडे फोटोग्राफर पडदा बांधत होता. दुसरीकडे पांढऱ्या छत्रीवाले दिवे मांडले जात होते. छोट्या आणि एकदोन मुलं मिळून मदत करत होते.

"ए सिंगल, काय चाललंय काय हे?" बाटुगे लांबूनच ओरडला.

बाटुगेचा आवाज ऐकताच छोट्या दचकला. त्यानं आवाजाच्या दिशेनं पाहिलं. सतीला आणि बाटुगेला येताना पाहून त्यानं हातातलं काम ठेवून दिलं.

बाटुगे जवळ आला. " हे काय आरंभलंय?" त्यानं करड्या स्वरात विचारलं.

बाटुगेकडे छोट्या दुर्लक्ष करू शकत नव्हता. बाटुगे त्याच्या दूरच्या मावशीचा

मुलगा. लहानपणी बाटुगेच्या पुण्यातल्या घरीच दोघं एकत्र खेळले, वाढले. बालपणीच्या मैत्रीला जागून मोठेपणी छोट्या स्वत: पुण्याला जाऊन त्याला थेट इथं घेऊन आला होता. बाटुगेचा प्रश्न कानाआड टाकून चालणार नव्हतं. उलट सारं काही सविस्तर सांगावंच लागलं असतं.

गेल्या आठवड्यात चौकीच्या ऑफिसरनं छोट्याला पोलीस ठाण्यावर बोलावून म्हटलं होतं, "तुमच्या नगरातली तेरा वर्षांची – म्हणजे तेराची व्हायला आलेली सगळी तेराचीच समजायची – मुलं गोळा कर. पोलीस आपल्या खर्चानं त्यांचे फोटो काढतील. इथं ठेवतील."

"का?" छोट्यानं भाबडेपणानं विचारलं.

"पहिली गोष्ट म्हणजे तुमचं साऱ्यांचं रेकॉर्ड आपल्यापाशी ठेवायचं डिपार्टमेंटनं ठरवलं आहे. दुसरी, तुमच्या फायद्याची गोष्ट अशी की स्टुडिओवाले तुमच्यासाठी एक कॉपी अगदी स्वस्तात काढून देतील, अशी व्यवस्था मी करेन. पुढेमागे गरज लागली तर इथून तुमच्या फोटोचा नंबर घेऊन गेलात, तर म्हणाल तेव्हा स्टुडिओवाला तुम्हाला कॉपी काढून देईल."

दुसरा मुद्दा छोट्याला कळला नसला तरी महत्त्वाचा वाटला. कोणी आपणहून एकच रुपयात फोटो काढून देत असेल तर चांगलंच म्हणायचं!

झालं. छोट्यानं वानरसेना जमवली. साहेबानं म्हटल्याप्रमाणे एकावेळी वीस-वीस जणांनी पाळीपाळीनं जायचं.

"कोणी फोटोबिटो काढायचे नाहीत," बाटुगेनं हुकूम सोडला. "चला, निघा इथून. चालले लगेच फोटो काढायला. अरे, आपल्याला कळत नाही तर कोणाला विचारायचं तरी!"

अचानक उद्भवलेल्या विघ्नामुळे छोट्या बावरून गेला. रागारागानं सतीकडे पाहू लागला. तिनंच बाटुगेला इथं आणलं. फोटोग्राफरला मदत करायचं सोडून बिचारी मुलं बाजूला उभी राहून छोट्याच्या तोंडाकडे पाहू लागली.

बाहेरच्या भागात सादर करायच्या नाटकात एक-दोन नवीनच पात्रं येऊन धडकली आहेत, ठरल्या कार्यक्रमात वेगळीच भर घालावी लागणारसं दिसतंय, हे साहेबाला सांगायला कॅमेरावाला चौकीच्या आत गेला.

"पण भाई..." छोट्या बाटुगेला काहीतरी सांगायचा प्रयत्न करू लागला. छोट्यानं पुढं काही म्हणायच्या आत ठाण्याच्या आतून साहेबांची खास भाषा कानावर आदळली. "तुझ्या ××× कोण आहे तिथं?"

एका हवालदारानं लगबगीनं येऊन सतीला म्हटलं, "साहेब बोलावताहेत."

सती आणि बाटुगे आत गेले. एखादी स्त्री आपणहून ठाण्यात आलेली पाहून साहेबांना नवल वाटलं. आपली ऐट जरा कमी करत ते म्हणाले, "काय आहे तुमचं?"

"आमचं काही नाहीये. मुलांना परत नेतोय. आम्हाला फोटो काढून घ्यायचे नाहीत." सतीनं शांतपणे उत्तर दिलं.

काय घडतंय ते पाहत बाटुगे जवळच उभा.

आजवर साहेबानं ठाण्यात येणाऱ्या माणसांच्या विनवण्या, विनंत्या, दयेसाठी भीक, काहीच न बोलता गप्प राहणं असं काय काय पाहिलं, ऐकलं होतं; पण इतक्या ठामपणे, शांतपणे दिलेला जबाब ना ऐकला होता, ना पाहिला होता.

हातात छडी घेऊन साहेब उठले. सतीजवळ येऊन विचारू लागले, "का? ते इतके छान तयार होऊन आलेत आणि तू म्हणतेस फोटो नाही काढायचे? आणि... हा एवढा मंडप घातलाय, फोटोग्राफर बोलावलाय, या एवढ्या ताफ्याचा खर्च कोण तुझा बाप देणार का?"

"माझा बाप मरून गेलाय." सतीनं एवढंच म्हटलं. आणखी काही बोलली नाही.

"तुझं नाव काय? तिकडं लिहव जा." साहेबानं रायटरकडे बोट दाखवलं.

"तिचं नाव सरस्वती." बाटुगेनं मधेच तोंड घातलं. "इथे तिचं नाव लिहून घ्यायची गरज नाहीये."

आता साहेबांनी आपला मोहरा बाटुगेकडे वळवला. "ठाण्यात येऊन गोंधळ घालायला आणि वरून नाव नोंदवायला नकार द्यायचा? नाव नको तर मग गुन्हा नोंदवतो. बोल, नोंदवू?"

बाटुगे नम्रपणे म्हणाला, "गुन्हासुद्धा होत नाही साहेब. आम्ही ठाण्यात नव्हतोच आलो. बाहेरच होतो आम्ही. तुम्ही बोलावलंत म्हणून आत आलो. म्हणाल तर पुन्हा बाहेर जातो."

साहेबानं चिडून हवालदाराला विचारलं, "मनाभाई, आहेत कोण हे मवाली?"

"मी वकील आहे आणि या बाई शाळा काढणार आहेत. शाळेच्या संचालिका आणि शिक्षिका त्या स्वतःच आहेत." बाटुगेनं पुन्हा शांतपणे म्हटलं.

'वकील' हा शब्द ऐकताच साहेबांचा आवेश थोडा ओसरला. पोलीस खात्याच्या वरिष्ठ अधिकाऱ्याला सुचलेला विचार इथं फक्त अमलात आणला जातोय, विशेष काही नाही, असं समजावण्याचा ते प्रयत्न करू लागले.

"पण साहेब, मुळात यांचे फोटो पोलीस ठाण्यात ठेवायचेच कशासाठी? कोणत्या कायद्याच्या, कोणत्या कलमाखाली?" बाटुगेनं पूर्वीच्याच शांतपणे प्रश्न टाकला.

कायद्याच्या कलमाची बात निघाली, तसा साहेबानं वरच्या कचेरीला फोन लावला. वरच्या अधिकाऱ्यानं पूर्ण हकिकत ऐकल्यावर विचारलं, "त्या बाईचं नाव काय म्हणालात?"

"सरस्वती म्हणताहेत."

"ठीक आहे. तूर्त बंद करा सगळं. मी साहेबांशी बोलून घेतो... आणि त्या

दोघांना म्हणावं, उद्या दोन वाजता मला माझ्या ऑफिसात भेटा.''

बोलणं संपलं. वरून आलेला निरोप सतीला आणि बाटुगेला सांगितला गेला.

''उद्या दुपारी शाहीबाग कचेरीत जा. डी.एस.पी. साहेबांनी भेटायला सांगितलंय. परमार साहेबांचे ऑफिस विचारा. इंद्रजित परमार.''

नाव ऐकताच सतीचे डोळे चमकले. तिनं बाटुगेला म्हटलं, ''उद्या दुपारी तुम्हाला घ्यायला कोर्टात येते.''

सगळा बेत फिसकटतोय हे पाहून छोट्या निराश झाला. मनातल्या मनात त्यानं सतीला शिव्या घातल्या. बाटुगेवर चिडायचं म्हटलं तरी शक्य नव्हतं. 'धाकट्या भावाला सांभाळेन' असं बाटुगेच्या 'मा'ला त्यानं वचन दिलं होतं.

छोट्याची 'मा' मीरू तापानं फणफणलेल्या अवस्थेत देवाकडं निघून गेली होती. छोट्या तेव्हा फक्त चार महिन्यांचा होता. 'मा'चं बारावं घातलं आणि बाप लगेच दुसरी घेऊन आला. सख्ख्या बहिणीच्या तान्ह्या बाळाला सावत्र आईच्या भरवशावर सोडून जायचा थानियाचा जीव होईना. ती छोट्याला आपल्यासोबत पुण्याला घेऊन गेली. दीडएक वर्षानंतर तिच्याही पोटी मुलगा जन्मला; पण थानियाच्या मनातली छोट्याबद्दलची दया आणि नंतर जडलेली माया आटली नाही.

वैष्णव समाजातल्या लोकांच्या घरी धुण्याभांड्यांचं काम करताना कानांवर पडलेलं ऐकून ऐकून थानियासुद्धा आपल्या बाळाला कृष्णकन्हैया समजू लागली होती. त्याला पोटाशी धरून 'कान्हा' म्हणायची आणि छोट्याला जवळ घेत 'बलराम' म्हणायची.

छोट्या कळता झाला तेव्हा त्याच्या कानांवर या कथा पडू लागल्या. आपल्या देवकीला त्यानं बघितलंच नव्हतं. यशोदेच्या पोटी जन्मलेलं बाळ म्हणजे आपला सख्खा धाकटा भाऊ यात शंका घ्यायची त्याला कधी गरज भासली नाही. पण... थानियाच्या नवऱ्यानं 'कन्हैया' सात वर्षांचा झाल्यावर त्याला शाळेत घातला, तेव्हा 'बलरामाला' घातला नाही एवढं मात्र खरं!

छोट्याला फिकीर नव्हती. संपूर्ण आळीत फक्त आपला भाऊच तेवढा शाळेत जातो, याचा अभिमान बाळगण्यापलीकडे इतर कोणताही विचार त्याच्या मनाला शिवला नव्हता.

बाटुगे मॅट्रिकची परीक्षा पास झाला. त्या आनंदाच्या भरात म्हणा की दुसऱ्या कोण्या अज्ञात कारणाने म्हणा, थानियाच्या छातीत दुखू लागलं. तिनं छोट्याला हाक मारली. तिला डॉक्टरकडे न्यावं की कोणाला बोलावून आणावं यातलं काही सुचायच्या आतच, 'छोट्या, पोरा वचन दे...' असं म्हणत, बाटुगेचं नाव घेत घेत थानिया छोट्याच्या मांडीवर कलंडली.

त्या दिवसापासून बाटुगेचं हवं-नको बघायची काळजी छोट्यानं आपल्या शिरावर घेतली. मावशीच्या नवऱ्यानं 'आता मोठा झालास तू' असं म्हणून छोट्याला त्याच्या बापाकडे पाठवून दिलं, पण त्यामुळे छोट्याची बाटुगेबद्दलची आपुलकी अधिकच वाढली.

इकडे आल्यानंतरही 'धाकटा भाऊ पुण्यात एकटा कसा राहत असेल' अशी छोट्याला काळजी लागून राही. थोडं जरी शिकलेला असता, तरी रोज एक पत्र लिहिलं असतं. तेंद्री शिकत होती. पुष्कळ जणांची पत्रं ती कधीमधी लिहून द्यायची, पण 'लिही' म्हटल्यावर कधी लिहायची, कधी 'आत्ता नाही' म्हणत खेळायला निघून जायची.

छोट्याची बुद्धी आणि त्याचं मन दोन्हींची बाटुगेला नीट कल्पना होती, म्हणून बरं होतं. तसं नसतं, तर एकानं पुण्यात येऊन 'गुजरातेत राहायला चल' म्हटलेलं दुसऱ्यानं मान्य केलं नसतं.

बाटुगेला आपल्यासोबत आणण्यासाठी छोट्यानं अनेक निमित्तं शोधली. 'मी मोठा आहे, म्हणून तुला माझं ऐकावं लागेल' इथपासून ते 'रोज रोज आमच्यावर केस होत असते, आमची केस घ्यायला कोणी तयार नसतं, आम्हाला आमच्या स्वत:च्या वकिलाची गरज आहे' इथपावेतो सगळं नेटानं समजावलं. 'तुझ्यासाठी छानशी पोरगी पाहून ठेवलीये, तू ये बरं इकडे' असंसुद्धा सांगून पाहिलं.

अखेरचा उपाय म्हणून त्यानं बजावलं, "तू गुजरातेत आला नाहीस, तर मी तिकडे परत जाण्याऐवजी इथंच राहतो. पूर्वी नव्हतो का राहत? कुठं कुठं काय काय आहे, ते कसं पळवून आणता येईल हे व्यवस्थित ठाऊक आहे मला." ही मात्रा लागू पडली. बाटुगे गुजरातेत आला. इथंच राहिला. पुण्यातल्यासारखं काम त्याला इथं मिळू लागलं.

बेकायदेशीर कामं करणं ही कोणा विशिष्ट जागेची मिरास नसते. पृथ्वीतलावर सर्वत्र अनेक गोष्टी घडत असतात. त्यामुळे वकील दुनियेच्या कोणत्याही कानाकोपऱ्यात जावो, थोडंफार शिकलेला असेल तर त्याला कामाची उणीव भासणार नाही. पोलीस चौकीपासून थोड्या अंतरावर, आत जाणाऱ्या रस्त्यावर छोट्यानं एक खोली भाड्यानं घेतली होती. घर म्हणायला तेवढंच!

पोलीस ठाण्यात ऐट दाखवता येणार होती, नेमक्या त्याच वेळी या भावानं सगळा कार्यक्रम रद्द करून टाकायला लावला, तरी छोट्याला त्यात भावाचा दोष दिसत नाही. खरी दोषी कोण असेल तर ती सती! तिनंच बाटुगेला बोलावून आणलं. 'बघून घेईन, वेळ येईल तेव्हा या सतीला बघून घेईन' असं मनातल्या मनात घोकत छोट्या रेंगाळत्या पावलांनी घराकडे निघाला.

सती घरी गेली. कामाला लागली. बारा वर्षांच्या वरच्या सगळ्यांचे फोटो पोलीस ठाण्यात ठेवण्याची गोष्ट तिला डाचत होती. ज्या इंग्रज सरकारनं सेटलमेंट बसवली, त्यांनीही असलं काही केलं नव्हतं.

रात्री निजायची वेळ झाली तरी राहून राहून एकच प्रश्न सतीच्या मनात येत होता, "आत्ताच असं करायची गरज का निर्माण झाली?"

२१

सती आणि बाटुगे दोघांचं परमारनं स्वागत केलं. ऑर्डर्लीनं पाणी आणून ठेवलं. बाटुगे बोलायला प्रारंभ करणार तोच परमारनं म्हटलं, ''निरपराध नागरिकांचे फोटोच काय, त्यांची माहितीसुद्धा पोलीस ठाण्यात ठेवता येत नाही; तेव्हा तो मुद्दा संपल्यातच जमा आहे. त्या प्रकरणावर पडदा पडलाय असं समजा. मी तुम्हा दोघांना बोलावलं ते वेगळ्याच कारणासाठी.''

''जी.'' बाटुगेनं त्रोटक प्रतिसाद दिला.

''तुम्ही सरस्वती का?'' सतीकडे वळून परमारनं विचारलं.

सती परमारकडे बघत राहिली. झुंझा कुठे लपला होता ते ओळखणारा हाच तो ऑफिसर. ज्या कोड्याचं उत्तर आपल्याला सापडलं नाहीये, ते या माणसाकडे आहे. परमारनं अचानक विचारलेल्या प्रश्नानं किंचित चपापून तिनं म्हटलं, ''हो.''

''तुम्हाला तुमच्या भागात शिक्षणाचं कार्य हाती घ्यायचंय,'' परमार बोलू लागला, ''तर मला तुमचं सहकार्य हवं आहे.''

पोलीस ऑफिसरनं इतक्या चांगल्या भाषेत बोलावं, ही नवलाईची गोष्ट होती. पण त्याही पुढे जाऊन त्यानं मदत मागावी, हे सती आणि बाटुगे दोघांच्याही समजण्यापलीकडचं होतं.

''म्हणजे?'' बाटुगेनं विचारलं.

''असं बघा, तुम्ही शिक्षणविषयक काम करायला घेताय, तर आपल्याकडूनही थोडी विधायक कामं व्हावीत असं पोलिसांना वाटतं.''

सतीला या वाक्याचा उलगडा होईना. परमार कोणत्या कामाबद्दल बोलतोय ते तिला समजेना. आपल्या मनातला गोंधळ उघड होऊ नये अशा बेतानं तिनं हसत विचारलं ''कसली कामं?''

''उदाहरणार्थ, रात्रशाळा, बालवाडी, लायब्ररी... असलं सर्व.'' परमार म्हणाला. ''तुमच्या भागात सुशिक्षित लोक क्वचितच सापडतील. मुलींना तर कोणीच शिकवत नाहीत. आम्ही निदान सर्व महिलांना तरी साक्षर करू. लिहावाचायला शिकवू. तुमचं तेच काम आहे ना? पोलीस शिक्षक पाठवतील. पुस्तकं वगैरे

साहित्य देतील. त्यामुळे आपसातली विश्वासाची भावना वाढेल. खूप काही होऊ शकेल. बघा, विचार करा.''

सती विचारात पडली. काही न बोलता तशीच बसून राहिली.

परमार पुढं बोलू लागला, ''पोलीस ठाण्यात फोटो ठेवण्याचा आमचा विचार अयोग्य होता हे मी कबूल करतो, पण असा विचार पोलिसांच्या मनात यावा यामागे काही कारण असेलच की नाही? इतर कुठं नाही आणि तुमच्याच भागात असा निर्णय घ्यायची वेळ का यावी?''

''म्हणजे? तुम्हाला काय म्हणायचंय?'' बाटुगेनं उत्तेजित होऊन म्हटलं.

परमारच्या आधी सतीच बाटुगेला म्हणाली, ''नाही नाही, तसं नाही, त्यांच्या बोलण्याचा विचार करायला हवा.''

''तुला कळत नाही सती, हे लोक आपल्याला कोण समजतात?''

''इतरांसारखीच माणसं,'' परमारनं अर्ध्यातूनच मधे तोंड घालत म्हटलं, ''जोवर कोणी कुठला गुन्हा करत नाही, तोवर मी स्वत:कडे पाहतो त्याच नजरेनं प्रत्येकाकडे पाहायची माझी इच्छा आहे.''

''साहेब, आम्ही गुन्हे करतच नाही. आमचं जे काम आहे तेच करतो. '' सतीनं परमारला उत्तर दिलं आणि बाटुगेचा हात पकडून त्याला म्हटलं, ''शांत राहा बाटुगे. ते काय म्हणतात ते ऐकून तरी घेऊ.''

स्मित करून परमार म्हणाला, ''बरं चला, तुम्ही तुमचं कामच करता हे थोडा वेळ मान्य करू, पण त्यातली काही कामं गुन्ह्यात मोडण्यासारखी असतात ते तुम्हाला माहीत नाही का?''

''घे. ऐक.'' बाटुगे सतीला म्हणाला.

सतीनं बाटुगेला उत्तर दिलं नाही. परमारकडे पाहत ती म्हणाली, ''त्याचं कारण असं की, कायदे तुम्ही घडवलेत, आम्ही नाही. यापलीकडे आणखी काय सांगू? साहेब...''

परमार म्हणाले, ''नको. आपल्याला आणखी फारसं काही बोलायची गरज नाहीये. मला एवढंच सांगायचं आहे की, सलोखा आणि सौहार्द राखण्यासाठी तुमच्यासोबत काम करायला आम्हाला आवडेल. माझी गरज वाटली तर अवश्य कळवा. बाहेर माझा पी.ए. बसलाय. त्याच्याकडून माझा नंबर घेऊन जा. त्याला फोन करून कधीही मला भेटायला येऊ शकता.''

ठाण्याबाहेर पडून रिक्षात बसताना बाटुगे म्हणाला, ''मला वाटलं होतं, फोटोच्या मुद्द्यावर कोर्टात जावं लागेल. पण ते प्रकरण इथंच मिटलं.''

''तू जन्मभर फक्त वकीलच राहणार का रे?'' सतीनं प्रश्न विचारला.

''तेवढंच शिकलोय मी.'' बाटुगेनं उत्तर दिलं. ''कोणत्याही गोष्टीबद्दल सगळ्या

शंका विचारात घेऊन वकिलानं तपास करायचा असतो, तरच त्या गोष्टीच्या मुळापर्यंत जाता येतं. मला तर प्रत्येक गोष्टीमागे काहीतरी डाव असावा, असंच सगळ्यात आधी वाटतं.''

सती गप्प राहिली. पाचशेरी मार्केटजवळ ती उतरली. इथून भाजी घ्यायची आहे. घरी पोहोचल्यावर सती आपल्या कामाला लागेल, तेव्हा भागू भाजी विकायला जाईल. संध्याकाळी सवड मिळाली तर सती सासूच्या लॉरीकडे जाईल. अंधार पडला की, दोघी घरी परततील.

सती भाजी घेऊन आली. हातगाडीवर सगळी भाजी रचून झाली. स्वयंपाकघराच्या कामात थोरल्या जावेला मदत क़रून झाल्यावर जरा कुठे हुश्श म्हणते, तोवर बाहेर कोणीतरी ओरडलं, ''सरसतीला नानकीच्या घरी बोलावलंय.''

सती निघाली. नानकीच्या घरी जातीतल्या इतर बायका जमल्या होत्या. सती येताच एक जण म्हणाली, ''घ्या. आल्या बाईसाहेब!''

''काय झालं?'' सतीनं विचारलं.

''आम्हाला काही नाही झालं. तुझंच कठीण आहे.'' दुसरी म्हणाली. ''पार तिकडे डीएसपीशी दोस्ती करून आलीस म्हणे!''

ते ऐकताच सतीला प्रचंड धक्का बसला. आपल्याविषयी कोणी असं म्हणू धजावेल, याची तिनं कल्पनादेखील केली नव्हती. तेही एका स्त्रीनं म्हणावं?

पुष्कळदा असं घडतं. कुठल्या ऑफिसातले अधिकारी, ठाण्याचे फौजदार, हवालदार, इतर कायदेशीर-बेकायदेशीर अधिकारी यांच्यासारख्यांनी बाईच्या असहायतेचा गैरफायदा घेतला असला, तर त्याची चर्चा होत नाही. बाई अगतिक असते, हे स्वाभाविक समजलं जातं.

एखादीचं कोणावर प्रेम बसलं असंही होतं कधीकधी. विवाहित स्त्रीनं दुसऱ्या कोणावर प्रेम करू नये असं शास्त्र खुशाल म्हणू देत, पण माणसाचं मन शास्त्र वाचून का कुठं चालत असतं? घरीदारी, मनीमानसी, गल्लीगावात, गणगोतात सतत हीच चर्चा घडत असली, तर त्यात नवल नाही.

पैशापायी कोणाच्या वागण्यात कमी-जास्त झालेलं समाज खपवून घेतो. खासगीत कुजबुज झाली, तरी असा जाहीरपणे उल्लेख करत नाहीत.

मैत्री, दोस्ती सगळ्यांची असते. त्याबद्दल मोकळेपणानं बोललं जातं. त्यात विशेष क़ाही नाही; पण हिनं ज्या पद्धतीनं 'दोस्ती करून आलीस म्हणे' म्हटलं, त्या पद्धतीनं उच्चारलेले शब्द म्हणजे शिवीच असते. समजा जरी ती खरी असली, तरी कोणालाही सहन होऊ नये इतकी मोठी शिवी!

असली शिवी जिला दिली जाते, ती नखशिखांत पेटून उठणार. एखाद्या स्त्रीवर असा थेट हल्ला झाला की, ती प्रतिकार केल्याविना राहील का? शक्यच नाही.

...आणि नुसता शाब्दिक प्रतिकार पुरेसा नसतो. नुसतंच तोंडी लागलं तर आरोप वाढतच जातात. आरोप करणाऱ्यांना धडा शिकवायचा असेल, तर हात चालवण्यासारखं प्रभावी साधन दुसरं नसतं.

सती त्या बाईवर धावून गेली. तिचा बुचडा पकडून होती तिथं तिला खाली पाडलं न् तिच्या उरावर बसली. एकामागून एक तिच्या थोबाडीत लगावत ओरडत राहिली, "बोल, पुन्हा बोल, बोल पुन्हा!"

"पुरे झालं माझे माय, सोड तिला!" एकीकडे नानकी ओरडत होती.

बाकीच्यांनी सतीला धरून उठवलं. रागानं सतीचा ऊर धपापत होता. अजूनही, बायकांच्या हातून स्वतःला सोडवून घेऊन त्या बाईच्या अंगावर धावून जायची ती शिकस्त करत होती.

शेवटी एक-दोघी वडीलधाऱ्या बायकांनी त्या बाईला हाताला धरून उभं केलं. दोष द्यायच्या स्वरात म्हणाल्या, "तोंडाला येईल ते बोलशील का गं? चल नीघ आता." मग तिला तिथून घालवून दिलं.

नानकीच्या घरी जमलेल्या बायका पांगायला लागल्या. जाता जाता कोणी सतीला उपदेशाच्या चार गोष्टी सांगत होत्या, कोणी 'जाऊ दे आता, नंतर बोलू' असं म्हणून निरोप घेत होता.

अपमान, क्रोध, निराशा... न जाणे कोणकोणत्या भावना सतीच्या मनात दाटून आल्या होत्या. खाली मान घालून सती नानकीपाशी नुसतीच बसून राहिली.

जाता जाता एकजण सहजच बोलून गेली, "छोट्याचं ऐकून आल्या लगेच बोलायला. त्याला एक अक्कल नाही, तुम्हाला तरी होती ना? की नव्हती?"

आपल्या बापाच्या वयाचा छोट्या आपल्याबद्दल काय बडबडला असावा, ते सतीला कळतच नव्हतं. दुःखातिशयानं मान हलवत ती गप्प बसून राहिली.

सतीच्या पाठीवर हात ठेवत नानकी म्हणाली, "तुला हवं ते तू खुशाल कर गं! कुचकामी माणसं सगळी! दोन घटका करतील कलकलाट अन् बसतील गप्प."

प्रत्युत्तर न देताच सती घराकडे निघाली. एव्हाना बातमी भागूपर्यंत पोहोचली असेल. घरी आता जे घडेल त्याला इथं या बाईला दिलं तसं उत्तर देता येणार नाही. तिला विठ्ठलची आठवण झाली. तो बिचारा 'मा' आणि बायको दोघींपैकी कोणालाच बोलू शकणार नाही.

सुदैवानं भागूनं कडक अवतार धारण केला नाही. फक्त एवढंच विचारलं, "वस्तीच्या पोरांनी फोटो काढले तर तुझं काय गेलं? विनाकारण पोलीस ठाण्याची पायरी आपण चढायची कशाला? सांग बरं, कशासाठी गेली होतीस? तेदेखील घरच्या कोणाला न घेता?"

घरातल्या बाईनं ठाण्यावर जायचं हे मुळातच चुकीचं. पोलीस धरपकड

करायला आले, तरी घरातली माणसं दडून बसतात. समन्स घ्यायलासुद्धा कोणी बाहेर येत नाही. शेवटी पोलीस ते दारावर चिकटवून जातात. आणि ही? आपणहून उठून गेली चौकीवर अन् थेट फौजदाराशीच भांडून आली. डीएसपीनं बोलावलं तर लग्नाला बोलावल्यासारखी हरखली!

सतीनं भागीला समजावायचा शांतपणे प्रयत्न केला. बारा वर्षांच्या वरच्या मुलांचे फोटो आणि माहिती पोलीस ठाण्यात नोंदवण्याच्या एका कृतीपायी त्या किशोरांचं अवघं आयुष्य बरबाद होऊ शकतं. शिकूनसवरून मोठं होण्याच्या त्यांच्या मार्गातली धोंड बनू शकते. त्यांच्या भविष्यकाळात मोठ्या अडचणी उभ्या राहतील असे परिणाम होऊ शकतात या एका कृतीमुळे!

सतीच्या संपूर्ण समजावणीच्या उत्तरादाखल भागूनं केवळ एकच प्रतिप्रश्न केला, ''तुझ्या पोराचा फोटो नव्हते ना काढत? मग तुला काय करायचं होतं?''

गणगोतातले, जातीपातीचे, नगरागावातले, वस्तीवाडीवरचे, फार काय कोणत्याही समाजाचे, कोणत्याही देशाचे बहुतांश लोक आपल्या स्वत:च्या पलीकडे बघत नाहीत की, दुसरा विचार करत नाहीत! स्वत:ला ओलांडून पलीकडच्या तीरावरचं बघू पाहणारे विरळाच!

भागीबाईच्या प्रश्नाचं सतीनं उत्तरच दिलं नाही. त्यामुळे मोठ्या गृहयुद्धाची संभावना टळली. थोरली जाऊ मध्ये पडली नाही. तिला दोन गोष्टींमुळे बरं वाटलं, एक म्हणजे, चारचौघांत असं ऐकावं लागल्यानं सती आता बहुधा घरातच बसून राहत जाईल आणि त्या शाळेची यापुढे बात काढणार नाही. दुसरं म्हणजे, आमच्या घराकडे बोट दाखवलं तर काय होतं हे धाकटीनं त्या बाईला धडा शिकवून शाबीत करून दाखवलंय.

बाहेरच्या एक-दोघी येऊन गेल्या. भागूची खास मैत्रीण लाडो संपूर्ण प्रसंग तिखटमीठ लावून सांगून गेली. जातेवेळी म्हणाली, ''बरीच गं बाई तुझी सून! असं मारायला धावायचं असतं? कोणी बोलत नाही म्हणून, एरवी पंचायत बसवली असती. तशी वेळ आली अन् सतीचा दोष निघाला, तर तिला अन् तुला दोघींना भोगावं लागायचं.''

पंच, सरकार, कोर्टकचेऱ्या, कायदेकानून असल्या गुंत्यात कोणालाही अडकायचं नसतं. कोर्टात होणारे वाद-प्रतिवाद समजतसुद्धा नाहीत. शिकले-सवरलेले, शहाणेसुरते, जाणकार म्हणवणारे शहरी लोकही या कटकटीपासून शक्यतो दूर राहतात.

आपण शहरातच काय, खेड्यातही राहिलो नाही. भटकं जीवन आपलं. निसर्गानं आणि निसर्गानं निर्माण केलेल्या सृष्टीनं स्वत:ची कोडी स्वत:च सोडवलेली बघत आलो. आपणही तसंच करू. आपल्याला नाही जमलं, तर आपल्यातलीच चार शहाणी माणसं करतील. सरकार दरबारी जायचं म्हणजे भयानक!

अर्थात, पंचांपुढे अगदी निर्धास्तपणे जाता येतं अशातला भाग नाही. ज्याच्यापाशी जायची अजिबात धास्ती वाटू नये अशी व्यवस्था सरकार किंवा अन्य कोणती सत्ता अजून तरी निर्माण करू शकलेली नाही.

म्हणून, अशा किरकोळ भांडणांसाठी कोणी पंच बोलावत नाही. आपसातच मिटवून टाकतात. मिटवता न येणाऱ्या प्रश्नांसाठीच पंचायत बसते. या भांडणात पंच बसणार नाहीत हे नक्की.

...तरी, सतीनं नानकीला लाडोचे शब्द ऐकवले, तशी नानकी सावध झाली. सतीला तिनं स्पष्टपणे सांगितलं नाही, पण लाडो अशी बातमी पसरवत राहिली, छोट्या बोलतच सुटला तर ते बरं नव्हे, असा विचार तिच्या मनात आल्यावाचून राहिला नाही.

आपणच पंच बोलवावेत आणि सतीला जे काम करायचंय ते पंचांपुढे मांडावं, असा विचार तिच्या मनात क्षणभर डोकावला. ज्याची हरकत असेल त्यानं तसं सांगावं. सतीला स्वत:ची बाजू मांडता येईल. उगीच नको त्या अफवा पसरण्यापेक्षा स्पष्ट उलगडा होऊन जाईल.

असं करण्यातही धोका आहे, याची नानकीला जाणीव आहे. आपल्याला नक्की काय करायचंय, ते खुद्द सतीलाच अजून नीट सांगता येत नाहीये. पंचांना ती धड समजावून सांगू शकली नाही, तर पंचांपैकी कोणी तिच्या बाजूनं उभं राहणार नाही. शहाण्या म्हणवल्या जाणाऱ्या पंचांची बुद्धी नानकीला चांगली ठाऊक आहे.

शेवटी नानकीनं आपण स्वत:च पंच बनण्याचा निर्णय घेऊन टाकला. भागू असो, लाडो असो, इतर कोणी बायका, जो कोण असेल तो, ज्याला जे म्हणायचंय त्याची जाहीर चर्चा करू. मग सतीला आपलं म्हणणं मांडायला सांगू. पंच विचारतात तसे प्रश्न आपणच विचारू. शेवटी, पंच सांगतात तशीच कथा आपण सांगू.

होय, कथा. गोष्ट. सतीच्या जातीत पंच निर्णय देत नाहीत. आज्ञा करत नाहीत. सगळं ऐकून घेतल्यानंतर त्यांच्यातला प्रमुख, प्रश्नांना अनुरूप अशी एक कथा सांगतो. लहानमोठे विवाद ज्याच्यातून निर्माण होतात त्या गोष्टी म्हणजे कथाकहाण्या नाही तर दुसरं काय असतं?

म्हणून पंच कथा सांगतो. त्या दिवशी जो झगडा असेल त्याच्याशी जुळती कहाणी. अगदी थोडक्यात. त्याच झगड्याचा उलगडा होतही नसेल कदाचित, पण झगड्याचे फिर्यादी, आरोपी आणि इतर या सर्वांनी पुढे काय करावं हे कळेल नक्की.

त्या कथेतल्या पात्रांनी अखेरीस काय केलं होतं तेच या वादी-प्रतिवादींनी करायचं. पूर्वी असं असं झालं होतं तेव्हा असं असं केलं होतं, तर आता तसंच करा.

नानकी बाईमाणूस आहे. तिला पंच व्हायचा अधिकार नाहीये, तरीपण तिनं

ठरवून टाकलंय की, बाहेर बैठकीत पंच जे करतात ते सगळं आपण करायचं. जातपंचायत बसते त्याच चौकात बसून करायचं.

दुपारनंतर नानकीनं सगळ्या बायकांना बोलावणं धाडलं. सगळ्या जमल्या. तसं नानकीनं सतीला विचारलं, ‘‘सती, तू एकटीच पोलिसांशी भांडायला का गेली होतीस?’’

‘‘एकटी नव्हते गेले, बाटुगे पण होता.’’ सतीनं जबाब दिला. ‘‘आणि आम्ही भांडायला नव्हतो गेलो. भांडण केलं नाही, भांडण झालंच नाही. आपल्या मुलांचा फोटो काढायचा नाही म्हणून सांगायला गेलो होतो, तेवढं सांगून आलो.’’

‘‘ते खरं, पण का? कशासाठी?’’ लाडोनं विचारलं.

सतीनं शांतपणे म्हटलं, ‘‘का ते बाटुगेला जास्त चांगलं सांगता येईल. वकील आहे ना तो! पण लाडो, आता तूच सांग, तुझा फोटो पोलिसांनी चौकीत लावला, तर त्याचा अर्थ काय होतो? तुला ते आवडेल?’’

बाटुगेला बोलायची वेळच आली नाही. कोणीच काही म्हटलं नाही. एक झालं, भागूनं नवाच मुद्दा मांडला की, सती मुलांना शिकवायला घेऊन जायचं म्हणत्येय ते योग्य नाही.

या बाबतीत सगळ्यांचं एकमत होतं. आपली परंपरा, आपलं विशिष्ट काम, आपली विद्या, आपली कला... सगळं... भागूनं आणि थोरल्या जावेनं घरी जे काय सतीला सुनावलं होतं, ते सगळं आता पुन्हा आणखी वाढवून सांगितलं गेलं.

सतीनं बोलायला तोंड उघडलं तेवढ्यात नानकी म्हणाली, ‘‘थांब. मला बोलायचंय.’’

सभा चकित झाली. आता सतीला आपलं ऐकावंच लागेल असं वाटून साऱ्यांना थोडा हर्षही झाला. नानकीच आमच्या बाजूची असेल तर सतीचं काही खरं नाही!

सती थोडी नाराज झाली. स्तब्ध होऊन नानकीकडे पाहू लागली. खुद्द नानकीच आपल्याला तेंद्रीकडे शिकायला पाठवत होती. नानकीनंच आता असा पवित्रा घेतला तर आपण कितीही खुलासा केला तरी यांच्यापैकी कोणी काही ऐकून घेणार नाही. नानकीला थांबवता येणार नाही. सगळे बोलले, तीसुद्धा बोलणारच.

नानकीनं बोलायला सुरुवात केली. ‘‘ऐक सती, माझी ‘मा’, माझ्या ‘मा’ची ‘मा’, तिच्या आधीची कोणी ‘मा’ यांच्यातलं कोणी दारू विकायला कधी गेलं नाही. कित्येक लोक गायीचं दूध जसं कोणाला विकत नाहीत, तसं आमचे बापजादे दारू विकत नसत.’’

एवढं म्हणून, आपल्या म्हणण्याला दुजोरा मिळावा अशा पद्धतीनं तिनं सभेला विचारलं, ‘‘विकत होते?’’

"ना...ही." समूहस्वरात उत्तर आलं. कित्येक डोकी नकारार्थी हलली.

कुणीतरी सविस्तर सांगितलं, "पिण्यासाठी अन् पूजेसाठी बनवायचे. हां, आता राजेमहाराजांना, शेठ-सावकारांना, इंग्रज साहेबाला भेट द्यायचे ते वेगळं."

तेवढ्यात नानकीनं टोकाचं विधान केलं. "आज तर आम्ही दारू बनवतसुद्धा नाही. तशी, एखाद्या घरी असली तर असेल, पण बाकी दारू बनतच नाही."

सभा थक्क झाली. सर्वांच्याच मनात प्रश्न दाटला होता, 'नाही कशी बनवत? हजारो लिटर बनतेय. नदीकाठच्या खड्ड्याखळग्यात पिंप गाडून भरलेला काळा गूळ, नवसागर असंच आणखी काय काय घालून बनवतात ते काय असतं? अरे, घरोघरी पत्र्याच्या डब्यात बनते ती दारू नाही तर दुसरं काय असतं?'

एखादा अडाणी त्या प्रश्नाला शब्दरूप द्यायला उठायच्या आत नानकी पुन्हा बोलू लागली, "पूर्वी फळांशिवाय दारू बनत नव्हती. आपल्या बायका फळांपासून बनवायच्या तशी दारू विलायतेतले कारखानेसुद्धा बनवू शकत नाहीत, असं मी स्वत: इंग्रज साहेबाच्या तोंडून ऐकलंय.

"आज त्या फळांच्या दारूची नावनिशाणी उरली नाहीये. आता आपण दारू नव्हे, कसली तरी औषधं घालून विषारी दारू बनवतो. दारू नाहीये ती.

"माझ्या दारूनं मी आजार बरे केलेत. अरे, मरायला टेकलेल्याला बसतं केल्याची उदाहरणं आहेत. आज आपण जे बनवतोय ते पिऊन तरणेताठे मरून गेले तर नवल नाही. मरतीलच नं?"

सभा सुन्न झाली होती. नानकी रंगात आल्यागत बोलत सुटली. "आणखी एक. मला ठाऊक आहे, पूर्वीचे लोक धान्य अन् कपडे एवढं सोडून दुसरं काही उचलून आणत नव्हते. मी स्वत: पैसे डोळ्यांनी पाहिले तेच मुळी चार मुलं झाल्यावर. ज्याची गरज असेल ते जीव धोक्यात घालून आणत होतो आणि बिनगरजेचं समोर पडलं असेल तरी त्याला हातही लावत नव्हतो."

नानकी अडखळली. घोटभर पाणी प्यायली. अचानकच तिनं प्रश्न टाकला, "तीरणां कीसकु आवतां? – पोहता कोणाकोणाला येतं?" प्रश्न करून झाल्यावर नानकीनं स्वत:चा हात वर केला. उत्तरादाखल बारा-पंधरा हात वर आले. सतीनंही हात वर केला.

"ठीक आहे. आता सांगा तुमच्या मुलांना पोहता येतं?"

"नाही. त्यांना नाही येत. नदीला पाणी होतं तोवर थोडीफार मुलं पोहायची. आता पाणीच कुठे आहे? आहे ते सगळं सांडपाणी. गटाराचं. बाकी रेतीत पोहता येईल असा एखादा मंत्र असतो की नाही, ते शोधावं लागेल. एखाददुसरी 'मा' सोडली तर बाकी कोणाच्याच लेकरांना पोहता येत नाहीये."

बोलणी सुरू होती, तेवढ्यात काम संपवून येणारा विठ्ठल दिसला. त्यानं

सतीला पाहिलं. इतक्या बायका आणि त्यांच्या मधोमध बसलेली नानकी पाहून तो थबकला आणि आपल्या घराच्या दिशेला वळला. नानकीनं हाक मारून त्याला बोलावलं. म्हणाली, ‘‘तूही ये. मी विचारते त्याचं उत्तर दे.’’

विठ्ठल जवळ येऊन थांबला. नानकीनं विचारलं, ‘‘छपरावरून आत शिरायचं असेल तर सगळ्यात आधी काय बघावं लागतं?’’

‘‘का बरं?’’ गुप्त समजल्या जाणाऱ्या विद्येबद्दलच्या प्रश्नाची अशी उघड्यावर जाहीर चर्चा काय म्हणून करायची ते विठ्ठलला कळेना.

नानकीनं पुन्हा म्हटलं, ‘‘सांग ना. या सगळ्यांना अन् मला ऐकायचंय. तू नाही सांगितलंस तर मी दुसऱ्याला विचारेन. बायांनो, सांगा बरं. कोणाला माहीत आहे?’’

सतीसोबत आणखी दोन-तीन हात वर झाले. इतरांना माहीत नव्हतं.

आता नानकीनं वेगळंच विचारलं, ‘‘तुमच्या मुलांपैकी पार तिकडे तीन दरवाज्यांपर्यंत चालत चालत गेलेले किती जण असतील?’’

उत्तर आलं नाही. कोणाचंच पोर पायी चालत गेलेलं नाहीये. नरोड्याहून बस मिळते. तेथवर जायचं म्हटलं तरी पोरांचे पाय दुखायला लागतात. थेट तीन दरवाजा? बाप रे! नावच नको.

सगळे गप्प बसलेले पाहून नानकी पुन्हा म्हणाली, ‘‘अशा हजार जणांची नावं मला माहीत आहेत जे तीन दरवाजापर्यंतच काय, वाळवंटाच्याही पलीकडेपर्यंत चालत जात होते. आजही जातील. पहिला म्हणजे, ज्याचं ऐकून तुम्ही हा वाद उभा केलात तो छोट्या. दुसरी दोघंही इथंच समोर उभी आहेत. सती अन् विठ्ठल.’’

नानकी आज मनात काहीतरी ठरवून आलीये, असं विठ्ठलला जाणवलं. तिचं बोलणं ऐकत तो एका ओट्यावर बसला.

नानकी सांगत होती, ‘‘मी अन् माझा नवरा आम्ही दोघं कडेखांद्यावर, डोक्यावर पोरांना बसवून सिंध-पाकिस्तानपासून थेट दख्खनपर्यंतचा देश हिंडलोय. पुरुष माणसांनी रोजच्या रोज धान्य आणायचं, आम्ही रोज दंगा पसरायचा आणि दुसऱ्या दिवशी पुन्हा आवरायचा. ही कामं रोज करायची.’’

त्यानंतर नानकीनं आपल्या परंपरेबद्दल कितीतरी गोष्टी विचारल्या, औषधांबद्दल, अंगच्या कौशल्याबद्दल प्रश्न विचारले. कित्येक विद्यांची माहिती विचारली. त्या परीक्षेत नापास होणाऱ्यांची संख्या वाढतच गेली. काही विशिष्ट पक्ष्यांचे आवाज सतीदेखील काढू शकली नाही.

अखेरीस नानकीनं वर्तमानपत्राचं एक कात्रण काढून सतीच्या हाती देत म्हटलं, ‘‘वाच. यात काय लिहिलंय ते वाचून दाखव.’’ एका अंगडियाच्या* हत्येची ती बातमी सतीनं वाचली.

नानकी म्हणाली, ‘‘हे कृत्य कोणी केलं ते ठाऊक नाही. आपल्यापैकी कोणाचं

नसावं असं वाटतं. लूटमारीचं काम आपण करत नाही. त्यातून अंगडियाकडचं घ्यायची मनाईच आहे.

"लहान मूल, बाईमाणूस, मजूर, आजारी माणूस, शेतकरी, फकीर किंवा साधूबाबा आणि टपाल नेणारे हरकारे यांना बोटही लावायचं नसतं. हजारो लोकांचे संदेश नेणाऱ्यांना अडवायचं नाही. त्यांच्याकडचं चोरायचं नाही. गुरूंनी स्पष्ट नाही म्हणून सांगून ठेवलंय. शास्त्रात मनाई आहे. हरकाऱ्याला, अंगडियाला* दुसऱ्या कोणी अडवलं तर आपण त्याच्या मदतीला धावून जात होतो. म्हणून म्हणते, अंगडियाला मारणारा आपल्यापैकी कोणी नसणार.

"दुसरं काही असो, पण एक नक्की की, स्वत:चा बचाव करण्याखेरीज एरवी, तस्कर कोणा माणसावर वार करणार नाही. एखाद्याला मारून टाकून त्याचं लुटून घ्यायचं हे तस्कराचं कामच नव्हे. पेंढारी तसं करायचे. तस्करी हा पवित्र व्यवसाय आहे. उच्च दर्जाची विद्या आहे. ती असं करायला शिकवत नाही.

"मी नेहमीच सांगत आलेय की, खाली लेणे की बात यो रस्ता म्हारी कळा क हुन्नर का नोइ. नाश का होइ ह – केवळ लुटून घ्यायची वृत्ती म्हणजे विद्या नव्हे. ती लबाडी झाली. तो मार्ग माझ्या कलेचा नाही. विनाशाचा आहे..."

बोलणं संपवून नानकीनं कथा सांगायला घेतली, "गोष्ट सांगतेय, ऐका. एक होता ब्राह्मण. थेट काशीला जाऊन शिकून आला होता. घरी गाय पाळलेली. पूजाअर्चा करी. मंत्र म्हणून आजाऱ्याला बरा करी. राहणी अगदी साधी. मिळेल तेवढ्यावरच त्याचं घर चाले.

"पुढे त्याला मुलं झाली. कोणी शिकायबिकायला गेलं नाही. बाप म्हणायचा तसे मंत्र म्हणत, बाप सांगायचा तशी पूजा करत. यजमान बापाला देत तेच यांना देत.

"त्यांनाही मुलं झाली. ती मोठी झाली. आजोबा म्हणत ते मंत्र यांना म्हणता येत नसत. काहीतरी छा छू करत गुंडाळून टाकत. तरी, यजमानांच्या मुलांनी यांनाही ब्राह्मण समजून पोसलं.

"पुढे प्रत्येक पिढीत विद्या कमी कमी होत गेली. कोणाला काही येईना झालं. कोणी काही शिकेना झालं. एखाद्या घरी कथा-कहाणी सांगून गुजराण होई. शेवटी खोटं बोलून, दक्षिणेपायी यजमानाशी वाद करण्यापर्यंत पाळी आली.

"त्यातच एका कुटुंबात नवी सून आली. पंडिताची लेक. साक्षात विद्याधराचीच म्हणा ना! घरात येताक्षणीच तिच्या लक्षात आलं की, या घरात विद्येचा लवलेश नाही. नवऱ्याला किंवा घरच्या कोण्या वडीलधाऱ्यांना शिकवू म्हटलं तर आता ते

---

* अंगडिया – एका ठिकाणाहून दुसरीकडे वस्तू पोहोचविण्याचे काम करणारा.

शक्य नाही.

"घरच्या लोकांची ती समजूत घालू लागली की, 'आता हे काम सोडून द्यायला हवं. जगात पुष्कळ नवी कामं निघालीत. आपण बाहेर पडू. पाहू. समजून घेऊ.'

"घरचे कोणी ऐकेनात. म्हणत, 'इथले यजमान परिचयाचे आहेत. नव्या गावात आपल्याला कोण ओळखतो? कोणी काही देणार नाही.'

"सून म्हणे, 'पण हे काम आपण करायचंच नाहीये. वेगळं काही करू. वेगळा व्यापार-धंदा करायला शिकून घेऊ.'

"घरच्यांनी नकार दिला. ब्राह्मणाच्या जातीनं पूजाअर्चा करावी, फारतर जोसपण करावं. ते सोडून दुसरं काही करायचं नाही. व्यापारी तर आजवर कोणी झालाच नाही. आपण व्यापार नसतो करायचा. खरी-खोटी जी असेल ती पूजाअर्चा करणं हीच आपली परंपरा आहे. आजोबा-पणजोबा हेच करत आलेत. आपणही तेच करायला हवं.

"अखेरीस नवऱ्याला घेऊन बायको परदेशी निघून गेली. लहानपणापासून तिला नृत्य येत होतं. संगीत शिकली होती. ती तिकडे नर्मदेकाठी जाऊन अहिल्यादेवी नावाच्या राणीला भेटली. आपली कला तिला दाखवली. राणीनं त्या विद्या शिकवायला ब्राह्मणीला ठेवून घेतलं. तिच्या नवऱ्याला मुदपाकखान्यात काम मिळालं. गावात त्यानं हलवायाचं दुकान काढलं. नवं काही हाती घेतलं.

"कालांतरानं मोठं नाव कमावून दोघं आपल्या गावी आली. एव्हाना घरातली परिस्थिती पार खालावली होती. घरचे आता जागे झाले. लेक-सुनेला म्हणाले, आमच्या पोरांना काही नवं शिकवा. तुमच्यासोबत न्या. काहीतरी करा."

कथा संपली तसं नानकीनं सगळ्या बायकांना म्हटलं, "कोणी काय करायचं ते आता तुम्हीच ठरवा. सती ठरवू दे, विठ्ठल ठरवू दे अथवा तुम्ही सारे मिळून ठरवा की, आता आपण करायचं काय!"

बायका काही बोलेनात. सती नानकीकडे बघू लागली. नव्वदी पार केलेली, आपल्या काळी उचलेगिरीतली वस्ताद म्हणवली जाणारी म्हातारी, आपल्या विद्येत किती निष्णात आहे ते सतीला दिसून आलं. आपण बोलण्याआधी नानकीनं आपल्याला थांबवलं ते बरंच झालं असं तिला वाटलं. या सर्व अशिक्षित बायकांना विद्या आणि उपजीविका यातला भेद नानकी ज्या सहजतेनं शिकवून गेली, तसं आपल्याला कधीच जमलं नसतं.

गालावर दोन तीळ असलेली 'बेतिळी' नावाची बाई अचानक मधूनच उठून निघून गेली. बाकीच्या एकमेकींशी बोलू लागल्या. घरी जायच्या आधी कहाणीच्या शेवटाबद्दल विषय निघाला तेवढ्यात मधेच निघून गेलेली ती बेतू जेमतेम एक वर्षाच्या अपंग लेकीला कडेवर घेऊन आली.

येताक्षणी बेतू सतीजवळ गेली. आपली लेक तिच्या पुढ्यात ठेवत म्हणाली, ''आजपासून ही तुझी. तुला सोपवली.'' बोलता बोलता तिला रडू फुटलं. डोळे पुसत म्हणाली, ''मला जड झालीये म्हणून तुला देत नाहीये. माझ्या जिवात जीव असेपर्यंत तिला फुलासारखं जपण्याची धमक आहे माझ्यात. तुला एवढ्यासाठी देतेय की, माझ्यामागेसुद्धा तिला जगता यावं, काही शिकून...'' पुढं तिच्याच्यानं बोलवेना.

सतीनं बेतूच्या पाठीवर हात ठेवत म्हटलं, ''मी काम सुरू केलंच तर सगळ्यात आधी हिला घेऊन जाईन. सध्या आपण तिच्यावर उपचार करू. नाव काय हिचं?''

''तू ठेवशील ते,'' बेतिळी म्हणाली. ''आमच्याखेरीज कोणी तिला आम्ही ठेवलेल्या नावानं ओळखतच नाही. सगळे लंगडी म्हणतात.''

३०

"गांधीजी! लोक त्यांना 'महात्मा' म्हणत," मुलं नानकीला म्हणाली. हसून हसून त्यांची पुरेवाट झाली होती. "बुवा काय म्हणतेस?"

"ठाऊक आहे मला. मी माझ्या 'मा'चं सांगतेय. अरे, प्रभातफेऱ्यासुद्धा पाहिल्यात मी. दांडीपावेतो चालत गेला तो महात्मा तेदेखील पाहिलंय प्रत्यक्ष. स्वातंत्र्य मिळून इतकी वर्षं झालीत, मला माहीत नाही असं होईल का? तेंद्रीनं खूप पुस्तकं वाचून दाखवलीत... अन् तुम्ही सदा इतक्या गप्पा मारत असता ते? ऐकून ऐकून मला सगळं माहितीये. माझ्या 'मा'ला पहिल्या दिवशी वाटलं की, नरबदेच्या काठी होतोय तसाच इथंही कोण्या बुवाचा आश्रम बनतोय वाटतं!"

"त्याचं काय?" मुलांनी विचारलं.

"त्याचं काही नाही. साधूबाबांबी दया येते तशी गांधीबाबांची येते." नानकी म्हणाली. नानकीनं वापरायला दिलेल्या मागच्या खोलीत कालच सुरू झालेली लायब्ररी बघायला आलेली नानकी तिथंच गोष्ट सांगायला बसली. ती तिथं आली तेव्हा काही मुलं पुस्तकं पाहत होती.

"वाचता येतं का?" नानकीनं विचारलं.

"हां!" मुलांनी गंभीर चेहऱ्यानं उत्तर दिलं.

"हां काय कपाळ?" नानकीनं कपाळावर हात मारून घेत म्हटलं, "नसलं येत तर म्हणायचं की, नाही येत. चित्र बघतोय."

असं म्हणत नानकी एका मुलाच्या हातातलं पुस्तक घेऊन बघू लागली. पुस्तकात गांधीजींचा फोटो होता. नानकीनं मुलांना प्रश्न विचारला, "तुमच्या 'मा'नं तुम्हाला या बुवाची बकरीवाली गोष्ट सांगितलीये का कधी?"

"कुठल्या बुवाची बकरी?" मुलांनी उलट प्रश्न विचारला.

"हे... इकडे... त्या नदीच्या तिकडे समोरच्या काठावर आश्रम आहे तो. दिल्लीला समाधी बांधलीये नाही का त्याची, तोच." नानकीनं उत्तर दिलं.

मुलं खो खो हसू लागली. "आजी, गांधीजींची गोष्ट? नाही बाबा, आमच्या कोणाच्या 'मा'नं अशी गोष्ट सांगितली नाहीये कधी."

तोंडाचं बोळकं पसरून हसत नानकी म्हणाली, ''कशी सांगणार? माझा बाप मूर्ख ठरला त्याची गोष्ट तुझ्या 'मा'नं सांगितली तर कच्ची खाणार नाही मी तिला?''

आपल्या 'मा'ची टिंगल केलेली एका लहान पोरीला आवडली नाही. चिडून ती म्हणाली, ''खूप कामं असतात आमच्या 'मा'ला. तुझ्यासारखं नुसतं खाटेवर बसून बडबड करायला तिला वेळ नसतो.''

''आम्ही कधी कामंबिमं केलीच नाहीत जशी!'' म्हातारी पण चिडली. फुरंगटून म्हणाली, ''मी पण आता सांगणार नाही जा. तू जा बरं तुझ्या घरी. जा.''

तेवढ्यात सती तिथे आली. म्हातारीला बिलगत, तिची समजूत घातल्यागत म्हणाली, ''असं रुसायचं नसतं गं! चिडून असं एकेकाला हाकलून देणार असशील, तर मी पण येणार नाही इथे. मग चहा मिळेपर्यंत दुपार होईल हं! हाका मारून मारून घसा दुखेल तेव्हा कुठं चंदरी येऊन चहा देईल.''

''करा, करा. तुम्ही सगळे मिळून मला ब्याकमेल करा.'' म्हातारी फिसकन् हसली.

''अरे व्वा!'' सतीला गंमत वाटली. ''तू काय म्हणे नवे नवे शब्द शिकलीस!''

''मग? तुला काय वाटलं, तुझ्याखेरीज कोणी मला शिकवू शकणार नाही का काय? तेंद्री रोज वर्तमानपत्र वाचून दाखवते. ती सांगते सगळं.''

सती म्हणाली, ''मी कुठं तुला काही शिकवते? उलट मीच तुझ्याकडून ऐकायला येते. आजसुद्धा त्या बकरीची गोष्ट ऐकूनच जाणारे.''

''मग चहा आण करून. पिऊ, बसू घटकाभर.'' म्हातारी म्हणाली.

सती घरातून चहा घेऊन आली. लोटीतून बशीत चहा ओतत नानकीनं गोष्ट सांगायला सुरुवात केली.

''माझ्या 'मा'चं नाव दखी अन् मावशीचं नाव सुखी. दोघी सख्ख्या बहिणी. अशीच नावं ठेवायची पद्धत होती तेव्हा.''

म्हातारीनं जिथपासून सांगायला घेतलं ते सतीला अनेक वर्षांपूर्वीपासून माहीत होतं. ''दोघींचं लग्न एकाच दिवशी झालं. दखीचा नवरा, म्हणजे माझा बाप घरी कोश (पखाल) आणली त्या दिवशी जन्मला म्हणून कोश्या. सुखीचा नवरा भेडाघाटजवळ कुठेतरी जन्मला असेल म्हणून भेड्या. दोघं चुलतभाऊ.''

''नसतं पुराण सांगत बसू नकोस गं बाई! गोष्ट सांग.'' सतीनं वैतागून म्हटलं.

''ऐक मुकाट्यानं. कुठलीही माहिती आपोआप मिळत नसते.'' म्हातारीनं ठणकावलं. ती पुढे सांगू लागली. ''इंग्रज सरकारनं सेटलमेंटचं काम काढलं तेव्हा दोघं भाऊ नरबदेकडे कुठंतरी निघाले होते. शहरात इतक्या शेळ्यामेंढ्या अन् गाढवं कुठं ठेवणार? म्हणून मग गेले पळून.

''दखी-सुखीला शहर बघायची फार हौस. तिथं राहायला साक्षात घरं असतात

न् हे न् ते... अपरंपार सुखं असतात... असं किती किती ऐकलं होतं, त्यामुळे त्या सारख्या म्हणायच्या, 'एकदा जाऊन बघू तरी शहरात काय अन् कसं असतं. सरकारला सगळं समजतं. काय सांगावं, सरकारनं तिथं शेळ्याबकऱ्यांसाठी खास जागा करून घेतल्या असतील!''

''हं...'' सती उद्गारली.

नानकी पुढे सांगू लागली. ''मग एकदा सगळं लागी लागलं तसे निघाले शहराकडे. त्यांना वाटलं, शहराच्या जवळच केलीये सेटलमेंट म्हणतात, तर असून असून कुठं असेल? वाडजच्या नाहीतर पालडीच्या कडेला असेल.''

''मग?'' सतीनं विचारलं.

''हिंडत हिंडत पोहोचले. असारवाच्या कडेला. मी तेव्हा असेन दहा वर्षांची. धाकटी बहीण आठची. शहर म्हणजे आमच्या दृष्टीनं जणू इंद्रपुरीच! आम्ही दोघी सतत सेटलमेंटच्या गप्पात रंगून जायचो. तिथं 'घर बांधायचे' खेळ खेळायचो.''

नानकीची गाडी भलत्याच गोष्टीत अडकली तर संध्याकाळपर्यंत तेच चालेल. गाडी रुळावर आणण्यासाठी सतीनं घाईघाईनं म्हटलं, ''हो, हो. ते सेटलमेंटचं खूपदा सांगून झालंय.''

नानकी सांगू लागली- वाडज गावाकडे जाऊन जरा बघतात तो तिथे आपल्या जातीची दोन माणसं सापडली. त्यांनी म्हटलं, ''अहो, सेटलमेंट इकडे कुठे? ते आहे तिकडे नरोड्याच्या बाजूला. इंग्रजांच्या क्यांपाच्याही पुढं. वाडजपाशी तर म्हाताऱ्याचा आश्रम झालाय. पूर्वी महात्मा कोचरबला राहत होता, आता इथं आलाय.''

एवढं ऐकल्यावर भेडाला संताप न आला तरच नवल! त्याच्या मनावर ठसलं ते ठसलंच की, सरकारला सेटलमेंट करायची होती तिथं या बुवानं आपला आश्रम करून टाकला आणि आमच्यासारख्यांना ढकललं आणखी दहा-वीस मैल दूर!

''कुठला महात्मा?'' कोश्यानं मित्राला विचारलं.

''आहे एक. आम्ही स्वत: पाहिला नाहीये, पण खूप मोठा साधू आहे म्हणे. देशभर हिंडलाय. लोक वेडे झालेत त्याच्यापायी.''

दुसऱ्यानं अशीच कुठंतरी ऐकलेली माहिती सांगून टाकली. म्हणाला, ''खात नाही म्हणे. फक्त एक बकरीच तेवढी पाळलीये म्हणे. तेवढं त्या बकरीचं दूधच पिऊन राहतो म्हणे. आता मला सांग, एका बकरीचं दूध ते कितीसं निघत असेल? आँ?''

बुवा धान्यच खात नाही हे ऐकून दखी-सुखी दोघींना फार वाईट वाटलं. तऱ्हतऱ्हेच्या गोष्टी सांगून मित्र निघून गेले. आपापल्या बायकांना कळू न देता भेड्यानं आपला भाऊ आणि साडू असलेल्या कोश्याला भरीला घालत म्हटलं, ''इस बावेकू

सीधा करंगणा पडंगणा – हा बुवा का कोण, त्याला सरळ करायलाच हवं. त्याच्या आश्रमापायी आपल्याला शहराजवळ राहायला मिळत नाहीये.''

''असं करू, त्याची बकरीच आणू पळवून. आणून आपल्या बकऱ्यांमध्ये मिसळून टाकू. मग मोठा इंग्रज साहेब शोधायला आला तरी त्याच्या हाती लागायचं नाव नको.'' कोश्यानं दुजोरा दिला.

एखाद्या कळपात घुसलेल्या बकरीला तिच्या मालकाखेरीज कोणीही ओळखू शकणार नाही. पाळीव जनावरं एकत्र जात असतील तर त्यातली आपली किती आणि कुठली ते त्या पाळणाऱ्यालाच ठाऊक. इतर कोणाला जमायचं नाही.

जनावरांचं तेच. ती आपल्या मालकाला नेमकी ओळखतात. एकदा नातं जडलं की आपलं कोण ते पारखायची जाण निसर्गानंच प्रत्येक जीवाला देऊन ठेवलीये.

''हां! हे ठीकाय गड्या!'' भेड्याला मजा वाटू लागली. ''महात्मा दुसऱ्या कोण्या बकरीचं दूध पिणार नाही. दोन दिवस उपास घडला की, झक्कत इतर सगळं खायला लागेल. जाऊ दे सगळं तप साबरमतीच्या पाण्यात!''

रात्री आपले नवरे कुठंतरी गेलेत एवढं सुखी-दखीच्या लक्षात आलं. 'कुठं गेले' याच्याशी त्यांचा संबंध नव्हता. गेलेत म्हणजे काहीतरी घेऊन येणार हे निश्चित.

इकडे या दोघांना आश्रम सापडला. हा बुवा एकटा राहत नाही वाटतं. पुष्कळ घरं आहेत. म्हणजे इतर खूप जण राहत असावेत.

आजवर कुठल्याच बुवाकडे असं बघितलं नव्हतं. हां, आश्रमात भक्त मंडळींची ये-जा असते. एखाददुसरा परमभक्त कधीकधी रात्री मुक्कामाला असू शकतो. पण

हे? इथं खूपच माणसं आहेत. झोपड्यांसारखी घरं बांधून वस्तीच केलीये.

“असू दे आता. जे असेल ते. पण कोश्या, जागा बरोबर आहे ना?” भेड्यानं विचारलं.

“हीच असणार. इथून ते थेट एलिस पुलापर्यंत याच्याखेरीज दुसरं काही दिसत तरी नाहीये.” कोश्यानं उत्तर दिलं.

“बकरी शोध. तेवढं सोडून, घ्यायला थांबण्याजोगं दुसरं काही दिसत नाहीये. इतकी मोठी मोकळी जागा आहे. कोणी ना कोणी जागं असणार.” भेड्या म्हणाला. “त्यातून आपण फक्त दोघंच. आपल्यामागे कोणी गोफण्यासुद्धा नाहीये मदतीला.”

“असं कर, आधी तू त्या तिकडून वाडजच्या बाजूनं ये. तिथं ‘चोर चोर’ म्हणून आरडाओरडा झाला की, सगळे त्या बाजूला धावतील. मी नदीतून जाऊन शेळी आणतो उचलून.” कोश्यानं सुचवलं.

मध्यरात्र व्हायच्या आतच घरी पोहोचून दोघांनी जेवायला मागितलं. बायकांना बाहेर बकरी दिसली. दुसरं काही नाही अन् बकरी? धान्य नाही, कपडे नाहीत अन् आणलं काय तर एक बकरं? आपण कोण, डफेर का संधी? आपल्याला बकरं?

असू दे. दोघांना जेऊ देत. थोडं ‘पितील’, मग देतील ताणून! नंतर दोघी बहिणीबहिणी ठरवतील काय ते. आत्ता काही बोलण्यात अर्थ नाही. दोघींचे नवरे रिकाम्या हाती आलेत, एक बकरं काय ते आणलंय पकडून. त्यांना काही न विचारलेलंच बरं!

दोघं भाऊ घोरू लागले तशी दोघी बहिणींनी बोलणं आरंभलं. साधूबाबांच्या वाटेलासुद्धा जायचं नसतं अन् हे बघा! त्या बुवाची बकरी घेऊन आलेत. असलं काही ते करून बसतील असं आधी माहीत असतं तर दखीनं त्यांना जाऊच दिलं नसतं, पण काय ते आत्ता कळतंय.

“अरेरे! आता दुसरी बकरी शोधायला कुठं जाईल बिचारा तो बुवा! साधू आहे. भल्या पहाटे उठत असेल. उठल्याबरोबर त्याला दूध हवं असेल. नाही मिळालं तर उपाशी राहावं लागेल. भुकेनं तळमळेल बिचारा.” सुखी कळवळून म्हणाली.

“चल, जायचं का?” दखीनं बहिणीला विचारलं. “बकरी होती तिथं ठेवून येऊया.”

“आत्ता?”

“आत्ता नाही तर केव्हा? सकाळ होईतो ते दोघं उठायचे नाहीत.”

दोघी आत्ताच जातील. तो कोण जो महात्मा आहे म्हणे, तो सकाळी लवकर उठत असेल. उठल्याबरोबर बकरी शोधेल. बकरी दिसली नाही तर तसाच उपाशीपोटी कामाला लागेल. साधुसंतांचं कसं असतं माहीत नाही का? अशा साधासुध्या भल्या माणसांचं काही चोरू नये असं वाडवडील सांगून गेलेत ते उगाच? शास्त्रांतही तेच

म्हटलंय. शास्त्र असं उगाच बरं म्हणतील!

साधू माणूस फिर्यादसुद्धा करणार नाही. दुसरं काही मागणार नाही. खाण्याचं तर नावच नको. कसलं एक पानदेखील तोंडाला लावत नाहीत. नको रे बाबा, अशा माणसाला उपाशी राहायला लावणं बरोबर नाही. भूक काय असते याची दोघींना पुरेपूर कल्पना आहे. जे जे म्हणून अनुभव घेतलेत त्यांनी, त्यात भुकेचा अनुभव सर्वांत वाईट आहे.

आश्रम कुठे आहे, तिथले रस्ते कोणते... नीटसं काहीच माहीत नाहीये. वाडजच्या टोकाला म्हटलं म्हणजे पलीकडच्या तीरावर असणार. शाहपूरच्या नदीच्या पलीकडच्या काठावर, वरच्या अंगाला कुठंतरी असणार. त्या दिशेनं जात राहिलं तर जवळ गेल्यावर बकरीच शोधून देईल रस्ता. बकरीच्या मागे जायचं. इथून आधी नदीकाठापर्यंत तर जाऊ!

"चल."

साबरमती तुडुंब वाहत असेल. झपाझप पोहलं तर आवाज होईल. रात्रीच्या वेळी आणखीच स्पष्ट ऐकू जाईल दूरपर्यंत. रात्री कोणी पोहायला जात नसतं, हे गस्तवाल्या पोलिसांना माहीत आहे. मडकं घे सोबत. मडक्यासोबत, आवाज न करता मगरीसारखं पाण्यात सरकत सरकत जाऊ. बकरीला मानेवर बसवलं की वाहतं पाणी बघून ती गप्प बसून राहील.

दोघी बहिणी उताराकडून आत शिरल्या. बकरीला मानेवर बसवून नदी पोहून गेल्या. पलीकडच्या काठावर आश्रमात पोहोचल्या.

कोश्या-भेड्याप्रमाणे या दोघींनाही, आपण चुकीच्या जागी आलो असंच वाटलं. बकरीनं तिथवर नेलं नसतं तर हा कोण्या साधूचा आश्रम आहे, यावर त्यांनी विश्वास ठेवला नसता. इथं ना मंदिर, ना दिवे, ना आरती. कशाचंच चिन्ह नाही. नारळाच्या शेंड्या, ध्वजपताका, हळद-कुंकवाचे डागबिग... कसलं नावनिशाण नाही.

काही असो, आपल्यापेक्षा ही जागा बकरीच्या ओळखीची असेल म्हणून तिनं आपल्याला इथं आणलं असेल नाही का? थोडं पुढं जाऊन दोघींनी बकरीला सोडून दिलं. बकरी आपोआप, स्वत:च्या नेहमीच्या जागी निघून गेली ते दोघींनी नदीघाटावरून माना उंचावून बघितलं. चला, आता पळा.

आल्यापावली घरात येऊन दोघी झोपी गेल्या. सकाळी जे व्हायचं ते होवो. बुवावर दया केलीये, वेळ आली तर नवऱ्याचा मार सोसू.

गोष्ट संपवून नानकीनं विचारलं, "सांगा बरं, तुमच्या 'मा'नं ही गोष्ट तुम्हाला सांगितली होती का कधी?"

"ना...ही." मुलं ओरडली.

३१

नानकी जायला निघाली. सती तिला खोलीबाहेरपर्यंत पोहोचवायला गेली.

मग तिनं हळूच विचारलं, "आज्जे, खरं सांग पाहू, थापा होत्या का खरं?"

"थापा कशा असतील?" नानकीनं ताड्कन विचारलं, "सगळं खरं खरं. अशा कित्येक कहाण्या आहेत माझ्याकडे. ऐकायच्यात कोणाला पण?"

सती हसली. म्हणाली, "अगं, इतक्या मुलांनी अन् मी ऐकली की! कोणी ऐकत नाही का म्हणतेस?"

"तुझी गोष्ट वेगळी. मी बाकीच्यांचं म्हणतेय." मग अचानक काही आठवावं तसं म्हणाली, "तू धारागढला जाशील तेव्हा मला ने बरं का! तिथं मी मुलांना गोष्टी सांगेन; पण माझ्या गोष्टी अशाच असतात हं! दुसऱ्या कसल्या नाही येत मला..."

सती हसून म्हणाली, "सगळं येईल गं आज्जे तुला. काल तू अंगडियाची गोष्ट सांगितलीस तेव्हा कुठं आम्हाला कळलं की आपण अंगडियांना, हरकाऱ्यांना अडवायचं नसतं. याआधी मी कधी ऐकलं नव्हतं. पण काय गं, मी धारागढला जायचीये हे तुला कोणी सांगितलं?"

"तुझ्या बापानं. रघूनंच सांगितल," नानकी म्हणाली, "तुझ्यासोबत राहायला सांगितलंय त्यानं. म्हणाला, रहीम झुंझ्याच्या गोटात तुला एकटीला नाही पाठवायची."

"का? कोण खातंय का काय मला?" सतीनं विचारलं.

"विठ्ठलनं खाल्लंच की तुला. आता दुसरं आणि कोण खाणार? मला वाटतंय तापीला पण बोलावून घ्यावं तिथं; म्हणावं माझी काळजी घ्यायला ये बाई! पुन्हा रानावनात राहायला जावंसं वाटू लागलंय. मरायची वेळ जवळ आली की बालपण आठवायला लागतं बघ."

"शी! शी! खबरदार असं काही बोलशील तर!" सतीनं दटावलं.

"तुला, राधीला, छोट्याला... सगळ्यांना सोबत न्यायचं माझ्या मनात आहे. बाटुगे आला तर त्यालाही!"

नंतर सती राधीकडे गेली. सतीला पाहताच राधी म्हणाली, "ते पैसे आणायचेत

का? उद्या आणू. वाण्याकडे ठेवलेत.''

सती राधीजवळ गेली. तिचे दोन्ही हात आपल्या हातात घेऊन प्रेमानं म्हणाली, ''राधी, पैसे न्यायला नाही, तुला न्यायला आल्येय मी!''

''कुठला माल आहे?''

सतीला हसू फुटलं. म्हणाली, ''मुद्देमाल काही नाहीये, गोष्ट मात्र मुद्द्याची आहे. राधी मला तुझीच गरज आहे बघ. तू चल माझ्यासोबत. तुला अन् तेंद्रीला दोघींना न्यायचं मनात आहे माझ्या. छोट्या आला तर त्यालासुद्धा.''

''कुठं? तुझ्या त्या शाळेत?'' राधीनं डोळे विस्फारले. ''माझ्यासारखीचा शाळेत काय उपयोग?''

राधीचे हात सोडून देऊन सतीनं तिच्या गालावर हलकीशी चापट मारली. ''असं काय म्हणून बोलतेस गं? 'माझ्यासारखी' म्हणजे काय? तू वेगळी आहेस?''

''तू काही म्हण.'' राधी एके जागी बसत म्हणाली, ''पण तिथं जाऊन धडे गिरवणं माझ्याच्यानं व्हायचं नाही. तेंद्रीला ने. तिला जमेल.''

''राधी, राधी... पुरे गं बाई. अभ्यास अभ्यास काय लावलंय? मला कोणाला धडे गिरवायला लावायचं नाहीये, राधी जिनकु तेरे जैसा गुरू मिले वो तो कडे जाई पौचे वो त कु क्या खबर? – तुझ्यासारखी गुरू ज्याला लाभेल तो कुठच्या कुठे जाऊन पोहोचेल ते तुला माहीत नाहीये. तुझ्यासारखी शिकवायची कला आपल्यापैकी कोणातच नाहीये. बाहेरच्या जगात असतीलही. वेळ आली तर त्यांना बोलावीन मी, पण तू प्रत्यक्ष समोर आहेस. सगळ्यात आधी तुलाच घेऊन जाईन.''

''हे बघ सती, मी नाही येऊ शकायची. अगं बाई, माझा संसार इथं आहे. मी इथंच जन्मले, वाढले, इथंच काम शिकले, नाव मिळवलं तेही इथंच. तुझ्यासारखी मी रानात राहिलेच नाहीये. ते जाऊ दे, पण माझा नवरा, मुलंबाळं... त्यांना सोडून येणं माझ्याच्यानं नाही व्हायचं, तेंद्री सडी आहे. तिला घेऊन जा.''

राधीचा स्पष्ट नकार ऐकून सती काहीशी ढेपाळली. म्हणाली, ''बरं कायमचं नाही, पण थोड्या दिवसांसाठी तरी तुला यावंच लागेल. त्या बेतूची मुलगी मी तुला सोपवणार आहे.''

''कोण? ती लंगडी?'' राधीनं विचारलं.

''तीच. मी तिचं नाव विद्या ठेवलंय. तिला तिच्या पायावर उभी करायची आहे. असं किती दिवस लोकांच्या दयेवर आयुष्य काढायचं तिनं? विद्याला मी डॉक्टरकडे नेलं होतं. डॉक्टर म्हणतात तिला बाळलकवा झाला होता. तेव्हाच, लहानपणी नेलं असतं ताबडतोब तर काहीतरी करता आलं असतं. आता उपयोग नाही. ती बरी होणार नसेल तर तिला तुझ्यापाशी ठेवायचंय.''

''मी वैद्य-डॉक्टर थोडीच आहे? मंत्रतंत्रदेखील येत नाही मला. मी कशी तिला

उभी करू?'' राधीनं आपली बाजू मांडली. ''अन् तू काय आता शाळेपाठोपाठ दवाखाना काढायला निघालीस वाटतं?''

सती थोडी चिडली. म्हणाली, ''काहीच काढायचं नाहीये मला. दवाखाना नाही, शाळा नाही अन् काहीच नाही. मला काय करायचंय ते माझं मलाच ठाऊक नाहीये. काहीतरी करायचंय एवढं नक्की. तूर्त तू विद्याला सांभाळ. तिला जमण्यासारखं काय आहे ते शोधून काढ. ते ती शिकेल. अपंग असली म्हणून काय झालं! जो कोणी जन्माला आला आहे, तो काही ना काही शिकल्यावाचून राहणारच नाही.''

''बरं.'' राधी म्हणाली. ''बेतिळीला म्हणावं, उद्या सकाळी पोरीला माझ्याकडे घेऊन ये. मी तिला पुन्हा दवाखान्यात नेऊन आणीन. डॉक्टरशी बोलीन. तिला काय करणं जमेल त्याचाही अंदाज घेईन.''

''इथं राहून?''

''हो. मग?'' राधीनं म्हटलं, ''सध्या इथंच. मग वाटलंच तर तू म्हणशील तिथं सहाएक महिने येईन. तू रातोरात निघाली नाहीयेस ना?''

''माझं काही नक्की नाही, पण नानकीला जायचंय त्यामुळे घाई आहे खरी! तिकडचं किती लवकर आटोपतंय त्यावर ठरवायचं.''

राधीनं बिनधास्तपणे म्हणून टाकलं, ''एवढ्यात काही मरत नाहीये म्हातारी. आपल्याला पोहोचवेल, मग मरेल. शंभरी नाही ओलांडली तर मला विचार!''

''जगो बापडी. झाला तर उपयोगच होईल तिचा.'' असं म्हणून सती तिथून गेली.

तेंद्री आत्ता शाळेत असणार. शाळा सुटल्यावर ती आली की नंतरच तिला भेटावं असा विचार करून सती बाटुगेकडे गेली. आपल्यासोबत बाटुगे धारागढला आला तर रहीम काय म्हणतो ते नीट समजून घेता येईल, असं तिला वाटत होतं.

कोर्टाला सुटी असल्याखेरीज तिच्यासोबत जाणं बाटुगेला शक्य नव्हतं. पुढच्या शनिवारी-रविवारी जायचं ठरवून सती घराकडे वळली.

संध्याकाळी तेंद्रीच सतीकडे आली, ''तू मला शोधत होतीस असं राधी म्हणाली.''

''आत तरी ये. बस जरा, मग सांगते.'' आपल्या एकेकाळच्या गुरूला सतीनं खाटेवर बसवलं.

''बोल.'' तेंद्रीनं खाट अलीकडे ओढत म्हटलं.

''तेंद्री, तू नोकरी सोडून दे.'' सतीनं फाड्‌कन म्हटलं. ''ते तुला जेवढं देतात त्यापेक्षा जास्त मी देईन. सांग बरं, किती मिळतात तुला?''

''आता चारशे केलेत,'' तेंद्रीनं उत्तर दिलं.

''मी साडेचारशे देईन,'' सती म्हणाली, ''आजपासून, अगदी आत्तापासून

म्हणेनास. खोट्या सह्या करणं सोड आता. दे सोडून ती नोकरी.''

''असं रातोरात सोडता येत नसतं सती! नोटीस द्यावी लागते. आणि... तू तरी मला दर महिन्याला कुठून देशील गं?'' तेंद्रीला सतीची काळजी वाटू लागली.

''आहेत एक. रसिलाबेन. सरकारी कचेरीत काम करतात. 'तीन जणांच्या पगाराइतकं आजन्म देत राहीन,' असा त्यांना एका बाईंनी शब्द दिलाय. उद्या आम्ही त्या बाईंना भेटणार आहोत. होईल सगळं. तू काळजी नको करूस.''

दोघी खूप वेळ बोलत बसल्या. सती आणि विठ्ठलसारखंच नगरातल्या बाकीच्यांना शिकवून तयार करायला तेंद्रीची ना नाहीये, पण आता तिच्याकडे कोणी येतच नाही, हा मूळ प्रश्न आहे.

''तसं नाहीये गं,'' सती म्हणाली, ''आता तुला वेळ कुठाय? कुठल्या कुठे जाऊन शिकवून येतेस. तेवढ्यानंच दमून जातेस. आम्ही सध्या इथंच, नानकीच्या खोलीत लायब्ररी केलीये. तिथं काम सुरू कर. तुला किती सारं येतं! गाणी, नाटकं, वाचन-लेखन... पुस्तकं... मुलं नक्की येतील. आणि तू आहेस म्हटल्यावर मुलीसुद्धा येतील.''

''तसं असेल तर मोठ्या बायकांनाही बोलावू या.''

''बोलाव. आणि तरीही इथं धड नाहीच चाललं तर तिकडे माझ्याकडे धारागढला निघून ये. तुझा पगार कमी होणार नाही एवढं नक्की.''

''बघते,'' असं म्हणून तेंद्री उठली. जाता जाता म्हणाली, ''...''

ती पुढे काय म्हणते ते ऐकून घ्यायच्या आतच सतीनं म्हटलं, ''जा तू. विचार कर नीट. मी उद्या त्या बाईंना भेटून येते, बघू काय होतं. होईल, सगळं नीट होईल!''

३२

"अरे, रसिला? तू? किती वर्षांनी?" त्या घरच्या मालकिणीनं दारात उभ्याउभ्याच रसिलाबेनला मिठीत घेत म्हटलं. त्या स्त्रीला बघून, दाराबाहेर थांबलेल्या सतीला धक्का बसला. बारा वर्षांपूर्वी, चौदा-पंधराची असताना पूनम स्पेशल गाडीत याच स्त्रीच्या पर्समधून सोन्याच्या बांगड्या अलगद काढून तिथं लोखंडाची कडी ठेवली होती तिनं.

अरे देवा! आता हिनं आपल्याला ओळखलं नाही तर बरं! तुरुंगात जावं लागेल त्याचं काही नाही, पण रसिलाबेनची मान खाली जाईल त्याचं काय? न जाणो, दोघींची इतक्या वर्षांची मैत्री तुटायची. सती दारातच खिळून उभी राहिली.

"ये ना, तू पण आत ये. इथं बस. दारात का उभी?" रमानं सतीला आत बोलावलं.

सुटकेचा नि:श्वास सोडून सती आत आली. हुश्श! नाही ओळखलं. त्या पौर्णिमेच्या दिवशी राधीकडे रमाचं लक्ष जास्त होतं म्हणून की, तेव्हा आपण विद्यार्थिनीचं सोंग घेतलं होतं आणि आज या आडोडियाच्या पारंपरिक वेशात आहोत म्हणून हिनं ओळखलं नाही, कोण जाणे!

एकीकडे ओळखलं न जाण्याचा आनंद, दुसरीकडे तरीही मनात थोडी भीती. सती फार बेचैन होती.

तिनं बारकाईनं घरात नजर फिरवली. अपरंपार वैभव. कोरीवकाम केलेली नक्षीदार लाकडी कपाटं, टेलिफोन... हे... ते... नाना प्रकारची साधनं. सारं कसं नीटनेटकं.

"हीच का तू म्हणत होतीस ती आडोडियाची पोरगी?" रमानं रसिलाबेनला विचारलं.

"हो. तीच. सरस्वती. पण ते नंतर बघू. आधी मला सांग, तुझं कसं चाललंय? रमेशभाई काय म्हणताहेत? किती वर्षांनंतर भेट होतेय आपली. तुझ्या फेअरवेल पार्टीत भेटलो होतो ते शेवटचं. ते तरी कसं, पाच-दहा मिनिटं. लोकांच्या घोळक्यात." रसिलाबेन म्हणाली.

दोघी मैत्रिणी काही काळ बालपणीच्या आठवणीत रमल्या, नंतर एकमेकींचे हालहवाल, खुशाली विचारण्यात वेळ गेला.

रसिलानं अचानक विचारलं, ''का गं रमा, तुला दागिन्यांची एवढी हौस होती आणि आज अशी जोगिणीसारखी कशी काय? अंगावर काहीच कसं नाही? परदेशात राहून आलीस म्हणून की काय?''

''छे, छे.'' रमा म्हणाला, ''तिकडे आपल्यापेक्षा जास्तच घालतात. तिकडे असतं रग्गड आणि आपल्याहून स्वस्त. पुन्हा, बाहेर कुठं जायचं ते मोटारीतूनच. म्हणजे वाटेत लुटलं जायची भीती नाही इथल्यासारखी.''

''मग?''

''काही नाही, असंच.'' रमानं म्हटलं. क्षणभर थांबून पुन्हा म्हणाली, ''तुझ्यापासून काय लपवायचं म्हणा! मी ना, शपथ घेतलीये.''

''कसली शपथ? का?''

''असंच!'' म्हणत रमानं काय शपथ घेतली, का घेतली ते सगळं सांगायला सुरुवात केली.

रमा परदेशात गेली, त्याआधी रमेशची कागदपत्रं सरकारी लाल फितीत अडकून पडली होती. गाडं पुढे सरकतच नव्हतं. काम केव्हा होईल याचं नेमकं उत्तर कोणी देत नव्हतं. मग तिनं दर पौर्णिमेला डाकोरच्या ठाकोरजीच्या दर्शनाला जायचा नेम धरला. दर पौर्णिमेला ती न चुकता डाकोरला जायची. अशीच एकदा जात होती तेव्हा आगगाडीत एक साध्वी भेटली. तिनं रमाचा हात पाहून सांगितलं होतं की रमाला धातू लाभत नसल्यानं सगळं अडलं आहे. हातातल्या बांगड्या तिनं तिथल्या तिथंच काढायला लावल्या होत्या.

सगळी कहाणी ऐकवल्यावर रमानं म्हटलं, ''पुढं ऐक. त्या दिवशी पौर्णिमेला दर्शन घेऊन परतले आणि काय आश्चर्य! शेजाऱ्यांनी एक पाकीट ठेवलं हातावर. अगं काय सांगू, यांची कागदपत्रं आली होती अन् काय!''

''अगोबाई!'' रसिलाबेनला नवल वाटलं.

''त्या क्षणी मी कानातलं आणि नाकातली चमकी काढून पाकिटात ठेवून दिली. म्हटलं, सत्पात्री दान करेन, अथवा कार्यप्रसंगी भाच्यापुतण्यांना देऊन टाकीन.''

''दिलं का मग?''

''नाही दिलं. वाटलं, ती साध्वी पुन्हा कधी भेटली तर तिलाच द्यावं, पण मग आठवलं की ती सोन्याला स्पर्शसुद्धा करत नाही.''

''असतात अशी माणसं!'' रसिलानं दुजोरा दिला.

''मग म्हटलं, इतक्या पौर्णिमांना डाकोरला गेले, पहिला हक्क ठाकोरजीचा! म्हणून मुद्दाम पुन्हा एकदा पौर्णिमेला गेले आणि पुडकं तसंच्या तसं दानपेटीत टाकलं. तेव्हापासून अंगाखांद्यावर कोणताही धातू न घालायची शपथ घेतलीये.''

त्या दिवसापासून रमानं कोणताही धातू अंगावर घातला नाही. परदेशात

गेल्यापासून, जेव्हा जेव्हा भारतात आली, तेव्हा तेव्हा ठाकोरजीचं दर्शन घेऊन आलीये.

ती साध्वी नडियादला उतरली होती, हे रमाच्या अजूनही स्मरणात आहे. तिला भेटून तिचे आभार मानण्याचे रमाने खूप प्रयत्न केले, पण व्यर्थ. त्या दिवशी पाहिली तेवढीच, त्यानंतर पुन्हा ती कधीच, कुठेच दिसली नाही.

ओळखीपाळखीच्यांकडे चौकशी करून झाली. कामिनी नावाची, लग्नाच्या वयाला आलेली मुलगी तिच्यासोबत होती. तिच्याबद्दल विचारलं, नडियादभर शोध घेतला, पण दोघींपैकी एकीचाही माग लागला नाही.

"असो, ठाकोरजीची मर्जी!" असं म्हणून रमानं विषय संपवला आणि रसिलाबेनला सतीविषयी विचारू लागली.

सतीनं स्वत: सांगितलंय त्यापलीकडे तिच्याबद्दल आपल्याला विशेष काही माहीत नाही, पण ही मुलगी काहीतरी करून दाखवण्यासाठी झटते आहे, एवढं आपल्याला खूप दिवसांपासून ठाऊक असल्याचं रसिलाबेननं स्पष्ट सांगून टाकलं.

सतीनं सांगितलं त्यात कितपत तथ्य आहे हे तलाठ्यामार्फत रसिलाबेननं धारागढचे मुखिया असलेल्या रहीमभाईंना विचारून घेतलं. सती खरं सांगते आहे याचं त्यांच्याकडून प्रमाण मिळवलं. एवढंच नव्हे, तर त्यांनी सतीच्या म्हणण्याचं समर्थनही केलं आहे.

असं सारं नीट समजावून सांगितल्यावर रसिलाबेननं म्हटलं, "भटक्या-विमुक्त जातींच्या मुलांसाठी जे काय करायचे तिचे प्रयत्न आहेत, त्यात तुला मदत करायची असेल तर बघ. तुझ्याजवळ असलेल्या पैशाचं दान केल्यानं त्यांना मदतीपरी मदत मिळेल आणि तुला समाधान लाभेल. वाटलं तर पुढच्या खेपेला एक फेरी मारून ये तिकडे आणि काम कसं चाललंय ते बघ. ठीक वाटलं नाही, तर मदत बंद करायची."

"मदत बंद करायची वेळ येणार नाही," उठता उठता रमानं म्हटलं. कपाटातून पाकीट काढून सतीच्या हाती देत म्हटलं, "घे. रसिलानं भलावण केली, त्याअर्थी मी हे काम करायला हवं असं मी ठरवलंच होतं, म्हणून तर हे तयार ठेवलं होतं; पण म्हटलं तुला प्रत्यक्ष बोलावूनच द्यावं. त्या निमित्तानं रसिलाचं माझ्याकडे येणं होईल."

"मी पोचपावती पाठवून देईन." सतीनं म्हटलं.

"मला गरज नाहीये, पण पावती द्यावीच लागत असेल तर दे पाठवून. मला माझ्या नशिबानं खूप मदत केलीये. आम्ही कसे होतो ते रसिलाला माहीत आहे. आज नशिबाच्या जोरावर आणि ईश्वराच्या कृपेनं कुठच्या कुठे जाऊन पोहोचलो आहोत." बोलता बोलता रमा मधेच थांबली. मग म्हणाली, "आयुष्यात मी एक गोष्ट शिकले आहे की, जे काही असतं ते आपलं एकट्याचं नसतं. त्यात सगळ्यांचा वाटा असतो."

या संपूर्ण घटनेत नेमकी मदत कोणी केली होती? नशिबानं की ईश्वरानं? सतीला ठरवता येईना. ज्यानं केली असेल त्यानं...!!

३३

"विद्याला खेळायला नको घ्यायला." पोरांच्या टोळीतल्या सलमानं म्हटलं. सलमा कालच आली होती.

"का? विद्याला का नको घ्यायला?" राधीनं विचारलं.

मुलांकडून काही उत्तर आलं नाही. मग कुणीसं म्हटलं, "तिला घ्यायचं असेल तर बसल्याबसल्याचाच खेळ खेळावा लागेल."

"मुळीच नाही. छप्पापाणीच खेळायचं आणि ते पण विद्याला घेऊन. तिच्यावर राज्य आलं तर ती देईल की! चला, बघा राज्य कोणावर येतंय. ज्याच्यावर राज्य असेल त्याचे डोळे झाकायचं काम सती करेल. बाकी सगळे लपायला पळा. त्या समोरच्या दगडावर छप्पा घालायचा बरं का."

थोड्या वेळापूर्वी नानकीनं मुलांना विक्रमाची गोष्ट सांगितली होती. आत्ता सांगितलेल्या गोष्टीचं रात्री मुलांनी नाटक करायचं आहे, असं बजावून ती सावकाश चालत स्वयंपाकघराकडे निघून गेली होती.

नव्यानं तयार केलेल्या खोल्यांच्या छपरासाठी विठ्ठल बांबू जुळवत होता. मोठी दोघं पोरं गाडीतली वाळू ओतून घेण्यात गुंतली होती. सती ओट्यावर उभी राहून दगड-विटावाल्यांशी बोलत होती. तिथंच एका बाजूला राधी इतर मुलांना छप्पापाणी खेळवत होती.

"पण विद्या लपेल कुठे?" एका पोरानं हळूच विचारलं.

विद्याच्या एका पायात शक्ती नाहीये. त्या बाजूच्या काखेत कुबडीचा आधार घेऊन दुसऱ्या पायानं उड्या मारल्यासारखं चालावं लागतं. विद्या वाळूच्या ढिगावर बसलीये अन् कुबडी बाजूला पडलीये. तिला ना पळत जाऊन लपता येणार, ना धावत जाऊन छप्पा घालता येणार!

सतीच्या जवळच्या दगडावर छप्पा घालायचा असेल, तर लपायच्या जागा तिथून दूर आहेत. विद्या तेवढं अंतर धावून येणं शक्य नाही.

मुलांच्या विरोधाकडे राधीनं दुर्लक्ष केलं. सर्व जण राज्य कोणावर येतं ते बघू लागले. विद्याला वाटलं, आपल्यावर राज्य आलं तर बरंच होईल. एका जागी

बसल्याबसल्याच छप्पा घालता येईल. धावायला नको अन् काही नको; पण सगळ्यांच्या आधी ती सुटली. तिच्यावर राज्य आलंच नाही.

आता गत्यंतर नाही. विद्याला पळावं लागणार, लपावं लागणार आणि ज्याच्यावर राज्य आहे तो जरा नजरेआड झाला की, धावत येऊन छप्पा घालावा लागणार. कसं जमणार हे? ती अगदी निराश झाली. त्यापेक्षा खेळायलाच नको होतं असं तिला वाटू लागलं.

राणूवर राज्य आलं. तिचे डोळे झाकत सती एक, दोन, तीन... म्हणत अंक मोजू लागली. सगळी मुलं लपायला पळाली. विद्या मात्र जागची हललीसुद्धा नाही. तिला फार वाईट वाटत होतं.

"विद्या, अगं प्रयत्न तर करून बघ की," राधीनं सांगून पाहिलं. उत्तर न देता विद्यानं मान वळवली.

सतीचं अंक मोजणं संपत आलं तशी विद्या एकाएकी हसली. खुरडत खुरडत सतीच्या पाठीमागे गेली. सतीचा घेरदार घागरा उचलून आपल्या डोक्यावर घेऊन मुटकुळं करून बसली.

राणूनं बहुतेक सर्वांना शोधून काढलं. विद्याच काय ती उरली. ती दिसली की पट्कन तिच्या नावानं छप्पा घालून टाकायचा की आपल्यावरचं राज्य उतरलं. मग राज्य कनियाच्या माथी. सगळ्यात आधी तो पकडला गेला होता.

राणू विद्याला शोधत फिरू लागली. कुठं गेली असेल इतक्या थोड्या वेळात?

"तूच विद्याला उचलून लपवून आलीस ना?" तिनं राधीला विचारलं.

"छे. तिची तीच लपली. शोध, बघ नीट!"

एव्हाना बाकीच्या मुलांना गंमत वाटू लागली. राणूच्या बरोबरीनं सगळी मुलं विद्याला शोधू लागली. शेवटी राणूनं एक धाडसी निर्णय घेऊन टाकला. छप्प्याच्या दगडापासून दूर तिकडं त्या खोलीपाशी जायचं. विद्या तिथंच लपली असणार. राधी कबूल न करू दे, पण तिनंच विद्याला तिथवर उचलून नेलंय.

तिथं विद्या सापडली की आपण धावत येऊन छप्पा घालून टाकू. आपल्यासारखं जोरात विद्याला धावता येणार नाही!

राणू गेली, बाकीची मुलं तिच्यामागे धावली. रिकाम्या खोलीत शोधून सगळी परतली, तोवर खुरडत खुरडत छप्प्याच्या दगडापाशी जाणारी विद्या त्यांना दिसली.

सगळे पळत सुटले. राणू जीव घेऊन धावली, पण ती पोहोचायच्या आतच विद्यानं 'राणूच्या नावानं छप्पा' म्हणत दगडावर हात ठेवला.

'विद्या शाब्बास' म्हणत मुलं आवेशानं नाचू लागली. राणूनं सगळ्यांच्या नावानं घातलेले छप्पे विद्यानं पुसून टाकले होते. कल्पनेपलीकडची गोष्ट! आता राणूवर पुन्हा राज्य येणार, आपल्याला पुन्हा लपायला मिळणार... सर्व काही गौण बनलं.

झाडून सगळ्यांच्या मनात विद्याच्या लपण्याबाबत एकच प्रश्न... 'कुठे'?

राणूनं सतीला विचारून टाकलं, "जी बी कीतोड दब्बोडा थीया के न, पीछी नाई पूछे. केहती ह आ बाळी – ती कुठं लपली होती तेवढं तर सांग. पुन्हा नाही विचारणार. सांग की गं, असं काय करतेस?"

"मला नको विचारूस," सती म्हणाली, "तूच विचार करून बघ की. तुमची सारी पलटणच्या पलटण मैदानावर शोधून दमली तरी नाही सापडली ती. मग कुठे लपली असेल?"

"तुझ्या डोक्यात!" उत्तर न सुचल्यानं राणू वैतागून म्हणाली, "माहीत आहे मोठी शहाणी, खरंखरं सांगून टाक ना पट्कन!"

"तो बो मगज दूडा. पीछी बी नाइ लाध्ध तो काल कही री. बस! – तू डोकं चालव थोडं. तरी नाही कळलं तर उद्या सांगेन. बस?"

नव्या जागेत नव्या आयुष्याचा आरंभ झालाय. मुलांना प्रश्न सापडलाय. आता सगळे आपापल्या परीनं उत्तर शोधतील!

एकाएकी सतीच्या मनात विचार आला, अशा कोड्यांमागे आपणही काय कमी धावलोय? मग जणू तिच्या मनाच्या तळातून उत्तर आलं, कोडी रचायची आणि त्यांची उत्तरं शोधण्यासाठी धडपडायचं, या खेळापेक्षा आयुष्य म्हणजे वेगळं काय असतं?

मुलं दुसरा खेळ खेळू लागली तशी राधी सतीपाशी आली. आपण विद्याला जे शिकवू ते ती शिकू शकेल असं सांगून राधी म्हणाली, "वाचनाची आवड आहे तिला. शिकली तर शिकू दे... पण तिरंदाजी शिकवता येईल? पेटी वाजवायला शिकवू शकशील?"

"इथं नाही जमलं तर दुसरीकडे पाठवीन, पण प्रयत्न नक्कीच करेन," सतीनं म्हटलं.

राधीनं सतीच्या खांद्यावर हात ठेवला आणि म्हणाली, "जमेल इथंच. तूच करशील. दर्ग्याचा मुजावर आहे ना, तो गं – रशीदबाबा, तो फारच छान गातो अन् वाजवतोही मस्त. त्याला एकदा इथं बोलाव. सगळं गाव एकत्र जमव. इथं कव्वाली, भजनं असा कार्यक्रम ठेव. बघ तू, विद्या आपणहूनच ऐकायला जायचं म्हणेल. मागेच लागेल तुझ्या."

मनातलं बोलून झाल्यावर राधीनं विचारलं, "आता मला केव्हा मोकळी करतेस? गेले तीन महिने इथंच आहे मी. घरी माझी पोरं वाट बघत असतील."

"तू सहा महिने राहीन असं म्हटलं होतंस. राहा की गं!" सतीनं राधीला आठवण करून दिली.

"सगळेच्या सगळे सहा महिने एकाच वेळी वापरून टाकू होय गं? बाकीचे

तीन महिने पुढच्या वर्षी येण्यासाठी ठेवते. काय?''

सती हसली. म्हणाली, ''फक्त पुढच्या वर्षी नाही, दर वर्षी यायचंय तू. या वेळी जा, पण अगदी उद्याच्या उद्या नको निघूस. चारेक दिवस थांबलीस तर मी जाऊन 'मा'ला घेऊन येते. ती आली म्हणजे नानकीला बरं वाटेल.''

''ठीक आहे. जाऊन ये. मी रविवारी निघेन. तापी आहे कुठं?''

''त्या वेळी पाटडीच्या बाजूला होते कुठंतरी सगळे. त्यानंतर कुठं गेले ते शहरातल्या कोणाला ठाऊक असेल तर विचारून पाहायला हवं.'' सती म्हणाली. तांडा फिरत असला तरी त्याचा ठावठिकाणा शहरात राहणाऱ्या नातेवाइकांना देता येईल अशी सोय आता झाली आहे.

गावातल्या एसटीडी बूथवर जाऊन सती माहिती काढून आली. तापीच्या लोकांचा दंगा रतनपूरच्या रस्त्यानं खाली राजस्थानात उतरणार आहे. काल-आज एवढ्यात भिलोड्याजवळ मऊ आणि फत्तेपूर दरम्यान कुठंतरी असेल.

तांड्यातली माणसं मोठ्या सडकेवरून जात नाहीत. रतनपूरचा नाका ओलांडायचा म्हटला तर पोलिसांची गाठ पडणार. नाहक त्रास ओढवून घेण्यापेक्षा आतूनआतून चालावं ते बरं. जरा लांबचा वळसा झाला तरी निवांतपणे जाता येईल. त्यामुळे त्याच रस्त्यानं गेले असतील हे नक्की. पाटडीच्या रणातली माणसं विजयनगरजवळच्या जंगलातून जायला तयार असतील.

सतीनं रात्रीची बस घेतली. भिलोड्याला उतरून पीठमीठ, वाणसामान घेतलं. बाजारात चांगल्या बाराच्या मोसंब्या दिसल्या. त्याही घेतल्या. बांबूच्या पाटीत सगळं भरलं आणि पाटी डोक्यावर घेऊन निघाली... इतक्या वर्षांनंतर, जिथं जन्मली त्या वातावरणात जायला निघाली!

३४

फार वर्षांनंतर सती दंग्यात राहायला आली आहे. लग्न झालेली मुलगी माहेरघरी राहायला आली असं सहसा घडत नाही. 'मा'नं छानसा स्वयंपाक केलाय. येताना आणलेल्या मोसंब्यांची तापी दारू बनवेल. मोसंबीची उत्तम दारू बनते. क्वचितच मिळते. उद्या सगळे मिळून पितील.

आल्याआल्या सती सगळ्यांना भेटायला गेली. कावेरीची लेक गोमू – म्हणजे गोमती – आणि जावई दोघं दांड्यात असल्याचं कळलं. त्यांना उदेपूरकडे कोणाला तरी भेटायला जायचंय म्हणे. सगळ्यांसोबत फिरत फिरत जायची मजा येईल म्हणून तांड्यात आलेत.

सती कावीच्या घरी गेली. पाहते तो तिथं कोणीच नाही! खाटेवर चारेक वर्षांचा मुलगा तेवढा सराटीच्या काड्या बांधून खेळण्यातली गाडी बनवत बसला आहे. त्याच्याजवळ जाऊन सतीनं विचारलं, "तू गोमूचा मुलगा?"

त्यानं मानेनंच 'हो' म्हटलं. हातातलं काम सुरूच! सतीनंच पुढं विचारलं, "सगळे कुठं गेलेत?"

मुलाचे हात थांबले. मान उचलून त्यानं सतीकडे बघितलं. म्हणाला, "तापीच्या घरी, सतीकडे!"

"अरे!" सतीला हसू आलं. उठत म्हणाली, "चल, तुला यायचंय?" मुलानं मान हलवून नकार दिला आणि पुन्हा आपल्या कामात गढला. सती जायला निघाली, तेवढ्यात मुलानं तिच्याकडे वळून विचारलं, "पण तू कोण?"

"माहीत नाही." सतीनं हसून उत्तर दिलं आणि ती घराकडे निघाली. बालपणीची मैत्रीण गोमू घरी तिची वाट बघतेय.

सतीनं गोमूला थांबवून घेतलं. एक-दोनदा तिचा मुलगा भेटायला आला, पुन्हा कावेरी आजीकडं परत गेला. दरम्यान गोमूच्या नवऱ्यानं पोराला तलावावर अंघोळीला नेलं. दुपारी दोघी मैत्रिणींनी अंघोळ करून घेतली.

रात्र झाली. दोघी सख्या आपापली खाट घेऊन टेकडीवर निजायला गेल्या. गप्पागोष्टी करत, शेकोटीवर भाजलेली ज्वार दोघींनी खाऊन घेतली.

रात्री उशिरानं गोमतीला झोप लागली. सती मात्र अजून जागीच आहे. क्षितिजावर चंद्र उगवला आहे. पृथ्वीच्या कडेपर्यंत पसरलेल्या अफाट रानात, रात्रीच्या प्रहरी, मोकळ्या आकाशाच्या झगमगत्या वैभवाखाली, मोडक्या खाटेवरच्या फाटक्या गोधडीवर, चारी बाजूंनी मुक्तपणे हिंडणाऱ्या विषारी-बिनविषारी जीवजंतूंच्या सान्निध्यात निद्रादेवीच्या कुशीत शिरता शिरता सतीच्या मनात गोमूच्या मुलानं विचारलेल्या प्रश्नाचा पडसाद उमटला, "तू कोण?"

"माहीत नाही." सतीनं थट्टेनं म्हटलं होतं.

निद्राधीन अवस्थेतल्या सतीला वाटलं, 'खरंच आपण कोण आहोत? आपलं आपल्यालाच माहीत नाही, की आपण कोण आहोत!'

आत्ताही कोणीतरी विचारतंच आहे, 'ए, कोण आहेस, कोण आहेस तू?'

प्रश्न गुंजत राहिला. निघून गेलेला गतकाळ जणू पुन्हा एकदा जिवंत होऊन सतीच्या मिटल्या डोळ्यांपुढून सरकू लागला. त्यात सगळंच सापडत गेलं. सापडत नाहीये ते केवळ एकाच प्रश्नाचं उत्तर...

'आपण कोण आहोत?'

◆